D1771529

நூலாசிரியர் சோ. தர்மனின் இயற்பெயர் சோ. தர்மராஜ் (பி. 1953). இவரின் புனைவுலகம் அடித்தள மக்களைச் சார்ந்தது. ஆனால் கழிவிரக்கமோ அரசியல் சீற்றமோ அற்றது. இந்தத் தனித் தன்மையே அவரை முக்கியமான படைப்பாளியாக ஆக்குகிறது. இந்த நாவல் உள்பட தூர்வை, கூகை, சூல், பதிமூனாவது மையவாடி என ஐந்து நாவல்களும், நீர்ப்பழி (முதல் 72 சிறுகதைகள்), அன்பின் சிப்பி ஆகிய சிறுகதைத் தொகுப்புகளும், ஓர் ஆய்வு நூலும் இதுவரை வெளிவந்துள்ளன. சூல் நாவல் சாகித்ய அகாடமி 2019, மனோன்மணியம் சுந்தரனார் பல்கலைக்கழகம், ஆனந்தவிகடன், சுஜாதா அறக்கட்டளை, தமிழ்நாடு அரசு ஆகிய ஐந்து அமைப்பு களிடமிருந்து விருதுகளைப் பெற்றிருக்கிறது. பிற படைப்பு களுக்காகத் தமிழ்நாடு அரசு, கனடா இலக்கியத் தோட்டம், கதா, இலக்கியச் சிந்தனை, வி.ஆர். கிருஷ்ணய்யர் அறக்கட்டளை போன்ற அமைப்புகளும் விருதுகளை வழங்கியிருக்கின்றன. தர்மனின் படைப்புகள் பல இந்தி, மலையாளம், ஆங்கிலம் ஆகிய மொழிகளில் மொழிபெயர்க்கப்பட்டுள்ளன. அண்மையில் கூகை நாவலை ஆக்ஸ்போர்டு யுனிவர்சிடி பிரஸ் ஆங்கிலத்திலும் சிந்தா பதிப்பகம் மலையாளத்திலும் மொழிபெயர்த்திருக்கின்றன. இவருடைய படைப்புகள் பல கல்லூரிகளில் பாடத்திட்டத்தில் இருக்கின்றன; ஐம்பதுக்கும் மேற்பட்ட மாணவர்கள் இளநிலை, முதுநிலை ஆய்வுகளைச் செய்துள்ளனர். சூழலியல் குறித்து ஆர்வலர்களிடமும் மாணவர்களிடமும் உரையாடுவதில் மிகுந்த ஆர்வமுடைய தர்மன், பஞ்சாலைத் தொழிலாளியாக இருபது ஆண்டுகள் பணியாற்றினார். விருப்ப ஓய்வுக்குப் பிறகு, முழுநேர எழுத்தாளராக, தூத்துக்குடி மாவட்டம் கோவில்பட்டியில் வசிக்கிறார்.

வௌவால் தேசம்

சோ. தர்மன்

அடையாளம்

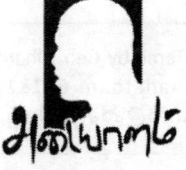

முதல் பதிப்பு 2021

© சோ. தர்மன்

வெளியீடு: அடையாளம், 1205/1 கருப்பூர் சாலை, புத்தாநத்தம் 621310, திருச்சி மாவட்டம், இந்தியா, தொலைபேசி: 04332 273444, 9444 77 2686

நூல் வடிவம்: த பாபிரஸ், அச்சாக்கம்: அடையாளம் பிரஸ், இந்தியா

ISBN 978 81 7720 337 0

விலை: ₹ 320

Vavvaal thesam is a novel in Tamil by Cho. Dharman, Published by Adaiyaalam, 1205/1 Karupur Road, Puthanatham 621310, Thiruchirappalli District, Tamilnadu, India, email: info@adaiyaalam.net

என் வாழ்க்கையை இன்றளவும்
அர்த்தமாக்கிக் கொண்டிருக்கும்
என் மகன் வினு என்ற வினோத் மாதவனுக்கு...

வௌவால் தேசம்

1

ஒருவர் முகம் ஒருவருக்குத் தெரியாத கும்மிருட்டு. நட்சத்திரங்கள் பூத்த வானம். அருகே இருக்கும் மிளகாய்ச் செடித் தோட்டத் திலிருந்து வீசும் கசப்பு வாசனை. ஆமணக்குச் செடிகளின் ஒரு விதமான குமட்டல். வரப்போரங்களில் அகத்தியும் புளிச்சி நார்ச் செடிகளும் வளர்ந்து வனாந்திரமாய் நின்றன. ஒவ்வொரு செடிக்கும் வெவ்வேறு வாசனை. இந்த வாசனைகளின் பாஷை அறிந்து விலகிச் செல்லும் அல்லது விரும்பி உண்ணும் கால்நடைகள்.

அந்தத் தோட்டத்தை அடுத்து பரந்த வெட்டவெளி. அவர்கள் வட்டமாய்க் கூடியிருந்தார்கள், இடது கையில் உயிரையும் வலது கையில் லட்சியத்தையும் ஏந்தி இருந்தார்கள். பகலில் கொளுத்திய கோடை வெய்யிலின் உஷ்ணம் நிலத்திலிருந்து வெளியாகி வியர்வையாய் தகித்துக்கொண்டிருந்தது. வியர்வைக்கான காரணமாக பயமும் மன இறுக்கமும் இருக்க முடியாது. இரண்டு நாய்களும் வட்டம் சுற்றிவந்தன. மார்பிலோ நெற்றிப் பொட்டிலோ எந்த நேரத்திலும் தோட்டாக்கள் பறந்து வரலாம். புறங்கைகளைக் கட்டி இழுத்துச் செல்லப்படலாம். தானாவதிப் பிள்ளையின் துண்டித்த தலை ஊர் ஊருக்கு ஊர்வலமாக வந்ததை அனைவரும் அறிவர்.

'வெள்ளைக்காரனுக்கு எதிராகச் செயல்பட்டால் இதோ எனக்கு ஏற்பட்ட இதே கதிதான் உங்களுக்கும் கிடைக்கும்' என்று தானாவதிப் பிள்ளையின் துண்டித்த தலை செய்தி சொல்லிக் கொண்டே போனது. உயர்ந்த வாரிக்கம்பில் குத்தி குதிரையில் அமர்ந்து தூக்கிப் பிடித்தபடி வந்தார்கள் குதிரைவீரர்கள். பார்க்கவே பயங்கரமாய் இருந்தது அக்காட்சி. பெண்கள் யாருமே வீட்டைவிட்டு வெளியே வரவில்லை. ஒவ்வொரு ஊரிலும் தெருத் தெருவாய் காட்டியபடியே கொண்டுசென்றார்கள். அந்தப் பயம் இன்னும மக்களிடம் பீதியை உண்டாக்கிக்கொண்டே இருக்கிறது. இதே போல்தான் புளியமரத்தில் கட்டபொம்மனைத் தூக்கிலிட்டுக் கொன்றான். தானாவதிப் பிள்ளை பிடிபட்டவுடன்

வெள்ளைக்கார தளபதி சொன்னானாம்.

'இன்னும் இரண்டே நாளில் கட்டபொம்மன் பிடிபடுவான். ஏனெனில் அவனால் ஒருநாள்கூட தனித்து இயங்க முடியாது. அவனுக்கு துர்போதனைகளையும், பொய்யுரைகளையும் போதித்து அவனைத் தவறான செயல்களுக்குத் தூண்டியவன் இந்தப் பிள்ளையே. ஆகவே இவனுடைய தலையை உடனே துண்டித்து பலாக்கிளையில் குத்தி ஊர் ஊருக்குக் கொண்டுசெல்லுங்கள். இதைப் பார்த்து மக்கள் பீதியடைய வேண்டும்.'

மொத்தம் எத்தனைபேர் வந்திருக்கிறார்கள் என்று எண்ணிப் பார்த்தார் வாசுநாயக்கர். இதே போல் கூட்டம் ஒவ்வொரு ஊரிலும் நடந்திருப்பதாகச் சொன்னார். ஊமைத்துரையையும் சிவத்தையாவையும் எப்படியும் நாம் ஜெயிலிலிருந்து மீட்டு வரவேண்டும் என்று கேட்டுக்கொண்டார்.

'நாம் ஈடுபடப் போகும் காரியம் சாமானியமான காரியமல்ல. இம்மி பிசகினாலும் போச்சு சுட்டுப் பொசுக்கிருவான் இல்ல தூக்குல போடுவான். நம்ம குடும்பத்தையே கருவறுத்திருவான், அதனால நல்லா யோசிச்சு முடிவுக்கு வாங்க. பயமா இருந்தா இப்பவே விலகிக்கோங்க.'

'ஆறுலயும் சாவு நூறுலயும் சாவு, நம்ம ராசாவுக்காக உசுரு போனா போய்ட்டுப் போகுது, மசுரு ஒன்னே போச்சு. அப்பிடி உசுரு இருந்தென்ன போயென்ன.'

வாசு நாயக்கரின் உள்ளங்கையில் அவர்கள் அனைவரும் சத்தியம் செய்தார்கள். பாளையங்கோட்டை ஜெயிலுக்குள் எடுப்பு வேலை செய்யும் பகடைகளிடமிருந்து ஏதேனும் தகவல் வந்ததா என்று கேட்டார்கள். வாசு நாயக்கர் பேசினார்.

'சாமியும் (ஊமைத்துரை) சிவத்தையாவும் நல்லா இருக்காகளாம். வேலை செய்யும் போதுகூட துப்பாக்கி சகிதம் கூடவே நிக்கானாம் வெள்ளைக்காரன். அதனால எதுவுமே பேச முடியலையாம். ஒரு வினாடிகூட தனியா விடமாட்டானாம்.'

கட்டபொம்மனைத் தூக்கிலிட்டு ஊமைத்துரை சிவத்தையாவை பாளையங்கோட்டை ஜெயிலில் அடைத்த பின்னர் ஊர் ஊருக்கு ஒற்றர்களை நியமித்திருந்தான் வெள்ளைக்காரன். உள்ளூரில் வேலை செய்யும் அரசாங்க கடைநிலை ஊழியர்களான

தலையாரி, கணக்குப்பிள்ளைகளுக்கு ஜனங்கள் பயந்தார்கள். ஏதாவது யாரைப் பற்றியாவது ஒரு வார்த்தை சொல்லிவிட்டால் போதும் அதையே வேதவாக்காக எடுத்துக்கொள்வான் வெள்ளைக் காரன்.

உருளைகுடி தலையாரி பொம்முத்தேவரைக் கண்டால் ஊர் மட்டுமல்ல சுற்றுவட்டாரமே பயப்பட வேண்டும். கிடா மீசையும் தலப்பாகையும் எண்ணெய் தடவிய வெள்ளிப் பூண் கட்டிய கைக்கம்பையும் பிடித்து வெளியே வந்தால் சாமி ஊர்வலம் வந்தது மாதிரி இருக்கும். தெற்குத் தெரு குடிசை வாசலில் பொம்முத்தேவரின் கைக்கம்பு சாத்தி வைக்கப்பட்டுள்ளது என்றால், அந்தக் குடிசைக்குள் பொம்முத்தேவர் உல்லாசம் அனுபவிக்கிறார் என்று அர்த்தம். அவர் வெளியேறிப் போகும் வரை குடிசையின் வாசலை யாரும் நெருங்கிவிட முடியாது. இன்றைக்கு நேற்றல்ல பல வருடங்களாய் நடக்கும் நடப்புத்தான். அன்றைக்கும் இதே மாதிரிதான் சப்பாணியின் வீட்டின் முன்னால் பொம்முத்தேவரின் கம்பு சாத்தி வைக்கப்பட்டிருந்தது. பட்டப்பகல் ஊரறிய உலகறிய சப்பாணியின் பெண்டாட்டியுடன் பொம்முத் தேவர் உல்லாசம் அனுபவித்துக்கொண்டிருந்தார். அவர் வெளியே வரும் போது காத்திருந்த சப்பாணி ஆற்றமாட்டாமல் ஒரேயொரு கேள்விதான் கேட்டான்.

'ஏஞ்சாமி ஒங்க வீட்ல பொண்டு புள்ளைக இல்லையா, இது ஒங்களுக்கே நல்லாயிருக்கா'

மறுநாளே கண்மாயில் மரம் வெட்டியதாகவும், தட்டிக்கேட்ட தலையாரியைத் தாக்க முற்பட்டதாகவும் பிராது கொடுக்கப்பட்டு ஜெயிலில் அடைக்கப்பட்டான்.

பொம்முத்தேவர் தன்னுடைய குரானடிச் செருப்புக்கள் கிறீச்சிட தெற்குத் தெருவில் கம்பீரமாக சுற்றியலைந்தார். தட்டிக் கேட்க யாருமில்லை. கணக்கப்பிள்ளையே தலையாரியைக் கண்டு பயந்து பின்வாங்கினார். ஆறு மாசம் ஜெயில் தண்டனை முடிந்து சப்பாணி வெளியே வந்தான். கொஞ்ச நாளாக நடைபிணமாய் சுற்றி அலைந்தான்.

இரவுப் பறவைகளின் விகார அலறல்கள், பல விதப் பூச்சிகளின் ரீங்காரம் வாசு நாயக்கர் பேசி முடித்ததும் சப்பாணி பேசினான்.

‘இங்க கேளுங்க சாமி, இம்மி பிசகினாலும் எல்லாரும் செத்தோம். பூனைக் கண்ணு பரங்கிப் பயக நம்ம ஊரையே தரைமட்ட மாக்கியிருவான். அதனால அவசரப்பட்டா காரியம் கெட்டுப் போகும், என்னைய இந்தப் பொய்ப்பிராதுல பாளையங்கோட்டை ஜெயில்ல அடைப்பான், சாமியவுகள பாக்கலாம்னு நெனச்சேன், தாயோளி, ஆறு மாசமும் ஒட்டப்பிடாரம் ஜெயில்லயே போட்டுக் கொன்னுட்டான். திருட்டுக் கேசுக்கெல்லாம் பாளையங் கோட்டையில அடைக்கமாட்டானாம், அடி, பிடி, கொலைன்னாத் தான் அங்க கொண்டு போவானாம். அதனால கொஞ்சம் பொறுங்க மத்த ஊரு ஆட்ககிட்டயும் சொல்லி தாமசப்படுத்துங்க, நானும் இன்னும் ரெண்டு மூனு பேரும் பாளையங்கோட்டை ஜெயிலுக்குள்ள போயிறோம், நீங்க ஜெயில ஒடைச்சு வந்தாலும் ஜெயிலுக்குள்ள பாதை தெரியணுமில்ல சாமி, துல்லியமா அஞ்சு நிமிசத்துல காரியத்த கச்சிதமா முடிச்சி வெளியேறணும்.’

‘சப்பாணி, நீ சொல்றது சரிதான்டா, பாளையங்கோட்டை ஜெயிலுக்குள்ள எப்படி போறதுடா, அதுக்கு என்ன வழி, யாரையாவது கொல பண்ணினாத்தான போக முடியும்.’

‘இனி ஒரு ரெண்டு மூனு நாள் பொறுங்க சாமி, ஏதாவது வழி இருக்கானு பாப்பம், இல்லனா வேற வழிய உண்டாக்கி உள்ளே போவம்.’

கூட்டமாகப் போகாமல் தனித் தனியாகப் பிரிந்து சென்றார்கள். ஆள் உயரம் வளர்ந்து வனாந்திரமாக நிற்கும் துவரைச் செடிகளின் ஊடாக சிலரும், வரிசைப் பனைமரங்களின் பாதை வழியே சிலரும், கருப்பசாமி கோயிலின் புளியமரப் பாதைவழி சிலரும் நடந்து அவரவர் வீட்டுக்குப் போனார்கள். அவர்களின் எல்லாருடைய மனசிலும் இருந்த ஒரே தாகம் பாளையங்கோட்டை ஜெயிலில் அடைபட்டுக் கிடக்கும் வீரபாண்டிய கட்டபொம்மனின் தம்பி ஊமைத்துரையையும் சிவத்தைய்யாவையும் ஜெயிலைவிட்டு எப்படி வெளியே கொண்டுவருவது என்பதுதான்.

பாஞ்சாலங்குறிச்சியைச் சுற்றியுள்ள ஏழெட்டு ஊர்களில் இது மாதிரியான ரகசியக் கூட்டங்கள் நடந்தன. வாசு நாயக்கர் ஒவ்வொரு ஊராகப் போய் இளைஞர்களைத் திரட்டிக்கொண்டிருந்தார். துப்பாக்கிகளும், பீரங்கிகளும் வைத்திருக்கும் பிரிட்டிஷ் சாம் ராஜ்ஜியத்தை எதிர்த்து சதித்திட்டம் தீட்டுகிறோம் என்ற பயம்

அவர்களில் யாருக்குமே இல்லை. கட்டபொம்மனைத் தூக்கி லிட்டதோடு, கோட்டையைத் தரைமட்டமாக்கி, அதே இடத்தில் உழவு செய்து, அந்த இடத்தை வருவாய் ஆவணங்களிலிருந்து நீக்கியதோடு ஆமணக்கு விதைத்திருந்தான். எங்கேயாவது வெள்ளைக்காரனுக்கு எதிராக, கட்டபொம்மனுக்கு ஆதரவாக ஒரு வார்த்தை பேசிவிடாதபடி எல்லா ஊர்களையும் கண்காணிப்பு வளையத்துக்குள் வைத்திருந்ததோடு ஏராளமான துப்பாக்கி வீரர்களையும், ஒற்றர்களையும் நியமித்துக் கண்காணித்தான். மிரட்டியோ ஆசை வார்த்தை கூறியோ சில உள்ளூர் ஆட்களை தன் வசப்படுத்தி துப்புக் கூலிகளாக வைத்திருந்தான். எல்லா கிராமங்களிலும் இரவும் பகலும் குதிரைகளின் காலடிச் சத்தம் கேட்டுக்கொண்டே இருக்கும். ஜனங்கள் பீதியில் பயந்துபோய் வாய் மூடி மௌனிகளாக நடைபிணங்களாக காலத்தைத் தள்ளிக்கொண்டிருந்தார்கள்.

மேஜர் வேல்ஸ்துரையின் கேம்ப் அலுவலகம் பரபரப்பாக இயங்கிக்கொண்டிருந்தது. நாலைந்து காவலர்கள் யாரோ ஒருவனைப் புறங்கையைக் கட்டி இழுத்துக்கொண்டு வந்தார்கள். கூட்டமெல்லாம் அவனையே உற்றுப் பார்க்க இரண்டு பேர் அவனைக் கெட்டியாகப் பிடித்துக்கொள்ள இன்னும் இரண்டு வீரர்கள் துரையின் முன்னால் விறைப்பாக சல்யூட் அடித்து மரியாதை செய்தார்கள். வேல்ஸ்துரை அவர்களைப் பார்த்தபடியே கேட்டார், 'வாட் மேன். கூ இஸ்'

காவலர்கள் ஏதோ ஆங்கிலத்தில் சொல்ல முற்பட்டார்கள். வேல்ஸ்துரை சத்தமாக கூப்பிட்டார். 'கிட்பிள்ளாய்... ஏ... கிட்பிள்ளாய்'

அலுவலகத்திற்குள்ளிருந்து கிட்டுப்பிள்ளை அவக் தவக்கென்று ஓடிவந்து துரையின் முன்னால் பவ்யமாக நின்றார். கிட்டுப் பிள்ளைதான் வேல்ஸ்துரையின் துபாஷி. பல மொழி கற்றவர். துரையவர்கள் எங்கே போனாலும் உடன் போயாக வேண்டும். தும்பைப் பூவாய் வெள்ளை வெளேர் வேஷ்டி சட்டை, காதுகளில் கடுக்கண், முடிந்து வைத்துள்ள குடுமி. கொண்டு வந்திருப்பவனிடம் என்ன ஏதென்று விசாரித்துச் சொல்லும்படி உத்தரவிட்ட மேஜர் வேல்ஸ்துரை அலுவலகத்திற்கு உள்ளே போய்விட்டார். கிட்டுப்பிள்ளை கட்டியிருக்கும் கைகளை அவிழ்த்துவிடும்படி

உத்திரவிட்டார். தன் எதிரே வந்து அமர்ந்துகொள்ளும்படி சைகை செய்தார். அவனை பிடித்துக் கொண்டுவந்த காவலர்களிடம் ஆங்கிலத்தில் விசாரித்தார். பாஷை தெரியாததால் அவர்கள் என்ன பேசிக்கொள்கிறார்கள் என்று தெரியாததால் உற்றுப் பார்த்தபடி உட்கார்ந்திருந்தான். நெற்றியில் குங்குமம் திருநீறு. வெற்றுடம்பு முழுக்க திருநீற்றுப் பூச்சின் விரல் தடயங்கள். கழுத்தில் ருத்திராட்ச மாலை. தெளிவான பேச்சு. இம்மிகூட கவலையோ சந்தோஷமோ பயமோ அற்ற தெளிவான முகம். கிட்டுப்பிள்ளை கொஞ்ச நேரம் உற்றுப்பார்த்தார். நின்றுகொண்டிருந்த காவலர்களை அருகில் உட்காரும்படி சைகை செய்தார்.

'உம்முடைய பெயர் என்ன'

'கந்தசாமிப் புலவர்'

'ஊர், எந்த ஊர்'

'முத்தாலங்குறிச்சி'

'வீரபாண்டிய கட்டபொம்மனைப் பற்றி ஊர்ஊராகப் பாராட்டி பாட்டுப் பாடித் திரிந்ததாக காவலர்கள் உன்மீது குற்றம் சுமத்துகிறார்களே உண்மையா'

'உண்மை, உண்மை, உண்மை.'

'வீரபாண்டிய கட்டபொம்மன் தேசத்துரோகி என்பதால் அவனைத் தூக்கிலிட்ட விபரமும், அவனைப் பற்றி யாரும் பேசக் கூடாது என்பதும், அப்படிப் பேசினால் அது தேசத் துரோக குற்றம் என்பதும் உமக்குத் தெரியாதா'

'தெரியும் நன்றாகத் தெரியும்.'

'அப்படியானால் குற்றத்தை ஒப்புக்கொண்டு தண்டனை அனுபவிக்கத் தயாரா?'

'குற்றமா எது குற்றம்'

'வீரபாண்டிய கட்டபொம்மனைப் புகழ்ந்து பாடியது'

'கண் கொடுத்த தெய்வத்தை எப்படிய்யா மறக்க முடியும், புகழ்ந்து பாடாமல் இருக்க முடியும், நன்றி மறப்பது நல்ல தில்லையே, இந்தக் கண் அவர் கொடுத்த கண் அய்யா'

'என்ன கட்டபொம்மன், கண் கொடுத்தானா, புலவரே பொய் பேசாதீரும், துரைக்குத் தெரிந்தால், என்ன நடக்கும் என்று

தெரியாது, உண்மையைப் பேசும்.'

'நான் சொல்வது சத்தியமான உண்மை. இடது கண் என் அப்பன் செந்தூர் முருகன் கொடுத்தது. வலது கண் என் அப்பன் வீரபாண்டிய கட்டபொம்மன் அருளால் ஜக்கம்மாள் தேவி கொடுத்தது. எதற்காக அய்யா நான் பொய் சொல்ல வேண்டும்.'

'கட்டபொம்மன் கண் கொடுத்ததாகவே இருக்கட்டும் புலவரே, அவனை இனிமேல் புகழ்ந்து பாடமாட்டேன் என்று மன்னிப்பு கேட்டுவிட்டுப் போரும்.'

'மன்னிப்பா, நான் என்ன குற்றம் செய்தேன் மன்னிப்புக் கேட்க.'

'கொஞ்சம் விட்டா கட்டபொம்மு பேசுன டயலாக் எல்லாத்தையும் துரை முன்னால பேசிருவீரு போல இருக்கே.'

முத்தாலங்குறிச்சி, தாமிரபரணி நதி பாயும் கரையோரக் கிராமம். முப்போகம் விளையும் செழித்த நதி தீரம். கரையெங்கும் வளர்ந்து நிற்கும் வனாந்திரம். பல வகைப்பட்ட மரங்கள். எந்நேரமும் பறவைகளின் கெச்சட்டம். கரையை ஒட்டினாற்போல் படர்ந்த நாள்பட்ட வேப்பமரம். எப்போதும் கூட்டம் நிரம்பி வழியுமிடம். கந்தசாமிப் புலவரின் கம்பீரக் குரல். செந்தூர் முருகனைப் பற்றி; பொழுது விடியும் போதே புலவர் நதிக் கரைக்கு வந்துவிடுவார். இரண்டு கண்களும் பிறவியிலேயே குருடு ஆகையால் தனியே நதியில் இறங்கி குளிக்கமாட்டார். தினமும் யாராவது உதவி செய்வார்கள். குளித்து முழுகி ஈர வேஷ்டி சகிதம் கரையேறி நெற்றியில் மாதிரியே மேலெல்லாம் வரிவரியாய் பட்டை தீட்டி மரத்தடி வருவார்.

அப்புறம் சரஞ்சரமாய் வந்துகொண்டிருக்கும் பாடல்கள். யாருமே இல்லாவிட்டாலும்கூட தனியே பாடிக்கொண்டிருப்பார். கூடவே தான்தான் பெரிய முருக பக்தர். மற்ற எல்லோருமே தனக்குப் பிறகுதான் என்ற அகந்தையும் கூடவே வளர்ந்து கொண்டே வந்தது. ஒரு கட்டத்தில்தான் மட்டுமே முருக பக்தர். தனக்கு மட்டுமே முருகன் சொந்தம் என்ற பேரகந்தை அவர் நெஞ்சில் ஏறி உட்கார்ந்துகொண்டது. மாதம் தவறாமல் பௌர்ணமி அன்று புலவர் திருச்செந்தூர் கடலில் நீராடி முருகனைத் தரிசித்து இரவு அங்கே தங்கி காலையில்தான் ஊர்

வருவார். பல வருஷங்களாகத் தொடரும் இந்தப் பக்தியானது முருகன் எப்படியும் எனக்குக் கண்பார்வை கொடுப்பார் என்ற நம்பிக்கையை ஒருபுறமும், முருகனின் முதல் பக்தன் நானே, எனக்குப் பின்னர்தான் மற்ற பக்தர்கள் என்ற அகந்தையை மறுபுறமும் வளர்த்துக்கொண்டே வந்தார். புலவர் உள்ளூர்க்காரர் ஆகையால் மரத்தடியில் சில நேரம் மாமன் மச்சினர்களின் கூட்டமும் சேர்ந்துகொள்ளும். அந்த நேரம் கேலியும் கிண்டலும் கூடவே சிரிப்பாணியும் சேர்ந்து கொள்ளும். புலவர் ஒரு நாள்கூட கோபப்பட்டது கிடையாது.

'எப்பப் பாத்தாலும் முருகனையே பாடிக்கிட்டு இருந்தா எப்பிடி மாப்ளே, வள்ளி, தெய்வானைனு முருகனுக்கு ரெண்டு பொண்டாட்டி அவங்களப் பத்தி ஒரு நாலு பாட்டு பாடலாம்ல்லே.'

'வாங்க மாமா வாங்க, வள்ளியப்பத்தி பாட ஆசைதான் மாமா. ஒங்க தங்கச்சி பேரு வள்ளியம்மா. நான் அந்த வள்ளியப் பாட இந்த வள்ளி கேள்விப்பட்டு இங்க வந்து எங்கூட உட்காந்துக் கிட்டா ஒங்களுக்கு கேவலமில்லையா'

'கேவலம் என்ன மாப்பிள்ளை கேவலம், வந்தா தாராளமா கூட்டிட்டுப் போயி வச்சு குடும்பம் நடத்தும், நாங்க என்ன வேண்டாம்னா சொல்றோம்'

'பெறகென்னைய்யா ரெண்டு பாட்ட வள்ளிமேல எடுத்து விடும்'

'வேண்டாம்ய்யா, மாமா எப்படி தங்கச்சிய தள்ளி விட்றலாம்னு பிளான் போடுறாரு, நம்ம மாட்டிக்கிறக் கூடாதில்ல'

கூட்டம் சத்தமாய் சிரிச்சு ஆர்ப்பரிக்கும். புலவரின் பாட்டு தொடரும். யார் யாரோ சொல்லிப் பார்த்தும் புலவர் பல வருடங்களாக பாட்டுப் பாடுவதை நிறுத்தவே இல்லை. பௌர்ணமி தவறாமல் கடல்முங்கி முருகனை வழிபடுவதையும் நிறுத்தவில்லை. பல மைல்கள் பார்வை தெரியாவிட்டாலும்கூட முருகன்மேல் கொண்ட பக்தி அவரை ஒவ்வொரு பௌர்ணமி யன்றும் கடலை நோக்கி இழுத்தது. கடலலைகளைப் போல் அவர் மனசில் அலையாடும் அகந்தை நான் ஒருவனே முதல் முருக பக்தன். என்னைப் போல் பக்தன் எவனுமில்லை. என்றைக்காவது ஒரு நாள் எம்பெருமான் முருகன் எனக்குக் கண்

கொடுப்பார். நான் முருகனை தரிசனம் பண்ணியே தீருவேன். பொங்கும் அலையைப் போல் புலவரின் நெஞ்சில் புயலாய் வீசியது இறுமாப்பு.

புலவரின் வேண்டுதலுக்கு முருகன் ஒரு நாள் செவி சாய்த்தான். கந்தசாமிப் புலவரின் கனவில் முருகன் காட்சி தந்தான். வருகிற பௌர்ணமிக்கு திருச்செந்தூர் வா. உமக்குக் கண்பார்வை கிடைக்கும், என்று சொல்லி மறைந்தான். மறுநாள் காலை புலவர் மிக உற்சாகமாகப் பாடிக்கொண்டிருந்தார். கண் கிடைக்கப் போகிறது என்ற சந்தோஷத்தில் கத்திய கத்தில் அவர் போட்டிருந்த வெற்றிலை எச்சில் செந்தூர் முருகனின் பரிவட்டத்தில் தெறித்து விட்டது. பூஜை செய்துகொண்டிருந்த பட்டர் பதறிப் போனார்.

'அய்யோ... இது என்ன சோதனை, இங்கே பக்கத்தில் யாருமில்லை, நானோ வெற்றிலை போடுபவன் இல்லை, அப்படியிருக்க, முருகா... முருகா...' பதறினார் பட்டர்.

பட்டரின் காதுகளில் அசரீரி ஒலித்தது.

'பட்டரே பதற்றமடைய வேண்டாம். நாளை காலை இரு கண்களும் தெரியாத பிறவிக் குருடன் ஒருவன் சந்நிதிக்கு வருவான். அவனுக்குப் பார்வை கொடுக்க யாம் முடிவு செய்திருக்கிறோம். அதே சமயம் இந்த உலகத்திலேயே என்னைப் போன்ற பக்தன் இல்லவே இல்லை என்ற அவனுடைய இறுமாப்பையும் சோதிக்க உள்ளோம். ஆகவே அவனை சந்நிதிக்குள் அழைத்து வந்து, என் சிரசின் மேல் கிடக்கும் மாலையிலிருந்து ஒரு பூவை எடுத்து அவன் கண்ணில் ஒற்றி எடு. ஒரு கண் பார்வை தெரிந்து விடும். உடனே இன்னொரு கண்பார்வை எங்கே என்று கேட்பான். மறுகண் பார்வை வேண்டுமென்றால் பாஞ்சாலங் குறிச்சிக்குப் போய் வீரபாண்டிய கட்டபொம்மனைப் பார், இன்னொரு கண்பார்வை கிடைக்கும் என்று அசரீரி கூறியது. பட்டர் ஆச்சரியம் நீங்க வெகு நேரமாயிற்று.

மறுநாள் வெள்ளிக்கிழமை. முழு பௌர்ணமி. பட்டர் அதிகாலையிலேயே கோயில் வாசலில் காத்திருந்தார். ஆரவாரத் துடன் கம்பீரமாகப் பாடிக்கொண்டு வந்த புலவரை பட்டர் அடையாளம் கண்டுகொண்டார். இரு கைகள் பற்றி முருகப் பெருமானின் முன்னால் அழைத்துச் சென்றார். முருகன் சொன்ன படியே ஒரு பூ எடுத்து கண்ணில் ஒற்ற ஒரு கண்ணுக்குப் பார்வை

வந்துவிட்டது. புலவருக்கு சந்தோஷம்.

'பட்டரே இன்னொரு கண் பார்வை வரவில்லையே.'

'புலவரே இன்னொரு கண் பார்வை வேண்டுமானால் நீர் பாஞ்சாலங்குறிச்சிக்குச் செல்ல வேண்டும். அங்கே வீரபாண்டிய கட்டபொம்மன் இன்னொரு கண்ணைத் திறந்து பார்வை கொடுப்பார். சற்றும் தாமதிக்காமல், இன்றே பாஞ்சாலங்குறிச்சி புறப்படுக' என்றார் பட்டர்.

ஒரு கண் பார்வையுடன் பாஞ்சாலங்குறிச்சி வந்தடைந்த கந்தசாமிப் புலவர் வீரபாண்டிய கட்டபொம்மனைச் சந்திக்க அரண்மனை சென்றார். இயல்பாக மக்களுடன் மக்களாகப் பேசிக்கொண்டிருந்த கட்டபொம்மனைச் சந்திப்பது ஒன்றும் சிரமமில்லை. புலவரை வரவேற்ற கட்டபொம்மனிடம் நடந்தவற்றை எல்லாம் ஒன்றுவிடாமல் சொல்லிக் கடைசியில் இன்னொரு கண்ணை உங்களிடம் வாங்கிக்கிறச் சொல்லி முருகன் அனுப்பி இருக்கிறார் என்ற விபரத்தையும் சொன்னார். அமைதியாகக் கேட்டுக்கொண்டிருந்த கட்டபொம்மன் ஆச்சரியமாய் பார்த்தபடி இருந்தான்.

'எனக்குத் தெரியும் உன்னால் முடியாதென்று, நீயோ சாதாரண முருக பக்தன், ஏழைகளின் வரிப்பணத்தில் வயிறு வளர்ப்பவன் உன்னால் எப்பிடி கண் கொடுக்க முடியும்.'

கட்டபொம்மன் இவ்வார்த்தைகளைக் கேட்டதும் உணர்ச்சிப் பிழம்பானான். உடனே ஜக்கம்மா கோயிலில் பூஜைக்கு உத்திர விட்டான். ஒரு கையில் புலவரைப் பிடித்துக்கொண்டு இன்னொரு கையில் வாளுடன் கோயிலுக்குள் நுழைந்தான். கையில் வாளுடன் கோயிலுக்குள் நுழைந்த கட்டபொம்மனைப் பார்த்தார் புலவர்.

'இதென்ன அடக்கமில்லாமல் கோயிலுக்குள் வாளுடன் வருகிறாய். உன்னால் முடியாதென்று கூறிவிடு. மீண்டும் நான் திருச்செந்தூர் சென்று முருகனிடம் வேண்டி இன்னொரு கண்ணைப் பெற்றுக்கொள்கிறேன்'

எதையுமே சட்டை செய்யாமல் புலவரை இழுத்துக்கொண்டு வாளுடன் கோயிலுக்குள் சென்ற கட்டபொம்மன் ஜக்கம்மா தேவியின் சிரசில் இருந்த மாலையிலிருந்து ஒரு பூவை எடுத்து

புலவரின் கண்ணில் ஒற்ற, புலவருக்குப் பார்வை வந்தது. முருகப் பெருமானின் கருணையை எண்ணி வியப்புடன் நின்றான் கட்டபொம்மன். புலவரோ எவ்வித சலனமுமின்றி, இருந்தார்.

'கட்டபொம்மா, எனக்கு இரண்டாவது கண்ணில் பார்வை வந்து விட்டது. ஆனால் அதற்காக நான் சந்தோஷப்படவில்லை, மாறாக வருத்தப்படுகிறேன், காரணம் நீ ஒரு ஆணவக்காரன். கோயிலுக்குள் உருவிய வாளுடன் நீ வந்ததை நான் ஏற்றுக்கொள்ளமாட்டேன். அந்த வாளை என்னிடம் கொடு. நீ கொடுத்த அந்தக் கண்ணை, இப்போதே குத்தி எடுத்து தூர எறிகிறேன்.'

கட்டபொம்மனின் கையில் இருந்த வாளைப் பிடுங்க முயன்ற புலவரை சாந்தப்படுத்தி, 'புலவரே நான் ஆணவத்துடன் வாளை உருவவில்லை. முருகப் பெருமானின் கூற்றுப்படி உமக்கு மறு கண் கிடைக்காமல் போனால், இதே வாளால் குத்திக்கொண்டு ஜக்கம்மாவின் காலடியில் உயிர் துறக்கவே நான் வாளுடன் வந்தேன். மத்தப்படி ஆணவம் எனக்கில்லை புலவரே, அடியேன் ஒரு சிறிய முருக பக்தன்.'

கட்டபொம்மனின் கூற்றைக் கேட்ட புலவர் ஆடிப் போய் விட்டார்.

'கட்டபொம்மா, முருகனின் கூற்று பொய்யாகிப் போய் விட்டால் அதற்காக உன் உயிரையே துறப்பாயா, நீ தானப்பா உண்மையான முருக பக்தன். நான்தான் பெரிய பக்தன் என்று இறுமாப்புடன் இருந்தேன். அந்த அகந்தையில் உன்னை ஏதேதோ பேசிவிட்டேன். என்னை மன்னித்துவிடு கட்டபொம்மா, நாங்கள் எல்லாம் முருகனிடமிருந்து வாங்க மட்டுமே தெரிந்தவர்கள். உன் போன்ற பக்தர்கள்தான் முருகனுக்கும் கொடுக்க பிறந்தவர்கள்' என்று சொல்லிக்கொண்டே புலவர் விருட்டென்று எழுந்து கட்டபொம்மனிடமிருந்த வாளைப் பிடுங்க முற்பட்டார்.

'கட்டபொம்மா அந்த வாளைக் கொடு. உணர்ச்சியில் நான் உன்னை ஏதேதோ பேசி இழிவுபடுத்திவிட்டேன். அந்த வாளால் என் நாக்கை அறுத்து வீசுகிறேன் கொண்டா வாளை.'

வாளைப் பிடுங்க முயன்றார் புலவர். கட்டபொம்மன் கையிலிருந்து வாளைப் பிடுங்க முயன்று தோற்றார் புலவர். புலவரை சாந்தப்படுத்திக்கொண்டிருக்கும் போதே முருகனின்

அசரீரி சத்தமாய் ஒலிக்க இருவரும் காதுகளைத் தீட்டிக்கொண்டு கேட்டார்கள்.

'கவிராயரே... நிறுத்தும். இது என்னுடைய திருவிளையாடல். நீர் மட்டுமே பெரிய பக்தன் என்ற உம்முடைய இறுமாப்பை, அடக்கிக் கட்டபொம்மனைப் போல் கோயில்பட்டரைப் போல் இன்னும் ஆயிரமாயிரம் பக்தர்கள் உம்மைப் போன்றவர்கள் இருக்கிறார்கள் என்று உணர்த்தவே, இந்த நாடகம்' என்று சொல்லி அசரீரி மறைந்தது.

'பார்த்தீரா புலவரே உமக்குக் கண் தர நினைத்தால் இரண்டு கண்களையும் உம்முடைய ஊரிலேயே வைத்துத் தர முருகனால் முடியாதா என்ன, கோயிலில் வைத்து ஒரு கண்ணையும் என்னால் ஒரு கண்ணையும் தரவைத்து உம்முடைய அகந்தையை அகற்றியதோடு என்னுடைய பக்தியையும் சோதித்துவிட்டாரே எம் பெருமான்.'

அதிலிருந்து ஆணவம் நீங்கிய கந்தசாமிப் புலவர் ஒவ்வொரு ஊர் ஊராகச் சென்று கட்டபொம்மனின் புகழைப் பாடிக் கொண்டிருக்கிறார். அப்படிப் பாடிக்கொண்டிருந்தபோதுதான் அரசாங்க அதிகாரிகளால் கைது செய்யப்பட்டு மேஜர் வேல்ஸ் துரையின் முன் நிறுத்தப்பட்டார்.

தன்னுடைய கதை எல்லாவற்றையும் துபாஷி கிட்டுப் பிள்ளையிடம் சொல்லி முடித்தார் புலவர். கிட்டுப்பிள்ளைக்கு ஆச்சரியம் தாங்கவில்லை. அப்படியே கந்தசாமிப் புலவரின் கதையை மேஜர் வேல்ஸ்துரையிடம் சொல்ல துரை கடுப்பாகி விட்டார்.

'வாட்... கண் கட்டபொம்மன் கொடுத்தானா? நாளை காலை கந்தசாமிப் புலவரின் இரண்டு கண்களையும் தோண்டி எடுத்து விடுங்கள், கட்டபொம்மன் வந்து கண் கொடுக்கிறானா என்று பார்ப்போம்.'

துரையின் உத்தரவு தண்டோரா மூலம் கிராமங்கள் தோறும் பகிரங்கப்படுத்தப்பட்டது. குறிப்பிட்ட நாளில் நாலா ஊர் ஆட்களும் கூடியிருக்க புலவர் இழுத்து வரப்பட்டார். பேயறைந்தவர் களைப் போல ஜனங்கள்கூட மௌனமாகக் கூடியிருந்தார்கள். வேலஷ் துரையும் துபாஷி கிட்டுப்பிள்ளையும் வந்து அமர்ந்தார்கள்.

புறங்கை கட்டிய நிலையில் புலவர் மேஜரின் முன்னால் நிறுத்தப் பட்டார். எவ்வித பதட்டமோ படபடப்போ இன்றி இயல்பாக நின்றார் புலவர்.

'புலவரே உம்முடைய இரண்டு கண்களையும் அப்புறப் படுத்தும்படி துரையின் உத்தரவு, நீர் வேறு ஏதாவது சொல்வதாக இருந்தால் சொல்லிக்கொள்ளலாம்.'

'உங்களிடம் சொல்வதற்கு ஒன்றுமில்லை. என் அப்பன் முருகன் கொடுத்த கண்ணையும், மன்னர் கட்டபொம்மன் கொடுத்த கண்ணையும் உங்களால் பறிக்க முடியாது.'

'புலவரே வீணாக அகங்காரம் பேசி கண்களை இழக்காதீரும், இனிமேல் கட்டபொம்மனைப் பற்றி புகழ்ந்து பாடல்கள் பாட மாட்டேன் என்று மன்னிப்புக் கேட்டுவிட்டு ஓடிப்போயிரும்.'

'உங்களால் என் புறக்கண்களை வேண்டுமானால் பறிக்கலாம், அகக் கண்களை யாராலும் பறிக்க இயலாது'

'கிட்பிள்ளாய் வாட்மீன் அகக்கண்'

அகக்கண் என்றால் என்னவென்று துபாஷி துரையவர்களுக்கு நீண்ட விளக்கமளித்தார். அதாவது புறக்கண்களுக்குத் தெரிவதை விடவும் அகக் கண்களுக்கு எல்லாமே நன்றாகத் தெரியும் என்று துபாஷி கிட்டுப்பிள்ளை விளக்கமளித்தார். தெளிவாகக் கேட்டுக் கொண்டிருந்த துரை ஆச்சரியத்துடன் சொன்னார். பதட்டத்துடன் காணப்பட்டார். புலவருடைய இரு கண்களையும் மறைத்துக் கட்டும்படி உத்தரவிட்டார். இரண்டு கண்களையும் மறைத்து கறுப்புத் துணியால் இறுக்கிக் கட்டினார்கள். உள்ளிருந்து ஒரு வாளை எடுத்து வந்து துரையின் கையில் கொடுத்தார்கள். துபாஷி கிட்டுப்பிள்ளை சத்தமாகக் கேட்டார்.

'இப்போ துரையோட கையில என்ன இருக்கு?'
'துரையோட கையில வாள் இருக்கு'
'என்னோட கையில என்ன இருக்கு?'
'உம்மோட கையில உம்மோட தலத்துண்டு இருக்கு'
'துரை இப்ப எங்கே இருக்கிறார்?'
'துரை இப்போ குதிரை மேல் இருக்கிறார்'
'இது ஆண்குதிரையா பெண்குதிரையா?'

‘பெண்குதிரை’

‘குதிரைக்குப் பக்கத்துல யார் இருக்கா?’

‘துரை குதிரையவிட்டு இறங்கி பக்கத்துல நிக்காரு.’

வேல்ஸ்துரை பதறிப் போனார். அவரால் என்ன செய்வதென்று முடிவு செய்ய முடியவில்லை. துபாஷிதான் பேசினார்.

‘துரையவர்களே இந்த மாதிரியானவர்களிடம் நாம் கடுமை காட்டக்கூடாது. அவர்கள் சித்து வேலை கற்றவர்கள்.’

‘வாட் மீன் சித்து’

‘அதாவது சாதாரண மனிதர்களால் செய்ய முடியாதவற்றை செய்பவர்கள். கடவுளின் சக்தியைப் பெற்றவர்கள். எதற்கும் அஞ்சாதவர்கள். மரணத்தை எண்ணி கவலையே படாதவர்கள். நம்மை நோக்கி சாபம் விட்டால் அது பலிக்கும். கை, கால்களைக் கூட முடக்கிவிடுவார்கள்.’

கிட்டுப்பிள்ளை சொன்ன விளக்கத்தைக் கேட்டு துரை நடுநடுங்கிப் போய்விட்டார். புலவரை என்ன செய்வதென்று தெரியவில்லை. கண்களை நோண்டி எடுக்கும் நிகழ்ச்சியைப் பார்க்க ஏராளமான மக்கள் கூடியிருந்தார்கள். துரைக்குப் பெருத்த அவமானம். கிட்டுப்பிள்ளையிடம் கோபமாகப் பேசிக் கொண்டிருந்தார். மக்களின் முன் வேகமாக வந்த கிட்டுப்பிள்ளை துரையின் உத்தரவைச் சொன்னார்.

அதாவது புலவரைக் குதிரையில் ஏற்றி நம்முடைய ஆளுகைக்கு உட்பட்ட மாஞ்சோலை மலைக்காட்டில் போய் விட்டுவிட வேண்டும். பொதுமக்கள் யாரும் அவருடன் பேசவோ வேறு எந்த உதவிகளோ செய்யக் கூடாது. அப்படி யாராவது கண்டு பிடிக்கப்பட்டால், கடுமையான தண்டனை கிடைக்கும். இது துரையோட உத்தரவு.

இரு பக்கமும் இரண்டு குதிரை வீரர்கள் வர கந்தசாமிப் புலவர் குதிரையில் பயணப்பட்டார். குதிரைகள் சென்று மறையும் வரை பொதுமக்கள் பார்த்துக்கொண்டே நின்றார்கள். புலவர் சந்தோஷ மாக பாடிக்கொண்டே குதிரையில் அமர்ந்திருந்தார். மாஞ்சோலை என்பது அடர்ந்த காடுகளை உடைய மலையுச்சி. அங்கே ஏராளமான கரடிகளும் சிறுத்தைகளும் வசிக்கின்றன.

மாஞ்சோலை எஸ்டேட்டின் மலையுச்சியில் கொண்டுபோய்

புலவரை இறக்கிவிட்டு குதிரை வீரர்கள் மூன்று நாட்கள் கழித்து ஊர் திரும்பினார்கள். கடைசியில் புலவன் என்ன சொன்னான் என்று தெரிந்துகொள்ள ஆசைப்பட்டவராய் மேஜர் வேல்ஸ்துரை குதிரை வீரர்களிடம் பல கேள்விகளைக் கேட்டுக்கொண்டிருந்தார்.

எஸ்டேட் போய்ச் சேரும்வரை எதுவுமே பேசவில்லை யென்றும், மலையுச்சியில் ஏறும்போது மட்டும் கண்ணில் கண்ட மரங்கள், செடிகள், பூக்கள் எல்லாவற்றையும் கும்பிட்டதாகவும், மிகவும் சந்தோஷமாக இருந்ததாகவும் சொன்னார்கள். குதிரை யிலிருந்து இறக்கி பாரஸ்ட் அதிகாரிகளிடம் ஒப்படைத்தபோது இரண்டே இரண்டு வார்த்தைகள் மட்டுமே பேசியதாகச் சொல்லி அந்த வார்த்தைகளைச் சொன்னார்கள்.

'ஊமையன் கருவறுப்பான்'

'ஊமையன் உன் இனமழிப்பான்'

இந்த வார்த்தைகளைத்தான் ஓயாமல் மாறி மாறிச் சொல்லிக் கொண்டிருந்ததாகச் சொன்னார்கள். மேஜர் வேல்ஸ்துரைக்கு இதற்கான அர்த்தம் தெரியவில்லை. துபாஷி கிட்டுப்பிள்ளையிடம் விளக்கம் கேட்டார். கிட்டுப்பிள்ளை மிகவும் விளக்கமாக பதில் சொன்னார். கிட்டுப்பிள்ளையின் பதிலைக் கேட்டு துரை பலமாகச் சிரித்தார்.

'முட்டாள் புலவன், ஊமையன் பாளையங்கோட்டை ஜெயிலுக்குள் அடைபட்டுக் கிடக்கிறான், எந்த நேரத்திலும் தூக்கில் போடுவோம். உன்னை இன்று இரவே புலிகளும், செந்நாய்களும் இரையாக்கிவிடும், அப்புறம் உன் சாபம் பலிப்பது எப்படி என்று பார்க்கிறேன்.'

ஆனாலும் துரைக்கு புலவன் சொன்னது கிலியை ஏற்படுத்தி யிருக்கிறது என்பதை முகம் காட்டியது.

'கிட் பிள்ளாய்... இது மாதிரி புலவர்களை வேறு யாரையாவது நீ பார்த்ததுண்டா'

'நிறையப் பேர்கள் இருக்கிறார்கள் துரையவர்களே, அவர்களை மக்கள் துன்புறுத்தமாட்டார்கள். வணங்குவார்கள். பெரும்பாலும் காட்டிலே வசிப்பார்கள்.'

2

சப்பாணிக்கு சந்தோஷம் தாங்கவில்லை. நாளை எப்படியும் சாமியைப் பார்க்கப் போகிறோம் என்ற ஆவல் ஒருபுறம், தலையாரி பொம்முத்தேவரைத் தீர்த்துக்கட்டப் போகிறோம் என்ற வெறி ஒருபுறம். மஞ்சள்நிறத்தில் கொத்துக் கொத்தாய் பூத்துச் சொரிந்திருந்த புளியமரத்தடியில் நால்வரும் உட்கார்ந் திருந்தார்கள். தேனீக்களின் ரீங்காரம் மரம் முழுவதும் அப்பிக் கிடந்தது. சப்பாணி, சுடலை, இருளன், குருவன்.

'விளையாட்ட ராத்திரி வச்சுக்கிருவமா இல்ல பகல்லயே போட்டுத் தள்ளியிருவமா'

'இங்க கேளுடா, குருவா, அவரோட அண்ணன் தம்பிகளே அவர சோலிய முடிக்கச் சொல்லி தவமிருக்கான், அதனால ஒருத்தன்கூட சப்போட்டுக்கு வரமாட்டான். துணிஞ்சு காரியத்துல எறங்கலாம். நமக்கு நம்ம சாமியைப் பாக்க இதுதான் நல்ல சந்தர்ப்பம். வேற யாரக் கொன்னுட்டு ஜெயிலுக்குப் போக.'

'அப்படின்னா பட்டப் பகல்லயே நம்ம தெருவுலயே வச்சு வெட்டுவோம், அப்பத்தான் மத்தவங்களுக்கும் பயமிருக்கும்.'

'ஒரே வெட்டுல சோலிய முடிச்சிரக் கூடாது, ஓட ஓட வெரட்டி வெட்டணும், ஊர்ச்சனம் அம்புட்டும் வேடிக்கை பாக்கணும்.'

'புளியமரத்து நெழலு எவ்வளவு சொகமா இருக்கு பாத்தியா'

'சொகமாத்தான் இருக்கும், ஆனா ஒடம்புக்கு நல்லதில்ல.'

'என்னண்ணே இப்பிடிச் சொல்றே.'

'நம்ம வைத்தியர் மருந்து கொடுத்து அனுப்பும் போது என்ன சொல்லி அனுப்புறார்னு தெரியுமா?'

'என்ன சொல்றாரு.'

'புளியமரத்து நிழல்பட்ராம வீடு போய்ச் சேரு, இல்லன்னா மருந்து வேலை செய்யாதுங்கிறாரு.'

'அவ்வளவு மோசமானதா புளியமரம்.'

'அதுமட்டுமில்லடா, ஒடம்புல வர்ர முக்கால்வாசி நோய் களுக்குக் காரணமே புளிப்புத்தானாம்.'

‘புளிப்பு இல்லாம எப்பிடிக் கூடி சாப்பிடுறது, எது சாப்பிட்டாலும் மண்ணா இருக்குமே.’

‘புளிப்பு சேக்கணும், அளவோட சேக்கணும், எதுவுமே அளவில்லாமப் போச்சுனா ஒடம்புக்குக் கெடுதல்தான்.’

மத்தியானம் வரையிலும் தலையாரியைத் தெற்குத் தெருப் பக்கம் காணவில்லை. நால்வரும் நாலா திசைகளிலும் மறைந்திருந்து கண்காணித்தார்கள். எப்படியும் ருசி கண்ட பூனை வராமல் போகாது என்று நன்றாகவே தெரியும். பொழுது சாய்ந்து கொண்டிருந்தது. கிரீச் கிரீச்சென்று குரானடிச் செருப்பு சப்தம் எழுப்ப தலையாரி கம்பீரமாக நடந்துவந்தார். துருத்தன் பொண்டாட்டி காளி இவரைக் கண்டதும் வீட்டுக்குள் ஓடிப்போய் கதவைச் சாத்தினாள். தன் கையில் வைத்திருந்த தடிக் கம்பால் கதவைக் குத்தித் தள்ளினார். கதவு திறந்துகொண்டது. கம்பை வாசலில் சாத்திவிட்டு செருப்பை முற்றத்தில் கழற்றிப்போட்டு விட்டு குனிந்து குடிசைக்குள் போய் கதவைச் சாத்தினார்.

அங்கங்கே ஒளிந்துகிடந்த நால்வரும் காளியின் வீட்டு முற்றத்தில் ஒன்றுகூடி நின்றார்கள். முன்கூட்டியே பேசி வைத்திருந்தபடியே அவருடைய கம்பை எடுத்து அரிவாளால் இரண்டாக வெட்டினார்கள். வெளியே ஏதோ கசமுசா சத்தம் கேட்டவுடன் தலைகுனிந்து எட்டிப்பார்த்தார். நால்வரையும் பார்த்து திடுக்கிட்டார். இருவர் கைகளில் அரிவாள், மற்ற இருவர் கைகளில் இரண்டாக வெட்டப்பட்ட தலையாரியின் கம்பு. முதல் நாள் பேசியிருந்தபடியே தலையில் அடிக்காமல் இடதுகையின் புஜத்தில் ஓங்கி அறைந்தான். குருவின் வலதுகையின் மணிக்கட்டில் அறைந்த அறையில் கை ஒடிந்து துண்டானது. பொம்முத்தேவரின் அலறலில் தெரு முழுக்க கூடிய ஜனங்கள். நடுக்கடை வாசலில் வைத்து மறித்துக்கொண்டார்கள். சப்பாணியின் கையில் அரிவாள் இருந்ததைப் பார்த்ததும் பலமாக அலறினார். கைகளைத் தூக்க முடியவில்லை. கழுத்தில் வெட்டாமல் தலையில் வெட்டினான் சப்பாணி. இரத்தம் ஒழுக அங்குமிங்கும் ஓடினார். குருவன் விரட்டிச் சென்று வலதுகையைத் துண்டித்தான். முற்றத்தில் விழுந்து துள்ளினார். வேகமாக ஓடிவந்த சப்பாணி தலையைத் துண்டித்து கையில் எடுத்துக்கொண்டான். ஒரு கையில் அரிவாள் மறுகையில் துண்டித்த தலையுடன் நால்வரும் தெருவழியே

நடந்து போனார்கள். இவர்களைப் பார்க்க எந்தக் கதவும் திறந்திருக்கவில்லை. அவரவர் வீடுகளில் பதுங்கிக்கிடந்தார்கள் ஊர் ஜனங்கள்.

ஒரு அரசு ஊழியர் ஈவு இரக்கமில்லாமல் கொடூரமாகக் கொலை செய்யப்பட்ட சம்பவத்தை வெள்ளைக்காரனால் ஜீரணிக்க முடியவில்லை. பயத்தையும் பீதியையும் உண்டுபண்ணி மக்களை உறைநிலையிலேயே வைத்திருக்க எண்ணிய வெள்ளைக்காரன் இந்தக் கொலையால் நிலைகுலைந்து போனான். ஊர் முழுக்க காக்கிச்சட்டைகள். துப்பாக்கி ஏந்திய பட்டாளத்துக்காரர்கள் என அல்லோகலப்பட்டது. கிராம முன்சீப்பின் அறிக்கை வரும் முன்பே நால்வரும் சரணடைந்துவிட்டபடியால் கொஞ்சம் நிம்மதி ஏற்பட்டது. கிராம முன்சீப்பின் அறிக்கையின்படி தலையாரி ஒரு பெண் லோலன் என்றும், காமவெறிபிடித்த கயவன் என்றும், தெற்குத் தெருவில் தினமும் பெண்களுடன் வல்லுறவில் ஈடுபடுவது வாடிக்கை; ஆகவே பாதிக்கப்பட்டவர்கள் இந்தக் கொலையைச் செய்திருக்கிறார்கள். மத்தப்படி நம்முடைய பிரிட்டிஷ் சாம்ராஜ்ஜியத்தை எதிர்த்தோ வீரபாண்டிய கட்ட பொம்மனை ஆதரித்தோ இந்தக் கொலை நிகழவில்லை என்று தெளிவாகக் குறிப்பிட்டதால் வெள்ளைக்காரத் துரைமார்கள் நிம்மதிப் பெருமூச்சுவிட்டார்கள்.

3

பாளையங்கோட்டை ஜெயிலில் அடைக்கப்பட்ட சப்பாணிக்கும் மற்ற மூவருக்கும் சந்தோஷம் பிடிபடவில்லை. தங்களுடைய திட்டங்கள் சரிவர நிறைவேறி வருவதை எண்ணி புளங்காங்கிதம் அடைந்தார்கள். தாங்கள் யாரென்றோ என்ன நோக்கத்திற்காக ஜெயிலுக்குள் வந்திருக்கிறோம் என்றோ காட்டிக்கொள்ள வில்லை. ஒருவர் விடும் மூச்சு ஒருவர்மீது பட்டுவிடாமல் காவல் காத்தான் வெள்ளைக்காரன். யாரிடமும் ஒரு வார்த்தைகூட கடத்த முடியவில்லை. கண்களால் சில விஷயங்களை மட்டுமே பேச முடிகிறது. எல்லா விஷயங்களையும் பேசிவிட முடியவில்லையே. செவத்தைய்யாவையும் ஊமைத்துரையையும் வெள்ளைக்

காரனுக்குத் தெரியாமலேயேதான் தினமும் கும்பிட்டார்கள். ஜெயிலுக்குள் வந்து ஏழெட்டு நாட்கள் ஆகியும் இன்னும் ஒரு வார்த்தைகூட பேச முடியாத நிலையை எண்ணி வருத்தப்பட்டார்கள். சப்பாணி ஏதாவது புதிய யோசனைகள் கிடைக்காதா என்று எண்ணிக்கொண்டிருந்தான்.

காலை விடிந்தபோது குருவன் சிரித்துக்கொண்டேயிருந்தான். ஓயாமல் அடங்காத சிரிப்பு. இடையிடையே என்னவெல்லாமோ பேசினான். யாரைப் பார்த்தாலும் சிரித்தான். அடிக்கடி இரண்டு கைகளையும் தட்டி ஓசையெழுப்பிக்கொண்டே இருந்தான். ஆனால் யாருக்கும் எந்தவிதத் தொந்தரவும் செய்யவில்லை. சிரிப்பு, விடாது தொடர்ந்து சிரிப்பு, புரியாத பேச்சு, இடையிடையே கைதட்டி ஓசை எழுப்பி சிரிப்பு. சப்பாணியும் மற்ற இருவரும் பதறிப் போனார்கள்—குருவனுக்கு கிறுக்குப் பிடிச்சதை எண்ணி. மத்தியானம் சாப்பிட்டுவிட்டு அவரவர் தட்டுக்களை தொட்டியில் கழுவிக்கொண்டிருந்தார்கள். குருவன் பேசிக் கொண்டும் சிரித்துக்கொண்டும் தண்ணீர் தொட்டிக்கு அருகில் வந்தான். பரிதாபமாகப் பார்த்தபடியே சப்பாணி நின்றுகொண்டு இருந்தான். கொஞ்சம் தள்ளி துப்பாக்கியுடன் வெள்ளைக்காரன். அப்போதுதான் குருவனின் தெளிவான பேச்சு தன் காதில் விழுந்ததைக் கவனித்தான் சப்பாணி.

'ஏய்... முட்டாக் கூதி சப்பாணி மாமா. வெள்ளைக்காரப் பயகலுக்குத்தான் புத்தியில்ல, ஒனக்குமா புத்தியில்லாமப் போச்சு. இவ்வளவு நாளும் ஒங் காத்துல, என்னத்த வச்சு அடைச்சிருந்த, எனக்கு பைத்தியமெல்லாம் ஒரு மயிரும் கெடையாது. எல்லாமே நடிப்புத்தான், சாமிகிட்டயும், செவத்தைய்யாகிட்டயும் எப்பிடிக் கூடி தொடர்புவைக்க, வேறவழியில்ல, பைத்தியமா நடிக்கன், என்னைய தினமும் கொஞ்சம் கவனி மாமா.'

சப்பாணிக்கு சிரிப்பை அடக்க முடியவில்லை. குருவன் வாயெல்லாம் பல்லாக ஏதேதோ பேசிக் காண்டே அலைந்தான். வார்த்தைகளின் பரிமாற்றத்தை முற்றாக கண்காணிப்பு வளையத் துக்குள் வைத்திருந்தான். அவனுக்குத் தெரியும் வார்த்தைகளும் சொற்களுமே வன்முறையின் விதைகள் என்று. வார்த்தைகள் அனைவரையும் ஒன்றிணைக்கும் சங்கிலியின் கண்ணிகள் என்று. அவரவர் வார்த்தைகளை அவரவர்களிடமே அடைகாக்க

வைத்திருந்தான். வார்த்தைகள் தீப்பொறிகளை உருவாக்கும் கருமருந்துகள் என்பதை உணர்ந்திருந்தான். கருமருந்துகள் உரசி விட்டால் அவ்வளவுதான், தீயை அணைப்பது இயலாத காரியம்.

குளிப்பதற்கும் சாப்பிடுவதற்கும் வெளியே தலை காட்டும் போது வானத்தையும் மேகங்களையும் மட்டுமே பார்க்க முடியும். எல்லோரும் ஒன்றாக இருப்பது போல் தோற்றம். ஆனால் ஒன்றாக இல்லை. ஆடுமாடுகள் பேசிக்கொள்ளுமா என்ன? அடி மட்டுமே வாங்கிப் பழகிய ஆடுமாடுகளைப் போல் மனிதக் கூட்டம். குருவன் மட்டுமே உளறிக்கொண்டும் சிரித்துக் கொண்டும் கைகளைத் தட்டி ஓசையெழுப்பிக்கொண்டும் திரிந்தான். நாளடைவில் குருவன் என்கிற பெயர் மாறி கிறுக்கன் என்கிற பெயர் வந்து ஒட்டிக்கொண்டது.

குருவன் கண்ணில் தற்செயலாகத்தான் பட்டது அந்தக் காட்சி. வெளியிலிருந்து அன்றாடம் 'எடுப்பு' வேலைகள் செய்ய வரும் பகடைகளில் ஒருவன் ஊமைத்துரைச் சாமியின் கால்களில் நெடுஞ்சாண் கிடையாக விழுந்து எழுந்தான். தனக்குச் சரியான துருப்புச் சீட்டு கிடைத்துவிட்டதை எண்ணி குருவன் சந்தோஷப் பட்டான். பகடைகள் குப்பைக் கூளங்களைப் பெருக்கி அள்ளும் போது மட்டுமே அவர்களுடன் ஒன்றாக இருக்கும் நேரம் கிடைக்கும். பகடைகள் குருவன் உதிர்க்கும் சொற்களைக் குப்பைக் கூடையில் அள்ளவில்லை, மாறாக அவர்களின் நெஞ்சங்களில் வாங்கி பதுக்கிக்கொண்டார்கள். அன்றாடம் குருவனின் பைத்தியக்கார உளறல்கள் பகடைகளின் மூலம் வெளியே சென்று அஸ்திவாரத் தூண்களாக நிலைபெற்றன. பகடைகளின் உயிர் தோட்டாவுக்குள் இருக்கிறது என்பதை சட்டை செய்யவில்லை.

இப்போது வெளியில் இருக்கிறவர்களுக்கு மனசுக்குள் ஒரு ஜெயிலைக் கட்டிக் காட்டியிருந்தான் குருவன். திட்டங்கள் வலுப்பெற்று வந்தன. சில பயிற்சிகள் தொடர்ந்தன. அவர்கள் பீரங்கிகளுக்கும் துப்பாக்கிகளுக்கும் சவாலாக உருமாறிக் கொண்டிருந்தார்கள். பிரளயமே வந்தாலும் தாங்கிக்கொள்ளும் மனநிலையை முருகனும் ஜக்கம்மாவும் தாராளமாகவே கொடுத் திருந்தார்கள். தாகத்தை நிறைவேற்றும் விரதத்தை முழு மூச்சாக கைக்கொண்டார்கள். விரதம் முடிவுக்கு வந்தது.

பகடை சொன்ன செய்தி அனைவர் காதுகளிலும் தேனாய்

இனித்தது. நாளை மறுநாள் ஜெயிலர் மக்காளித்துரைக்குப் பிறந்த நாள். ஒரே கூத்துங்கொண்டாட்டமுமாக ஜெயில் இருக்கும். கண்காணிப்பு அவ்வளவாக இருக்காது. அந்த நாளில் நம் திட்டத்தை நிறைவேற்றினால் வேலை சுலபமாக முடியும். திருச்செந்தூர் வைகாசி விசாகத் திருநாள் வருவதால் நிறையப் பக்தர்கள் பாளையங்கோட்டை வந்துதான் செந்தூர் போவார்கள். அவர்களுடன் பக்தர்களைப் போல் வேஷமிட்டுக் கலந்து விட்டால் நம்மை யாரும் சந்தேகப்படமாட்டார்கள். பாதுகாப்பாக எவ்விதச் சோதனையும் இல்லாமல் ஜெயில் வாசலை அடைந்து விடலாம் என்று திட்டம் தீட்டினார்கள்.

பொழுது விடிந்தது. ஜக்கம்மாவைக் கும்பிட்டுவிட்டு பயணப்பட்டார்கள். பத்துப் பேர் தோள்களில் காவடி. காவி வேஷ்டி, தலைப்பாகை, காவித்துண்டு. காவடிக்குள் மறைத்து வைக்கப்பட்டுள்ள வீச்சரிவாள்களை மயில் இறகுகள் மூடிக் கொண்டிருந்தன. இன்னும் பத்துப் பேர் தலையில் விறகுக் கட்டுகள். விறகுக்குள் மறைத்து வைத்திருக்கும் வேல் கம்புகள், சிலம்பக் கம்புகள். தங்கி இளைப்பாற வேண்டிய இடங்கள், பிரிந்து செல்ல வேண்டிய இடங்கள், இறுதியாகப் பாளையங் கோட்டையில் ஒன்றுகூட வேண்டிய இடம் எனத் துல்லியமாகத் திட்டமிட்டுக் காலடி எடுத்துவைத்தார்கள். காவடிக்காரர்களுடன் செந்தூர் முருகனும், விறகு விற்பவர்களுடன் ஜக்கம்மாவும் வருவது யாருக்கும் தெரியாது.

அவர்களின் தலைக்குமேல் கிருஷ்ணப் பருந்தொன்று வட்டமடித்தது. சகுனம் பார்ப்பதில் கைதேர்ந்தவரான வாசு நாயக்கர் சத்தம் போட்டுச் சொன்னார். 'போற காரியம் வெற்றிச் எங்கப்பன் கிருஷ்ண பகவானே நமக்கு சைகை காண்பித்து விட்டார். பயப்படத் தேவையில்லை. குருஷேத்திரப் போரில் சாரதியாக வந்து அர்ச்சுனருக்குத் தேரோட்டிய பகவான் இதோ நம் தலைக்கு மேல் வட்டமடித்து நம்மை ஆசிர்வதிக்கிறார்.'

'வெற்றிவேல், வீரவேல். வெற்றிவேல், வீரவேல்.'

முன்னால் இரண்டு பேர் தப்படித்துக்கொண்டு காவடிப்பாட்டு பாடிச் செல்ல, அவர்களுக்குப் பின்னால் இரண்டு பேர் பெரிய கடகாப் பெட்டிகளில் கவண்களால் எறியக்கூடிய உருண்டை உருண்டையான கற்களைச் சுமந்து சென்றார்கள். பார்ப்பதற்கு

கட்டிச் சோறு சுமப்பவர்கள் மாதிரி தோற்றம். வழியெங்கும் பாதையின் இரு பக்கங்களிலும் மஞ்சள் நிறத்தில் பூத்துச் சொரிந்திருந்தன ஆவாரஞ் செடிகள். கரிசல் காடுகள் முழுக்க வேம்புகளும் கருவேல மரங்களும் தளிர்த்துக் குமுறியிருந்தன.

'சரியா இந்தக் கோடை வெயில்ல எல்லா மரமும் தளிர்த்து, பூத்துக் கெடக்கிறதப் பாத்தியா.'

'எல்லாம் அந்தப் பகவானோட செயல். ஒரு பக்கம் வேணாப் பரிந்த வெய்யில் அக்னியா பொசுக்குது, இன்னொரு பக்கம் எல்லா மரமும் குளுகுளுனு தளிர்த்து சொகமா நிழல் தருது.'

'இது மட்டுமா, வெயில் காலத்துலதான் பனையில பதனீர் நுங்கு வரும், பழவகைகள் எல்லாமே இந்தக் கோடையிலதான் பழுக்கும். மாம்பழம், பலாப்பழம், கொய்யாப்பழம் எல்லாமே. எவ்வளவு கச்சிதமா கடவுள் படைச்சிருக்கான் பாரு.'

பாளையங்கோட்டை போகின்ற மண் சாலையில் ஏராளமான புளிய மரங்கள் தளிர்த்து நிழலால் போர்த்தியிருந்தன. கால் நடைகளை மேய்ப்போர் இவர்களை ஆச்சரியமாகப் பார்த்தார்கள். குறிப்பிட்ட இடம் வந்ததும் விறகு விற்பவர்கள், காவடிக்காரர் களிடமிருந்து பிரிந்து வேறு பாதையில் எட்டுவைத்தார்கள். எந்த இடத்தில் வந்து ஒன்றுகூட வேண்டும் என்று அவர்களுக்குச் சொல்லப்பட்டிருந்தது. முருகன் காவடிக்காரர்களுடனும், ஜக்கம்மா விறகு விற்பவர்களுடனும் சேர்ந்து நடந்தார்கள். ஆங்காங்கே தண்ணீர் கண்ட இடங்களில் தங்களை நனைத்துக் குளுமைப்படுத்திக் கொண்டார்கள். வெய்யிலின் உக்கிரம் குறைய, அவர்களின் நெஞ்சங்களில் உஷ்ணம் தகித்துக்கொண்டிருந்தது. சாயங்காலம் எப்படியும் ஜெயிலை எட்டிவிட வேண்டும் என்ற வைராக்கியத்தில் நடையை எட்டிப் போட்டார்கள். எதிர்ப்பட்ட சிலர் கும்பிட்டு வழியனுப்பினார்கள்.

எதிர்ப்பட்ட வெள்ளைக்காரன் கைகளில் எல்லாம் துப்பாக்கி. இவர்களை ஆச்சரியமாகப் பார்த்துச் சிரித்துக்கொண்டார்கள். பாளையங்கோட்டையிலிருந்து தூத்துக்குடி செல்லும் சாலையில் ஏராளமான நிஜக் காவடிக்காரர்களும் சேர்ந்துகொண்டார்கள். செம்மறியாட்டுக் கூட்டங்களைப் போல் சாலையை அடைத்துக் கொண்டு பயணப்பட்டார்கள். போவோர் வருவோர் இவர்களைப் பார்த்துக் கும்பிட்டு கண்களில் ஒற்றிக்கொண்டார்கள். ஜெயிலின்

பிரதான வாசல் மேற்குப் பக்கம் இருந்தது. அண்ணாந்து பார்க்கும் உயரத்தில் இருந்த சுற்றுச் சுவர்களில் பீங்கான்கள் பதித்து வைக்கப்பட்டிருந்தன. நான்கு பக்கமும் மூலைகளின் மேல் உட்கார்ந்து காவல் காத்தார்கள் துப்பாக்கி ஏந்திய வீரர்கள். விறகு விற்பவர்கள் வடக்குப் பக்கமும், காவடிக்காரர்கள் தெற்குப் பக்க சுவர் வழியாகவும் தலைவாசலை நெருங்கினார்கள். தலை வாசலை ஒட்டி சுவர் மறைவில் நின்றுகொண்டு ஆயுத பாணி களாக மாறினார்கள்.

தெற்கேயிருந்தும் வடக்கேயிருந்தும் கைகளில் ஆயுதங்களுடன் ஒரே நேரத்தில் திபு திபுவென வந்தவர்களைப் பார்த்து துப்பாக்கி யுடன் காவலுக்கு நின்ற வெள்ளைக்காரன் நிலைகுலைந்து போனான். ஒரே நொடியில் துப்பாக்கியைப் பிடுங்கிக்கொண்டு புறங்கைகளைக் கட்டி குப்புறப் படுக்கப்போட்டார்கள். வேகவேக மாக ஓடிப்போய் உள் நுழைந்தார்கள். பைத்தியமாக தன்னால் பேசிக்கொண்டும், சிரித்துக்கொண்டும் திரிந்த குருவன் தலைமைப் பொறுப்பை ஏற்றுக்கொண்டான். ஊமைத் துரையையும், செவத்தையாவையும், கொலைக் கேசில் உள்ளே வந்த மூன்று பேரையும் கூட்டிக்கொண்டு திமுதிமுவென வெளியேறி ஓடினார்கள். உள்ளே இருந்தவர்கள் வேடிக்கை பார்த்தார்கள். இன்னும் சிலர் ஓடி ஒளிந்தார்கள். அவர்கள் போட்ட சத்தம் கேட்டது.

'வெற்றிவேல்... வீரவேல்.'

4

முன்கூட்டியே திட்டமிட்டிருந்தபடி அவர்கள் அனைவரும் உச்சரித்த ஒரே வார்த்தை வல்லநாடு... வல்லநாடு... வல்லநாடு.

அடர்ந்த வனமும் உயர்ந்த மலைகளும் சூழ்ந்த ஊர் வல்லநாடு. அங்கேதான் தப்பித்துப் போய் பதுங்கியிருப்பார்கள் என்று வெள்ளைக்காரன் இரவோடு இரவாய் தன் அத்தனை படை களையும் வழிநடத்திக் கொண்டுபோய் வல்லநாடு மலையை முற்றுகையிட்டான். ஊரின் நான்கு வழிகளையும் அடைத்து கண்காணிப்பு வளையத்திற்குள் கொண்டுவந்தான். இரவோடு

இரவாக ஒவ்வொரு வீட்டையும் சல்லடையாய் துளைத் தெடுத்தான். ஆட்டுத் தொழுவங்கள், மாட்டுத் தொழுவங்கள் மரம் மட்டைகள் குளம் குட்டைகள் எதையும் விட்டுவைக்கவில்லை.

பொழுது விடிந்த போது மலை முழுக்க வெள்ளைக்காரர்கள் சுற்றிச் சுற்றிவந்தார்கள். மலைக்கு மேல் ஏறி வனத்துக்குள் போக பயம். கொடிய மிருகங்கள் இருப்பதாக பொதுமக்கள் சொன்னதும் பாரஸ்ட்காரர்கள் சொன்னதும் அவர்களைப் பயமுறுத்தியிருந்தது. பழங்குடியின மக்களையும் வேட்டைக் காரர்களையும் வழிகாட்டியாக வைத்துக்கொண்டு வனத்துக்குள் போக முயற்சித்தார்கள். வெள்ளைக்கார துரைகள் மலையடிவாரத்தின் ஓரம் கூடாரம் அடித்து தங்கி உத்தரவுகளைப் பிறப்பித்துக் கொண்டிருந்தார்கள். இரண்டு நாட்கள் பகலும் இரவும் தேடியும் ஒரு துப்புகூட கிடைக்கவில்லை. ஆனாலும் தேடிக் கொண்டே இருந்தார்கள். மேஜர் வேல்ஸ் கோபத்தின் உச்சியில் கொதித்துக்கொண்டிருந்தார்.

'ஜெயிலுக்குள் பைத்தியமாக சிரித்துக்கொண்டு திரிந்த குருவன் நம்மை எல்லாரையும் பைத்தியமாக்கிவிட்டான் என்றும், அவனைக் கண்டவுடன் சுட்டுவிடுமாறும் உத்தரவிட்டிருந்தார். ஏழு நாட்கள் ஆகியும் மலையை சல்லடையாகத் துளைத்தும் இன்னும் ஒரு துப்பு கிடைக்காததை எண்ணி வருந்தினார்.

இன்று எட்டாவது நாள். பெரும் நம்பிக்கையான செய்தியுடன் வந்தார்கள் ஒற்றர்கள். அடர் வனத்துக்குள் சென்று தேடுவதென்பது கடும் சிரமமாக இருந்தது. திசையே தெரியாத வனம், கேட்டே இருக்காத ஒலிகள், பகல் இரவு யூகித்தறிய முடியாத அடர் இருள். புலன்களை ஏமாற்றும் துல்லியம். அசைவையையும் அசைவின்மையும் வைத்தே இன்னதென்று அறிய முடிகிற யூகங்கள், இலைகள் போலும் பூச்சிகள், பூச்சிகள் போலும் இலைகள். அசையும் ஆனால் பறக்காது இலைகள். அசையும் பறக்கும் பூச்சிகள். புலியின் உறுமலா மரக்கிளைகளின் உரசலா, குழப்பும் ஓசைகள். உண்ணும் பழங்களுக்குள் உண்ணக்கூடாத பழங்கள். இரத்தம் உறிஞ்சும் அட்டைப் பூச்சிகள். முட்டுவரை மூடிய பூட்ஸ்களை இழுத்துக்கொண்டு நடக்கும் அவஸ்தை. எப்படி வாழ்கிறார்கள் பழங்குடிகள்?

வனத்திடம் கற்றுக்கொள்ள ஏராளமான விஷயங்கள்

இருக்கின்றன. வனம் ஒவ்வொரு நிமிஷமும் கற்றுக் கொடுத்துக் கொண்டே இருக்கிறது. வனம் நடத்தும் பாடத்திற்கு செவி மடுப்பவனே வனத்திற்குள் வாழும் அருகதையுள்ளவன். பழங்குடிகள், ஆதிவாசிகள் வனத்தின் பிள்ளைகள். தன் பிள்ளைகளைத் தாய் அரவணைக்காமல் விடுவாளா என்ன? வனத்தின் மௌன பாஷையைக் கற்றவர்கள் ஆதிவாசிகள். அவர்கள் சமிக்ஞையுடனேதான் பெரும்பாலான தகவல்களைப் பரிமாறிக்கொள்கிறார்கள். மௌன பாஷை கற்றவன் ஞானியல்லவா? ஞானிகள் அலைந்துகொண்டே தேடுகிறார்கள். வனம் அள்ளி அள்ளி கொடுத்துக்கொண்டே இருக்கிறது, அட்சய பாத்திரமாய்.

நாளை என்ன நடக்கப்போகிறது என்பதை தன் பிள்ளைகளுக்கு உணர்த்திவிடுகிறது வனம். இதோ ஒரு வித்தியாசக் குரலின் மூலம் பக்கத்தில் ஆபத்தான மிருகம் நிற்கிறது என்பதை மரக்கிளையின் உச்சியில் அமர்ந்துகொண்டு சொல்லிவிடுகிறது பறவை. ஆபத்தை உணர்த்து என்று பறவைக்கு உத்திரவிட்டது வனம் என்று தெரியாது நமக்கு. வனமும் பறவையும் வெவ்வேறா?

மலையுச்சியில் வசிக்கும் ஆதிவாசிகளிடமிருந்து பெற்ற தகவல்களை துபாஷி கிட்டுப்பிள்ளையிடம் பகிர்ந்துகொண்டிருந்தார்கள் வீரர்கள். துபாஷி ஆச்சரியத்துடன் கேட்டுக்கொண்டிருந்தார்.

மலை முழுவதும் உள்ள ஆதிவாசிகள் கூடும் ஒரு பெரிய திருவிழா ஒன்று நடக்கப் போவதாகவும், வருஷம் ஒருமுறை மட்டுமே நடக்கும் அந்தத் திருவிழா வருகிற அமாவாசை இருளில் விடிய விடிய நடக்கும் என்றும், எல்லா ஆதிவாசிகளும் ஆண்கள், பெண்கள், குழந்தைகள் என்ற வயது வித்தியாசமின்றி அனைவரும் முழு நிர்வாணமாக விடிய விடிய ஆட்டம் போடுவார்கள். ஊமைத்துரை வகையறாக்கள் எப்படியும் இந்த ஆட்டத்தைப் பார்க்க வருவார்கள் என்றும் நாம் மறைந்திருந்து கண்காணித்தால் பிடித்துவிடலாம் என்றும் சொல்லிக்கொண்டிருந்தார்கள். அத்தோடு சேர்த்து இன்னும் சில விஷயங்களைச் சொன்னபோது துபாஷி திடுக்கிட்டார்.

ஆதிவாசிகள் தவிர்த்து இத்திருவிழாவை வேறு நபர்கள் யாரேனும் பார்த்தால் அவர்கள் தன்சாவு சாக மாட்டார்கள், வன் சாவுதான் சாவார்கள் என்றும், அப்படிப் பார்ப்பவர்களின் வீடுகளில் வௌவால்கள் அடையும் என்றும், வௌவால்கள் பாழடைந்த

கட்டிடங்களில்தானே அடையும், அப்படியானால் அக்கூத்தைப் பார்ப்பவர்களின் வீடுகள் வௌவால்கள் அடையும் சிதைந்த சிதிலங்களாக மாறிப் போகும். ஆகவே வெளியாட்கள் அதைப் போய் பார்ப்பதில்லை என்றும் சொன்னார்கள்.

'நீங்கள் போய் பார்த்து ஊமைத்துரையையும் அவனுடைய ஆட்களையும் கைது செய்யுங்கள். லண்டனில் உள்ள உங்கள் வீடுகளில் வௌவால்கள் அடைகிறதா என்று பார்ப்போம். லண்டனில் வௌவால்கள் உண்டா என்ன.'

'சாவு தன்சாவு நிகழாதே'

'நீங்கள் யுத்தம் செய்ய மகாராணியால் இங்கே அனுப்பப் பட்டிருக்கிறீர்கள். குடும்பம் நடத்தி கிழடு தட்டி தன்சாவு சாக அனுப்பப்படவில்லை. யுத்தத்தில் மரணம் எந்த நிமிடத்திலும் நிகழலாம். சாவுக்குப் பயந்தால் யுத்தம் சாத்தியமாகுமா?'

'ஆதிவாசிகள் பழங்குடிகள் வெறுமனே நம்மைப் போல் குடித்துவிட்டு ஆட்டம் போடமாட்டார்கள், ஏதாவது ஒரு முக்கியக் காரணம் இல்லாமல் திருவிழா கொண்டாடமாட்டார்கள் அதை விசாரித்தீர்களா?'

'இந்த மலையில் உள்ள அத்தனை மரங்களையும் நட்டு வளர்த்தவர்கள் யார்? நானோ, நீயோ, உன் அப்பனோ என் அப்பனோ இல்ல, வௌவால்கள். பழங்களைத் தின்றுவிட்டு கொட்டைகளை வனம் முழுக்கவும் விதைத்து வனங்களை உருவாக்கியவை அவைகளே. ஆகவே, அந்த வௌவால்களுக்கு நன்றி செலுத்தவே வருஷா வருஷம் இந்தத் திருவிழாவை நடத்துகிறோம். வௌவால்கள்தான் எங்களுக்குத் தெய்வம். ஆகவேதான் நாங்கள் எங்கள் தெய்வத்தைக் கும்பிடுகிறோம்' என்றும் சொன்னதாக வீரர்கள் சொன்னார்கள்.

வீரர்கள் சொன்ன விஷயங்கள் எல்லாவற்றையும் துபாஷி கிட்டுப்பிள்ளை வேல்ஸ்துரையிடம் சொல்லிக் கொண்டிருந்தார். வௌவால் விஷயம் பற்றியும், அவர்களின் கடவுள், அதுதான் வனத்தை உருவாக்கியது என்று சொன்னபோது துரை ஆச்சரியப் பட்டுப் போனார்.

'நாம் இயற்கையை நேசிக்கிறோம், ஆதிவாசிகள் இயற்கையை பூஜிக்கிறார்கள்' என்றார்.

சில உத்தரவுகளைப் பிறப்பித்தார்.

'இன்று இரவு நிறைய வீரர்களை மலை உச்சிக்கு அனுப்புங்கள். விடிய விடிய காத்திருக்கட்டும். எப்படியும் ஊமைத்துரையும் அவனுடைய ஆட்களும் அந்தத் திருவிழா பார்க்க வருவார்கள். உயிரோடு பிடிக்க முடியாவிட்டால் சுட்டுப் பிடிக்கும் படியும், ஆதிவாசிகளுக்கு இம்மியளவுகூட அசௌகரியம் ஏற்பட்டுவிடக் கூடாதென்றும் சொல்லிவிட்டு குதிரையில் ஏறிப் புறப்பட்டார். கம்பீரமாக நின்ற வல்லநாடு மலையை ஒரு முறை ஏறிட்டுப் பார்த்தார். மேகங்கள் சூழ்ந்த அடர் வனம் புகையைப் போல் தெரிந்தது. இயற்கையின் வனப்பு, கோடானு கோடி ரகசியங் களையும், அதி அற்புதங்களையும், பல்லுயிர்களையும் தன் அடி வயிற்றில் பாதுகாத்துக்கொண்டு மௌனமாய் மலை.

5

தனக்குப் பெரும் சவாலாக உருக்கொண்டுவிட்ட ஊமைத்துரை விவகாரத்தை அசை போட்டபடியே படுக்கையில் புரண்டார் வேல்ஸ்துரை. இரவு நீண்டுகொண்டே போனது. தூக்கம் வரவில்லை. மேலிடத்தில் தனக்கு ஏற்பட்டுவிட்ட அவப்பெயரை மாற்ற வேண்டுமானால் எப்படியும் இன்னும் ஒரு வாரத்திற்குள் ஊமைத்துரையையும் அவனுடைய ஆட்களையும் கைது பண்ணியாக வேண்டும். எங்குமே அமைதி நிலவியபோது இப்படி ஒரு இக்கட்டான நிலை வந்துவிட்டதை எண்ணி பெருமூச்சு விட்டார். இதைப் பயன்படுத்திக்கொண்டு மக்கள் ஆங்காங்கே வேறு ஏதாவது கிளர்ச்சியில் ஈடுபட்டுவிட்டால், நிலைமை ரொம்பவும் மோசமாகிவிடுமே என்று சிந்தித்தபடியே தூங்கிப் போனார்.

அதிகாலையில் கதவு தட்டப்படும் சத்தம் கேட்டுப் பதறி எழுந்து கதவைத் திறந்தார். தன் முன்னால் சல்யூட் அடித்தபடி பானர்மேன் கேப்டன்.

'இரவு முழுவதும் ஆதிவாசிகளின் நடனத்தைக் கண்காணித் தோம். வெளியாட்கள் யாருமே வரவில்லை. காலையில் நம் வீரர்களின் கண்ணில் ஒருவன் சிக்கினான். உடனே அவனைக்

கைதுசெய்து கொண்டுவந்திருக்கிறோம். எதுவுமே பேசமாட்டேன் கிறான். ஜெயிலிலிருந்து தப்பித்தவர்களில் ஒருவனா என்று அடையாளம் காட்ட ஆட்களில்லை. குதிரை லாயத்தில் கட்டி வைத்திருக் கிறோம்.'

வேல்ஸ்துரையின் தூக்கக் கலக்கம் தெளிந்தது. குளத்தில் மூழ்குபவனுக்கு ஒற்றை விறகுக் கட்டை மிதந்து வந்தாலும் ஆறுதல்தான், அது போல் இந்த ஒருவன் போதும், ஊமைத்துரை பதுங்கியிருக்கும் இடத்தைக் கண்டுபிடித்து கைது பண்ணி விடலாமென உள்ஊர மனசு குதியாளம் போட்டது. அவனை தன் முன்னால் இழுத்து வரும்படி உத்திரவிட்டார். பின்பக்கமாக புறங்கைகள் கட்டப்பட்ட நிலையில் ஒருவனை இரண்டு வீரரர்கள் தள்ளிக்கொண்டு வந்தார்கள். தூரத்தில் வந்தபடியால் துரைக்குத் தெளிவாக தெரியவில்லை. கிட்டத்தில் வந்ததும் உற்றுப் பார்த்த துரை ஆச்சரியப்பட்டுப்போனார்.

ஏற்கனவே தன்னால் சிறைபிடிக்கப்பட்டு தன்னுடைய வீரர்களால் மாஞ்சோலை மலைக்கு நாடு கடத்தப்பட்ட கந்தசாமிப் புலவர். பின்பக்கமாக கைகள் கட்டப்பட்டிருந்தாலும்கூட கம்பீரமாக நெஞ்சு நிமிர்த்தி நின்றார். துபாஷியை உடனே கூட்டி வரும்படி உத்தரவு பறந்தது. கிட்டுப்பிள்ளை ஓடோடி வந்தார். கந்தசாமிப் புலவரைக் கண்டவுடன் தன் ஆச்சரியத்தை வெளிப் படுத்தினார்.

'இவனை எங்கே பிடித்தீர்கள்.'

'மலையுச்சியில் சுற்றித் திரிந்தான் துரை. என்ன கேட்டாலும் பதில் சொல்ல மாட்டேன்கிறான், தன்னால் ஏதோ பேசிக் கொள்கிறான். தானாகவே பலமாக சிரிக்கிறான்'

'அவனுடைய கைகளை அவிழ்த்துவிடுங்கள், டே...ய் இப்படி வாடா'

'... ... ...'

'மாஞ்சோலை மலையிலதானடா ஒன்னைய விட்டாங்க. இங்க எப்படிடா வந்த?'

'பறந்து, பறந்து வந்தேன்'

'என்னைக்குடா இங்க வந்தே'

'எனக்கு நேரம் காலம் கிடையாது'

'மலையில ஒத்தையில இருக்கப் பயமாயில்லையாடா?'
'நான் ஒத்தையில் இருப்பதாக யார் சொன்னது'
'அப்புறம் யார்ரா கூட இருக்கிறது?'
'மரம், செடி, கொடிகள், பறவைகள், மிருகங்கள், பாம்புகள் அழகான மணம் வீசும் பூக்கள்'
'டேய்... டேய்...'
'இவைகளுடன் ஊமைத்துரை, செவத்தையா, குருவன் மற்றும் இன்னும் சிலர்.'

கிட்டுப்பிள்ளை நிலைகுலைந்து போனார். அவன் சொன்ன எல்லா விஷயங்களையும் மொழிபெயர்த்து வேல்ஸ்துரையிடம் சொன்னார். துரை கடுப்பாகிப் போனார். உடனடியாக என்ன செய்வதென்று தெரியவில்லை. மீண்டும் குதிரை லாயத்தில் அடைத்துக் காவல் காக்கும்படி உத்திரவிட்டார்.

கந்தசாமிப் புலவர் சொல்வது உண்மையென்றால் ஊமைத் துரையும் அவன் ஆட்களும் வல்லநாடு மலையில் இருப்பது உறுதியாகிறது. இன்று இரவுக்குள் எப்படியும் கைதுசெய்துவிட வேண்டும் என்று துரை சொல்லிக்கொண்டிருக்கும் போதே குதிரையிலிருந்து இறங்கிய ராணுவவீரன் ஒருவன் வந்து துரையின் முன்னால் கம்பீரமாக சல்யூட் வைத்தான். அவன் கையிலிருந்த லெட்டர் கவரை பவ்யமாக நீட்டினான். அரசின் முத்திரையுடன் அந்த லெட்டர் அவருக்கு கொடுக்கப்பட்டிருந்தது. முகவரியைப் பார்த்த பின்னரே நிம்மதியடைந்தார். அக்கடிதம் டிஸ்ட்ரிக்ட் பாரஸ்ட் ஆபிஸரால் எழுதப்பட்டது. கடிதத்தைப் பிரித்துப் படிக்கத் தொடங்கினார்.

மேஜர் வேல்ஸ் அவர்களுக்கு டிஸ்ட்ரிக்ட் பாரஸ்ட் ஆபிஸர், ஓ.எம். கிங்ஸ்லி டேவிட்சன், எழுதிக்கொள்வது, மதிப்பிற்குரிய மேஜர் அவர்களே சில நாட்களுக்கு முன் உங்களுடைய உத்திரவின் பேரில் ஒரு நபரை வனத்திற்குள் விட்டுவிடச் சொல்லி அனுப்பி வைத்தீர்கள். நானும் தங்கள் உத்திரவை நிறை வேற்றினேன். மாஞ்சோலை வனம் என்பது பயங்கரமான மிருகங்கள் வாழுமிடம். ஆட்கொல்லி மிருகங்கள் ஏராளமாக வசிக்கின்றன. அவன் எவ்விதப் பயமுமின்றி சிரித்தபடியே வனத்திற்குள் சென்றான். அடுத்த நொடி அவன் மிருகங்களுக்கு

இரையாக ஆகியிருக்க வேண்டும். ஆனால் ஆகவில்லை. மூன்று நாட்கள் கழித்து அவனை வனத்திற்குள் பார்த்ததாக வீரர்கள் சொன்னார்கள். நான் நம்பவில்லை. அப்புறம் நானே பார்த்தேன் துரையவர்களே, அவன் வனத்தின் எல்லா இடங்களையும் ஆக்ரமித்துக்கொண்டான். ஒரே நேரத்தில் பல இடங்களில் கண்டதாக வீரர்கள் சொன்னார்கள். அவனைக் கண்டு பயப்படுகிறார்கள். எல்லா மிருகங்களிடமும் உறவு வைத்திருக்கிறான். அவன் முன்னால் புலி எலியாகவும் யானை பூனையாகவும் மாறிப் போகிறது. நேற்று இரவு என் பங்களாவுக்குப் பக்கத்தில் திரிந்தான். சுட்டுவிடலாமா என்று நினைத்தேன். இந்தப் பகுதியில் உள்ள ஆதிவாசிகள் அவனை சித்தன் என்கிறார்கள். சித்தனைக் கொல்வது கடினம் என்றும் அப்படியே கொன்றாலும் அவன் சாகமாட்டான் என்றும் சொல்கிறார்கள்.

நாங்கள் இத்தனை ஆண்டுகளாக வனத்திற்குள் வசிக்கிறோம். எத்தனையோ இடி, மின்னல், மழை, புயல் பார்த்திருக்கிறோம். அதே போல் பல வகையான கொடிய மிருகங்களுடன்தான் வாழ்கிறோம். அவைகளிடம் இல்லாத பயம் இவனிடம் எங்களுக்கு ஏற்படுகிறது. இவனை என்ன செய்யலாம் என்று எங்களுக்குத் தெரியவில்லை. ஆகவே தயவுகூர்ந்து தாங்கள் இந்த விஷயத்தில் ஒரு சரியான முடிவை எடுக்க வேண்டுமாய் கேட்டுக்கொள்கிறேன். தங்கள் உத்திரவிற்காகக் காத்திருக்கிறேன்.

இப்படிக்கு,

ஓ.எம். கிங்ஸ்லி டேவிட்சன்,
டிஸ்ட்ரிக்ட் பாரஸ்ட் ஆபிஸர்.

கடிதத்தைப் படித்து முடித்த துரை அவர்களின் முகம் இறுகிப் போயிற்று. நேற்று பார்த்ததாக பாரஸ்ட் ஆபிஸர் சொல்கிறார். இரண்டு நாட்களாக இங்கேதான் இருக்கிறான். அதுவும் என் கண் பார்வையில். உடனடியாக அவனை தன் முன்னால் நிறுத்தும்படி உத்திரவிட்டார். துபாஷி வரவழைக்கப்பட்டார்.

'மாஞ்சோலையிலிருந்து வல்லநாடு மலைக்கு எப்படா வந்தே?'

'இந்த வினாடிதான் வந்தேன். இந்த வினாடிக்கும் சென்ற வினாடிக்கும் இடைப்பட்ட நேரத்தில் எங்கே இருந்தேன்

என்பதுதான் எனக்குத் தெரியவில்லை.'

'நேற்று மாஞ்சோலையில் உன்னைப் பார்த்ததாகச் சொல்கிறார்களே, உண்மையா?'

'இப்போதும் நான் அங்கே இருக்கிறேன்.'

'துரை உன்னை சுட்டுக் கொல்ல உத்திரவிட்டுள்ளார்.'

'தாராளமாகச் சுடலாம்.'

'சரி. ஊமைத்துரையும் அவனுடைய ஆட்களும் ஒளிந்திருக்கும் இடத்தைச் சொல்லிவிட்டால் உன்னை சுட மாட்டோம்.'

'என் கண்களுக்கு மட்டும்தான் தெரியும். ஏனெனில் என் கண்களில் ஒன்று முருகன் கொடுத்தது, இன்னொன்னு கட்ட பொம்மன் குடுத்தது.'

'இப்ப ஊமைத்துரை எங்கயிருக்கான்னு சொல்லு.'

'கோட்டைக்குள் சிம்மாசனத்தில் ஜம்னு உட்கார்ந்திருக்கார்.'

'டேய், ஏட்டிக்குப் போட்டியா பேசாத, துரை உன்மேல ரொம்பவும் கோபமா இருக்காரு.'

'சித்தன் பொய்வாக்கு சொல்ல மாட்டான். இங்கிருந்தபடியே உலகை அளப்பவன் சித்தன். ஊமைத்துரை ராசாவாகிவிட்டார். கோட்டை கட்டிக் கொண்டு உட்கார்ந்திருக்கிறார். ஊமையன் உன் கருவறுப்பான் என்று சொன்னது ஞாபகமில்லையா'

இரண்டு குதிரை வீரர்கள் வேகமாக வந்து ராணுவ முறைப்படி சல்யூட் வைத்தார்கள். அவர்களின் முகங்கள் பீதியில் உறைந்து போயிருந்தன.

'துரை, ஊமைத்துரை பாஞ்சாலங்குறிச்சியில் கோட்டை கட்டி விட்டான். வல்லநாடு மலையில் யாருமில்லை. எல்லோருமே பாஞ்சாலங்குறிச்சியில்தான் இருக்கிறார்கள்.'

தான் வடிகட்டிய முட்டாளாக்கப்பட்டுவிட்டோம் என்பதை உணர்ந்தவுடன் துரை மேஜர் வேல்ஸ் கடுப்பாகிப்போனார். கட்டபொம்மனைத் தூக்கிலிட்டு அவனுடைய கோட்டை இருந்த இடத்தைத் தரைமட்டமாக்கி உழவு செய்து, ஆமணக்கு விதைத்து, ரெவினியு ஆதாரங்களையும் அழித்துவிட்டோம் என்ற மமதையில் பாஞ்சாலங்குறிச்சியை முற்றாக மறந்துவிட்டதை எண்ணி பெருமூச்சுவிட்டார். உடனடியாக எல்லாப் படைகளையும்

பாளையங்கோட்டை திரும்ப உத்திரவிட்டார்.

தன் மனசும் உடலும் நிலைகொள்ளாமல் ஆடியது. உதடுகள் துடித்தன, பற்களை நறநறவென்று கடித்தார். அவர் ஒரே வாரத்தில் கோட்டை கட்ட இயலுமா என்று குழம்பினார். அக் கோட்டையைத் தன் கற்பனைக்குள் கொண்டுவந்து ஆராய்ச்சி செய்தார். கந்தசாமிப் புலவரை என்ன செய்வதென்று முடிவு எடுக்க முடியாமல் திணறினார். துபாஷி கிட்டுப்பிள்ளையிடம் கேட்டார்.

'சித்தன் என்றால் என்ன?'

'காற்றை மட்டுமே உணவாக உண்டு, மரணமே இல்லாமல் வனத்துக்குள் வசிப்பவர்கள். யார் கண்ணுக்கும் புலப்பட மாட்டார்கள் அல்லது எல்லா இடங்களிலும் எல்லோருடைய கண்களுக்கும் தெரிபவர்கள், அமானுஷ்ய சக்தி உள்ளவர்கள், யாருக்கும் தீங்கு விளைவிக்காத தம் போக்கிகள்.'

துபாஷி கிட்டுப்பிள்ளை சொன்னதைக் கேட்டதும் துரை குழம்பிப் போனார். இவனை என்ன செய்வதென்று முடிவெடுக்க முடியாமல் திணறினார். வீரர்களைக் கூப்பிட்டு குதிரை லாயத்தில் கட்டிப் போட்டிருக்கும் புலவனை இழுத்து வர உத்திரவிட்டார். வேகமாய் போன வீரர்கள் போன வேகத்தில் திரும்பி வந்து சொன்னதைக் கேட்டதும் துரை பதறிப்போனார்.

'துரையவர்களே, புலவனைக் காணவில்லை.'

'... ... ...'

'குதிரை களவாடப்பட்டுள்ளதா?'

'எல்லாக் குதிரைகளும் சரியாக இருக்கிறது துரையவர்களே.'

'தப்பித்துப் போனாலும் இந்த வழியாகத்தானே போக வேண்டும், நம் கண்ணில் படாமல் எப்படி போக முடியும், கட்டுக்களை எப்படி அவிழ்க்க முடியும், ஆச்சரியமாக இருக்கிறதே'

'துரையவர்களே... சித்துவேலை செய்பவர்களே சித்தர்கள் அவர்களுக்குப் பாதை தேவையில்லை. சித்தன் போக்கு சிவன் போக்கு என்பது வழக்கு. உருமாறிச் செல்லவும், உருமறைத்துச் செல்லவும் அவர்களால் முடியும், அவனை ஒன்றும் செய்யாமல் விட்டு விடுவதே நல்லது துரையவர்களே.'

'கிட்டுப்பிள்ளாய் நீ எப்போதும் அவனுக்குச் சாதகமாகவே

பேசுகிறாய், இன்னொரு தரம் என் கண்ணில்பட்டால் சுட்டுத் தள்ளாமல் விடமாட்டேன்'

'துரையவர்களே சுட்டுத்தள்ளுவது எளிதுதான். ஆனால் சாகமாட்டார்கள், மாறாக அவனுடைய ஒரு துளி இரத்தத் திலிருந்தும் ஒரு சித்தன் தோன்றுவான். அவனுக்கு அழிவில்லை.'

துபாஷி கிட்டுப்பிள்ளையின் பதிலைக் கேட்டு வேல்ஸ்துரை பெரிய குழப்பத்தில் ஆழ்ந்தார். என்ன செய்வதென்று தெரியவில்லை. ஊமைத்துரை தன்னை ஏமாற்றிவிட்டு ஜெயிலில் இருந்து தப்பியது, வல்லநாடு மலையில் தேடவிட்டு முட்டாளாக்கியது, இப்போது கோட்டைவேறு கட்டியிருக்கிறான் என்ற தகவல் எல்லாம் சேர்ந்து அவரை வெறி பிடித்தவராய் மாற்றிவிட்டன. சைனியங்கள் அனைத்தையும் பாளையங்கோட்டையில் நிறுத்த உத்திரவிட்டார். ஊமைத்துரையைக் கைதுசெய்வது பற்றிச் சிந்தித்தார்.

6

பாளையங்கோட்டையில் யுத்த முஸ்தீபுகள், ஆயத்தப் பணிகள் நடைபெற்றன. ஊமைத்துரை கட்டியுள்ள கோட்டையைப் பற்றி ஒற்றர்கள் கொண்டு வரும் செய்திகள் தினம் பரிசீலிக்கப்பட்டு ஆய்வுகள் நடந்தன. கடைசியில் அது சாதாரணக் கோட்டைதான் என்றும், பீரங்கிகள் தேவைப்படாது என்றும் முடிவு செய்யப்பட்டு யுத்தத்திற்கான நாள் குறிக்கப்பட்டது. கேப்டன் மெக்காலே தலைமையில் ஒரு படையை அனுப்பலாம் என்று முடிவு செய்யப்பட்டு படைகள் ஒருங்கிணைக்கப்பட்டன. நேரடியாக சாலை வழியே படைகளை வழிநடத்தாமல் ரகசியமாகக் காட்டுப் பாதை வழி போய் கோட்டையை முற்றுகையிடலாம் என்று முடிவு செய்யப்பட்டு பாதைகள் தீர்மானிக்கப்பட்டன.

பாளையங்கோட்டையிலிருந்து ஒட்டநத்தம் மணியாச்சி கடம்பூர் வழியாக பசுவந்தனை வந்து ஒட்டப்பிடாரம் வழியாக பாஞ்சாலங்குறிச்சி போய் எதிர்பாராத நேரத்தில் கோட்டையை முற்றுகையிட தீர்மானிக்கப்பட்டது. ஒற்றர்கள் மூலமாக ஊமைத் துரைக்கும் தகவல் கிடைத்திருக்கும் போலிருக்கிறது. வெள்ளைக்

காரனின் மெக்காலே தலைமையிலான படைகள் வரும் பாதை நெடுகிலும் ஊமைத்துரையின் வீரர்கள் மறைந்திருந்தது அவர்களுக்குத் தெரியவில்லை. அது போக இரவு பெய்த கனமழையை அவர்கள் கணக்கில் எடுக்கத் தவறிவிட்டனர்.

அன்று இரவு மேஜர் வேல்ஸ் தன் டைரியில் யுத்தக் குறிப்பில் எழுதியிருந்ததை துபாஷி மொழிபெயர்த்து எழுதிக் கொண்டிருந்தார்.

'இன்றைய பொழுது பலாக்களையும் ஈட்டிகளையும், வேல் கம்புகளையும் கவண்களையும் உபயோகிப்பவர்களுக்கு சாதகமாகவும் வெடிமருந்துகளையும் துப்பாக்கிகளையும் உபயோகிப்பவர்களுக்குப் பாதகமாகவும் விடிந்தது. ஆம். இரவு பெய்த கனமழையை நாங்கள் கணக்கில் எடுக்கத் தவறி விட்டோம். விளைவு, கனமழையில் நனைந்த பஞ்சைப் போல் நன்றாக ஊறிப்போன கரிசல் பூமி முழங்கால்வரை சேறும் சகதியுமாய் நனைந்து கிடக்கிறது. பூட்ஸ் இல்லாமல் எங்களால் ஒரு எட்டுகூட வைக்க முடியவில்லை. இந்தக் கறுப்புமண் விசித்திரமான மண். எவ்வளவு தண்ணீரைத்தான் உறிஞ்சி வைத்துள்ளதோ! கால் பட்டவுடன் குபுக் என்று மண்ணுக்குள்ளே பாதம் புதைந்துவிடுகிறது. மறுகாலை தூக்கி முன்னால் வைக்கும்முன் முழங்கால் வரையிலும் புதைந்துவிடுகிறது. ஆனால் ஊமைத் துரையின் படையாட்கள் வெறுங்காலுடன் சர்வ சாதாரணமாக சகதிக்குள் ஓடிவந்து எங்களைத் தாக்குகிறார்கள். எங்களால் ஒன்றும் செய்ய இயலவில்லை. துப்பாக்கியால் சுடுவதற்குக்கூட அசையாமல் நிற்க முடியவில்லை. குதிரைகள் நின்ற இடத்தில் நின்றபடியே கால்களை வெளியே எடுப்பதும் பின்னர் சகதிக்குள் புதைப்பதுமாக ஒரு எட்டு நகராமல் நிற்கின்றன.

'ஒரு வேளை இந்த மண் ஊமைத்துரையின் மண் என்பதால், மண்ணும் அவர்களோடு சேர்ந்துகொண்டு நமக்கு எதிராகப் போரிடுகிறதோ என்று நினைத்தேன். இரண்டு குதிரைகளை வெட்டிவிட்டார்கள். எங்களில் நான்கு பேருக்கு பலத்த காயங்கள். நாங்கள் அனைவரும் தப்பித்தால் போதுமென்று வரப்புக்களின் மேலாகவும், ஓடையின் வழியாகவும் ஓடி, பாளையங் கோட்டைக்கே வந்துசேர்ந்தோம். எங்கள் கைகளில் துப்பாக்கி

இருப்பது ஊமைத்துரையின் ஆட்களுக்கு நன்றாகவே தெரியும். ஆனால் யாருமே பயப்படமாட்டேன்கிறார்கள். இவர்களுடைய ராஜ விசுவாசம் என்பது ஆச்சரியம் கொள்ளத் தக்கதாக இருக்கிறது. தன் எஜமானருக்காகத் தன்னுயிரைத் தியாகம் செய்யும் வளர்ப்பு நாய்களைப் போல.

'இரவு முழுக்க எனக்குத் தூக்கமில்லை. புரண்டு புரண்டு படுத்தும் தூக்கம் வரவில்லை. என் மனக்கண் முழுமையும் ஊமைத்துரையும் அவனுடைய ஆட்களுமே நிறைந்து கிடந்தார்கள். எனக்கு அவமானம் பொறுக்க முடியவில்லை. சடக்கென எழுந்து வராந்தாவில் மறுகி மறுகி நடந்துகொண்டிருந்தேன். எப்படி சைனியங்களை வழிநடத்தி பாஞ்சாலங்குறிச்சி கொண்டு போவது, கோட்டையை எப்படி முற்றுகையிட்டு வெற்றி கொள்வது, எனக்கு ஏற்பட்டிருக்கும் தொடர் தோல்விகளையும் அவமானங்களையும் போக்கி வெற்றிகொள்வது.

'மூன்றாம் நாள். குறுக்குப் பாதை வழி போகும் யோசனையை கைவிட்டு பிரதான சாலை வழியே பட்டப் பகலில் படைகளை வழிநடத்துவது என்று முடிவாயிற்று. கேப்டன் அக்னியு தலைமையில் படைகள் புறப்பட்டன. இரண்டு மூன்று இடங்களில் சிறிய தாக்குதல்களைப் படைகள் எதிர்கொண்டன. பெரிய அளவில் சேதாரங்கள் ஏதுமில்லை. மறைவிடங்களிலிருந்து கவண்கற்கள் பறந்துவந்தன. இரண்டு மூன்று வீரர்களுக்கு இலேசான காயங்கள் ஏற்பட்டன. பதிலுக்கு பலப் பிரயோகம் செய்யப்படவில்லை.

'பெருமழை பெய்து மூன்று நாட்கள்தான் ஆகின்றன. ஆனால் என்றைக்கோ மழை பெய்தது மாதிரி கரிசல் மண் நன்றாகக் காய்ந்து இறுகிப்போயிருந்தது. முழங்கால்வரை இறங்கிய கால்கள் இப்போது கொஞ்சம்கூடப் பதியவில்லை. உறிஞ்சிய தண்ணீரையெல்லாம் எங்கேயோ ஒளித்துவைத்துக்கொண்டது கரிசல். மாறாக கறுப்பு நிறமே தெரியாமல் பச்சையைப் போர்த்திக் கொண்டது. விதவிதமான செடிகள் கண்ணெட்டும் தூரம்வரை பச்சைப் பசேல். கறுப்புக் கம்பளியை விரித்தாற்போல் கிடந்த கரிசல் மண்ணுக்குள்ளா இத்தனை செடிகொடிகளும் ஒளிந்து கிடந்தன.

'தூரத்தில் ஒரு பெரிய படை ஒன்று எங்களை நோக்கி

வருவதைப் பார்த்தோம். மறைந்து தாக்குவதற்கு எந்த இடமும் இல்லை. வெட்டவெளியில் நின்றுதான் யுத்தம் செய்ய வேண்டும், வேறு வழியில்லை. படைகள் துண்டந்துண்டங் களாகப் பிரிக்கப்பட்டு யுத்த ஆயத்தச் சடங்குகள் நடந்தன. மத்தியான வெய்யிலின் அலைஅலையான கானலில் எதிரே பெரும்படை வருவதும், நேராக நம்மை நோக்கியே வந்து கொண்டிருப்பதும் பயத்தையும் பீதியையும் உண்டுபண்ணியது. அனைவரும் ஆடாமல் அசையாமல் உற்றுப்பார்த்தபடி நின்றோம். கிட்டத்தில் வந்தவுடன் எங்களுக்கு சிரிப்பை அடக்க முடியவில்லை. அத்தனையும் மாடுகள், நூற்றுக்கணக்கில். ஊர்க்காலி மாடு மேய்ப்பவன் சர்வ சாதாரணமாக மாடுகளுக்குப் பின்னால் வந்துகொண்டிருந்தான். கையில் ஒரு கம்பும் இன்னொரு கையில் தூக்குவாளியும் வைத்திருந்தான்.'

சாயங்காலம் படைகள் பாஞ்சாலங்குறிச்சி ஊருக்குள் அணி வகுத்தன. பெரியதாக எந்த எதிர்ப்பும் இல்லை. பானர்மேன், அக்னியு, வேல்ஸ் மூவரும் கோட்டையை சுற்றிப் பார்த்தனர். அவர்களால் ஆச்சரியப்படாமல் இருக்க முடியவில்லை. மேஜர் வேல்ஸ் சொன்னார்.

'இதை ஒரு சாதாரண மனிதனால் சாத்தியமாக்கியிருக்க முடியாது. ஒரு கை தேர்ந்த பொறியாளனால் மட்டுமே இதை சாத்தியமாக்கியிருக்க முடியும். நாம் ஊமைத்துரையைக் குறைவாக மதிப்பிட்டு செயல்படக் கூடாது.'

தன்னால் உழவு செய்யப்பட்டு வருவாய் பதிவிலிருந்து முற்றாக நீக்கப்பட்டு ஆமணக்கு விதைக்கப்பட்ட கட்டாந் தரையில் கம்பீரமாக எழுந்து நிற்கும் கோட்டையைப் பிரமிப் புடனும் கோபத்துடனும் பார்த்துக்கொண்டே நின்றார். கட்ட பொம்மனின் கோட்டையையே தகர்த்த பீரங்கிகள் நம்மிடம் இருக்கும் போது இந்தக் கோட்டை வெறும் தூசு என்று எண்ணிச் சிரித்தார். வீணாக உயிர்ச் சேதத்தைத் தவிர்க்க வேண்டும் என்று எண்ணினார். பொருத்தமான ஒரு ஆளை தூதாக கோட்டைக்குள் அனுப்பி ஊமைத்துரையைச் சரணடையச் சொல்லி அதன் பிறகு கோட்டையைத் தகர்த்து நிர்மூலமாக்க நினைத்தார். தூதுபோக சரியான ஆளாக துபாஷி கிட்டுப்பிள்ளையைத் தேர்ந்தெடுத்தார்.

'கிட்டுப்பிள்ளாய்... நம்முடைய படைபலத்தைப் பற்றியும்

பீரங்கிகள் பற்றியும் ஊமைத்துரையிடம் பக்குவமாக எடுத்துக் கூறி யுத்தத்தை நிறுத்த வேண்டும். உயிர்ச் சேதம் தவிர்க்கப்பட வேண்டும். எப்படியும் ஊமைத்துரையைச் சரணடைய வைப்பது உன் வேலை.'

'உத்தரவு எஜமான்'

துபாஷி கிட்டுப்பிள்ளை பிரதான வாசலை அடைந்து, ஆட்காட்டி ஒட்டை வழியாக தான் வேல்ஸ்துரையின் தூதுவனாக வந்திருக்கும் விஷயத்தைக் கூறினார். சில நிமிஷங்களிலேயே கதவு திறக்கப்பட்டு இரண்டு வீரர்கள் வந்து மரியாதையாக வணக்கம் சொல்லி துபாஷி கிட்டுப்பிள்ளையைக் கோட்டைக்குள் அழைத்துச் சென்றார்கள்.

கோட்டைக்குள் ஏராளமான வீரர்கள் இருந்தார்கள். துபாஷி கிட்டுப்பிள்ளைக்கு ஆச்சரியம் தாங்கவில்லை. வாசல் வரை வந்து வரவேற்று உட்காரச் சொன்னார் ஊமைத்துரை. மேஜர் வேல்ஸ் துரையவர்கள் சொன்ன எல்லா விஷயத்தையும் ஊமைத்துரைக்குப் புரிய வைக்க வெகு நேரமாயிற்று. எல்லாவற்றையும் பொறுமை யாகக் கேட்ட ஊமைத்துரை எந்த உணர்ச்சியையும் காட்டவில்லை. தன் தலையிலிருந்து தொப்பியைக் கழற்றுவது மாதிரி சைகை செய்து, தன் இடது உள்ளங்கையில் வைத்து வலது கையால் அதைக் கசக்குவது மாதிரி கசக்கிக் காண்பித்து, தன் வாயருகே கொண்டுவந்து ப்பூ... என்று ஊதிக் காட்டிவிட்டு, யுத்தத்தை உடனே ஆரம்பிக்கச் சொல்லி சைகை செய்தான். மீண்டும் பிள்ளையவாள் பழைய கதையை எல்லாம் சொல்லி, வலிமையான கட்டபொம்மனின் கோட்டையையே தகர்க்கும் பீரங்கிகள் இருப்பதையும், வீணாக உயிர்ச்சேதம் ஏற்படுவதைத் தவிர்க்கும் நல்லெண்ணத்துடனேதான் துரையவர்கள் என்னைத் தூது அனுப்பியிருக்கிறார் என்ற விபரத்தையும் சொல்லி சரணடைந்து விடுமாறு வேண்டுகோள் வைத்தார்.

கொஞ்சம்கூட சலனமில்லாமல் உடனே யுத்தத்தை ஆரம்பிக்கும் படி கேட்டுக்கொண்ட ஊமைத்துரை, மீண்டும் தலையிலிருந்து தொப்பியைக் கழட்டி உள்ளங்கையில் வைத்து கசக்கி ஊதிக் காட்டினார். கிட்டுப்பிள்ளை வணக்கம் சொல்லிவிட்டுப் புறப் பட்டார். கோட்டைக்குள்ளே தனக்கும் ஊமைத்துரைக்கும் நடந்த பேச்சு வார்த்தைகளின் விபரங்கள் அனைத்தையும் மேஜர்

வேல்ஸிடம் சொல்லிக்கொண்டிருந்தார். ஏற்கனவே இருந்த கோபம் நெருப்பாய் மாறி கன்னம் சிவந்தது. தன்னைச் சுற்றி நின்ற அக்னியு, பானர்மேன், மெக்காலே ஆகியோரை ஏறிட்டுப் பார்த்தார். கோட்டைக்குள்ளிருந்து ஒரு வித்தியாசமான சைரன் சத்தம் பறந்து வந்தது. தொடர்ந்து மூன்று முறை வந்த, அந்த சைரன் சத்தம் இன்னதென்று தெரியாததால் மேஜர் உட்பட அனைவரும் திகைத்து நின்றனர்.

துபாஷி கிட்டுப்பிள்ளையிடம் அது என்ன சத்தம் என்று கேட்டார் மேஜர்.

'துரையவர்களே, அந்த சத்தம் எங்கள் பெண்கள் போடக்கூடிய குலவை, வேறொன்றுமில்லை.'

'வாட் மீன் குலவை கிட்பிள்ளாய்.'

'... ... ...'

யாருக்குமே குலவை போட்டுக் காட்ட முடியவில்லை. விளக்கம் சொல்லத்தான் முடிந்தது. அதுவும் நல்லபடியாக முழுவதும் விளக்கி துரையவர்களுக்குப் புரியவைக்க முடிய வில்லை. உடனடியாகப் படைகளை பாளையங்கோட்டைக்கு திரும்பிப் போக உத்திரவிட்டார். எவ்வளவு சொல்லியும் துரை நம்பத் தயாரில்லை.

'கிட்பிள்ளாய்... அந்த சைரன் சத்தம் என்னவென்று உனக்குத் தெரியாது. எனக்குத் தெரியும். இது ஏதோ ஒரு புது வகையான பீரங்கியின் சைரன் சத்தம். ஊமைத்துரை எங்கேயிருந்தோ இதை வாங்கி வைத்திருக்கிறான். அந்தப் பீரங்கி இருக்கிற தைரியத்தில் தான் சரணடைய மறுத்து யுத்தத்தை ஆரம்பிக்கச் சொல்கிறான். நாம் கொஞ்சம் யோசித்துத்தான் யுத்தத்தை ஆரம்பிக்க வேண்டும், அவசரப்பட்டால் போச்சு.'

படைகள் பாளையங்கோட்டைக்குத் திரும்பிப் போகின்றன என்ற செய்தி கோட்டைக்குள் பரவியதும், சில வீரர்கள் ஆங்கிலப்படைகளைப் பின்தொடர்ந்து விரட்டிச் சென்று தாக்கினர். மேஜர் வேல்ஸ் பதில் தாக்குதலுக்கு உத்திரவிடாமல், தன் சைனியங்களை சேதாரமில்லாமல் எவ்விதம் படைக்கலம் கொண்டு போய்ச் சேர்ப்போம் என்பதிலேயே குறியாய் இருந்தார். கோட்டைக்குள்ளிருந்து கேட்ட அந்த வித்தியாசமான ஒலி

அவரை பீதியடைய வைத்திருந்தது. அவர் குழம்பிப் போய் இருந்தார். துபாஷி சொன்னதைக் காது கொடுத்துக்கூட கேட்கவில்லை. இரவோடு இரவாகப் படைகள் பாளையங்கோட்டை போய்ச் சேர்ந்தன. ஊமைத்துரையால் தொடர்ந்து தனக்கு ஏற்படும் அவமானங்களையும் தோல்விகளையும் நினைத்துக் கொதித்துப் போனார்.

7

விடிய விடிய தன்னைத் தூங்கவிடாமல் பாடாய்ப் படுத்திய அந்த சைரன் சத்தம் என்னவாக ஏதுவாக இருக்கும் என்ற சந்தேகம் வேல்ஸ்துரையைப் பலவாறாகக் குழம்ப வைத்தது. ஐந்தே நாளில் கோட்டையைக் கட்டியது மாதிரியே இந்தப் புதுவகைப் பீரங்கியை ஊமைத்துரை உருவாக்கிவிட்டானோ என்று பயந்து நடுங்கினார். கோட்டையைச் சுற்றிலும் பீரங்கிகளைப் பொருத்தி யிருந்தால், நம் பக்கம் ஏகப்பட்ட சேதாரங்கள் ஏற்படுமே என்று பயந்தார். கோட்டைக்கு வெளியே மறைந்துநின்று சுடுவதற்கு ஏராளமான மறைவிடங்களை உருவாக்குவது பற்றிச் சிந்தித்தார். கதவு இலேசாக சுண்டப்பட்டது. எதிரே துபாஷி கிட்டுப்பிள்ளை நின்றுகொண்டிருந்தார்.

'துரையவர்களே இரவு தூங்கவில்லை போலும், உங்கள் முகத்தில் தூக்கச்சாயல் படிந்து கிடக்கிறது.'

'கிட்... பிள்ளா...ய், இரவு முழுக்க ஊமைத்துரையின் பீரங்கி சைரன் சத்தம் காதை குடைகிறது, எப்பிடி மேன் தூங்க முடியும்.'

'துரையவர்களே... அது சைரன் அல்ல, பெண்கள் போடும் குலவைச் சத்தம்.'

'வாட்ஸ் மீன் குல்லவை.'

கிட்டுப்பிள்ளையால் அதற்கு மேல் விளக்கிப் புரிய வைக்க முடியவில்லை. மௌனமாக நின்றார்.

'கனம் துரையவர்களே... என்னுடன் புறப்படுங்கள். ஊமைத் துரையின் பீரங்கியை நான் காட்டுகிறேன்.'

'வாட், அந்தப் பீரங்கி எங்கேயிருக்கிறது பிள்ளாய்'

'உடனே என்னுடன் புறப்படுங்கள்'

வேல்ஸ்துரைக்கு சந்தோஷம் ஒருபுறம். ஆச்சரியம், பயம் ஒருபுறம். உடனடியாகப் புறப்படத் தயாரானார். குதிரைகள் பூட்டப்பட்ட வண்டி கொண்டுவரப்பட்டது. துரைக்கு நாம் எங்கே கொண்டுசெல்லப்படுகிறோம் என்ற குழப்பத்தைவிட, ஊமைத்துரையின் கண்டுபிடிப்பான புதிய பீரங்கியைப் பார்க்கப் போகிறோம் என்ற சந்தோஷம். இப்போதே ஊமைத்துரையை வெற்றிகொண்டுவிட்டதாக நினைத்துக்கொண்டார். குதிரை வண்டி தாமிரவருணி நதியின் ஓரமாக வேகமெடுத்து ஓடிக் கொண்டிருந்தது.

நுங்கும் நுரையுமாக ஓடிக்கொண்டிருக்கும் தாமிரவருணி நதியை ரசித்தபடியே துரை வண்டிக்குள் அமர்ந்திருந்தார். காலை நேரம் வெய்யில் ஏறிக்கொண்டிருந்தது. அந்த அதிகாலை நேரத்திலும் முழு ஆடைகளையும் நனைத்து ஈரச் சேலையுடன் அவிழ்த்த கூந்தல் முதுகில் புரள ஏராளமான பெண்கள் சென்று கொண்டிருந்ததை துரையவர்கள் ஆச்சரியமாய்ப் பார்த்தார். குதிரை வண்டி நதியோரப் பாதையை விட்டுவிலகி தெற்காமல் திரும்பியது.

ஒரு சிறிய கிராமத்தில் கொண்டுபோய் வண்டியை நிறுத்தினான் வண்டியோட்டி. துபாஷி கிட்டுப்பிள்ளை வண்டியைவிட்டு இறங்கி துரையை இறங்கி வருமாறு சைகை காட்டினார். துபாஷி முன்னால் நடக்க துரையவர்கள் பரக்கப் பரக்கப் பார்த்தபடியே பின்னால் எட்டு வைத்தார். தாமிரவருணித் தண்ணீர் வாய்க்காலில் கண்ணாடியாய் ஓடிக்கொண்டிருந்தது. கண்ணுக்கு எட்டும் மட்டும் வயல்கள். ஆங்காங்கே வாழைத் தோட்டங்கள். தொளிக் கலக்கி சேறும் சகதியுமாக இருந்த வயல்களில் ஏராளமான பெண்கள் வரிசை வரிசையாக குனிந்து நடவுசெய்துகொண்டு இருந்தார்கள். வரப்பின் வழியே பூட்ஸ் கால்கள் இடர மெதுவாக எட்டுவைத்து அன்னநடை நடந்துவரும் வெள்ளைக்காரத் துரையைக் கண்டவுடன் அவர்களுக்கு ஆச்சரியம் தாங்கவில்லை. ஒரே நேரத்தில் அனைவரும் நிமிர்ந்து வரிசையாய் நின்றனர். கால்பாதம் முழுக்க சகதியில் முங்க நின்று நடவுசெய்யும் பெண்கள் தங்கள் சேலைகளை முழங்காலுக்கு மேல் தெரிய தூக்கிக் கட்டி இடுப்பில் சொருகியிருந்தார்கள். அவர்களின்

வெளிறிய தொடைகளில் பச்சை நரம்புகள் துணிப்பாய்த் தெரிந்தன. வெள்ளையும் சொள்ளையுமாய் ஒருவரும், கோட்டு சூட்டுமாய் ஒருவரும் தன் வயல் வரப்பில் நடந்துவருவதைப் பார்த்ததும் வெள்ளைச்சாமி குடும்பனுக்கு பயம் பற்றிக்கொண்டது. ஏற்கனவே ஒரு கொலை வழக்கில் சமீபத்தில்தான் விடுதலையாகி வந்திருந்தான். நாற்று முடிகள் எடுத்துக் கொடுத்துக்கொண்டிருந்த தன் மகன் திருக்கோடி குடும்பனை அதட்டிக் கூப்பிட்டுக் கொண்டே குடும்பன் ஒரு பக்கமாகவும் மகன் ஒரு பக்கமாகவும் சகதிக்குள் உழப்பியபடி இருவரையும் எதிர்கொண்டனர்.

8

ஸ்ரீவைகுண்டம் வட்டாரத்தில் யார் போய் கேட்டாலும் பொன்னன்குறிச்சி வெள்ளைச்சாமி என்றால் தெரியாதவர்கள் இருக்கமாட்டார்கள். அவர் வெற்று மேலுடன் தலப்பாக் கட்டி வந்தாரென்றால் மணிக்கை தண்டி நரைத்த மீசையும், அடர்த்தியான புருவங்களும், மேலெல்லாம் புசுபுசுவென்று இருக்கும் ரோமங்களும், ஆறடி உயரமும், கம்பீர நடையும் மட்டும் காரணமல்ல அவர் செய்த இரண்டு கொலைகளும் சுற்றுவட்டாரமெங்கும் பிரபலமாவதற்குக் காரணம். தங்களுடைய தலைப்பாகைத் துண்டை அவிழ்த்து முழங்கையில் தொங்கப் போட்டபடியே கிட்டத்தில் வந்துவிட்டார்கள். துபாஷி கிட்டுப்பிள்ளையை வெள்ளைச்சாமிக் குடும்பன் அடையாளம் கண்டுகொண்டான்.

'அடடே, வந்திருக்கிறது நம்ம கிட்டுப்பிள்ளையில்லா வந்திருக்காரு, சாமி, கும்புறஞ்சாமியோவ்'

'என்னடே வெள்ளைச்சாமி நல்லாயிருக்கியா, இது ஒம்மவன் எளையவன் தானடே'

'எத்தன வருஷமானாலும் அடையாளம் கண்டு சரியாச் சொல்லிட்டிகளே, சாமி, என்ன விஷயமா தொரையோட இங்கிட்டு'

'தொரையவுக பீரங்கியப் பாக்கனும்னாக அதுதான்டே கூட்டியாந்தேன்'

‘என்னசாமி, சொல்லுறீக, பீரங்கி இங்க ஏது, வயக்காட்டுக் குள்ள, வெள்ளக்காருக்கிட்டதத்தான் பீரங்கி இருக்குது ஊரெல்லாம் தெரியுமே...’

இருவரும் பேசிக்கொண்டிருப்பதை மௌனமாய் கேட்டுக் கொண்டிருந்த மேஜர் வேல்ஸ்துரை இருவரது வாயசைவு களையே கவனித்துக்கொண்டிருந்தார். பாதி புரிந்தது, மீதி புரியவில்லை. தண்ணீர் நிரம்பிய வயலெங்கும் நிறைபிடித்து கூட்டங்கூட்டமாய் பூச்சி புழுக்கள் கொத்தித் திரிந்த பறவை களையே உற்றுப் பார்த்துக்கொண்டிருந்தார் துரை. கால்கள் உயர்ந்த நீர்வாழ் பறவைகள், கொக்கு, உள்ளான், சிறகி, முக்குளிப்பான், இன்னும் நிறையப் பறவைகள் வயல்கள் முழுக்க பரவி அலைந்து கொண்டிருந்தன.

‘டேய், திருக்கோடி, பொம்பளைக குலவ போடுறத துரை பாக்கணுமாம்டே’

‘கொலவ போடுறத மட்டும்தான் பாக்கணுமா, வேற எதையும் பாக்கணும்னாலும் சொல்லுங்க காட்டச் சொல்றன் சாமி’

திருக்கோடிக் குடும்பன், வெள்ளைச்சாமி குடும்பன், துபாஷி கிட்டுப்பிள்ளை மூன்று பேரும் ஒரே நேரத்தில் சிரித்தவுடன், அவர்களின் சிரிப்பில் துரையும் கலந்துகொண்டார். கிட்டுப் பிள்ளையும், துரையும் வரப்பின் மேல் நிற்க சகதிக்குள் நின்ற தகப்பனும் மகனும் நடவு செய்துகொண்டிருந்த பெண்களைச் சத்தம் போட்டு, கிட்டத்தில் வரச் சொல்லி கையசைத்தனர். அவர்கள் அணிந்திருந்த கால் தண்டைகள் மேலேற கெண்டைக் கால்கள் தெரிய எல்லாப் பெண்களும் சகதிக்குள் மெல்ல நடந்து வந்தனர். வேல்ஸ்துரை பொறுமை இழந்தவராய் கேட்டார்.

‘கிட்... பிள்ளாய்... ஊமைத்துரையோட பீரங்கி எங்கே?’

‘அதோ வந்துகொண்டிருக்கு துரையவர்களே’

‘எங்கே பிள்ளாய்?’

‘இதோ உங்கள் முன்னால்’

‘என் முன்னால் பெண்கள் வந்து கொண்டிருக்கிறார்கள்’

‘அவைகள்தான் பீரங்கிகள்’

‘வாட்... பிள்ளாய், என்னை முட்டாளாக்காதே’

அதற்குள்ளாக பெண்கள் அனைவரும் வந்து இவர்களின் முன்னால் வரிசையாக நின்றார்கள். ரவிக்கைகள் இல்லாத மேலில் துருத்திக்கொண்டிருந்த தங்கள் பருத்தஸ்தனங்களை மாராப்பு சேலைகளால் மூடியிருந்தனர். திருக்கோடிக்னிடமும் வெள்ளைச்சாமி குடும்பனிடமும் கிட்டுப்பிள்ளை ஏற்கனவே சொல்லியிருந்ததால், பெண்களிடம் சைகை காட்டியவுடனே ஒரே நேரத்தில் சத்தமாக குலவையிட்டனர். சற்று நேரத்திற்கு துரை நிலைகுலைந்துபோனார். படபடப்புடன் காணப்பட்டார். எல்லோரும் சிரிக்க தான் மட்டும் பேயறைந்தது போல் பிரமித்து நின்றார். அவரால் நம்ப முடியவில்லை.

‘பிள்ளாய், இன்னொரு தரம்.’

மீண்டும் ஒரு தரம் பெண்கள் குலவையிட்டார்கள். இப்போது துரை கை தட்டி வாய்விட்டுச் சிரித்தார்.

எல்லாப் பெண்களும் நடவு வேலை செய்ய திரும்பிக் கொண்டிருந்தார்கள். வெள்ளைச்சாமி குடும்பனும் துரையிடம் உத்தரவு வாங்கிக்கொண்டான். இப்போது துரையின் முகத்தில் பிரகாசம் கூடியிருந்தது. காலையில் இருந்த கவலை போன இடம் தெரியவில்லை. ஊமைத்துரையின் பீரங்கியைப் பார்த்துவிட்ட சந்தோஷம். நாளையே படையெடுத்து ஊமைத்துரையைக் கைது பண்ணி தன்னுடைய அவமானங்களை எல்லாம் துடைத்துக் கொள்ள திட்டம் தீட்டினார். கிட்டுப்பிள்ளை திருக்கோடிக் குடும்பனிடம் தனியே பேசிக்கொண்டிருந்தார்.

‘என்ன சாமி நம்ம ஊரையே மறந்துட்டீங்களே, ஸ்ரீவை குண்டம் கள்ளபிரான மறக்கலாமா சாமி’

‘டேய்... கோட்டிக்காரா எதையும் மறக்கலடா, இந்த நாறப் பயககிட்ட வேலைக்குச் சேர்ந்தப் பிறகு, ஒரு பக்கமும் போக முடியலடா, இருபத்து நாலு மணி நேரமும் இந்தப் பயகலோட குண்டிக்குப் பின்னாலதான்டா அலையனும், ஒரு நிமிஷம் ஆளைக்காணும்னாலே தவியா தவிச்சிருவான்டா, எங்கயுமே போக முடியலடா திருக்கோடி.’

‘குடும்பம் எல்லாம் எங்கேயிருக்கு சாமி’

‘குடும்பமா மண்ணாங்கட்டியா, இன்னும் நாடோடிப் பிழப்புத் தான், இந்தப் பயக எங்கெங்க போறானோ, அங்கயெல்லாம்

போகணும், வெள்ளக்காரத் தொரைகளுக்கு நம்ம பாஷை தெரியா தில்லடா, நான்தான் விளக்கிச் சொல்லணும், அதனாலதான என்னயவிட மாட்டேங்கான்.'

'இந்தப் பயக பாஷைய நீரு எப்பிடி கத்துக்கிட்டீரு'

'அது பெரிய கதைடா திருக்கோடி. சரிடா, நான் கிளம்புறேன். வேற எதுவும் உதவி தேவைனா பாளையங்கோட்டையில வந்து என்னையப் பாருடா, நான் என்ன சொன்னாலும் துரைக கேப்பாங்க, கண்ணமூடிட்டு தாமிரவருணில குதின்னு இப்ப நான் சொன்னா மறு சொல் சொல்லாம குதிச்சிருவான் தொரை. ஏம்னா, நம்ம பாஷையும் தெரியாது, நம்ம மக்களைப் பற்றியும் ஒன்னும் தெரியாது, நான் சொன்னா வேதவாக்கு.'

'சரி, சாமி சந்தோஷமா போய்ட்டு வாங்க. ஒங்க குடும்பன் ஒருத்தன் இருக்காம்ங்கிறத மறந்துறாதிங்க.'

'டேய், கோட்டிக்காரா யார மறந்தாலும், ஒன்னையவும் ஒங்க அப்பனையும் மறக்க முடியுமாடா?'

மிகவும் சந்தோஷமாக உட்கார்ந்திருந்தார் வேல்ஸ்துரை. ஊமைத்துரையை வெற்றிகொண்டுவிட்ட சந்தோஷம் முகத்தில் தெரிந்தது. தாமிரவருணியின் சீரான நீரோட்டத்தையும், கண்ணெட்டும் தூரம்வரை பச்சைப் பசேல் என்று தெரியும் வயல்களையும் ஆங்காங்கே தெரியும் மனிதத் தலைகளையும், புள்ளிகளாய்ப் பறந்து திரியும் பறவைக் கூட்டங்களையும் வைத்த கண்வாங்காமல் பார்த்துக்கொண்டே வந்தார். கிட்டுப் பிள்ளை என்ன யோசனையில் இருந்தாரோ தெரியவில்லை. மௌனமாக உட்கார்ந்திருந்தார்.

'கிட்... பிள்ளாய் ஊமைத்துரை கோட்டைக்குள் வயக்காடு வைத்திருக்கிறானே, தண்ணி எங்கேயிருந்து வரும்.'

கிட்டுப்பிள்ளைக்கு சிரிப்பை அடக்க முடியவில்லை. ஆனால் அடக்கித்தானே ஆக வேண்டும். அவர் தனக்குள்ளாகவே பேசிக் கொண்டார்.

'இந்த நாறப்பயககிட்ட வந்து சிரழியிறதவிட, பேசாம திருக்கோடி குடும்பன்கூட வயக்காட்டு வேலைக்குப் போயிறலாம்.'

மேஜர் வேல்ஸுக்கு குலவையின் சரித்திரத்தையும், அதன் பல விதமான பரிமாணங்களையும் விளக்க ஆரம்பித்தார்.

'துரையவர்களே குலவைங்கிறது நாற்று நடும் போது மட்டும் போடுறது கெடையாது. அது மகிழ்ச்சியின், வீரத்தின் அடையாளம். நடவு செய்யும் போதும் குலவை போடுவம், கதிர் விளைஞ்சு அறுவடை செய்யும் போதும் குலவை போடுவம். பொங்கல் வைக்கும்போது, கல்யாணத்தின்போது, பொண்ணுக வயசுக்கு வந்திட்டா, சாமியாடும் போது, இது போக யுத்தத்துக்கு வழியனுப்பும் போது, யுத்தத்துல ஜெயிச்சு வரும்போது, இப்படி நிறைய்ய காரியங்களுக்கு குலவை போடுறது தமிழ் மக்களோட கலாச்சார அடையாளம்.'

'அப்படின்னா கோட்டைக்குள்ள குலவை எதுக்குப் போட்டுச்சு'

'நம்ம கூட சண்டை போட வீரர்களை வழியனுப்பற சடங்கு கோட்டைக்குள்ள நடந்திருக்கும் துரை, அதுதான் குலவை போட்ருக்காங்க, அவங்க குலதெய்வம் ஜக்கம்மா கோயில் உள்ள இருந்தாலும் இருக்கலாம்.'

'யுத்தம் செய்யப் போறவர்களை சந்தோஷமா குலவை போட்டு வழியனுப்புற மக்கள் இங்கதான் பார்க்கிறேன் பிள்ளாய், வெரிவெரி டேஞ்சரஸ் பீப்பிள்ஸ்.'

மத்தியான வெய்யில் சுள்ளென்று உறைத்தது. துரை வண்டியிலிருந்து இறங்கியவுடனேயே கேப்டன் அக்னியு, மெக்காலே, பானர்மேன் மற்றும் வீரர்கள் சூழ்ந்துகொண்டார்கள். ஆவலுடன் கேட்டார்கள்.

'ஊமைத்துரையின் பீரங்கியைப் பார்த்தீர்களா?'

துரையவர்கள் குலவை பற்றி பெரிய விளக்கம் அளித்தவுடன் எல்லோரும் சிரித்தார்கள். படையெடுக்கும் முஸ்தீபுகளில் இறங்க உத்திரவிட்டார். நாளை மாலை இங்கிருந்து புறப்பட்டு, இரவு தாக்குதலைத் தொடுக்க கட்டளை பிறப்பிக்கப்பட்டது. வீரர்கள் சுறுசுறுப்புடன் செயல்பட்டார்கள். பீரங்கிவண்டிகள் வரிசைப் படுத்தப்பட்டன. குதிரைப்படை வீரர்களும், காலாட்படை வீரர்களும் துப்பாக்கிகளுடன் அணி வகுத்தார்கள். கிழக்கு நோக்கி படை நகர்ந்தது. சூரியன் உச்சியைவிட்டு இறங்கி மேற்கே நகர்ந்துகொண்டிருந்தான்.

சாலையின் இரு மருங்கிலும் கரிசல் காடு கன்னங்கரேரென்று பரந்துகிடந்தது. வேப்ப மரங்களும், நாட்டுக் கருவேல மரங்களும்,

குடையைப் போல் வட்டவடிவமாகப் படர்ந்து நிற்கும் உடை மரங்களை வீரர்கள் ஆச்சரியமாகப் பார்த்தார்கள். நீர் நிறைந்த கண்மாய்க் கரைகளில் விழுதுகள் தொங்க படர்ந்திருந்த ஆல மரங்களின் அடியில் அமர்ந்து இளைப்பாற்றிக்கொண்டார்கள். மஞ்சணத்தி மரங்களையும் அடுக்கடுக்காய் வளர்ந்து நிற்கும் திருகு கள்ளிச்செடிகளையும், செக்கச் சிவந்த பழங்களுடன் உள்ளங்கை விரிப்பாய் உயர்ந்து நிற்கும் சப்பாத்திக் கள்ளிகளையும் பார்த்தார்கள். சின்ன உருண்டை உருண்டையாய் சிவப்புக் கலரில் தெரியும் பழங்களைப் பறிக்க கை விட்டபோது கொக்கிகளைப் போல் உள்ள இலந்தை முட்களில் கைகளைக் கிழித்துக் கொண்டார்கள். சாலையின் இரண்டு பக்கமும் மஞ்சள் பூக்கள் சொரிய பூத்துக் கிடந்த ஆவாரஞ்செடிகளை ஆச்சரியமாய் பார்த்தார்கள். ஆங்காங்கே மாடுகளைக்கொண்டு கிணறுகளில் தண்ணீர் இறைத்துக்கொண்ட சம்சாரிகள் கமலை இறைப்பதை நிறுத்திவிட்டு படைவீரர்களை ஒருவித பயத்தோடும் ஆச்சரியத் தோடும் பார்த்தார்கள்.

கோட்டையைச் சுற்றிலும் அணிவகுத்துப் படைகளை நிறுத்தி வியூகம் அமைத்தார் கேப்டன் அக்னியு. பீரங்கிகள் அனைத்தையும் கோட்டைகளை நோக்கி நிறுத்தி ஆயத்தப்படுத்தினார். எல்லாம் முடிந்த பிறகு, தமிழ் தெரிந்த ஒருவரைக்கொண்டு கூம்பு வடிவ தகரக் குழாயின் மூலமாக சரணடையச் சொல்லி வேண்டுகோள் விடுத்தார். உள்ளேயிருந்து குலவைச் சத்தம் காற்றில் மிதந்து வந்தது. ஊமைத்துரை சரணடையமாட்டான் என்பதையும், யுத்தம் செய்ய ஆயத்தமாகிவிட்டான் என்பதையும் கேப்டன் அக்னியு உணர்ந்துகொண்டு தாக்குதலுக்கு உத்திரவிட்டார்.

ஏணி வைத்து கோட்டைச் சுவரின் உச்சிக்கு ஏற முயன்ற வீரர்கள் கவண் கல் எறியில் காயம்பட்டுக் கீழே விழுந்தனர். ஒரு சில வீரர்களுக்கு மண்டை உடைந்து இரத்தம் கொட்டியது. வெள்ளைக்காரன் கையில் துப்பாக்கி பயனற்றுப் போய் இருந்தது. கோட்டைக்குள்ளிருந்து கவண் எறி கற்கள் பறந்து வந்தன. உடனடியாக பீரங்கித் தாக்குதலுக்கு உத்திரவிடப்பட்டது. பீரங்கிக் குண்டுகள் கோட்டைச் சுவரில் மோதியபோது எவ்வித சத்தமும் இல்லாமல், கோட்டைச் சுவர் சிதறி உடையாமல், அந்தக் குண்டு துளைக்கிற அளவுக்கு மட்டுமே ஓட்டை விழுந்தது. மாஸ்டர்

ரக பீரங்கிக் குண்டால்கூட கோட்டைச் சுவரைத் தகர்க்க முடிய வில்லை.

எல்லாப் பீரங்கிகளையும் ஒரே நேரத்தில் குண்டு மழை பொழிய உத்திரவிட்டான் அக்னியு. சில இடங்களில் ஆள் நுழைகிற அளவுக்கு ஓட்டை விழுந்தது. அந்த ஓட்டையின் வழி நுழைய முயன்ற வீரர்களை உள்ளேயிருந்து ஈட்டியாலும், சுளுக்கியாலும் வல்லயக்கம்பாலும் குத்திச் சாய்த்தனர் ஊமைத்துரையின் ஆட்கள். உடனடியாக வேறு ஆட்கள் நுழைய முடியாமல் இலந்தை முட்களைக்கொண்டு ஓட்டையை அடைத்தார்கள். கவைக்கம்பைப் பயன்படுத்தி ஓட்டைகளைக் கச்சிதமாக அடைத்துக்கொண்டே இருந்தார்கள். கோட்டைக்குள் நுழையும் வழி தெரியாமல் கேப்டன் அக்னியு திணறிக்கொண்டிருந்தான்.

எத்தனை பீரங்கி குண்டுகள் துளைத்தாலும் ஆட்கள் உள்ளே நுழைகிற அளவுக்குக் கோட்டை சேதமடையவில்லை. குண்டு துளைக்கிற அளவில் பிய்ந்து பிய்ந்து மண் சிதறியதே ஒழிய கோட்டை இடியவில்லை. அதையெல்லாம்விட ஆச்சரியம் பீரங்கி குண்டு வெடிக்கிற சத்தம் பெரிய அளவில் கேட்கவே இல்லை. மேஜரும் கேப்டன்களும் சற்றே யோசித்தார்கள். கோட்டைக்குள்ளிருந்து அக்னிக்குண்டுகள் பறந்துவந்து விழுந்த போது பிரிட்டிஷ்படை நிலைகுலைந்து பதறியது. தோட்டங்களில் நிறைய்யக் கிடைக்கும் சுரைக் குடுக்கை, பீர்க்கங் குடுக்கைகளைச் சேகரித்து அதற்குள் தீக்கங்குகளை அடைத்து எறிவது. உள்ளே பஞ்சு போல் இருக்கும் குடுக்கை வெளியே தடிமனாக கல் போல இருக்கும். தீப்பிழம்பாக பீரங்கிகளின் மேலும் படைவீரர்களின் மேலும் விழுந்துகொண்டே இருந்தன. தீக்குடுக்கைகள் பறந்து வரும் போது வீரர்கள் சிதறியோடி தப்பித்தார்கள்.

இலந்தை முட்களால் உடனுக்குடன் மூடப்படும் ஓட்டை களுக்குள் நுழைய முடியவில்லை. அப்படியே மீறி நுழைந்தவர் களை குத்திச் சாய்த்தனர் ஊமைத்துரையின் ஆட்கள். தொடர்ந்த பீரங்கித் தாக்குதலினால் வடக்குப் பக்கம் ஒரு பெரிய பாதை அளவுக்கு சுவர் சாய்ந்தது. துப்பாக்கி வீரர்கள் குண்டுமழை பொழிய கோட்டைக்குள் புகுந்தார்கள். சுட்டுக்கொண்டே பல வீரர்கள் கோட்டைக்குள் ஊடுருவிவிட்டார்கள். இரு தரப்பாருக்கும் கடும் சண்டை மூண்டது. இரு தரப்பாருக்கும் கடும் சேதம்.

வௌவால் தேசம் ❋ 47

வெள்ளைக்கார கேப்டன் கெப்பினென்ட் கொல்லப்பட்ட செய்தியறிந்து மெக்காலே வருத்தப்பட்டார். இறந்து போன வீரர்களை வரிசைப்படுத்தியபோது 47 வெள்ளைக்கார வீரர்கள் கொல்லப்பட்டிருந்தனர். இறந்து போய், காயம்பட்டுக் கிடக்கும் வீரர்களில் ஊமைத்துரையைக் காணவில்லை. வரிசை வரிசையாய் தேடியும் ஒரு துப்பும் கிடைக்கவில்லை. மேஜர் கடுகடுப்புடன் உத்திரவிட்டார்.

'ஒவ்வொரு வீடாக சல்லடையாகச் சலித்துத் தேடுங்கள். கண்ணில்பட்டவுடன் சுட்டுத்தள்ளுங்கள். அடைக்கலம் கொடுத்தவர்களின் தலையைத் துண்டியுங்கள்.'

குற்றுயிரும் குலை உயிருமாய் கிடக்கும் வீரர்கள். மரண ஓலங்கள். இரத்தச் சகதி. முக்கல்கள் முனங்கல்கள். தன் மகன் உடல் தேடி இரண்டு பெண்கள். கையில் அரிக்கேன் விளக்கு. குண்டு பாய்ந்து இரத்தம் ஒழுக தரையில் கிடக்கும் தன் மகன்.

'மகனே...' தாய்மையின் வீறிடல்.

அப்படியே அள்ளி அணைத்து மடியில் கிடத்தி உணர்ந்த உதட்டில் முத்தமிடுகிறாள். மகனின் முனங்கல். உற்றுக் கவனிக்கிறாள் அந்த வீரத்தாய்.

'அஞ்ஞே... என்னைக் காப்பாற்ற வேண்டாம். அதோ அங்கே பார். நம்ம சாமி அடிபட்டுக் கிடக்கிறார். போய் அவரைக் காப்பாற்று. போ... அஞ்ஞை, சீக்கிரம் போ. சாமியைக் காப்பாற்று அஞ்ஞை.'

சாமி என்ற வார்த்தையைக் கேட்டவுடனே காயம்பட்டு உயிருக்குப் போராடும் தன் மகனைத் தரையில் கிடத்திவிட்டு. மகன் காட்டிய திசைவழி விரைகிறாள் அந்த வீரத்தாய். அங்கே ஊமைத்துரை காலில் குண்டடிபட்டு நடக்க முடியாமல் இரத்தம் ஒழுக தரையில் கிடக்கிறார். அப்படியே வாரிச் சுருட்டினாள் அந்தத் தாய்.

'அய்யோ...சாமி...'

அந்த இரண்டு தாய்களும் ஊமைத்துரையைத் தங்கள் தோள்களில் தூக்கிக்கொண்டு இருளுக்குள் மறைந்து பதுங்கிப் பதுங்கி தங்கள் வீட்டுக்குக் கொண்டுபோகின்றனர். கழுகுக் கண்களுக்குத் தப்பிய இரண்டு புறாக்களும் இரையைப் பதுக்கிக்

கொண்டன. சாகத் துடித்துக்கொண்டிருக்கும் தன் மகனைப் பற்றிய கிஞ்சித்தும் கவலையில்லாமல் வேப்பங்குழைகளால் வீட்டை நிரப்பி, சாமியை வெள்ளைத் துணியால் மூடி, வேப்பங் குழையால் மறைத்து ஒப்பாரிப் பாட்டு பாடிக்கொண்டிருந்தார்கள். வாசலில் தடதடக்கும் பூட்ஸ் சத்தங்கள். அதிகார விசாரிப்புக்கள்.

'அய்யா... துரைமார்களே, என்னோட மகன்ய்யா, பெரிய அம்மைநோய் வந்து செத்துப் போய்ட்டான்ய்யா, தொரைகளே நான் என்ன செய்வேன், கடவுளே... முருகா... ஒனக்கு கண்ணில்லையா... ஓ... மகனே...'

பெரியம்மை என்ற அந்த வார்த்தையைக் கேட்டதும் வெள்ளைக் கார வீரர்கள் கண்ணிமைக்கும் நேரத்திற்குள் காணாமல் போனார்கள். பயங்கர தொத்துநோய். மருந்துகள் கிடையாது. எளிதில் பரவக்கூடியது. கூட்டங்கூட்டமாய் ஜனங்களைக் காவு கொள்ளும் நோய். சுற்றிலும் உள்ள கிராமங்களில் எல்லாம் சல்லடை போட்டுத் தேடினார்கள். ஊமைத்துரையைக் கண்டு பிடிக்க முடியவில்லை. வேப்பங்குழைகளால் நிரப்பப்பட்ட அந்த வீட்டுப் பக்கம் யாருமே எட்டிக்கூடப் பார்க்கவில்லை. வேம்புக்கு அதிபதியான மாரியாத்தாள் அந்த வீட்டையும் ஊமைத் துரையையும் பாதுகாத்துக்கொண்டிருந்தாள்.

9

ஒற்றர்கள் சொன்ன விஷயத்தைக் கேட்டு மேஜர் வேல்ஸ் கடுப்பாகிப் போனார். அவரால் கைகளைப் பிசையவும் பற்களை நறநறவென்று கடிக்கவும்தான் முடிந்தது. யுத்தத்தில் ஊமைத் துரை அடிபட்டு விழுந்து கிடந்தது, தன் மகனைத் தேடிவந்த பெண்கள், தன் மகனைக் காப்பாற்றாமல், ஊமைத்துரையைக் காப்பாற்றியது, பெரியம்மை நோய் என்று பொய்சொல்லி நாடக மாடியது, பத்து நாள் கழிச்சு நடக்கமுடிகிற அளவு சுகமானதும் தப்பித்துப் போனதுவரை பொறுமையாகக் கேட்டார் துரை.

இந்தப் பாழாய்ப் போன ஊமைத்துரையினால் தனது பதவி பறிபோய்விடுமோ என்றுகூட பயப்பட்டார் துரை. பெரிய தலைவலியாக உருவாகி தன்னைப் பெரிதும் இம்சைப்படுத்தியது

ஊமைத்துரை விவகாரம். அன்று இரவு தன் நாட்குறிப்பில் பின்வருமாறு எழுதினார்.

தான் பெற்ற மகன் உயிருக்குப் போராடிக்கொண்டிருக்கும் போது, அவனைக் காப்பாற்றாமல், தன்னுடைய எஜமானைக் காப்பாற்றும் ராஜ விசுவாசத்தை என்னவென்று சொல்வேன். தேடப்படும் ஒரு நபருக்கு அடைக்கலம் கொடுத்தால், கொடுத்தவரின் தலை துண்டிக்கப்பட்டு, மரணதண்டனை நிறைவேற்றப்படும் என்று தெரிந்த பின்னரும், தன் உயிர் பற்றி சிறிதேனும் கவலைப்படாமல் அடைக்கலம் தந்து பத்து நாட்கள் காவலிருந்து தப்பிக்க வைத்துவிட்டுத் தாங்களும் ஊரைவிட்டு ஓடி தலைமறைவாகிப்போன பெண்களின் ராஜ விசுவாசத்தையும் துணிச்சலையும் பாராட்டுகிறேன்.

துரையவர்களுக்கு முதன் முறையாகப் பொறி தட்டியது. சித்தனாகிப் போன கந்தசாமிப் புலவர், ஒரு கண் கொடுத்த திருச்செந்தூர் முருகன், மறுகண் கொடுத்த ஜக்கம்மா, இவற்றை யெல்லாம் நாம் இலேசாக எண்ணியது தவறு என்பதை உணர்ந்தார். காட்டு மிராண்டிகளைப் போல் வாழும் ஆண்களையும் பெண்களையும் முதன் முதலாக வித்தியாசமாகப் பார்த்தார். சிலைகளை வணங்கி விட்டு மரங்களைச் சுற்றும் மனிதர்களை மதிக்க வேண்டும் என்ற எண்ணம் வந்தது. முதன் முறையாக இந்த மண்ணின் மீதும் மக்கள் மீதும், ஜமீன்தார்கள் மீதும் அவர்கள் வைத்திருக்கும் ராஜ விசுவாசத்தின் மீதும் தன் ஆச்சரியத்தை வெளிப்படுத்தினார்.

இந்த எளிய மக்களை நாம் ஏன் போரிட்டுக் கொல்ல வேண்டும். இவர்களைக் கொல்ல இன்னொரு அயல் தேசத்தா னாகிய எனக்கு என்ன உரிமை இருக்கிறது. ஒரு தேன்கூட்டைச் சிதைப்பதுபோல் அவர்களின் வாழ்விடங்களை அழித்து சின்னா பின்னமாக்கி வாழவிடாமல் விரட்டியடிப்பது எவ்விதத்தில் நியாயம். மேஜரின் மனசு கனத்துக் கிடந்தது. அவருக்கு ஞானோதயம் பிறந்துவிட்டது போல உணர்ந்தார். துபாஷி கிட்டுப்பிள்ளையைக் கூப்பிட்டார்.

ஆளுக்கொரு குதிரையில் ஏறிக்கொண்டார்கள். எங்கே போவது என்று குழப்பம் துரையவர்களுக்கு. அவர் மனசு ஒரு நிலையில் இல்லை. கோடை வெய்யிலின் சூடு உறைத்தது. இருவருமே எவ்வித இலக்குமின்றி பயணித்துக்கொண்டிருந்தார்கள். தோட்டங்களில்

நிறையப் பெண்கள் வேலை செய்துகொண்டிருந்தார்கள். அவர்களின் நிலம், அவர்களின் உழைப்பு, இவர்களிடம் வரி வசூல் பண்ண நமக்கு என்ன உரிமை இருக்கிறது. நம்மிடம் பீரங்கிகள் இருப்பதால்தான் வரிவசூல் பண்ணுகிறோமா? தன் மகனைக் காப்பாற்றாமல் ஊமைத்துரையின் உயிரைக் காப்பாற்றிய அந்தப் பெண்களின் முன்னால் பீரங்கியால் என்ன செய்ய முடிந்தது. தன் உயிர் பற்றி கிஞ்சித்தும் கவலையில்லாத இந்த வெகுளியான மக்களிடம் எதை ஜெயிப்பது?

மாடுகளைக் கொண்டு கிணற்றிலிருந்து தண்ணீர் இறைக்கும் எளிய தொழில்நுட்பத்தை வியந்து பார்த்துக்கொண்டிருந்தார். மனித சக்தி தவிர்த்து கிஞ்சித்தும் வேறு எந்த சக்தியுமில்லாத தொழில்நுட்பத்தை வைத்த கண்வாங்காமல் பார்த்துக் கொண்டிருந்தார். வாய்க்காலில் ஓடும் தண்ணீரை பாத்திகளில் விலகிக்கொண்டிருந்த பெண்ணைப் பார்த்து அதிசயப்பட்டார். கிணற்றை எட்டிப் பார்த்தார். தண்ணீர்த் கெத்கெத்தென்று மேலேறிக் கிடந்தது. நிலத்திலிருந்து நிலத்தடி நீரை எந்திரம் கொண்டு உறிஞ்சாமல் நிலத்தில் உபரி போல் இருக்கும் நீரை மோந்துகொள்வது. வீட்டில் தண்ணீர்க் குடத்திலிருந்து போனி கொண்டு தண்ணீரை மோந்து குடித்து தாகம் தீர்ப்பது மாதிரி. துரைக்கு ஆச்சரியம் தாங்கவில்லை. தண்ணீர் இறைப்பதையே பார்த்துக் கொண்டிருந்தார்.

துண்டு துண்டான நிலங்கள். கணவன் தண்ணீர் இறைக்க மனைவி தண்ணீர் பாய்ச்ச தன்னுழைப்பே தனக்கென்ற மனசு, எவ்வளவு விசாலமானது. யார் எஜமான், யார் தொழிலாளி. துரைக்கு பல விஷயங்கள் புரிய ஆரம்பித்தன. இந்த இரண்டு நாளில் துரை ஏன் இப்படி மாறிப்போனார் என்று புரியாமல் குழம்பிக் கொண்டிருந்தார் துபாஷி கிட்டுப்பிள்ளை. மரம் செடி கொடிகளை உற்றுப் பார்ப்பது, மனிதர்களை வாஞ்சையுடன் கவனிப்பது, ஆங்காங்கே உள்ள சிறுதெய்வ கோயில்களை ஆராய்வது, துரைக்கு என்ன நேர்ந்தது என்று குழம்பிப் போனார் பிள்ளை.

கிணற்றில் தண்ணீர் இறைக்க இறைக்க பூமிக்குள்ளிருந்து பொங்கி வரும் ஊற்று மீண்டும் மீண்டும் கிணற்றை நிரப்பிக் கொண்டேயிருக்கும், ஆக தண்ணீர் குறையவே குறையாது என்று சொன்னபோது துரைக்கு ஆச்சரியம் தாங்கவில்லை. சுற்றிலும்

நிறைய்ய கிணறுகளில் இது மாதிரி கமலை இறைத்துக் கொண்டிருப்பதைப் பார்த்தார். நம் நாட்டில் தண்ணீர் நிலத்திற்கு மேல் ஓடிக்கொண்டிருக்கிறது. இங்கே நிலத்திற்கு அடியில் ஓடிக் கொண்டிருக்கிறது. ஒரு சொட்டு வீணாகாமல் அப்படியே புதையலைப் போல் தேங்கி நிலத்திற்கு அடியில் தண்ணீர். தேவையானதை மட்டும் எடுத்துக்கொண்டு சொட்டுத் தண்ணீரைக் கூட வீணாக்காத தொழில்நுட்பம்.

தோட்டங்களில் விளைந்திருந்த வெள்ளாமைகளையும் அங்கே அரைகுறை ஆடைகளுடன் வேலை செய்துகொண்டிருந்த ஆண்களையும் பெண்களையும் மரங்களில் தொங்கும் தொட்டில் களையும் பார்த்துக்கொண்டே இருவரும் திரும்பிக்கொண்டு இருந்தார்கள். ஆங்காங்கே தட்டுப்படும் கிணறுகளை ஆச்சரிய மாகப் பார்த்துக்கொண்டே வந்தார். வேலை செய்யும் மாடுகளை வியப்புடன் பார்த்தார்.

'கிட் பிள்ளாய்... ஊமைத்துரை பீரங்கி பாக்கப் போன போது வயலில் தண்ணீர் இருந்தது, மாடு இல்லையே தண்ணீர் எப்படி வந்தது'

'துரையவர்களே, அது வயல். இது தோட்டம். மீதியெல்லாம் காடு.'

'விளக்கமாகச் சொல் பிள்ளாய்.'

'வயலுன்னா தண்ணி ஆத்துலருந்து வரும், இல்லனா கண்மாய்லருந்து வரும், தோட்டம்னா தண்ணி கெணத்துலருந்து வரும், காடுனா தண்ணி மழை பேஞ்சு வரும்.'

'எல்லாமே வேற வேறயா பிள்ளாய்.'

'ஆமாம் துரையவர்களே, வயல்ல நெல், வாழை, கரும்பு விளையும். தோட்டத்துல தானியங்கள், காய், கனிகள் விளையும், காட்டுல பயறுகள், தானியங்கள் விளையும். வயலுக்கு தண்ணி நிறைய்ய வேணும், தோட்டத்துக்குத் தேவையான தண்ணிய கிணத்துலருந்து எடுத்துக்கிருவோம், காட்டுக்கு மழையே போதும், வேற தண்ணி வேண்டாம்.'

வரும்போது ஒரு வீட்டின் முன்னால் கிடந்த உரலில் இரண்டு பெண்கள் எதிர்எதிராக நின்றுகொண்டு நெல்குத்திக் கொண்டிருந்தார்கள். தரையில் உட்கார்ந்து ஒரு பாட்டி சுளகால்

உமி வேறு, அரிசி வேறு என்று புடைத்துக்கொண்டிருந்தாள். குதிரையைவிட்டு இறங்கிய துரை நேராக முற்றத்தில் போய் நின்றார். பிள்ளைவாளுக்கு ஒன்றும் புரியவில்லை. பெண்கள் நெல்குத்துவதை வைத்த கண் வாங்காமல் பார்த்துக்கொண்டிருந்தார். இரு கைகளாலும் மாற்று உலக்கை போடுவதை ரசித்துப் பார்த்துக் கொண்டிருந்தார். ரவிக்கையில்லாத மாராப்பு இம்மிகூட விலகாமல் அவர்கள் நெல் குத்துவதை பார்த்துக்கொண்டே நின்றார்.

பக்கத்தில் இடுப்பளவு உயரம் கிடந்த மாவு ஆட்டும் உரலையும், குளவியையும், தரையில் கிடந்த திரிகையையும் பார்த்தார். மாடுகளுக்குப் பருத்திவிதை ஆட்டும் ஆட்டுரலைப் பற்றி பிள்ளாய் விளக்கிச் சொல்லிக்கொண்டிருந்தார். திரிகையில் தானியத்தை எப்படி மாவாக்குவது என்பது பற்றியும், பயறுகளை எப்படி இரண்டுரெண்டாக உடைப்பது என்பது பற்றியும் சொல்லிக்கொண்டிருந்தார். பெண்களைப் போலவே ஆண்களும் நீளமாக குடுமி வைத்திருப்பதையும் காதுகளில் தரிப்பு போட்டிருப்பதையும் விசித்திரமாகப் பார்த்தார்.

கிட்டுப்பிள்ளை குழம்பிப் போய் நின்றார். இவர் யுத்தம் பண்ண வந்தாரா இல்லை ஆய்வு பண்ண வந்தாரா என்று நினைத்துக் கொண்டார். வீட்டின் அருகில் நின்றுகொண்டிருந்த மாட்டு வண்டியையும், படப்புக்களையும், குப்பைக்குமிகளையும் வைத்த கண் வாங்காமல் பார்த்தார். வீட்டைச் சுற்றிலும் கட்டிக்கிடந்த ஆட்டுக் கூட்டங்கள், உரலைச் சுற்றிலும் கொத்திப் பிறக்கித் திரிந்த கோழிகளின் கூட்டங்கள் அவருக்கு வியப்பூட்டின.

ஒருவேளை இதைப்பற்றியெல்லாம் பிரிட்டிஷ் மகாராணி கேட்டிருப்பார்களோ என்று நினைத்தவராய் நின்றுகொண்டிருந்தார் பிள்ளை. கூடவே மேஜரின் பழக்க வழக்கங்களில் ஏற்பட்டுள்ள தொய்வைப் பற்றியும் அசை போடத் தவறவில்லை. கந்தசாமிப் புலவர் சித்தராகிப் போன வரலாற்றையும், சித்தர்களைப் பற்றியும் அவர் ஓயாமல் விசாரிக்கிற விதத்தைப் பார்த்தால் இவரும் கந்தசாமிப் புலவருடன் சித்தராகப் போய்விடுவாரோ என்றுகூட நினைத்தார். அவருக்கு இங்கே உள்ள ஒவ்வொரு பொருளும், செயலும் வியப்பாகவே தெரிந்தன. அனைத்தையும் அசை வசைவாய் உற்று நோக்க ஆரம்பித்தார். ஊமைத்துரையைப்

பற்றிப் பேசுவதையே மறந்துபோனார். சில நேரங்களில் மட்டுமே தான் பிரிட்டிஷ் ஏகாதிபத்தியத்தின் மகாராணியான எலிசபெத்தின் ராணுவத்தில் மேஜர் என்று சொல்லிக்கொண்டார். ஆனால் அந்த மேஜருக்குள் மாபெரும் மனிதன் ஒருவன் உட்கார்ந்துகொண்டான் என்பது உண்மை.

இந்தக் கறுப்பு மண்ணின் மைந்தர்களான மக்களைப் பற்றிய முழுமையான வாழ்வியலையும் தெரிந்துகொள்ள வேண்டும் என்றால் கட்டாயம் இவர்கள் பேசும் மொழியை நன்கு கற்றுத் தேற வேண்டும் என்று எண்ண ஆரம்பித்தார். தினமும் அவர் சாதாரண மக்களிடம் வலியச் சென்று உறவாடத் தவறவில்லை. துபாஷியின் உதவியில்லாமல் அவர்களுடன் பேச இயலாததைப் பெருங்குறையாக எண்ணினார்.

இன்றைய பொழுது விடிந்தபோது மேஜர் ரொம்பவும் சோர்வாகக் காணப்பட்டார். ஊமைத்துரையைக் கைது பண்ண இயலாதது ஒருபுறம், அவருக்குள் ஏற்பட்டிருக்கும் மனமாற்றம் மறுபுறம். மேஜர் செய்வதறியாது சஞ்சலத்துடன் இழுபட்டார். சுரத்தே இல்லாமல் செயலாற்றுவது என்பது அதுவும் தனக்குக் கீழ் ஆயிரக்கணக்கானவர்கள் பணியாற்ற நிர்வகிக்க இயலாத மனநிலையை எண்ணிக் குழம்பினார். துபாஷியுடன் புறப்பட்ட அவர் எங்கே போகிறார் என்று யாருக்கும் தெரியவில்லை. மனம்போன போக்கில் போகிற ஒருவராக மாறியிருந்தார். துபாஷியால் அவருடன் இழுபடத்தான் முடிந்தது.

மேஜரின் குதிரை வந்து நின்ற இடம், யுத்தத்தில் கொல்லப் பட்ட ஆங்கிலேய வீரர்களின் கல்லறைகள் இருந்த இடம். மேஜர் தன் தொப்பியைக் கழற்றி கையில் வைத்துக்கொண்டு விசும்பினார். துபாஷிக்கு என்ன செய்வதென்று தெரியவில்லை. ஒரு ராணுவ மேஜர் அழலாமோ, மேஜர் குழந்தையைப் போல் தேம்பினார். முந்தைய யுத்தத்தில் வெள்ளையத் தேவனால் குத்திக் கொல்லப் பட்ட தன்னுடைய ஆத்மார்த்த நண்பர் கேப்டன் காலின்ஸின் கல்லறை இருந்த இடத்திற்கு வந்தபோது அவரால் அழுகையை அடக்க முடியவில்லை. கதறத் தொடங்கினார். கிட்டுப்பிள்ளை மேஜரைத் தேற்றினாலும் அழுகை நிறுத்தப்படவில்லை.

'கிட்... பிள்ளாய்... இவர்கள் ஏன் சாக வேண்டும்?'

'யுத்தம் என்று வந்தால் மரணிப்பது இயல்புதானே மேஜர்துரை

அவர்களே.'

'ஏன் யுத்தம் செய்ய வேண்டும்'

'... ... ...'

'சொல்லு பிள்ளாய் யுத்தம் எதற்கு, ஆயிரம் மைல்களுக்கு அப்பாலிருந்து வந்து ஏன் யுத்தம் செய்ய வேண்டும்'

துபாஷி கிட்டுப்பிள்ளைக்கு சப்த நாடியும் ஒடுங்கிவிட்டது. மேஜர் எந்த இடத்திற்குப் போக ஆசைப்படுகிறார் என்பதை அறிந்ததும் பதறிப் போனார். ஆனாலும் மேஜரின் உத்தரவுக்கு கட்டுப்படாமல் இருக்க முடியுமா என்ன? இரண்டு போர்களிலும் இறந்து போய் அவர்களை அடக்கம் செய்திருக்கிற பாஞ்சாலங் குறிச்சி கிராமத்தின் சுடுகாட்டுக்கு. உடைந்துபோன மண்சட்டியின் ஓடுகளும் பிரண்டைச் செடிகளும் அப்பிக் கிடந்த அந்த இடத்தைப் பார்த்ததும் துரை அப்படியே பிரமித்துப் போய்விட்டார். போரில் உயிர் துறந்தவர்கள் என்ற அடையாளங்கள் இல்லை. அது ஊர்ப் பொது மயானம். தங்களை யாரும் கவனிக்கிறார்களா என்று கிட்டுப்பிள்ளை சுற்றுமுற்றும் பார்த்துக்கொண்டார். தன் கைகள் நடுங்க கண்கள் பனிக்க ராணுவ முறையில் விறைப்பாக சல்யூட் செய்தார்.

உங்களின் உயிர் மூச்சை ஆயிரமாயிரம் மைல்களுக்கு அப்பால் இருக்கும் எங்களின் தோட்டாக்களில் அடைத்தது யார்? உங்கள் குத்தீட்டியின் நுனிகளில் வெள்ளைக்காரர்களின் உயிரை சேர்த்து வைத்துச் செய்த கொல்லன் யார்? துபாஷி கிட்டுப்பிள்ளை ஒரு நாள் விதி பற்றியும் இந்து மதத்தில் அதன் நம்பிக்கை பற்றியும் ஊழ்வினை பற்றியும் சொன்னவைகளை நினைவுகூர்ந்தார். ஒருவருக்கொருவர் சண்டையிட்டு மரணித்துக்கொள்வதை எண்ணி வருந்தினார். இரண்டு குதிரைகள் பாதையில் நிற்பதையும், யாரோ இருவர் சுடுகாட்டுக்குள் நடமாடுவதையும் போவோர் வருவோர் ஆச்சரியமாய் பார்த்துக்கொண்டே போனார்கள்.

இந்த இடத்தில் உயிர் பறித்த எமன் வேல்ஸ்துரைதானே. எமனின் வாகனம் குதிரையாய் மாறியிருந்தது. தரையோடு தரையாக யார் எவர் என்ற விபரமின்றி பரவலாக இருந்த பிணக்குழிகளை அவர் கண்டார். இறந்த பின்னர் எந்த அடையாளம் வேண்டும். தரம் பிரிக்க எமனுக்கு வேண்டுமானால் அடையாளம்

தேவைப்படலாம். வாழ்ந்ததின் சுவடுகள் வாரிசுகளாய், சொத்துக் களாய் மேஜர் வேல்ஸ் முகம் முற்றாக மாறிப்போய்விட்டது. அடிக்கடி ஜோக்கடித்து சிரிக்கும் ஹாஸ்ய குணம் ஓடி ஒளிந்து கொண்டது. சிரத்தில்லாமல் ஏனோதானோ வென்று நடமாடித் திரிந்தார்.

10

ஊமைத்துரையால் தனக்கு மேலும் மேலும் இப்படி சோதனைகள் வரும் என்று மேஜர் வேல்ஸ் நினைத்துக்கூடப் பார்த்திருக்க மாட்டார். காலையில் வந்த உளவுச் செய்தி அவரை நிலைகுலைய வைத்துவிட்டது. ஏற்கனவே பெரும் குழப்பத்தில் உழன்று கொண்டிருந்தவரின் சப்த நாடியும் ஒடுங்கிவிட்டது. எதுவும் பேசாமல் சிலையாக உட்கார்ந்துவிட்டார்.

பாஞ்சாலங்குறிச்சியிலிருந்து தப்பிச் சென்ற ஊமைத்துரை என்ன ஆனான் என்ற தகவல் துரைக்கு வந்து சேர்ந்தது. நம்பவே முடியாத தகவல், நம்பித்தான் ஆகவேண்டும் என்ற தகவல். பரந்த வனத்துக்குள் பறந்து திரியும் சிட்டுக் குருவியைச் சிங்கத்தால் என்ன செய்துவிட முடியும். பத்தாண்டுகளாக உயிர் நண்பனாக இருந்த ஒருவன் காலையில் நான் உன் எதிரி என்று காரணமே இல்லாமல் துப்பாக்கியுடன் எதிரே நின்றால் எப்படியிருக்கும், அப்படித்தான் ஆகிப்போயிற்று மேஜர் வேல்ஸ் துரையின் நிலை.

ஊமைத்துரை தப்பித்துப் போய் மருது சகோதரர்களுடன் சேர்ந்துவிட்டார் என்ற விபரமும், மருது சகோதரர்கள் ஊமைத் துரையின் அடைக்கலத்தை ஏற்றுக்கொண்டுவிட்டார்கள் என்ற தகவலும் மேஜரை நிலைகுலைய வைத்துவிட்டது. ஏனெனில் மருது சகோதரர்களின் வீரம், தியாகம், பக்தி, தர்மம் எல்லா வற்றையும் நேரில் உடனிருந்து பார்த்தவர், கற்றுக்கொண்டவர் வேல்ஸ்துரை. பல தடவை அவர்களுடன் காட்டிற்கு வேட்டைக்குச் சென்றிருக்கிறார். வேட்டையாடும் பல நுட்பங்களையும், தனியே நின்று வேங்கைப் புலியை அடக்கும் நுட்பத்தையும் கற்றுக் கொடுத்தவர்கள். அன்று பகல் முழுவதும் யாருடனும் சரியாக

முகம் கொடுத்துப் பேசவில்லை. பைத்தியநிலையிலேயே இருந்தார். கிட்டுப்பிள்ளையிடம் மட்டுமே ஓரிரு வார்த்தைகள் பேசினார். ஊமைத்துரையை தப்பவிட்டதினால், தனக்கு ஏற்பட்டிருக்கும் அவப்பெயரை எப்படித் துடைத்தெறிவது என்று யோசித்துக்கொண்டிருக்கும் போதே, நிலைமை மேலும் மேலும் சிக்கலாகிக்கொண்டு போவதை எண்ணி வருத்தப்பட்டார். தன்மீது மிகுந்த நம்பிக்கைகொண்டிருக்கும் மகாராணியை நினைத்துக்கொண்டார்.

நள்ளிரவு நேரம், பேரமைதி, முகாமைச் சுற்றி காவல் காக்கும் காவலர்களின் பூட்ஸ் சத்தம்கூட தெளிவாகக் கேட்டது. மேஜர் தன் நாட்குறிப்பை எழுதிக்கொண்டிருந்தார்.

'இது எப்படி நிகழ்ந்தது. என் கைகளே எனக்கு எதிரியாய் மாறுமா? கிட்டுப்பிள்ளை சொல்லும் விதி என்பது உண்மையா? சித்தன் சொல்லும் அத்தனை விஷயங்களும் உண்மையா? மதுரையில் தங்கியிருக்கும் வரை மருது சகோதரர்கள் அனுப்பிக் கொண்டிருந்த உயர்ரக அரிசியைப் போல, தான் இதுவரை எங்கேயும் பார்த்ததில்லை. தன் உள்ளங்கையில் வைத்து வெள்ளிக்காசை வளைத்துக் காட்டிய வீரத்தை நானறிவேன்.

'ஒருநாள் என் சைனியங்களை வழி நடத்தி சிவகங்கை வழியாகப் போய்க்கொண்டிருந்தேன். மருது சகோதரர்கள் தங்கியிருக்கும் சிறுவயல் கிராமம் பக்கம்தான், போய் பார்த்து விட்டுப் போகலாமே என்று நானும் இரண்டு வீரர்களும் சிறுவயல் அரண்மனைக்குப் போனோம். சாயங்கால நேரம் அரண்மனையில் எந்தக் காவலுமில்லை, சாதாரணமாக அனைவரும் வந்து போய்க்கொண்டிருக்க, மருது சகோதரர்கள் உட்கார்ந்து பேசிக் கொண்டிருந்தார்கள். என்னை எதிர்பார்த்திருக்க மாட்டார்கள். ஆச்சரியத்துடன் எழுந்து நின்று இரு கைகூப்பி சந்தோஷமாக வரவேற்றார்கள். நாங்கள் மூன்று பேரும் வட்டமாக உட்கார்ந்து பலப்பல பேச்சுக்களைப் பேசிக்கொண்டிருந்தோம். இருவரும் மனம்விட்டுப் பேசி சிரித்துக்கொண்டிருந்தபோது ஒரு சிறுவன் பம்ளிமாஸ் பழத்தைக் கையில் வைத்துக்கொண்டு எங்களிடம் வந்தான். நான் அக்குழந்தையிடம் ஆசையாய் கையேந்தினேன். அதுவரை சிரித்துப் பேசிக்கொண்டிருந்த மருது சகோதரர்கள் கடும் சினம்கொண்டு என் கையை இறுகப் பற்றி மடக்கி

வைத்தனர். எனக்கு ஒன்றுமே புரியவில்லை, மருது சகோதரர் களின் இந்தச் செயலால் நான் வியப்படைந்து கேட்டேன்.

'ஏன், கோபப்படுகிறீர்கள்? குழந்தையிடம் கையேந்தி பழம் கேட்டது தவறா?'

'துரையவர்களே, மன்னிக்கனும், இவர் சின்ன மருதுவின் குழந்தைப் பெயர் துரைச்சாமி. வருங்கால மன்னர். எங்கள் குல வழக்கப்படி எங்களிடம் யாரும் கையேந்தி யாசகம் கேட்கக் கூடாது. ஒரு வேளை குழந்தை தர மறுக்கலாம். ஒருவன் யாசகம் கேட்டு தர்மம் செய்ய தகுதியுள்ளவன் மறுத்தால், பாவத்திலேயே மகாபாவம் அதுதான் துரையவர்களே. ஏனென்றால் சின்னக் குழந்தை தர மறுக்கலாம். அப்படி மறுத்துவிட்டால் அது பெரிய பாவம். எங்கள் அரச நீதிக்கே அவமானம். யாசகம் கேட்டு மறுக்கப்படுவது என்பது பெரிய அவமானம் எங்களுக்கு. அடுத்து குழந்தை தன் கையில் வைத்துள்ள பண்டத்தில் சிறிது பிய்த்துத் தரலாம், அதை நீங்கள் என்ன செய்வீர்கள், திரும்பவும் குழந்தையிடம் திருப்பிக் கொடுப்பீர்கள், இது மகா பாவம். கொடுத்த தர்மத்தைத் திருப்பி வாங்கலாமா? அது ஜென்ம பாவம் துரையவர்களே. தர்மம் கேட்காமலேயே நாங்கள் கொடுக்க வேண்டும். அதுதான் உண்மையான தர்மம். தங்களிடம் கோபமாக நடந்துகொண்டதற்கு வருந்துகிறேன் துரையவர்களே. இந்த மூன்றில் எதுவும் நிகழாமல் கடவுள் எங்களைக் காப்பாற்றி விட்டார். கடவுளுக்கு நன்றி.'

இவ்வளவு நீதி நேர்மையுடனும் தர்ம சிந்தனையுடனும் ஆட்சி செய்யும் மருது சகோதரர்கள் என் எதிரியாகப் போய்விட்டார்கள். நான் அவர்களை எதிர்த்து யுத்தம் செய்தாக வேண்டும். இல்லையென்றால் ஊமைத்துரையை நான் எப்படி கைது செய்வது. எனக்கு மருது சகோதரர்களைப் பற்றி மிகவும் நன்றாகத் தெரியும். வாக்கு கொடுத்துவிட்டால், தங்கள் உயிரைக் கொடுத்தாவது வாக்கைக் காப்பாற்றுவார்களேயொழிய வாக்கு தவறமாட்டார்கள். இவர்களுடன் மோதாமல் ஊமைத்துரையைக் கைது செய்யும் வேறு வழி தெரியவில்லை. எதைக் கொண்டும் மருது சகோதரர்களை விலைக்கு வாங்க முடியாது.

'இப்படி ஒரு இக்கட்டான நிலை எனக்கு வரும் என்று கனவிலும் நினைக்கவில்லை. கிட்டுப்பிள்ளை சொன்ன விதி

என்ற வார்த்தையை நினைத்துப் பார்க்கிறேன். மாஞ்சோலை மலையில் கொண்டு போய்விட்ட சித்தனைப் போல்தான் ஊமைத்துரையையும் இலேசில் எடைபோட முடியவில்லை. என்னுடைய பதவி உயர்வு வேறு நிறுத்தி வைக்கப்பட்டிருக்கிறது. நான் குழம்பிப் போய் இருக்கிறேன். நள்ளிரவு எங்கேயோ ஒரு குதிரையின் கனைப்பு கேட்கிறது. ஏதோ ஒரு பறவையின் விகார ஒலியும் கேட்கிறது. எப்போது தூங்கினேன் என்று தெரியவில்லை. இன்றைக்கு சில முக்கிய முடிவுகளை எடுத்தாக வேண்டும். எப்படி உறக்கம் வரும்.'

குழப்பத்துடனே தூங்கியும் தூங்காமலும் கிடந்த மேஜர் வேல்ஸ்துரை காலையில் கண் முழித்தபோது தன் பங்களாவின் முன்னால் ஏதோ சலசலப்பு கேட்டவுடன் ஜன்னல் வழியாக எட்டிப் பார்த்தார். ஒரு ஆதிவாசியை கைகளைக் கட்டி காவலர்கள் இழுத்து வந்து நிறுத்தியிருந்தனர். அருகே இன்னொரு நபரும் நின்றுகொண்டிருந்தார். குழப்பத்துடனேயே வெளியில் வந்தார். துரையவர்களைக் கண்டதும் இரண்டு வீரர்களும் விறைப்பாக சல்யூட் செய்துவிட்டு ராணுவ முறையில் நின்றுகொண்டனர். கிட்டுப்பிள்ளை வேகவேகமாக வந்து வணக்கம் வைத்தார். ராணுவ வீரர்களிடம் ஆங்கிலத்தில் விசாரிக்கத் தொடங்கினார். அவர்கள் சொன்ன விஷயங்களைக் கேட்டு மேஜர் முகம் சுளித்தார். ஆதிவாசியோ வனத்தின் குழந்தையைப் போல், பொம்மையாக நின்றுகொண்டிருந்தான்.

அவன் வனத்தின் அத்தனை பாஷையும் அறிந்தவன். செடி, கொடி, பூக்கள், வண்டுகள், மிருகங்கள், பறவைகள், மேகங்கள், இனமறியாத சப்தங்கள் இத்தனையும் அவன் அறிவான். ஆனால் இந்த நாகரிக மனுஷர்கள் பேசும் பாஷை மட்டும் அவனுக்குப் புரிய மாட்டேன்கிறது. ஒரு பறவையோ, மிருகமோ இரைக்காக எப்படி கூப்பிடும், இணை சேர எப்படி கூப்பிடும், ஆபத்தை எப்படி ஒலி எழுப்பி உணர்த்தும் எல்லா பாஷையும் அவனுக்கு அத்துபடி. தினமும் மேகங்கள், காற்று, நீர், நிலம் எல்லா வற்றுடனும் உரையாடுபவன். இவர்களின் பாஷை தெரியாமல் நின்று கொண்டிருந்தான். துபாஷி கிட்டுப்பிள்ளை தனக்குத் தெரிந்த அரைகுறை ஆதிவாசிப் பாஷையுடன் அவனிடம் விசாரணையை துவக்கினார்.

'உன் பேரென்ன?'

'பாலீஸ்'

'நீ நேத்து மாமிசம் சாப்பிட்டியா?'

'மாமிசம்தானே உணவு, வேற என்னத்த சாப்பிட'

'என்ன மாமிசம் சாப்பிட்டே?'

'ஆட்டு மாமிசம்'

'அந்த ஆடு யாரோடது?'

'எங்களோடது'

'எப்படி உங்களோடது?'

'இந்த மலையே எங்கள் மலை, அப்புறம் மலையில் உள்ள எல்லாமே எங்களோடதுதானே.'

'இந்த ஆட்டுக்குட்டிய எங்க புடிச்சே, எப்படி புடிச்சே?'

'மலைமேல கண்ணியில மாட்டுச்சு.'

துபாஷி கிட்டுப்பிள்ளையின் எல்லாக் கேள்விக்கும் கொஞ்சம் கூட தாமதிக்காமல் பதில் சொல்லிக்கொண்டே வந்தான் பாலீஸ். ஒரு பெரிய மௌனம் நிலைகொண்டது. மேஜர் துரையவர்களே மௌனத்தைக் கலைத்தார்.

'கிட்டுப்பிள்ளாய், ஏன் விசாரணையை நிறுத்திக்கொண்டீர், அடுத்த கேள்வியைக் கேளுங்கள்.'

'துரையவர்களே, அடுத்த கேள்வி, நீ பொய் சொல்கிறாய், இந்த ஆட்டுக்குட்டியைத் திருடியிருக்கிறாய்' என்று கேட்க வேண்டும். அதுதான் யோசிக்கிறேன்.'

'இதில் என்ன யோசனை பிள்ளாய், கேட்க வேண்டியதுதானே.'

'பொய் என்பதற்கும், திருட்டு என்பதற்கும் எந்த ஆதிவாசி களின் பாஷையிலும் வார்த்தைகள் இல்லை துரையவர்களே, அவர்கள் பொய் சொல்வதுமில்லை, திருடுவதுமில்லை, அதனால்தான் எப்படி கேள்வி கேட்பது என்று தெரியவில்லை துரையவர்களே.'

'அப்படியா கிட்டுப்பிள்ளாய்'

'ஆமாம் துரையவர்களே, அவர்களுக்கு என்ன வேண்டுமோ அதை மலையும், இயற்கையும் தாராளமாக வேண்டிய மட்டும்

தலைமுறை தலைமுறையாகக் கொடுத்துக்கொண்டே இருக்கிறது. அவர்கள் என்றைக்கு உரிமை கொண்டாடுகிறார்களோ, சேமித்து விற்று லாபமடைய நினைக்கிறார்களோ அன்றைக்கே இயற்கை இவர்களுக்குக் கொடுப்பதை நிறுத்திக்கொள்ளும். அப்போது இவர்கள் பேசும் பாஷையில் பொய், திருட்டு போன்ற வார்த்தைகள் உருவாகிவிடும்.'

ஆட்டுக்காரன் பரிதாபமாக நின்றுகொண்டிருந்தான். துரை துபாஷியிடம் சொல்லி துபாஷி ஆட்டுக்காரனிடம் பேசினார்.

'ஆடுகளை மேய்க்கப் போகும்போது மேய்ச்சல் பகுதிக்கு என்று ஒதுக்கப்பட்ட இடம்வரைதான் மேய்க்க வேண்டும், அதைத் தாண்டி மலைக்குள் போனால் ஆதிவாசிகள் பிடித்துச் சாப்பிட உரிமையுண்டு. யாருமே கேள்வி கேட்க முடியாது. இது திருட்டுக் கேஸ் அல்ல. உன் ஆடு வழிதவறிப் போய் அவனுடைய கண்ணியில் சிக்கியிருக்கிறது. அவர்கள் எப்போதுமே எல்லை தாண்டி வந்து கண்ணிவைக்க மாட்டார்கள். அதனால் குற்றம் அவனுடையதல்ல, உன்னுடையதுதான், நீங்கள் போகலாம். உனக்கு ஏற்பட்டுள்ள நஷ்டத்தை நீதான் ஏற்றுக்கொள்ள வேண்டும். மகாராணியின் சாம்ராஜ்ஜியம் அவனுக்கு தண்டனை தராது. அதே மாதிரி உனக்கு நஷ்ட ஈடும் தராது, நீங்கள் போகலாம், மலையில் நமக்கு எந்த உரிமையும் இல்லை.'

ஆட்டுக்காரன் துரையையும், கிட்டுப்பிள்ளையையும் பவ்யமாக கும்பிட்டுவிட்டு விடை பெற்றான். ஆதிவாசியோ அதற்குள்ளாக வெகு தூரம் போய்விட்டிருந்தான்.

'பிள்ளாய் ஆதிவாசிகளுக்கு வணக்கம் போடத் தெரியாதோ.'

'தெரியுமே, நன்றாக வணக்கம் போடுவார்களே.'

'இந்த ஆதிவாசி ஆரம்பத்திலேயும் வணக்கம் சொல்லல, இப்ப போகும் போதும் வணக்கம் சொல்லல.'

'துரையவர்களே... அவர்கள் மனிதர்களுக்கு வணக்கம் சொல்ல மாட்டார்கள். இயற்கையை மட்டுமே வணங்குவார்கள்.'

11

துபாஷி கிட்டுப்பிள்ளை மேஜர் வேல்ஸ்துரைக்கு புதிய புதிய அத்தியாயங்களைத் திறந்து காட்டிக்கொண்டே இருந்தார். சித்தர் கந்தசாமிப் புலவரையே இன்னும் துரையால் மறக்க முடிய வில்லை. மருது சகோதரர்களின் மீது படையெடுத்து ஊமைத் துரையைக் கைது பண்ணுவதற்கு முன்னால் இந்த மக்கள் பேசுகிற பாஷையை நன்றாகக் கற்றுக்கொள்ள வேண்டும் என்றும், சித்தர் கந்தசாமிப் புலவரை எப்படியாவது ஒருமுறை சந்தித்து, மருது சகோதரர்கள் மேல் நான் படையெடுத்தால், எனக்கு வெற்றி கிட்டுமா, கிட்டாதா, ஊமைத்துரை என்னிடம் கைதாவானா, ஆகமாட்டானா, எனக்குப் பதவி உயர்வு கிடைக்குமா, கிடைக்காதா என்பது பற்றி பேச வேண்டும் என்று நினைத்தவராய் கிட்டுப்பிள்ளையை அழைத்தார்.

'பிள்ளாய்... நீங்கள் பேசும் பாஷையை நான் கற்றுக்கொள்ள ஆசைப்படுகிறேன், அடுத்து சித்தர் கந்தசாமிப் புலவரை நான் ஒரு முறை அவசியம் சந்திக்க வேண்டும். இரண்டுக்கும் ஏற்பாடு செய்யுங்கள். இது ஆர்டர் பிள்ளைவாள்.'

துரைக்கு தமிழ் கற்றுக் கொடுக்க தகுதியான ஆட்களைத் தேடிக் கண்டுபிடிக்க வேண்டும் என்று கிட்டுப்பிள்ளை நினைத்த வுடன் அவர் முன்னால் வந்து நின்ற பெயர்கள் இரண்டு. தமிழில் புலமையுள்ளவர்கள் ஏராளமானவர்களைக் கிட்டுப்பிள்ளை அறிவார். ஆங்கிலப் புலமையும் வேண்டுமே என்ற போதுதான் கொஞ்சம் ஆழமாகத் தேட வேண்டியதன் அவசியத்தை உணர்ந்தார். ஒட்டப்பிடாரம் ரிட்டயர்டு வாத்தியார் வீரபத்திரபிள்ளை அல்லது ஸ்ரீவைகுண்டம் சுடலையாபிள்ளை இருவரில் ஒருவரைத் தேர்வு செய்வதுதான் சரியாக இருக்கும் என்று எண்ணிக்கொண்டவர், சுடலையாபிள்ளையை எண்ணி சிரித்துக்கொண்டார். சுத்த சைவப் பழம், ஓய்வு பெற்ற தமிழாசிரியர். அபாரமான பேச்சுத் திறமை யுள்ளவர். என்ன ஒரே கவலை துரையை நெற்றியில் திருநீறு பூசவும், மாமிசத்தையே மறக்க வைத்துவிடுவார் என்ற கவலை ஒன்று உண்டு. மத்தப்படி தமிழ் இலக்கியங்களை,

இலக்கணங்களைக் கரைத்துக் குடித்தவர். சுயமாக பாடல் புனையும் ஆற்றலுடன் அபார தெய்வ நம்பிக்கையுள்ளவர், முருக பக்தர்.

வீரபத்திர பிள்ளையைப் பொறுத்தவரை தமிழ் அளவுக்கு ஆங்கிலப் புலமையுள்ளவர். இவை போக ஜோஸ்யம், கைரேகை, சித்த வைத்தியம் எல்லாம்கூட தெரியும் என்று சொல்லிக் கொண்டாலும், வர்மக்கலையில் தான் பெரிய நிபுணன் என்று சொன்னது சில நாட்களுக்கு முன் பொய்யென்று ஆகிப் போனது. குமாரவேல் பிள்ளை மகன் சிவன்பிள்ளைக்கும், வீரபத்திர பிள்ளைக்கும் ஏற்பட்ட வாய்த்தகராறு முற்றி கைகலப்பாக மாறியபோது, தன் வர்மக்கலை வித்தையைக் காட்டி மிரட்டியும் பயப்படாமல் வந்த சிவன்பிள்ளை போட்ட ஒரே போடில் பதினைந்து நாட்கள் பாளையங்கோட்டை ஹைகிரவுண்டு ஆஸ்பத்திரியில் சிகிச்சை பெற வேண்டியதாகிப் போயிற்று. எதேச்சையாய் ஒருநாள் கிட்டுப்பிள்ளையைச் சந்தித்தபோது சொன்னார்.

'சிவன்பிள்ளை நமக்கு சரியான எதிரியா கிட்டு, நிய்யே சொல்லு. என் சுண்டு விரல்ட்டு இப்பிடி சுண்டுனா ஆளே குளோசு, பாவம் சின்னப் பையன்கிட்டப் போயி நம்ம வித்தையைக் காட்னா, யாரு மதிப்பா என்னை, பாவம்டே பிழைச்சுப் போகட்டும்.'

ஆனால் வீரபத்திரபிள்ளையிடம் வேல்ஸ்துரை தமிழ் கற்றால் எது கற்கிறாரோ இல்லையோ உலகத்தில் உள்ள அத்தனை கெட்ட வார்த்தைகளையும் கற்றுக்கொண்டுவிடுவார். வீரபத்திரபிள்ளை வாயைத் திறந்தாலே கொட்டோ கொட்டு என்று கொட்டும் கெட்டவார்த்தைகள். அவரால் கெட்டவார்த்தையைப் பயன் படுத்தாமல் பேசவே முடியாது. முதலில் துரைக்கே கெட்ட வார்த்தை வசவு விழும். ஆனால் பெரும் புலமையுள்ளவர். சொல்லிப் புரிய வைப்பதிலும் படு சமர்த்தர்.

அடுத்து சித்தர் கந்தசாமிப் புலவரை கட்டாயம் சந்திக்க வேண்டும் என்ற துரையின் விருப்பம். சித்தன் போக்கு சிவன் போக்கு. எங்கே போய் தேடுவது. யாரிடம் விசாரிப்பது, மாஞ் சோலை எஸ்டேட்டுக்கு ஆளனுப்பி பாரஸ்ட் ஆபிசரிடம் தான் விசாரிக்க வேண்டும். யாரையாவது அனுப்பலாமா இல்லை தானே போகலாமா என்று குழம்பினார். ரெண்டு நாள் தான் இல்லாமல் துரை சமாளித்துக்கொள்வாரா என்றும் கேட்க

வேண்டும் என்றும் யோசித்தார்.

பலவாறாக யோசித்து கடைசியில் வீரபத்திர பிள்ளையையே துரைக்கு தமிழ் சொல்லிக் கொடுக்க ஏற்பாடு செய்வதென்று முடிவு செய்துகொண்டார். பாரஸ்ட் ஆபிசுக்கு நான் போய் வருகிறேன் என்று சொன்னதை துரை ஏற்றுக்கொள்ளாததோடு, தானே கடிதம் கொடுத்து ஒரு சிப்பாயை அனுப்பி விசாரித்துக் கொள்கிறேன் என்று சொல்லிவிட்டார். சித்தர் கந்தசாமிப் புலவர் துரையின் மனசை மாற்றினாலும் மாற்றிவிடுவாரோ என்றும் ஐயப்பட்டார். ஏனெனில் இப்பொழுது கொஞ்ச நாளாக வழியில் தட்டுப்படும் காவி வேஷ்டி பண்டாரங்களை அவர் வணங்கத் தவறுவதில்லை. ஊழ்வினை பற்றியும், பாவம் பற்றியும், மறு பிறவி உண்டு என்று இந்து மதம் கூறுவது பற்றியும் தான் சொன்னதற்கு அவர் காட்டிய தீவிரம், வர வர நம் வழக்கங்கள், சிறு தெய்வங்கள், அதன் வழிபாட்டு முறைகள் எல்லாவற்றையும் அறிந்துகொள்ள ஆர்வம் காட்டினார். அவரை மிகவும் பாதித்த விஷயம் ஊழ்வினை, கர்மம், பரிகாரம். இதெற்கெல்லாம் வீரபத்திரபிள்ளை சரியான விளக்கம் தருவார் என்று நம்பினார்.

பாஷை கற்றுக் கொடுக்க ஒட்டப்பிடாரம் வீரபத்திர பிள்ளை தான் என்று முடிவு செய்துகொண்ட துபாஷி கிட்டுப்பிள்ளை, வீரபத்திர பிள்ளையை ஆளனுப்பி வரவழைத்து விபரம் சொல்வதா இல்லை தானே நேரில் போய் விபரம் சொல்வதா என்று குழம்பினார். இறுதியில் நேரில் போவதுதான் முறை என்று முடிவு செய்து மறுநாள் துரையிடம் விபரம் சொல்லிவிட்டு ஒட்டப்பிடாரம் புறப்பட்டார். எப்போதும் வேல்ஸ்துரை யுடனேயே பயணப்படும் கிட்டுப்பிள்ளை இப்படி ஏகாதேசம் தனியாகப் போவதுண்டு. அப்போது துரையவர்களுக்குக் கிடைக்கும் அந்த மரியாதை தனக்கும் கிடைப்பதை எண்ணிப் பெருமைப் பட்டுக் கொள்வார்.

ஒட்டப்பிடாரம் போய் வீரபத்திர பிள்ளையை விசாரித்த போதுதான் விஷயமே தெரிந்தது. போன மாசம் வரை தாலுகா அலுவலகம் இங்கே இருந்ததும், போன மாதத்திலிருந்து கோவில்பட்டிக்கு மாற்றலாகிப் போனதும், தாலுகா அலுவலக வேலையாக வீரபத்திரபிள்ளை கோவில்பட்டி போயிருக்கிற விஷயமும். தாலுகா அலுவலகம் கோவில்பட்டிக்கு ஏன்

மாற்றப்பட்டது என்பதை எண்ணி கிட்டுப்பிள்ளை சிரித்துக் கொண்டார். வெள்ளைக்காரனின் நியாயத்தை நினைத்துப் பார்த்தார்.

கோவில்பட்டி சுந்தரக் குடும்பனுக்கும் செல்லையாக் குடும்பனுக்கும் தாலுகா அலுவலகப் பணி. கோவில்பட்டியிலிருந்து தினம் ஒட்டப்பிடாரம் போய் வரக் கஷ்டமான கஷ்டம். அடிக்கடி தாமதமாகப் போனதால் ஒரு நாள் ஆபிஸ்துரை கூப்பிட்டு விசாரித்தார்.

'எதுக்காக மேன் தினம் தினம் லேட்டா வர்ரே?'

'துரைகளே, நாங்க கோயில்பட்டியிலேருந்து வர்ரோம்.'

'எதுக்கு மேன், அவ்வளவு தூரம், இங்கே தங்கி வரலாமே.'

'... ... ...'

'சொல்லு மேன் என்ன பிரச்சினை?'

'தொரைகளே நாங்க ரெண்டு பேரும் அரிஜனங்க.'

'அப்படின்னா?'

'நாங்க தாழ்த்தப்பட்டவங்க துரை. எங்களுக்கு இங்க யாருமே வாடகைக்கு வீடு தர மாட்டாங்க துரை.'

'வாட். உண்மையா மேன்?'

செல்லையாக் குடும்பனும் சுந்தரக் குடும்பனும் சொல்வது உண்மையா என்பதை விசாரிக்க ஒரு நபரை நியமித்து அறிக்கை தர உத்திரவிட்டார் ஆபிஸ் துரை. ஒரு மாதமாக விசாரித்து தன்னிடம் கொடுக்கப்பட்ட அறிக்கையைப் படித்துப் பார்த்து ஆச்சரியப்பட்டார். இருவர் சொன்ன விஷயங்கள் அத்தனையும் உண்மை என்பதை அறிந்து வருத்தப்பட்டார். உடனடியாக ஒரு அறிக்கை தயார் செய்து மேலிடத்திற்கு அனுப்பினார். ஒரே மாதம்தான் ஒட்டப்பிடாரத்தில் செயல்பட்டுவந்த தாலுகா அலுவலகம் கோவில்பட்டிக்கு மாற்றப்பட்டது. அத்தோடு மட்டுமல்லாமல், இனிமேல் யாராவது ஜாதி துவேசம் காட்டினால் ஒட்டப்பிடாரத்தில் இயங்கும் நீதிமன்றம், சிறைகள், பள்ளிக் கூடங்கள் அனைத்தும் வேறு வேறு ஊர்களுக்கு மாற்றப்படும் என்ற எச்சரிக்கையையும் விடுத்தார் துரை.

கிட்டுப்பிள்ளை தான் வந்த விஷயத்தைச் சொல்லி, தன்னை

வந்து சந்திக்கச் சொல்லிவிட்டுத் திரும்பினார். அப்படியே ஸ்ரீவைகுண்டம் போய் வெள்ளைச்சாமி குடும்பனையும் அவன் மகன் திருக்கோடிக் குடும்பனையும் பார்த்துவிட்டு வரலாம் என்று நினைத்த போதே மேஜரை நினைத்து பயமும் அப்பிக் கொண்டது. துபாஷியை ஸ்ரீவைகுண்டத்தில் பார்த்தேன் என்று உளவாளிகள் சொல்லிவிட்டால் போச்சு. ஒட்டப்பிடாரம் போவதாகப் பொய் சொல்லியிருக்கிறார் என்று சந்தேகம் வந்து விடும். இன்னொரு நாள் பார்த்துக்கொள்ளலாம் என்று திரும்பினார்.

வழி நெடுகிலும் துபாஷியை அடையாளம் கண்டு எல்லோரும் பவ்யமாக நின்று பணிந்து வணக்கம் சொல்வதையும், இன்னும் பல பேர் தலைத்துண்டை எடுத்து இடுப்பில் கட்டிக்கொண்டு, கோவிலின் முன்னால் தெய்வத்திடம் வேண்டி நிற்பது போல் நிற்பதையும் பார்த்த கிட்டுப்பிள்ளைக்கு வெள்ளைக்காரனின் அதிகார வலிமை புரிந்துபோயிற்று. தன்னை யாரென்று அடையாளம் தெரியாதவர்கள் அவர்கள் பாட்டுக்குப் போய்க் கொண்டிருந்தார்கள். எல்லாச் சிக்கல்களும் ஒவ்வொருவரும் தன்னை அடையாளப் படுத்துவதினாலும் அடையாளப்படுத்தப் பட்டுவிட்டதாலேயே நடைபெறுகின்றன என்று நினைத்துக் கொண்டார். அதிலும் அதிகார அடையாளம் என்பது அனைவரையும் பீதிக்குள்ளாக்குவதை அசைபோட்டார்.

மாஞ்சோலை எஸ்டேட் பாரஸ்ட் ஆபிசருக்கு தான் கொடுத்தனுப்பிய கடிதத்திற்கு உடனடியாகப் பதில் கடிதம் கொடுத்து அனுப்பியிருந்தார் டிஸ்ட்ரிக்ட் பாரஸ்ட் ஆபிசர். தன்னுடைய நண்பர் கையெழுத்தில்லாமல், புதிய பாரஸ்ட் ஆபிசரின் கையெழுத்தைப் பார்த்ததும் கடிதத்தை அவசரமாகப் பிரித்தார். ஒரு பெரிய பைலையே கொடுத்தனுப்பியிருந்தார் புதிய பாரஸ்ட் ஆபிசர். ஆச்சரியத்துடன் படிக்க ஆரம்பித்தார்.

> மதிப்பிற்குரிய மேஜர் அவர்களுக்குப் புதியதாகப் பொறுப் பேற்றுள்ள டிஸ்ட்ரிக்ட் பாரஸ்ட் ஆபிசர் டென்னிஸ் ஹேன்ஸன் எழுதுவது, உங்கள் கடிதம் கிடைத்தது. சந்தோஷம். முந்தைய டிஸ்ட்ரிக்ட் பாரஸ்ட் ஆபிசர் உங்கள் நண்பர் மரியாதைக்குரிய ஓ.எம். கிங்ஸ்லி டேவிட்சன் அவர்கள் பதவியை ராஜினாமா செய்துவிட்டுப் போய்விட்டார்கள். தாங்கள் கடிதத்தில் கேட்டிருந்த சித்தன் கந்தசாமிப் புலவரைப் பற்றி இனிமேல்

தான் நான் விசாரிக்க வேண்டும். மேலும் உங்கள் நண்பர் எதற்காக பதவியை ராஜினாமா செய்தார் என்பதை நினைக்கும் போது பெருமையாக இருக்கிறது. அதைத் தாங்களும் அறிய வேண்டும் என்பதற்காகவே, அவர் சம்பந்தப்பட்ட அந்தப் பைலையும் கொடுத்தனுப்பியிருக்கிறேன்.

இப்படிக்கு,
டென்னிஸ் ஹேன்ஸன்
டிஸ்ட்ரிக்ட் பாரஸ்ட் ஆபிஸர்.

கடிதத்தைப் படித்து முடித்த மேஜர் அவர்கள், அவசர அவசரமாக டிஸ்ட்ரிக்ட் பாரஸ்ட் ஆபிஸர் கொடுத்தனுப்பிய பைலை படிக்க ஆரம்பித்தார்.

9ஆம் தேதி ஏப்ரல் 1804

மகாகனம் பொருந்திய திருநெல்வேலி ஜில்லா ஸ்ரீமான் டிஸ்ட்ரிக்ட் பாரஸ்ட் ஆபிஸர் துரை அவர்களின் மேன்மை தாங்கிய சமூகத்திற்கு, இப்பவும் திருநெல்வேலி ஜில்லா சங்கரன் கோவில் தாலுகா, குருவிகுளம் பிர்க்கா, பிள்ளையார் நத்தம் கிராமம் குடிசை வீடு சித்தாண்டி மகள் சித்தம்மாள் சமர்ப்பித்துக்கொள்ளும் விண்ணப்பம் யாதெனில், பல கோடி நமஸ்காரம்.

இப்பவும் நான் மேற்சொன்ன விலாசத்தில் ஜாகை செய்து வருகிறேன். என் வசமுள்ள எட்டு வெள்ளாடுகளை மேய்ப்பதே என் தொழில்.

நிற்க, இப்பவும் இந்தக் கடுதாசைத் தங்கள் மேலான சமூகத்துக்கு விண்ணப்பிக்கும் காரணமாகப்பட்டது யாதெனில், நான் பல வருஷங்களாக என் ஊரைச் சுற்றியிருக்கிற வனாந் திரங்களில், என்னுடைய ஆடுகளை மேய்த்து ஜீவித்து வருகிறேன். நேற்று ஒட்டி அடைகிற நேரம் நான் என்னுடைய ஆட்டு உருப்படிகளுடன் வீட்டுக்குப் புறப்பட்டேன். அது சமயம் பாரஸ்டில் காவலாளியாக உத்யோகம் பண்ணும் மாரிச்சாமியின் மகன் சிவனாண்டி அவ்விடம் வந்தார். இவ்விடம் ஆடுகளை மேய்க்க உனக்கு உத்தரவு தந்தது யாரென்று கேட்டார். இன்று நேற்றல்ல, பூர்வீகமாக இவ்விடத்தில் ஆடுகளை மேய்ப்பது வழக்கம்தான் என்றும், பாரஸ்ட்டுக்கு

தான் எவ்விதத்திலும் எந்தத் தீங்கும் விளைவிக்கவில்லை என்றும் சொன்னேன். நான் சொன்னதைக் கிஞ்சித்தும் காதில் வாங்கிக்கொள்ளாமல் நாளையிலிருந்து இங்கே ஆடுகளை மேய்த்தால் ஆடுகளைப் பறிமுதல் பண்ணிவிடுவேன் என்றும் பல தகாத, காமதூரமான வார்த்தைகள் பேசியதோடு, என் கைகளைப் பிடித்து இழுத்து, வல்லுறவுக்குக் கட்டாயப் படுத்தினார். நான் திமிறிக்கொண்டு கூச்சல்போட்டதால் ஓடிவிட்டார்.

ஆகவே மேற்படி நபர்மீது தக்க நடவடிக்கை மேற்கொள்ள வேண்டும் என்றும், தொடர்ந்து என்னுடைய ஆடுகளை மேய்க்க பெர்மிஷன் கொடுக்க வேணுமாய் நமஸ்காரம் பண்ணி கேட்டுக்கொள்கிறேன்.

வேணும் சுபம்.
அடியேன்,
சி. சித்தம்மாள்.

*

டிஸ்ட்ரிக்ட் பாரஸ்ட் ஆபிஸர்
திருநெல்வேலி
22ஆம் தேதி ஏப்ரல் 1804

மகாகனம் பொருந்திய டிஸ்ட்ரிக்ட் பாரஸ்ட் ஆபிஸர் சமூகத்துக்கு, திருநெல்வேலி ஜில்லா சங்கரன் கோவில் தாலுகா, குருவி குளம் பிர்க்கா, பிள்ளையார் நத்தம் கிராமம், குடிசை வீடு சித்தாண்டி மகள் சித்தம்மாள் தெண்டனிட்டு கும்பிட்டு சமர்ப்பிக்கும் விண்ணப்பம் யாதெனில், கோடி நமஸ்காரம்,

நான் மேற்படி சமூகத்துக்கு ஒரு பிராது மனு அனுப்பினேன். அது விஷயமாக தாங்கள் எவ்வித நடவடிக்கையும் மேற்கொள்ளவில்லை என்று அறிகிறேன். ஏனெனில் பிராது மனு அனுப்பிய மூன்றாம் நாளே மேற்படி நபர் பாரஸ்ட் வாட்ச்சர் மாரிச் சாமியின் மகன் சிவனாண்டி பழையபடியும் ஓட்டி அடைகிற மம்மிருட்டு நேரம் என்னிடம் வந்தார். நான் என்னுடைய ஆட்டு உருப்படிகளை ஒன்றுசேர்ப்பதில் ஈடுபட்டிருந்தேன். குடிபோதையில் தள்ளாடிக்கொண்டு வந்தவர் என்னுடன் மல்லுக்கட்டி என்னைக் கீழே தள்ளி

வல்லுறவு பண்ணிவிட்டார். வெளியே சொன்னால் கொலை செய்துவிடுவதாக மிரட்டிவிட்டுச் சென்றுவிட்டார். இனிமேலும் தாமதிக்காமல் உடனடியாக நடவடிக்கை எடுக்கும்படி நமஸ்காரம் பண்ணி கேட்டுக்கொள்கிறேன்.

வேணும் சுபம்.
அடியேன்,
சி. சித்தம்மாள்

*

டிஸ்ட்ரிக்ட் பாரஸ்ட் ஆபிஸர்
திருநெல்வேலி
18ஆம் தேதி ஜுன் 1804

மகாகனம் பொருந்திய துரை அவர்கள் சமூகத்துக்கு, திருநெல்வேலி ஜில்லா, சங்கரன் கோவில் தாலுகா, குருவிகுளம் பிர்க்கா, பிள்ளையார் நத்தம் கிராமம் குடிசை வீடு சித்தாண்டி மகள் சித்தம்மாள் விண்ணப்பிக்கும் மூணாவது பிராது மனு யாதெனில்,

மூன்று மாசத்துக்கு முன்னால் நான் அனுப்பிய பிராதுக்கு தாங்கள் எவ்வித நடவடிக்கையும் எடுக்காத காரணத்தால் இந்தப் பிராது மனுவுடன் லாயர் நோட்டீசும் சேர்த்து அனுப்பியுள்ளேன். நான் அனுப்பிய பிராது மனுக்களுக்கு சரிவர விசாரித்து நடவடிக்கை மேற்கொண்டிருந்தால் எனக்கு இந்த நிலை வந்திருக்காது. நான் இப்போது மூன்று மாச கர்ப்பமாக இருக்கிறேன். என்னை கர்ப்பமாக்கிய பாரஸ்ட் வாட்ச்சர் மாரிச்சாமியின் மகன் சிவனான்டி சர்வ சுதந்திரமாக நடமாடித் திரிகிறான். நானோ கல்யாணம் ஆகாமல் என் வயிற்றில் சிசுவைச் சுமந்து திரிகிறேன். மேற்படி ஊரில் வெளியே தலைக்காட்ட முடியவில்லை. உறவுகள், சொந்தங்கள் என் முகத்தில் காரித் துப்புகிறார்கள். மூன்று பிராது மனுக்களுக்கும் நடவடிக்கை எடுக்காத உங்களுக்கு டிஸ்ட்ரிக்ட் பாரஸ்ட் ஆபிஸர் பதவி ஒரு கேடா? இந்தப் பாவம் உங்களைச் சும்மா விடுமா?

ஆகவே, மேற்படி வாட்ச்சரை உடனடியாக அரெஸ்ட் பண்ணி என் கழுத்தில் ஒரு மஞ்சக் கயிற்றைக் கட்ட ஏற்பாடுசெய்யுங்கள்.

இல்லையெனில், உயர் அதிகாரிகள், துரைமார்கள், மேன்மை பொருந்திய வைஸ்ராய், மகாராணியார் போன்றோர்களுக்கும் பிராதாக எழுதி அனுப்பிவிட்டு என் உயிரை மாய்த்துக் கொள்வேன். என் சாவுக்கு தாங்கள்தான் காரணம் என்பதை என்னுடைய லாயர் நிரூபிப்பார். ஆகவே துரையவர்கள் விரைவாக செயல்பட்டு, மேற்படி வாட்ச்சர் மீது தக்க நடவடிக்கை மேற்கொண்டு, என் வயிற்றில் வளரும் சிசுவுக்கு காரணமானவனின் மீது உங்கள் அதிகாரத்தை பிரயோகம் பண்ணி என்னை தாலி கட்டி மனைவியாக ஏற்றுக்கொள்ளும் படியும், என் மரணத்தைத் தடுத்து நிறுத்தும்படியும் தெண்டனிட்டு கேட்டுக்கொள்கிறேன்.

என் பிராது மீது நடவடிக்கை எடுக்காமல் இருந்ததற்காக, நீர் செய்த நீம்புக்கு பாத்தியதையாக உங்கள்மீது துறை ரீதியான நடவடிக்கைக்கு லாயர் நோட்டீஸ் அனுப்பப்பட்டுள்ளது.

வேணும் சுபம்,
அடியேன்
சி. சித்தம்மாள்.

*

செயின்ட் ஜார்ஜ் கோட்டை
மதராஸ்

மரியாதைக்குரிய ஐயா,

அபலைப் பெண் சி. சித்தம்மா கேஸ் விஷயமாக, அவள் அனுப்பிய எந்தப் பிராது மனுவையும் நான் படிக்காமல் இருந்தது பெருங்குற்றம். நடந்து போன அத்தனை குற்றச் செயல்களுக்கும் முழுப் பொறுப்பு நானே. சித்தம்மாள் அனுப்பிய அனைத்து பிராது மனுக்களையும் தங்களது மேலான பார்வைக்கு சமர்ப் பித்துள்ளேன்.

நிற்க,

சித்தம்மாள் அனுப்பிய கடைசி பிராது மனுவைப் படித்ததும் பதறிப் போனேன். விடிய விடிய தூங்காமல் விழித்திருந்தேன். என் மனசாட்சி என்னைப் பாடாய் படுத்தியது. துப்பாக்கியால் சுட்டுத் தற்கொலை செய்துகொள்ளலாமா என்று இருமுறை துப்பாக்கியின் விசையைத் தடவினேன். விடிந்தவுடன் முதல்

வேலையாக வாட்ச்சர் சிவனான்டியைக் கைதுசெய்தேன். அனைத்துக் குற்றங்களையும் ஒப்புக்கொண்டதோடு சித்தம்மாளைக் கல்யாணம் செய்ய ஒப்புக்கொண்டான். என்னுடைய தலைமையில் ஊரார் முன்னிலையில் சித்தம்மாள் கழுத்தில் தாலி கட்டி பொண்டாட்டியாக்கிக்கொண்டான். இருவரையும் மனப்பூர்வமாக ஆசீர்வதித்தேன்.

என்னுடைய வேண்டுகோள்.

சித்தம்மாள் பிராது விவகாரத்தில் நான் என்னுடைய கடமையைச் செய்யத் தவறியதால் அப்பெண் சந்தித்த அவமானங்கள் என்னைப் பிடுங்கித் தின்கின்றன. ஒரு பெண் சந்திக்கும் ஆகப் பெரிய அவமானம் கணவன் இல்லாமல் கருவைச் சுமப்பது. அப்பெண்ணை வீட்டுக்குள் முடக்கி முறை தவறியவள் என்ற அவப்பெயரை ஒரு பெண் எவ்விதம் எதிர்கொள்வாள், அன்றாடம் அணுஅணுவாகச் செத்துக்கொண்டுதானே இருந்திருப்பாள். சித்தம்மாள் அனுபவித்த அத்தனை அவமானங்களுக்கும் நான்தானே ஜவாப்தாரி. ஆகவே இன்று முதல் என் பணியை ராஜினாமா செய்கிறேன். என்னுடைய செட்டில்மெண்ட் துகை அனைத்தையும் சித்தம்மாளிடம் வழங்குமாறு தனியே கைச்சாத்திட்ட கடிதம் ஒன்றையும் இணைத்திருக்கிறேன். சிவனான்டியையும் சித்தம்மாவையும் பாரஸ்ட் டிபார்ட்மெண்ட் அவ்வப்போது கவனித்துக் கொள்ளும் படியும் பணிவாகக் கேட்டுக்கொள்கிறேன்.

இதையே என்னுடைய ராஜினாமாவாக ஏற்றுக்கொள்ளவும். இங்கிலாந்து ராணியின் புகழ் ஓங்கட்டும்.

கீழ்ப்படிதலுள்ள,
டென்னிஸ் ஹேன்ஸன்
டிஸ்ட்ரிக்ட் பாரஸ்ட் ஆபிஸர்.

கவனமாக கடிதம் முழுவதையும் படித்து முடித்த மேஜர் வேல்ஸ் பெருமூச்சுடன் புன்னகைத்துக்கொண்டார். துபாஷி கிட்டுப்பிள்ளையைக் கூப்பிட்டு கடிதத்தைக் கொடுத்து படிக்கும் படி சொன்னார். சித்தன் கந்தசாமிப் புலவர் பற்றி ஏதேனும் தகவல் கிடைத்தால் தாமதிக்காமல் தமக்கு தகவல் அனுப்பும்படி இன்றே பதில் தபால் அனுப்பிவிடும்படி சொல்லிவிட்டு அலுவல்களைத் தொடர்ந்தார்.

12

மருது சகோதரர்கள் மீது படையெடுத்து ஊமைத்துரையைக் கைது செய்வது பற்றிய ஆலோசனைக் கூட்டத்தை இன்று கூட்டியிருந்தார். சக கேப்டன்கள், மேஜர்கள், லெப்டினெட்கள் அனைவரையும் ஒன்றுகூட்டி விவாதித்து யுத்த முஸ்தீபுக்களை ஆரம்பிக்க நினைத்தார். மெக்காலே, மார்ட்டின், ஷெப்பர்டு, வெல்ஸி, பக்காட், அக்னியூ ஜோன்ஸ் இன்னும் பல அதிகாரிகள் கொஞ்ச நேரத்தில் இங்கே வந்துவிடுவார்கள்.

இவர்கள் அனைவரும் கூடிப் பேசும் போது கிட்டுப்பிள்ளைக்கு வேலையே இருக்காது. துரையவர்கள் சித்தன் கந்தசாமிப் புலவரைத் தேடுவதைப் பார்த்தால் ஊமைத்துரையைக் கைது பண்ணப் போகும் படைக்கு அவரையே தலைமை தாங்கச் சொன்னாலும் சொல்லிவிடுவாரோ என்று நினைத்தார். சகுனம், சாஸ்திரங்களில், பலி கொடுப்பதில் மிகுந்த ஆர்வம் காட்டினார். குருஷேத்திரப் போர் பற்றி கிட்டுப்பிள்ளை சொன்னபோது சகாதேவனைப் போல் இங்கே யாரும் இருக்கிறார்களா என்று விசாரித்தார்.

இவ்வளவு சீக்கிரம் வீரபத்திர பிள்ளை வருவார் என்று கிட்டுப்பிள்ளை நினைக்கவில்லை. ஏற்கனவே வீரபத்திர பிள்ளையைக் கிட்டுப்பிள்ளைக்குத் தெரியும் என்பதையும், தன் பாட்டி வகையில் உறவும்கூட என்று யாருக்கும் தெரியாது. சில சமயம் மாப்பிள்ளை என்றும் அழைத்துக்கொள்வதுண்டு. வீரபத்திரபிள்ளையைப் பார்த்தவுடன், கிட்டுப்பிள்ளை சந்தோஷப் பட்டார். வாசலில் காவலுக்கு நின்ற ஆங்கில சிப்பாயிடம் தன்னுடைய ஆங்கிலப் புலமையைக் காட்டிக்கொண்டிருந்தார்.

துரை தமிழ் கற்றுக்கொள்வதால் தனக்கு வரும் நன்மை தீமை களையும் கிட்டுப்பிள்ளை அசைபோடத் தவறவில்லை. வெளியே துரை கிளம்பினால் நிழலைப் போல பின்தொடரத் தேவை இல்லை, வேலைப் பளு குறையும். அதே சமயம் துரையை அவர் முன்னாலேயே கெட்டவார்த்தை பேசி திட்ட முடியாது. சின்னச்

சின்ன பொய்கள் சொல்லி ஏமாற்ற முடியாது. பிறர் முன்னால் கேலி பண்ண முடியாது. தன் வேலையின் முக்கியத்துவம் நிச்சயம் குறையும். அதற்காக துரையை தமிழ் கற்க வேண்டாம் என்று சொல்லிவிட முடியுமா என்ன?

'வாரும் பிள்ளைவாள் வாரும், அதுக்குள்ள வந்தீட்டீரே.'

'தாக்கல் சொல்லி விட்டிருந்தாக்கூட தாமதமா வரலாம். நேர்ல வீடு தேடி வந்திருக்கிறீர், முக்கியமான விஷயம் இல்லனா நேர்லவர மாட்டீரே, அதான் ஓடியாந்திட்டேன்.'

'பெறவு நல்ல சௌக்கியந்தானே.'

'அதுல ஒன்னும் கொறச்சல் இல்ல, ஒன்னுக்குப் போகத்தான் நேரமில்ல.'

'தொரையைக் காணும், எங்கே போயிருக்கார்.'

'தொரையா, தொரை மயித்தப்புடுங்கப் போயிருக்கான்.'

'மாப்பிள்ள, நான் உசுரோட ஊர் போகணுமா, வேண்டாமா?'

'பெறகென்ன, பிள்ளையவாள், மகாராணி என்ன உத்தரவு போடுதோ அதை நிறைவேத்திட்டுப் போறத விட்டுட்டு, நம்ம பாஷையைக் கத்துக்கய் போறாராம், இந்தப் பிரதேசத்தையே ஆராய்ச்சி பண்ணப் போறாராம், மனுஷனப் பாடா படுத்துறான்.'

'பண்ணட்டும் மாப்பிள்ளை நல்லதுதான்.'

'பண்டாரம், பரதேசி, செடி, கொடி, பூ, மரம், பறவைக ஒன்னு விடாம தேடியலையிறான், கடைசியில ஊமைத்துரை வாயில குசு விட்டுட்டு ஓடிப்போயிட்டான்.'

துரையவர்கள் யுத்த முஸ்த்தீபு விஷயமாகக் கூட்டம் கூட்டி யிருப்பது பற்றியும், அதில் கலந்துகொள்ளப் போயிருப்பதாகவும், தன்னைக்கூட நம்பாமல் அக்கூட்டத்தில் கலந்துகொள்ள அனுமதிக்கமாட்டான் என்பதையும் கிட்டுப்பிள்ளை சொல்லிக் கொண்டிருந்தார்.

'சரி, மாப்பிள்ள, என்னையத் தேடி வந்ததுக்கு என்ன காரணம்?'

'அதுதான் சொன்னேனேல்ல, நம்ம பாஷையைக் கத்துக்கப் போறானாம் துரை, அவனுக்கு இலக்கண சுத்தமா நீங்கதான் கத்துக் குடுக்கணும். என் கூடவே தங்கிக்கிறலாம், வாரக் கடைசியில ஊருக்குப் போய்ட்டு வரலாம், தனியா அறை

வேணும்னாலும் ஏற்பாடு பண்ணியிறேன், சம்பளம் நீர் கேட்ட தொகையைக் கொடுக்கச் சொல்லி துரையோட ஆர்டர்.'

'மாப்பிள்ளை நீங்க இருக்கும் போது எனக்குக் கவலையே இல்ல. போய்ட்டு ஒங்க அத்தைகிட்டச் சொல்லிட்டு, ஒரு நல்ல நாள் அன்னைக்கு வாரன், அன்னைக்கே பாடத்த ஆரம்பிச்சுரலாம்.'

'நீரு மட்டும் வாரும், அத்தையையும் சேர்த்து கூட்டிட்டு வந்து ராதிரும்.'

'அதுதான் வாரக்கடைசியில ஊருக்குப் போய்ட்டு வரலாம்னு சொல்றீர்ல்ல, அப்புறமென்ன, அத்தைய அங்க போயி பாத்துக்கிற வேண்டியதான்.'

'சரி மாப்பிள்ள, நீங்க என்ன கல்யாணம் முடிக்காமயே காலம் தள்றீக, வயது ஏழு கழுத வயசாகிப் போச்சே.'

'இந்த நாறப்பயக, கூட இருக்கிற வரைக்கும் கல்யாணத்தைப் பத்தி பேசவே முடியாது. தெனமும் ஊர்ஊரா நாடோடி மாதிரி நாய்ப்பொழப்பு, உள்ள ஒட்டிக்கிட்டு இருக்கும்போதுகூட கூப்பிடுவான், உருவிட்டு ஓடனும், பெறகு வர்ரேன்னு சொல்ல முடியாது.'

'பொண்டாட்டி இல்லாம இந்தப் பயக எப்படி மாப்பிள்ள இருக்கான்.'

'அதுதான் வரப் போறீர்ல்ல, துரைகிட்டயே நேர்ல கேட்டுக் கோரும், அழகாப் பதில் சொல்வான்.'

பலப்பல பேச்சுக்களைப் பேசிவிட்டு வீரபத்திரபிள்ளை விடைபெற்றார். எல்லா விஷயத்தையும்தான் துரையிடம் சொல்லிக்கொள்வதாகவும் என்றைக்கு உங்களால் வர முடிகிறதோ அன்றே வரும்படி சொல்லி அனுப்பிவைத்தார்.

வெள்ளைக்காரத் துரைக்கே தான் பாடம் சொல்லிக்கொடுக்கப் போகிறோம் என்பதை நினைத்தபோது வீரபத்திரபிள்ளைக்கு சந்தோஷம் பிடிபடவில்லை. தன்னுடைய புலமையை எண்ணித் தானே பெருமைப்பட்டுக்கொண்டார். ஆடு, மாடுகள் நிறைய்ய மேய்ந்துகொண்டிருந்தன. தனக்கு இந்தப் பொறுப்பு உலகாண்டேஸ்வரி அம்மன் புண்ணியத்தால்தான் கிடைத்தது என்று வேண்டிக் கொண்டார். எதிரே பாதையை மதித்து நிற்பவனை அடையாளம் பார்த்தார். ஆடு மேய்க்கும் மாடன்.

'என்ன... சாமியவுக வெய்யிலோட எங்கயோ போய்ட்டு வர்ராப்லருக்கு.'

'அடடே, மாடனா, நான் யாரோனு பாத்தேன்டே, என்னடே ஆடு மேய்தா, ஒங்கப்பன வீட்டுக்கு வரச் சொன்னன் காணலையடே, எங்க போய்ட்டான், கொட்டாரத்துல கொஞ்சம் வேலையிருக்குடே, நான் சொன்னேன்னு சொல்லுடா.'

'சொல்றேன் சாமி, வருவான். சாமியவுக எங்க போய்ட்டு வாரீகன்னு சொல்லலையே.'

'வெள்ளக்காரத் தொரை இருக்கான்ல்லடா, அவனுக்கு நம்ம பாஷை கத்துக்கிற ஆசையாம், நான் தான்டே சொல்லிக்குடுக்கப் போறேன்.'

'... ... ...'

'என்னடே பேசாம இருக்கே, இந்த ஜில்லாவுக்கே துரை, ஆனா நான் சொன்னதைக் கேக்கணும்.'

'எனக்கென்னவோ வேண்டாம்னு தோணுது.'

'ஏன்டா, மாடா, அப்பிடிச் சொல்றே.'

'போன மாசம் பாளையங்கோட்டையில துரை ஒருத்தன சுட்டுப் பொசுக்கிட்டாரு தெரியுமா சாமி.'

'அடேய், அவன் ஏதாவது தப்பு பண்ணியிருப்பான், தொரை சுட்டுருப்பான், நமக்கென்னடே.'

'ஒரு தப்பும் பண்ணல சாமி, நம்ம பாஷை தெரியாது அப்பிடினு நெனச்சுக்கிட்டு அவர் முன்னாடி கெட்டவார்த்தை பேசியிருக்கான். அந்த தொரைக்கு நம்ம பாஷை அத்துபடி, பெறகென்ன அங்னயே சுட்டுப் பொசுக்கிட்டான். ஒம்ம வாயைத் தச்சாலும் கெட்டவார்த்தை பேசாம இருக்க மாட்டீரு, ஒரு நாளைக்கு எப்படியும் மாட்டப் போறீரு, வம்பா துப்பாக்கிக் குண்டு பாஞ்சு சாகப் போறீரு, இது ஒமக்குத் தேவையா?'

ஆடு மேய்க்கிற மாடன் பயதானே சொல்கிறான் என்று அவன் சொன்னதை உதாசினப்படுத்த முடியவில்லை. கௌரவமான வேலை, வீட்டில் சும்மா இருப்பதற்குப் பதில் வருமானமும் கிடைக்கிறது. வீரபத்திரபிள்ளையை நப்பாசை விடவில்லை. போகிறபோதே கொஞ்சம் விலகி உலகாண்டேஸ்வரி கோவிலுக்குப்

போய், தன் நாக்கில் இனிமேல் தவறியும் ஒரு கெட்டவார்த்தை கூட வராமல் காப்பாற்றியருள வேண்டும் தாயே என்று வேண்டிக் கொள்ள வேண்டும் என்று நினைத்துக்கொண்டார். ஆவலுடன் தன்னை வரவேற்றாலும்கூட என்ன விஷயமாக வரச்சொல்லி இருக்கிறார்களோ என்று பயத்துடனும், பீதியுடனும்தான் தன் மனைவி சூர்யத்தம்மாள் வரவேற்றாள். விஷயத்தை சொன்ன வுடன் சூர்யத்தம்மாளின் முகம் சுருங்கிப் போயிற்று. பிள்ளையவாள் கூட கொஞ்சம் பதறித்தான் போனார்.

'என்னம்மா முகம் இப்படி வாடிப் போகுது.'

'லட்சம் ரூபா சம்பளம் கொடுத்தாலும் அந்த வேலை நமக்கு வேணாம்ங்க.'

'எதுக்குடி இப்படி பயந்து சாகுறே.'

'தொரைக ராத்திரி முழுக்க குடிச்சிட்டு ஆடுவாங்களாம், விடிய விடிய ஆட்டமும் பாட்டமும் தானாம், அப்புறம் ஆம்பளையோட ஆம்பள உறவு வச்சுக்கிருவாங்கலாம், அதுக்குப் பிறகு அந்த ஆம்பளைங்களுக்கு பொம்பள நெனப்பே வராதாம், கோபம் வந்துட்டா துப்பாக்கியால சுட்டுத் தள்ளிருவானாம். எல்லாப் பொம்பளைகளும் இப்படித்தாங்க பேசிக்கிறாங்க, நீங்க ராத்திரி அங்கே தங்கப் போறேன்னு வேற சொல்றீக பயமா இருக்குங்க.'

சூர்யத்தம்மாள் வீரபத்திரபிள்ளையக் கட்டி இறுக்கிப் பிடித்துக் கொண்டாள். பிள்ளையவாளுக்கு என்ன செய்வது, எப்படிச் சொல்லி புரிய வைப்பது என்று தெரியவில்லை. அவரும் முகம் சுராவிப் போய் இருந்தார்.

'இங்க கேளு... சூரி, அப்படி ஏதாவது அசம்பாவிதம் நடந்தா உடனே கிளம்பி வந்திட்டுப் போறேன். அங்கதான் இருக்கணும்னு கட்டாயமில்லையே, ஒன்னோட மருமகன் உறவு கிட்டுப்பிள்ளை தான் அங்கே துபாஷியா இருக்கான், அவன் ஏற்பாட்லதான் அங்க என்னையக் கூப்பிட்டது. கிட்டு இருக்கும்போது நம்ம பயப்படத் தேவையில்லை.'

தன் மனைவியிடமிருந்து ஒருவழியாக அனுமதி பெற்றுவிட்ட வீரபத்திரபிள்ளை, பஞ்சாங்கத்தைப் புரட்டி நல்ல நாள் குறித்துக் கொண்டார். தான் கற்று வைத்திருக்கும் அத்தனை கலைகளையும் வெள்ளைக்காரனுக்குக் கற்றுக் கொடுத்து எப்படியும் நல்ல பேர்

வாங்கிவிட வேண்டும் என்று துடியாய் துடித்தது அவர் மனசு. வருகிற வெள்ளிக்கிழமை பாடத்தை ஆரம்பித்துவிடவேண்டும் என்றும் அன்று காலையிலேயே புறப்பட்டு, தான் பாளையங் கோட்டை போய்விடவேண்டும் என்றும், ஒரு வாரத்திற்கு தங்குவதற்குத் தேவையான துணிமணிகளைத் தயாராக எடுத்துக் கொள்ள வேண்டும் என்றும் திட்டம் போட்டார்.

இரண்டு வெள்ளைக்கார சிப்பாய்கள் துப்பாக்கி சகிதம் வீரபத்திரபிள்ளையை இழுத்துக்கொண்டு போகிறார்கள். கூட்டம் கூடி நிற்கிறது. பிள்ளையவாளின் இரு கைகளும் கட்டப் பட்டுள்ளது. துரை கையில் ரிவால்வாருடன் நிற்கிறார். குறி பார்த்து மார்பில் சுட்டவுடன் அலறிக்கொண்டே தரையில் சாய்கிறார். தரை முழுவதும் இரத்தம். தன் மேலிலும் இரத்தத்தின் பிசுபிசுப்பு படவும், சூர்யத்தம்மாள் பயங்கர அலறலுடன் எழுந்து உட்கார, தூங்கிக்கொண்டிருந்த வீரபத்திரபிள்ளையும், அடுத்தடுத்து தூங்கிக்கொண்டிருந்த தன் பிள்ளைகளும் எழுந்து ஓடிவந்து சூழ்ந்துகொண்டார்கள். சூர்யத்தம்மாள் மலங்க விழித்தபடி முகட்டுவளையைப் பார்த்தபடி உட்கார்ந்திருந்தாள். தான் கண்ட பயங்கரக் கனவை விவரித்துக்கொண்டிருந்தாள்.

தான் வெள்ளிக்கிழமை வருவதாகவும், அன்றே பாடத்தை ஆரம்பித்துவிடலாமென்றும் கிட்டுப்பிள்ளைக்குத் தகவல் அனுப்பியிருந்தார். அவரேகூட எதிர்பார்த்திருக்கமாட்டார், அதிகாலையிலேயே குதிரைகள் பூட்டிய சாரட் வண்டி தன் வீட்டு முன்னால் வந்து நிற்குமென்று. ஊரே கூடிநின்று வேடிக்கை பார்த்தது.

'வீரபத்திரபிள்ளையை அழைத்து வர துரையின் உத்தரவு.'

தெருஜனம் முழுக்க ஆச்சரியமாய் வேடிக்கை பார்க்க கம்பீரமாக சாரட் வண்டிக்குள் ஏறி உட்கார்ந்தார் வீரபத்திரபிள்ளை, ஆட்டுக்கார மாடன் பயல் சொன்னதை நினைத்துக்கொண்டார்.

மேஜர் வேல்ஸ்க்கு இங்குள்ள ஒவ்வொன்றும் ஆச்சரியமாகத் தெரிந்தாலும் பேராச்சிரியமாகத் தெரிந்த விஷயங்கள் இரண்டு: ஒன்று இந்த ஜனங்கள் அனைவரும் அணிந்துள்ள உடைகள். அவர் வைத்த கண் வாங்காமல் பார்த்துக்கொண்டே இருப்பார். எந்த இணைப்பும் தையலும் இல்லாத வேஷ்டி, சேலை. அதை அவர்கள் உடுத்தி உடம்பை மறைக்கும் லாவகம். பெண்கள் சேலை

கட்டுவதையும், ரவிக்கையில்லாமல் சேலை முந்தானையால் மார்பகங்களை மூடிக்கொண்டு அவர்கள் சேலை விலகாமல் வேலை செய்யும் அழகையும் கண்கொட்டாமல் பார்ப்பார். ஒரு நாள் உடம்பில் பொட்டுத் துணியில்லாமல் கோவணம் மட்டுமே கட்டிக்கொண்டு, தலைப்பாகையை மட்டும் தலையில் கட்டிக் கொண்டு உழவுவேலை செய்துகொண்டிருந்த சம்சாரிகளைப் பார்த்து வியப்படைந்து கிட்டுப்பிள்ளையிடம் கேட்டார்.

'பிள்ளாய்... இந்த டிரெஸ் எனக்கு ரொம்ப பிடிச்சிருக்கு, எனக்கும் இப்படி இருக்க ஆசைபிள்ளாய்.'

'சித்திரை கோடை வெய்யில் வரட்டும், தன்னாலயே கோட்டையும் சூட்டையும் கழட்டி தூர எறிஞ்சிட்டு, நெற அம்மணமா அலையப் போறிக.'

'வாட் மீன் நெறாம்மணம்.'

'துரையவர்களே, மனுஷன் என்ன மாதிரியான டிரெஸ் போடுறது அப்படிங்கிறத தீர்மானிக்கிறது, மனுஷனோட வேலையில்ல, அது இயற்கையோட வேலை. இயற்கைதான் தீர்மானிக்குது, நம்மளோட டிரெஸ்ஸ? இந்த எடத்தோட சூழலுக்கு இதுதான் டிரெஸ், ஒங்களப் போல கோட், சூட் போட்டா அப்பிடியே உள்ள வெந்து வெம்பிப் போவோம். பங்குனி, சித்திரை மாசங்கள்ள யாருமே வீட்டுக்குள்ள படுக்க மாட்டாங்க, வீட்டு முன்னால முத்தத்துல வெட்ட வெளியிலதான் உறங்குவோம், வீட்டுக்குள்ள படுக்க முடியாது.'

ஒருநாள் பேச்சுவாக்கில் துரை கேட்டதைக் கிட்டுப்பிள்ளை நினைத்துப் பார்த்தார். இருவரும் பலப்பல பேச்சுக்களைப் பேசிக் கொண்டிருந்தார்கள். துரைக்கு சந்தேகமான அந்தக் கேள்வியை தான் எதிர்கொண்ட விதம் மிகவும் சாமார்த்தியமானது, யாருக்கும் பதில் சொல்ல சிரமமான கேள்விதான், எப்படியும் நான் பதில் சொல்லித்தானே ஆகவேண்டும்.

'கிட்ப்பிள்ளாய்... நான் பிரிட்டிஷ் சாம்ராஜ்ஜியத்தின் ராணுவத்தில் வேலை செய்கிறேன். எனக்கு மாசாமாசம் மகாராணியின் அரசு சம்பளம் தருகிறது, நான் இறந்துவிட்டால் என் குடும்பத்தை அரசாங்கம் காப்பாத்தும், என் பிள்ளைகளுக்கு வேலையும் கொடுக்கும், நான் என் அரசாங்கத்துக்காக யுத்தம் செய்கிறேன்.

ஆனால் உங்கள் ஆட்கள் கட்டபொம்மனுக்காகவும், ஊமைத் துரைக்காகவும் உயிரைவிடுகிறார்களே இது என்ன மேன் முட்டாள்தனம், செத்தவனின் குடும்பத்தை யார் கவனிப்பார்கள் பிள்ளாய், மாசாமாசம் ஊமைத்துரை சம்பளம் கொடுக்கானா? எனக்கு ஒன்னும் புரியல பிள்ளை.'

'துரையவர்களே... நீங்கள் மாசாமாசம் சம்பளம் வாங்கிக் கொண்டு உங்க மகாராணிக்காக சண்டை போடுறதுக்குப் பேர் கூலிக்கு மாரடிக்கிறது.'

'வாட்மீன் கூலி, மாரடிக்கு, பிள்ளாய்.'

'நம்ம அப்பாவோ அம்மாவோ இறந்து போய்ட்டா, பிள்ளைங்க, அண்ணன், தம்பிக எல்லோரும் கதறிக் கதறி அழுகுறோம்ல்ல அதுக்குப் பேரு, பாசம், துக்கம்.'

'யெஸ்'

'இதே இதுக்கு எங்கேயிருந்தாவது நாலஞ்சு ஆட்களக் கூட்டியாந்து, சம்பளம் கொடுத்து அழச் சொன்னா எப்பிடி அழுவாங்க, சொல்லுங்க துரை.'

'கண்ணுல கண்ணீர் வராது, ஆனா அழுகைச் சத்தம் மட்டும் வரும்.'

'இதுக்குப் பேர்தான் கூலிக்கு மாரடிக்கிறது, துரையவர்களே நீங்க கூலிக்கு மாரடிக்கீங்க, நாங்க உண்மையான பாசத்தோட வெறியோட சண்டை போட்டு சாகுறோம். நீங்க செத்தா அதுக்குப் பேரு சாவு, நாங்க செத்தா அதுக்குப் பேரு தியாகம். நீங்க சண்டை போடுறது மகாராணியைக் காப்பாத்த இல்ல, உங்களைக் காப்பாத்த, உங்க உயிரைக் காப்பாத்த. ஆனா நாங்க சண்டை போடுறது எங்க மண்ணைக் காப்பாத்த மட்டுமேயொழிய எங்களைக் காப்பாத்த இல்ல. இதுக்குப் பேரு ராஜவிசுவாசம்.'

'வாட் யூ மீன் ராச்சாவிச்சுவாச்சம்?'

'இங்கே இருக்கிற ஆயிரக்கணக்கான கண்மாய்கள், ஊருணிகள், குளங்கள், குட்டைகள், ஓடைகள், மடைகள், கலிங்கல்கள் இதையெல்லாம் உண்டாக்குனது எங்க மன்னர்கள்தான். அவை தான் எங்களுக்கு சோறு போடுது, அவை இல்லனா நாங்க பட்டினியாக் கெடந்து சாகணும், இல்ல காடோடியா அலைஞ்சு பிச்சை எடுக்கணும், அதுக்கு பரிகாரமா நாங்க எங்க ராசாவுக்காக

என்ன வேணும்னாலும் செய்வோம், துரையவர்களே உயிரையே கொடுப்போம்.'

கிட்டுப்பிள்ளையின் பதிலைக் கேட்டு மேஜர் வேல்ஸ்துரை வாயடைத்துப் போனார். அவரால் உடனடியாகப் பதில் பேச முடியவில்லை. வீட்டுக்கு வீடு தண்ணீர் குடிக்க பானை இருப்பதைப் போல் ஒவ்வொரு ஊருக்கும் ஒரு கண்மாய். ஊரை ஒட்டி ஊருணி, ஊர்ப் பொதுக்கிணறு இவற்றையெல்லாம் எப்போதும் அவர் ஆச்சரியமாய் பார்த்ததுண்டு. மழையை நம்பி மட்டுமே வாழும் இந்தக் கரிசல் பூமி மக்களை எண்ணி வியப்படைந்தார். வயல்களை விளைவிக்க கண்மாய், தோட்டங் களை விளைவிக்க கிணறுகள், மானாவாரி காடுகளை விளைவிக்க மழை. இயற்கையின் கொடையை வியந்தார்.

மாடுகளை வணங்குவதையும் சம்சாரிகளுக்கு மாடுகள் உதவுவதையும் ஆச்சர்யமாகத்தான் பார்த்தார். இன்றைக்கு சம்சாரி வேலை செய்யும் ஒருவன் மறுநாள் வேட்டைக்காரனாக மாறி வேட்டையாடப் போகிறான். அதற்கு மறுநாள் அவனே மீன் பிடிக்கப் போகிறான். யுத்தம் என்று வந்துவிட்டால் சண்டைக்கும் போகிறான். வேட்டைக்கு வேண்டிய சாதனங்களையும், மீன் பிடிக்கவேண்டிய கருவிகளையும், சண்டைக்குப் போகிற ஆயுதங்களையும் அவனே உருவாக்கிக்கொள்கிறான். சம்சாரி இங்கே யாரையும் சார்ந்திருக்கவில்லை.

கண்மாய்களில் மீன்பிடிக்க வலைகளையும் தூண்டில் களையும் ஓடுகிற வெள்ளத்தில் ஏறி வரும் மீன்களைப் பிடிக்கும் சாதனங்களையும், வெள்ளத்தில் இறங்கிவரும் மீன்களைப் பிடிக்கும் சாதனங்களையும் அவனே மிகச் சாதாரணமான உபகரணங்களைக்கொண்டு உருவாக்கிக்கொள்கிறான். ஒரு விஞ்ஞானிக்கு இருக்க வேண்டிய மூளையும் அறிவும் படிப்பறிவே இல்லாத ஒரு கரிசல் காட்டுச் சம்சாரியிடம் இருக்கிறது. எதற்காகவும் யாரையும் சார்ந்து வாழவோ எதிர்பார்த்து வாழவோ தேவையில்லை. அவனுடைய சுதந்திரம் அளப்பரியது. அவனை ஏன் கொல்ல வேண்டும்.

சக்கரச் சுழற்சியாய் தலைமுறை தலைமுறையாய் ஏற்பட்டுப் போன இந்தத் தற்சார்பு வாழ்வியல்முறைக்கு இயற்கைதான் காரணமென்றாலும், அந்த இயற்கை இந்த மக்களின் மனங்களில்

அறத்தையும், வீரத்தையும், நீதியையும், நேர்மையையும், பணிவையும், பக்தியையும் அளவுக்கு அதிகமாகவே விதைத்து வைத்திருக்கிறது. சரியாக நிலத்தைப் பண்படுத்தி தயார்படுத்த கோடைவெய்யில், அப்புறம் அந்த நிலத்தை உணர்த்திப் பண்படுத்த ஆடிக்காற்று, அப்புறம் பருவ மழை.

எந்த நம்பிக்கையில் ஒரு சம்சாரி நிலத்தை உழுது விதைக்கிறான். விதைத்த உடனேயே எந்த நம்பிக்கையில் தானியங்களைச் சேகரிக்க குதிர்களைத் தயார் பண்ணுகிறான். எந்த நம்பிக்கை கண்மாய் நிறையும் என்று அவனுக்கு ஆருடம் சொல்லியது, நாற்றங்காலை உருவாக்கச் சொல்லி கட்டளையிட்டது யார்? தட்டான்களும், தவளைகளும், பறவைகளும் கொண்டுவரும் சேதிகளை அறிந்துகொள்ளும் பாஷை கற்றவனே சம்சாரி.

எத்தனை நூற்றாண்டுகள் கடந்தும் எங்களை ஏமாற்றி பட்டினி போடாத மழை. எங்கள் பூட்டனுக்குப் பூட்டன், தாத்தனுக்குத் தாத்தன், அப்பனுக்கு அப்பன் அத்தனை பேரையும் வாழ்வித்த இயற்கைதானே இப்போதும் இருக்கிறது. நாங்கள் வணங்கும் காளியம்மனும், மாரியம்மனும், இசக்கியும், வண்டி மலைச்சியும், முத்தாலம்மனும், பேச்சியம்மனும் மேகங்களை இழுத்து வந்து மழையைப் பொழிவிக்க வைக்கக் கூடிய சக்தி படைத்தவர்கள். எங்கள் சுடலையும், அய்யனாரும், மாடனும், இருளப்பனும், வைரவனும், சப்பாணியும் ஈசனிடம் கேள்வி கேட்கும் சக்தி படைத்தவர்கள். எங்களைப் பட்டினி போட மாட்டார்கள். ஏமாற்ற மாட்டார்கள். இவர்களைப் போல்தான் எங்களை ஆட்சி செய்யும் அரசர்களும். நீதி தவறமாட்டார்கள். பெயர்தான் அரசன், ராணி. மக்கள்மீது துரும்பு குத்தினாலும் அதன் வலியை மன்னன் உணர்வான். அந்த வலியின் துடிப்பை மேகம் அறியும், சந்திரன், சூரியன் அறியும். அந்த வலியின் பரிசே காலம் தவறாமல் பெய்யும் மழை.

13

மருது சகோதரர்களை எதிர்த்துப் போர் புரிந்து ஊமைத் துரையைக் கைது பண்ணும் வரை மேஜர் வேல்ஸ் தன்னிலை மறந்து திரிவார் போலிருந்தது. கிட்டுப்பிள்ளையுடன் பேசுவதைக்கூட குறைத்துக்

கொண்டார். அவர் முகத்தில் முதன்முறையாக கோபத்தையும் எரிச்சலையும் பார்த்தார் பிள்ளை. எல்லா ஏற்பாடுகளும் முடிந்து விட்டன. தமிழ்நாட்டில் ஆங்காங்கே இருக்கும் படைகள் அனைத்தையும் ஓரிடத்தில் கூட்டி அதன் பின்னரே போர் முற்றுகையை ஆரம்பிக்க வேண்டும் என்று முடிவு செய்யப் பட்டிருந்தது. விடிய விடிய விவாதங்களும் திட்டங்களும் தொடர்ந்து நடைபெற்றுவந்தன.

சாயங்கால நேரம் கிட்டுப்பிள்ளை ஓய்வெடுத்துக் கொண்டிருந்தார். மேஜர் வேல்ஸ் வந்ததைக்கூட கவனிக்கவில்லை. பெரும்பாலும் அவர் இங்கே வருவதில்லை. எப்போதுமே அவருடைய அறைக்கு அழைத்துத்தான் பேசுவார். பிள்ளை கொஞ்சம் பதறிப் போய்த்தான் எழுந்தார். துரையின் முகம் பார்க்கவே பரிதாபமாய் இருந்தது.

‘பிள்ளாய் உன்னிடம் தனியாக சில விஷயங்கள் பேசவேண்டும் அதனால்தான் இங்கே வந்தேன்.’

‘தாராளமாகப் பேசலாம் துரை, என்ன பேச வேண்டும்.’

‘என்னுடைய ஆத்மார்த்தமான நண்பர்களான சின்ன மருது, பெரிய மருது இவர்களுடன் நான் போர்புரிய வேண்டும் பிள்ளை.’

‘ஆமாம் துரையவர்களே, அப்போதுதானே ஊமைத்துரையைக் கைதுசெய்ய முடியும், தேடப்படும் குற்றவாளியல்லவா?’

‘பிள்ளை அன்றைக்கு மகாபாரதம் பற்றிய கதை சொன்னீரே. லார்டு கிருஷ்ணா, அந்தக் கதையை மீண்டும் எனக்குச் சொல்ல வேண்டும், அர்ச்சுனனை போர் புரிய வைப்பதற்காக கிருஷ்ணர் சொல்லும் அந்த உபதேசங்களைச் சொல்லணும் பிள்ளை.’

யுத்த களத்தில் தேர்ப்பாகனாய் நிற்கும் கிருஷ்ணர் அர்ச்சுனனுக்கு சொல்லும் உபதேசங்களைப் பிள்ளை விளக்கிக்கொண்டிருந்தார். சகோதரப் பாசத்தால் அர்ச்சுனன் நிலை தடுமாறும் போது கிருஷ்ணர் சொல்லும் போதனைகளை ரசித்துக் கேட்டுக் கொண்டிருந்தார் துரை.

‘பிள்ளாய், அண்ணன் தம்பி பாசத்தைவிட, இரத்த உறவைவிட வலிமையானது நட்பு, அப்படியான அருமை நண்பர்கள் மருது சகோதரர்கள்.’

நட்புக்கு அடையாளமாகக் கர்ணன் துரியோதனன் கதையைச்

சொன்னபோது துரையவர்களின் முகமே மாறிவிட்டது. ஊமைத் துரைக்காக மருது சகோதரர்கள் உயிரையும் விடுவார்கள் என்பது துரைக்கு நன்றாகப் புரிந்துபோயிற்று.

'பிள்ளாய்... யுத்தத்தில் நான் வெற்றி பெறுவேனா, ஊமைத் துரை என்னிடம் பிடிபடுவானா என்பதை தெரிந்துகொள்ள ஏதாவது சாஸ்திரங்கள் இருக்கிறதா?'

'ஓ... இருக்கே... வாங்க துரை அதையும் பாத்திருவோம்.'

இருவரும் கொஞ்ச தூரம் நடந்து ஒரு பெரிய ஆலமரம் இருக்குமிடத்திற்கு வந்துசேர்ந்தார்கள். ஆலமரத்தடியில் அய்யனார் கோவில், திறந்தே கிடந்தது. சாமி சிலையின் அருகே ஒரு வீச்சரிவாள் சுவரில் சாத்திவைக்கப்பட்டிருந்தது. மணிகள் தொங்கும் வல்லயக் கம்பும் சாத்தியிருந்தது. இருவரையும் கண்டவுடன் நரைத்த தாடி மீசையுடன் வயதான கிழவர் ஒருவர் வந்தார். காவி வேஷ்டியும் காவித்துண்டும் அணிந்திருந்தார். இருவரையும் கும்பிட்டு வரவேற்றார்.

'பிள்ளாய்... இது சித்தர்.'

'இல்லை, துரை. இது பூசாரி.'

'மாஞ்சோலை சித்தர் டிரஸ்சும் இது மாதிரிதானே இருந்துச்சு.'

'டிரெஸ் ஒரே மாதிரி இருந்தா போதாது துரை, சித்தர் வேற, பூசாரி வேற, பண்டாரம் வேற.'

'அப்படியா... எல்லாம் வேறவேற, ஆனால் டிரஸ் ஒன்று.'

இவர்கள் இருவரையும் பார்த்துக்கொண்டே நின்றார் பூசாரி. என்ன செய்வதென்று தெரியவில்லை. துரைமார்கள் இந்துக் கோயில்கள் கும்பிடமாட்டார்கள்.

'யோவ்... பூசாரியாரே, துரையவுக முக்கியமான ஒரு காரியமாப் போறாக, அது ஜெயமாகுமா, ஆகாதான்னு பூக்கட்டிப் பாக்கணும்.'

'பாத்திட்டாப் போச்சு.'

கிட்டுப்பிள்ளை சொன்னவுடன் பூசாரி இரண்டு வெற்றிலை களை மட்டும் கையில் எடுத்துக்கொண்டு பீடத்திற்குப் பின்னால் போய் மறைந்துகொண்டார். துரையிடம் கிட்டுப்பிள்ளை விளக்கிச் சொல்லிக்கொண்டிருந்தார். துரை கவனமாக கேட்டுக் கொண்டிருந்தார்.

வௌவால் தேசம் ❋ 83

'அதாவது துரை ரெண்டு வெத்தலையை எடுத்திட்டுப் போய் ஒரு வெத்தலைக்குள்ள ரெட் கலர் பூவையும், இன்னொரு வெத்தலைக்குள்ள ஒயிட் கலர் பூவையும் வச்சு சுருட்டி கட்டியிருவாங்க. அதைக் கொண்டாந்து சாமியோட காலடியில போட்டு யாராவது ஒரு சின்னப் பையனைக் கூப்பிட்டு ஏதாவது ஒரு வெத்தலையை எடுக்கச் சொல்வாங்க. ஒயிட் வந்தா ஜெயம், ரெட் வந்தா தோல்வி.'

'ஓ... ஒயிட் வந்தா ஊமைத்துரை அவுட்.'

சுருட்டிக் கட்டிய இரண்டு வெற்றிலைகளையும் சாமியின் முன்னால் கொண்டுவந்தார் பூசாரி. மூன்று தரம் சாமியின் தலையைச் சுற்றிவிட்டு தரையில் போட்டார். வேடிக்கை பார்த்துக் கொண்டிருந்த சிறுவர்களில் ஒருவனை அழைத்து ஒரு வெற்றிலையை எடுக்கச் சொன்னார் பூசாரி. சிறுவன் எடுத்துக் கொடுத்த வெற்றிலையை வாங்கி பயபக்தியுடன் அவிழ்த்துக் காட்டினார் பூசாரி. வெள்ளைப் பூவைக் கண்டதும் துரைக்கு சந்தோஷம் பிடிபடவில்லை.

'பிள்ளாய்... ஒயிட், ஊமைத்துரை அவுட்.'

மொத்தம் மூன்று தடவை பார்க்க வேண்டும் என்றும், இனியும் இரண்டு தடவை ஒயிட் வந்தால்தான் முழு வெற்றி என்றும் சொன்ன கிட்டுப்பிள்ளை, திரும்பவும் இரண்டு தடவை எடுக்கச் சொன்னார். மொத்தத்தில் மூன்று தடவையும் அய்யனாரப்பன் வெள்ளைப் பூவே கொடுத்தது. துரைக்கு ஏகப்பட்ட சந்தோஷம்.

'அய்யா... இங்க கேளுங்க போன காரியம் ஜெயிச்சுப் போச்சுனா அய்யனாரப்பன மறந்துறக் கூடாது. இரண்டு கிடாய் வெட்டி பொங்கல் வைக்கணும். துரைகிட்ட சொல்லுங்க.'

பூசாரி சொன்னதை துரையிடம் சொன்னார் கிட்டுப்பிள்ளை. துரை சந்தோஷமாகச் சொன்னார்.

'யெஸ்... யெஸ். ஊமைத்துரை பிடிபட்டால் ரெண்டுகிடாய் விருந்து உத்திரவாதம்.'

துரையும் கிட்டுப்பிள்ளையும் புறப்பட்டுப் போனார்கள். இரண்டு வெற்றிலைகளிலுமே பூசாரி வெள்ளைப் பூவை மட்டுமே வைத்துக் கட்டி, பூவை எடுக்க வைத்த விஷயம் துரைக்குத் தெரியாது, கிட்டுப்பிள்ளைக்குத் தெரியும்.

நடக்கப் போவதோ மாபெரும் யுத்தம். வெற்றி பெறலாம் அல்லது தோல்வியடையலாம். ஆனால் அய்யனாரப்பன் கொடுத்த வெற்றிக்கு அடையாளமான வெள்ளைப் பூவைப் பார்த்ததும் துரையின் மனசில் நேற்று வரை இருந்த குழப்பம் எங்கே ஓடி ஒளிந்துகொண்டது. வெற்றிலைக்குள்ளிருந்து எட்டிப் பார்த்த வெள்ளைப் பூ பேசிய பாஷை என்ன பாஷை. கிட்டுப் பிள்ளையால் இதை நம்பவே முடியவில்லை. நேற்றுவரை யாருடனும் பேசாமலும், சந்தோஷமில்லாமலும், முகம் குராவிப் போய் திரிந்த துரை அய்யனாரப்பன் கொடுத்த வெள்ளைப் பூவைப் பார்த்தவுடன் ஒரு குழந்தையின் துள்ளலாய் நடந்தார். கம்பீரம் கூடிக்கொண்டது, முகக்களை மாறிவிட்டது. இப்போதே மருது சகோதரர்களையும் ஊமைத்துரையையும் கைது பண்ணி விட்டதுபோல் எண்ணிக்கொண்டார்.

யுத்த முஸ்தீபுக்கள் முடிந்துவிட்ட நிலையிலும்கூட ஏன் இன்னும் படைகளை சிவகங்கைக்குக் கொண்டுபோகவில்லை என்று கிட்டுப்பிள்ளையால் அனுமானிக்க இயலவில்லை. இம்மி கூட ரகசியம் கசியாமல் பார்த்துக்கொள்வதில் வெள்ளைக்காரன் பெரிய கில்லாடி. மொழிபெயர்த்துச் சொல்வது போக மற்ற நேரங்களில் கிட்டவே விடமாட்டான். சில நேரம் ஜாடை மாடையாக கிட்டுப்பிள்ளை கேட்பதுண்டு. அப்போது அவன் சொல்லும் பதிலுக்கு நாம் பதிலே சொல்ல முடியாது.

'என்மீது உங்களுக்கு நம்பிக்கையில்லையா துரை?'

'நன்றாக வேலை செய்கிறாய், உன் வேலையில் எனக்கு நம்பிக்கையுண்டு.'

'அதல்ல துரையவர்களே, நீங்கள் உங்கள் ஆட்களுடன் பேசும்போது என்னை வெளியே அனுப்பிவிடுவது எனக்கு...'

'நாங்கள் எங்கள் மொழியில்தானே பேசிக்கொள்கிறோம். அப்போது உன் உதவி எனக்குத் தேவையில்லையே பிள்ளாய்.'

'... ... ...'

'சொல்லு பிள்ளாய் ஏன் மௌனம். உன் வேலை பாஷை தெரியாத எங்களுக்கு உதவுவது மட்டுமே. அதுக்கு மட்டும்தான் நீ எங்களுக்குத் தேவை. சம்பளமும் அதுக்கு மட்டும்தான் கொடுக்கப்படுகிறது. யுத்த தந்திரத்தில் மிகமிக முக்கியமானது

ரகசியங்களைக் காப்பதும், திட்டங்களைச் செயல்படுத்துவதும், ரகசியங்கள் என்றால் என்னவென்று தெரியுமா பிள்ளாய், நாம் எந்த அளவுக்குப் பாதுகாக்கிறோமோ அந்த அளவுக்கு கசிந்து தப்பித்து வெளியே ஓடத் துடிப்பது இதுதான் ரகசியம். ரகசியத்திற்கு சரியான முறையில் விலங்கிடவில்லை என்றால் எதிராளியின் கைகளில் விலங்கிட முடியாது. மாறாக நம் கைகளில் எதிராளி விலங்கை மாட்டிவிடுவான். நான் அணிந் திருக்கும் என் தொப்பியைக்கூட நம்பமாட்டேன் பிள்ளாய். ஜெயிலிலிருந்து ஊமைத்துரை தப்பிப் போக யாரெல்லாம் காரணம் என்று பார்த்தீரா? கக்கூஸ் வேலை செய்யும் இரண்டு பகடைகள். அவர்கள் மூலமாகவே சிறையின் ரகசியங்கள் வெளியே கடத்தப்பட்டுள்ளன. ஊமைத்துரை தப்பிப்போவது வரை பைத்தியமாக நடித்த குருவன் நம்மைப் பைத்திய மாக்கிவிட்டான். உங்கள் ஆட்களை இலேசில் எடைபோட முடியவில்லை. ஒரு நாள் வயலில் உழுகிறான், மறுநாள் அவனே வேட்டைக்குப் போகிறான். பறவை வேட்டையும், மீன் வேட்டையும், வனங்களில் முயல் வேட்டையும் அவனுக்கு அத்துபடி. அதே விவசாயிதான் யுத்தம் என்று வந்துவிட்டால் ஈட்டி, வாளைத் தூக்கிக்கொண்டு சிப்பாயாக மாறி சண்டை யிடுகிறான். ஓய்வுநேரத்தில் கூத்துக்கலைகளை நிகழ்த்தும் கோமாளியாகவும்கூட மாறிப்போகிறான். இதையெல்லாம் என்னால் ஜீரணிக்க முடியவில்லை பிள்ளாய். காற்றைவிடவும். வேகமாகப் போகக்கூடியது ரகசியமும் வதந்தியும் ஒரேயொரு ரகசியம் அல்லது ஒரேயொரு வதந்தி ஒட்டுமொத்த வாழ்க்கை யையே மாற்றிப்போட்டுவிடும். போட்ட திட்டங்கள் தவிடு பொடியாகிப் போகும்.'

மேஜர் வேல்ஸ்துரையின் பேச்சுக்களை அமைதியாகக் கேட்டுக் கொண்டிருக்கத்தான் முடிந்தது கிட்டுப்பிள்ளையால். வேறென்ன செய்ய முடியும்.

'பிள்ளாய்... இன்னொரு முக்கியமான விஷயத்தையும் கவனிக்க வேண்டும். நீ என்னதான் எனக்கு விசுவாசமாக இருந்தாலும் உன் உடலில் ஓடுவது உன் நாட்டு இரத்தமே யொழிய, என் நாட்டு இரத்தம் இல்லை. இதுவரை உலகில் நடந்துள்ள துரோகங்கள் எல்லாமே தான் உயிருக்கு உயிராய்

நேசித்து நம்பிய உறவுகளாலும், நண்பர்களாலும், சீடர்களாலும் தான் நடந்திருக் கின்றன. இன்று நேற்றல்ல பைபிள் காலம் தொட்டு, ஜீசஸைக் காட்டிக்கொடுத்த யூதாஸ் கதை, பிள்ளை உனக்குத் தெரியும்தானே?'

தினமும் வீரர்கள் வருவதும் போவதும், அதிகாரிகள் வந்து கூட்டம் போடுவதும், ஆலோசனை செய்வதும் தொடர்ந்து நடந்துகொண்டிருந்தன. அதற்கிடையில்தான் வீரபத்திரபிள்ளை காலையில் இரண்டு மணி நேரமும் சாயங்காலம் இரண்டு மணி நேரமும் தமிழ் கற்றுக் கொடுத்துக்கொண்டிருந்தார். ஒரு ஞாயிற்றுக்கிழமை வீரபத்திரபிள்ளை ஊருக்குப் போயிருந்தார். துரை கூப்பிடுவதாக தகவல் வந்ததும் கிட்டுப்பிள்ளை வேகமாகப் போனார்.

'மிஸ்டர் கிட்டுப்பிள்ளாய் உங்களிடம் சில சந்தேகங்கள் கேட்க வேண்டும், எனக்குப் புரியல பிள்ளாய்.'

'தாராளமா கேளுங்க துரையவர்களே.'

'பிள்ளாய் பேப்புண்டைனா என்ன அர்த்தம்.'

கிட்டுப்பிள்ளை ஆடிப் போய்விட்டார். என்ன சொல்வதென்று தெரியவில்லை. வீரபத்திரபிள்ளை மாமா தன் விளையாட்டைக் காட்டிவிட்டார் என்று நினைத்துக்கொண்டார்.

'துரை... இது வந்து இலக்கணம் சம்பந்தப்பட்ட ஆழமான வார்த்தை, இந்த வார்த்தையை அதிகமா புலவர்கள் பயன்படுத்து வாங்க, கவிதை எழுத கட்டாயம் இந்த வார்த்தை வேணும். நமக்கு இது தேவையில்லை துரை.'

'தேவையில்லை, வீராப்புத்துராபிள்ளாய் அடிக்கடி இந்த வார்த்தையைப் பயன்படுத்துது.'

கிட்டுப்பிள்ளைக்கு ஓரளவு புரிந்துவிட்டது. இவர்கள் பாடம் படிப்பதை ஒரு நாளாவது மறைந்திருந்து பார்க்க வேண்டும் என்று முடிவு செய்துகொண்டு துரையிடம் ஏதேதோ சொல்லி சமாளித்துவிட்டார். ஆனாலும் பிள்ளைக்கு ஒரு பயம் பிடித்துக் கொண்டது. வேறு யாரிடமும் அர்த்தம் கேட்டுவிடக் கூடாது, அப்புறம் என்ன செய்வான் என்று சொல்லவே முடியாது. வீரபத்திரபிள்ளையை நிறுத்திவிட்டு சுடலையா பிள்ளையை வரச்சொல்லிவிடலாமா என்றும் யோசித்தார். மறுநாள் வந்த

வீரபத்திரபிள்ளையிடம் எதுவும் கேட்டுக் கொள்ளவில்லை. வழக்கம் போல் சாயங்காலம் துரைக்கு பாடம் நடத்திக் கொண்டிருந்தார் வீரபத்திரபிள்ளை. அடுத்த அறையின் ஜன்னல் இடுக்கின் வழியாக ஒரு திருடனைப் போல் ஒட்டுக் கேட்டபடியே பார்த்துக்கொண்டிருந்தார். பேச்சு தெளிவாகக் கேட்டதா.

துரையும் வீரபத்திரபிள்ளையும் எதிர் எதிரே உட்கார்ந்திருக்கிறார்கள். கிட்டுப்பிள்ளை காதை நீட்டிக் கொண்டார். இப்போது பேச்சு மிகத் தெளிவாகக் கேட்டது.

'துரை... இன்னக்கி இலக்கணம் வேண்டாம். நம்மைச் சுற்றியிருக்கிற மரம் செடிகொடிகளைப் பத்தி சொல்லித் தாரேன், கவனமா கேக்கணும், சரியா.'

'ஓ.கே. பிள்ளாய்.'

'முதல்ல இங்க நிறைய்ய இருக்கிற மரம் வேப்பமரம், அதாவது வேம்பு, இந்த நாட்டுக்கு வேம்பு நாடுனு ஒரு பேர்கூட உண்டு ம்... சொல்லு துரை, வேப்ப மரம்.'

'ஒப்ப மரம்'

'ஒப்ப மரம் இல்ல துரை வேப்ப மரம்'

'ஒப்ப மரம்'

'வேம்பு'

'ஊம்பு'

'ஊம்பு இல்ல துரை, வேம்பு'

'ஊம்பு'

'அட, பேப்புண்டை, ஊம்பு இல்ல, வேம்பு'

'பேப்புண்டை ஊம்பு'

'கிழிஞ்சது போ, வேம்பு, வேம்பு, வேம்பு'

'பேப்புண்டை, ஊம்பு, ஊம்பு, ஊம்பு'

'பேப்புண்டைய விட மாட்டான் போலருக்கே, சரி விடு, ஆல மரம்னு சொல்லு தொரை'

'ஓல மரம்'

'ஓல மரம் இல்ல, ஆல மரம், ஆல், ஆல்'

'ஓல், ஓல்'

'சுன்னி... ஓல், ஆல்னா'

'சுன்னி ஓல்'

'இந்தப் பேப்புண்டைக்கு பாடம் நடத்துறதவிட நடுத்தெருவுல நின்னு நாலு பேரு சுன்னிய ஊம்பிப் பிழைக்கலாம்'

'துரை... நான் சொல்றத கவனமா கேள் ஆ... ஆ... ஆல்'

'ஆ...ல் மரம்'

'கரெக்ட், வெரிகுட், இப்பச் சொல்லு, வே... வே... வேம்பு'

'வே... வேம்பு'

கிட்டுப்பிள்ளைக்கு எல்லாம் புரிந்துவிட்டது. வீரபத்திர பிள்ளையால் கெட்டவார்த்தைகளைப் பயன்படுத்தாமல் பாடம் சொல்லித் தர இயலாது என்பதைத் தெரிந்துகொண்டார். நிலைமை விபரீதமாகிப் போய்விட்டால் சங்கடம். மனுஷன் வாய் திறந்து விட்டால், வெறும் கெட்டவார்த்தைகள்தான். ஒரு வேளை இவனுக்கு சேனை வைத்தவர்கள் அதில் தொட்டுத்தான் சேனை வைத்தார்களோ என்னவோ. இரவு வீரபத்திரபிள்ளையைக் கூப்பிட்டு வெகுநேரம் பேசிக்கொண்டிருந்தார். துரை பேப் புண்டைக்கு அர்த்தம் கேட்ட விஷயத்தைச் சொன்னபோது பதறிப்போனார்.

14

இப்படி திடுதிப்பென்று படைகள் புறப்படும் என்று கிட்டுப் பிள்ளை நினைத்திருக்கமாட்டார். மேலிடத்திலிருந்து உத்தரவு வந்திருக்க வேண்டும். இரவோடு இரவாக எல்லாப் படைகளும் புறப்பட்டன. கிட்டுப்பிள்ளையும் உடன் போய்த்தான் ஆக வேண்டும். வீரபத்திரபிள்ளையை ஊருக்குப் போகும்படியும், யுத்தம் முடிந்து வந்த பின்னர், தகவல் சொல்லி அனுப்பிய பின்னர் வந்தால் போதும் என்றும் சொல்லி அனுப்பிவிட்டார்.

இடையில் சில ஊர்களைக் கடந்து படைகள் போன போது நாய்கள் மட்டுமே குரைத்தன. மருந்துக்குகூட ஒரு மனுஷத் தலையைக்கூட காணவில்லை. என்ன ஊர் என்றும் தெரியவில்லை. இரவுப் பறவைகளான ஆந்தைகளும் கூகைகளும் சத்தம்

எழுப்பியபடி இருந்தன. கிட்டுப்பிள்ளையும் துரையும் பேசிக் கொண்டே பயணம் செய்தார்கள். இருட்டில் நட்சத்திரங்களின் ஒளி கூடித் தெரிந்தது. வெள்ளைக்காரனின் படையைக் கண்டதும் இரவில் நடமாடும் பேய்களும் பிசாசுகளும் ஓடி ஒளிந்து கொண்டன போலும். பீரங்கிக்குப் பயப்படாத பேய்களா மருது சகோதரர்களும், ஊமைத்துரையும். துரை சில நேரம் எதுவுமே பேசாமல் மௌனித்திருந்தார். ஒருவேளை மருது சகோதரர் களுடன் காட்டில் வேட்டையாடித் திரிந்த காட்சிகளும், மதுரையில் அவர்களுடன் விருந்துண்ட காட்சிகளும், பூமேராங்க், வல்லயம் போன்ற ஆயுதங்களை எப்படி பயன்படுத்த வேண்டும் என்று தனக்குப் பாடம் நடத்தியதையும், சிறுவன் துரைச் சாமியிடம் பம்ளிமாஸ் பழம் கேட்டு தான் கைநீட்டிய போது மருது சகோதரர்கள் கோபமுற்று தன் கையை முறுக்கியதையும் நினைத்துக்கொண்டிருப்பார் போலும்.

எட்டு நாட்களாக மேஜருக்கும் துபாஷி கிட்டுப்பிள்ளைக்குமான உறவு முழுசாகத் துண்டிக்கப்பட்டுவிட்டது, அதாவது தேவைப் படவில்லை. என்ன நடக்கிறது என்றும் தெரியவில்லை. கிட்டுப்பிள்ளை முழுமையாக விடுவிக்கப்பட்டு ஓய்வில் இருந்தார். துரை இரவு முழுக்க கண்முழித்து ஏதோ எழுதிக் கொண்டே இருந்தார். எப்பவாவது இரவில் எழுதுவது வழக்கம். ஆனால் இந்த அளவுக்கு விடிய விடிய உட்கார்ந்து எழுதியது கிடையாது. அப்படி என்னதான் எழுதியிருக்கிறார் என்று பார்த்துவிட வேண்டும் என்ற வெறி பிள்ளைக்கு ஏற்பட்டது. கூடவே எப்படியும் தன்னிடம் காட்டுவார் என்ற நம்பிக்கையும் ஏற்பட்டது. நம்பிக்கை காத்திருப்பதை ஆதரிப்பது, ஆசையோ வெறியோ உடனடி செயலாக்கத்தை விரும்புவது. பிள்ளையின் ஆசையே வெற்றி பெற்றது. துரை இல்லாத நேரத்தில் அவர் எழுதியிருந்ததை எடுத்துப் படித்தார்.

‘மிகவும் வருத்தத்துடனும் கனத்த இதயத்துடனும் இதை எழுதுகிறேன். என்னுடைய உயிருக்குயிரான ஆத்மார்த்த நண்பர்களான மாபெரும் வீரர்கள் சின்னமருதுவையும் பெரிய மருதுவையும் யுத்தம் என்ற போர்வையில் மிக மிகச் சாதாரண வீரர்களைக்கொண்டு வேட்டையாடும் துர்பாக்கிய நிலை ஏற்பட்டது. அவர்களுடைய தொடை எலும்புகளை முறித்து,

கைகளில் விலங்கிட்டு, மிருகத்தைப் போல் கூண்டுக்குள் அடைத்து வைத்துத் தூக்கிலிட்டுக் கொன்றேன். செத்துப் போனது மருது சகோதரர்கள் மட்டுமல்ல, மாபெரும் வீரமும் அன்பார்ந்த நட்பும் கனிந்த உபசரிப்புக்களும். விடிய விடிய உறங்கவில்லை. மாபெரும் பிரிட்டிஷ் சாம்ராஜ்ஜியத்தின் உத்தரவுக்கு நான் கீழ்ப்படிந்து, நிறைவேற்றியே ஆக வேண்டும். சட்டப்படி நான் செய்தது நியாயமானதே ஆனால் மனிதாபிமானப்படி நியாய மற்றது. மருது சகோதரர்கள் செய்த குற்றம் என்ன? தேடப்படும் குற்றவாளியான ஊமைத்துரைக்கு அடைக்கலம் கொடுத்தது. அபயம் கேட்டு வருபவர்களுக்கு அடைக்கலம் கொடுப்பது தமிழ் பண்பாடு கலாச்சாரம். அடைக்கலம் கேட்டு வருபவர்களுக்கு, உதவாமல் மறுப்பது அவமானம். ஆக மருது சகோதரர்கள் செய்தது அவர்கள் வழக்கப்படி மிகச் சரியே.'

கிட்டுப்பிள்ளை கவனமாகப் படித்துக்கொண்டே வந்தார். சில இடங்களில் துரை அழுதிருப்பார் போல் தோன்றியது. கண்ணீரால் நனைந்தது மாதிரியான தடங்கள் தெரிந்தன. மேலும் தொடர்ந்து வாசித்தார்.

'மாபெரும் பாவியாகிவிட்டேன். சின்ன மருது, பெரிய மருது, ஊமைத்துரை இவர்களுடன் ஏராளமான வீரர்கள் தூக்கிலிட்டுக் கொல்ல உத்திரவிட்டேன். போர்ச் சூழலில் இவையெல்லாம் சகஜம்தான் என்றாலும், எதிரிகளைக் கொல்வதுதானே போர், நண்பர்களைக் கொல்வது போர் ஆகுமா? தூக்கிலிடப்பட்டவர்கள் யுத்தத்தில் கொல்லப்பட்டவர்கள் போக மீதிப் பேரை நாடு கடத்த உத்திரவிட்டேன். மருது சகோதரர்களின் உறவுகளோ வாரிசுகளோ ஒன்று கூட இருக்கக் கூடாது, முற்றாக அழித்தொழிக்கப்பட வேண்டும் என்ற பிரிட்டிஷ் சாம்ராஜ்ஜியத்தின் உத்திரவை நான் நிறைவேற்றியாக வேண்டும். மறுநாள் காலை நாடு கடத்துவதற்காக வைக்கப்பட்டிருந்த கைதிகளைப் பார்வையிட்டு இறுதி உத்தரவு கொடுப்பதற்காக, கைதிகள் கொட்டடிக்குச் சென்றேன். பட்டியல்படி பெயர்களையும் உறவுமுறைகளையும் சரிபார்த்துக் கொண்டிருந்தேன். அப்போது என் கண்ணில் பட்ட பெயரைப் படித்ததும், என் இருதயத்தை யாரோ முறுக்கிப் பிழிவது மாதிரி இருந்தது. பெயர் துரைச்சாமி. வயது 14. உறவு சின்ன மருதுவின் மகன். உடனடியாக ஜெயில் கொட்டடிக்குள்

ஓடிப் போய்ப் பார்த்தேன். கைகளில் விலங்கு மாட்டப்பட்ட நிலையில் சிறுவன் துரைச்சாமி. என்னைப் பார்த்ததும் இலேசாகப் புன்னகைத்தான். என் இதயத்தில் விழுந்த சம்மட்டி அடியால் இதயம் நொறுங்கி சுக்கு நூறாய் சிதறியது. அந்தச் சிறு புன்னகையின் முன்னால் என் பீரங்கி நொறுங்கி விழுந்தது. என் வீரம், ஆணவம், கோபம் அனைத்தையும் துடைத்தெறிந்துவிட்டது துரைச்சாமியின் புன்னகை. என்னால் அவன் முகத்தை ஏறிட்டுப் பார்க்க முடியவில்லை. தலை குனிந்தேன். அந்தப் பிஞ்சுக் கைகளில் விலங்கு. பம்ளிமாஸ் பழத்துக்காக நான் கையேந்திய போது ஆசையாய் பிய்த்துக் கொடுத்தபோது ஆக்ரோஷ கோபம் கொண்டு என் கைகளை முறுக்கி தடுத்தார்களே மருது சகோதரர்கள், எந்தப் பழி பாவம் தங்கள்மீது வந்துவிடக்கூடாது என்று என் கையைத் தட்டிவிட்டார்களோ அத்தனை பழியும் என் மேல் வந்து விட்டது. பிஞ்சுக் கரங்களில் விலங்கு பூட்டிய மாபாவியாகிப் போனேன். கிட்டுப்பிள்ளை சொன்ன ஊழ்வினையை நான் முற்றாக நம்புகிறேன். என்னுடைய விருப்பம் இம்மிகூட இல்லாமல் நான் பாவியாகிக்கொண்டிருக்கிறேன். எல்லாப் பழிகளும் என் தலைமேல் விழுந்துகொண்டேயிருக்கின்றன. நான் இழுத்துச் செல்லப்படுகிறேன். என் செயல்கள் எனக்கு உகந்தவை அல்ல, இச்செயல்களைச் செய்வதற்கு எனக்கு விருப்பமும் இல்லை, ஆனால் இந்தச் செயல்களை நான்தான் செய்கிறேன். இது ஊழ்வினையின் விதியன்றி வேறென்னவாக இருக்க முடியும். ஒரு மேஜர் பிறர் முன்னிலையில் அழக் கூடாது. என் அழுகையைக் கஷ்டப்பட்டு அடக்கிக்கொண்டேன். துரைச்சாமி என்னை வைத்த கண்வாங்காமல் பார்த்துக் கொண்டிருந்தான்.

என்னுடைய பணியாளர்கள் அனைவரையும் வெளியேற்றினேன். ஒரே ஒருவனை மட்டும் வைத்துக்கொண்டு துரைச்சாமியின் கை விலங்குகளை அகற்றும்படி உத்திர விட்டேன். என் அறைக்கு கூட்டிச் சென்று அவன் வயதையொத்த குழந்தைகள் சிலரை வரவழைத்து அவர்களுடன் விளையாட அனுமதித்தேன். அவனுடைய ஜாதியாரைக் கூட்டி வந்து அவனுக்கு என்ன உணவு வேண்டுமோ அதைச் சமைத்துத் தரும்படி உத்திரவிட்டேன். மனசு இலேசானது. மற்ற கைதிகள் அனைவரும்

கைகளில் விலங்குடன் தூங்கினார்கள். துரைச்சாமி மட்டும் கைகளில் விலங்குகள் இல்லாமல் உறங்கினான். இரண்டு தடவை தனியே போய் அவன் உறங்குவதைப் பார்த்துவிட்டு வந்தேன். குழந்தைகள் உறங்கும் அழகைப் பார்க்காதவர்கள் மாபாவிகள். கவலையின், வருத்தத்தின், துன்பத்தின், துயரத்தின், ஆசையின், துரோகத்தின், கோபத்தின், பொய்மையின் எந்த உறுத்தலின் ரேகைகளும் இல்லாமல் ஆழ் துயிலில் இருக்கும் குழந்தையின் முகம் தெய்வமல்லவா? ஆம் நான் ஒரு தெய்வத்தை தரிசித்துக் கொண்டிருந்தேன். இரவு முழுக்க எனக்குத் தூக்கமில்லை. துரைச்சாமியின் அந்த பால்ய முகம் என்னைப் பாடாய்ப் படுத்தியது. காலையில் அந்தப் பிஞ்சுக் கரங்களில் மீண்டும் விலங்கிட வேண்டும். இப்போதே நான் செய்திருப்பது அனைத்தும் தேசத்துரோகக் குற்றம்.'

தூங்கி எழுந்தவர்களுக்குத்தானே பொழுது விடிகிறது. நான் தான் விடிய விடிய கண் மூடவில்லையே. காலையில் கேப்டன் லீ தலைமையில் கப்பல் வந்தது. இந்தக் கைதிகள் அனைவரையும் தீராவாச தேசத்திற்கு ஏற்றிச் செல்வதற்காக. கைதிகள் அனைவரும் வரிசையாக நிறுத்தப்பட்டார்கள். ஒவ்வொருவராக சரிபார்க்கப் பட்டுக் கப்பலில் ஏற்றப்பட்டார்கள். துரைச்சாமியின் பெயர் வாசிக்கப்பட்டது. அதே புன்னகையுடன் என் முகத்தை உற்றுப் பார்த்தபடியே கப்பலை நோக்கி நடந்துபோனான். கொஞ்ச தூரம் போன பின்பும்கூட அவன் என்னைத் திரும்பித் திரும்பி பார்த்துக் கொண்டே சென்றான். எல்லாக் கைதிகளையும் ஏற்றிக்கொண்டு கப்பல் கிழக்காமல் புறப்பட்டுச் சென்றது. வேகமாகச் சென்று என் அறையைப் பூட்டிக்கொண்டேன். என் அழுகையைக் கட்டுப்படுத்த முடியவில்லை.

பால்மணம் மாறாத புன்னகை தவழும் அந்தக் குழந்தை முகமும், பம்ளிமாஸ் பழத்திற்காக நான் கை நீட்டியபோது எனக்குப் பழம் தருவதற்காக நீண்ட அந்தப் பிஞ்சுக் கரங்களும் என்னை என்னவோ செய்கின்றன. என் அழுகைச் சத்தம் வெளியே கேட்டுவிடாதபடி நான் விம்மி விம்மி அழுதேன். என் உடல் முழுக்கவும் குலுங்கியது. எத்தனை பாவமன்னிப்பு கேட்டாலும் கிடைக்காது. கூடவே நான் என் கடமையைச் செய்தேன் என்ற திருப்தி ஓடினாலும்கூட ஒரு சிறுவனின்

எதிர்காலத்தை, அதுவும் மன்னர்களின் வாரிசான இளவரசனாக வரவேண்டியவனின் எதிர்காலத்தை பாழடித்துவிட்ட பாவியாகிப் போனேனா நான்? காலை உணவு சாப்பிடவில்லை. துரைச்சாமியின் முகத்தை மறக்க இயலவில்லை.'

கிட்டுப்பிள்ளை துரையின் டைரியைப் படித்துவிட்டு அப்படியே வைத்துவிட்டார். இவருக்குள் இப்படி ஒரு மனிதன் இருப்பதை எண்ணி ஆச்சரியப்பட்டார். நம் பாஷையை வேறு கற்றுக்கொள்ள முனைப்புக் காட்டுகிறார். இனியும் என்னென்ன செய்யப்போகிறாரோ என்று யோசித்தார். மேஜர் வேல்ஸ் துரைக்குள் இப்படியொரு குழந்தை மனசு இருப்பதை அவரால் ஜீரணிக்க முடியவில்லை. அவருடைய மிடுக்கான தோற்றத்தை முதன் முதலாக வேறு மாதிரியாகப் பார்த்தார்.

15

யுத்தம் முடிந்தது. பிரிட்டிஷ் சாம்ராஜ்ஜியத்திற்கு மாபெரும் தலைவலியாக இருந்த ஊமைத்துரை தூக்கிலிடப்பட்டுவிட்டான். தென் மாவட்டங்களில் இனிமேல் ராணுவத்திற்கு வேலையே இல்லை என்றுதான் எண்ணிக்கொண்டார் கிட்டுப்பிள்ளை. மேஜர் துரை எல்லாம் மறந்து தன் நிலைக்கு வந்தபோதுதான் வீரபத்திரபிள்ளையை விசாரித்தார். வீரபத்திரபிள்ளையை விசாரித்த போதுதான் அவர் இறந்துபோன விபரம் தெரிந்தது. குளித்துவிட்டு ஈர வேஷ்டியைத் தலைக்கு மேல் காயப்போட்டுக் கொண்டுவரும்போது கூட்டமாக மேய்ச்சலுக்குப் போய்க் கொண்டிருந்த மாடு ஒன்று வேகமாக வந்து விலாவில் முட்டியதில் குடல் தள்ளி அதே இடத்தில் இறந்துவிட்டதாகத் தகவல் சொல்லப்பட்டது. கிட்டுப்பிள்ளை ஆச்சரியப்பட்டதற்குக் காரணம் இருந்தது.

சில மாதங்களுக்கு முன்னால் வீரபத்திரபிள்ளை குளித்துவிட்டு வரும்போது தொடையில் இருந்த பெரிய தழும்பைப் பார்த்தார்.

'மாமோம் தொடையில பெரிய தழும்பு இருக்குது, கட்ட பொம்மனுக்கு ஆதரவா யுத்தத்துக்குப் போனீரா.'

'அது பெரிய கதை மாப்பிள்ளை.'

சொல்லிக்கொண்டே தன் இடது கையை நீட்டிக் காட்டினார். முழங்கையிலிருந்து இலேசாக வளைந்திருந்தது. கிட்டுப்பிள்ளை உற்றுப் பார்த்தார்.

'என்ன மாமா இப்பிடியிருக்கு கோணக்கமாணக்கா வளையுது எப்பிடி மாமா. இத நான் கவனிக்கலையே.'

'மாப்பிள்ளை மரத்தடியில நின்னு பேசிக்கிட்டு இருக்கேன், காத தூரம் தள்ளி மேயப் போற மாட்டுக் கூட்டத்துலருந்து வேகமா ஓடியாந்து ஒரு முட்டு, அலாக்கா தூக்கிப் போட்டுட்டு அது பாட்டுக்கு போகுது, இப்படி தவளை மாதிரி குப்புற விழுந்தேன் பாரும், கையை இப்பிடி ஊனிட்டேன், முழங்கை ஒடிஞ்சு போச்சு, வானரமுட்டி சங்கரலிங்கம் வைத்தியர்கிட்ட ஆறு மாசம் கெட்டுப் போட்டேன், அப்பிடியும் கை இலேசா ஒச்சமாப் போச்சு, அன்னைக்கு கையை ஊனாம விழுந்திருந்தா மூக்கு உடைஞ்சு செத்திருப்பேன், ஆத்தா அகிலாண்டேஸ்வரிதான் காப்பாத்துனா.'

'சரி, மாமா குண்டியில தழும்புக்கு காரணம் சொல்லலையே.'

'அதுவும் இதே மாதிரிதான் மாப்பிள்ளை, மத்தியான வெய்யில் குளிச்சு முடிச்சு பாதை வழியே வாரன், ஒத்த ஆள் கெடையாது, மத்தியான வெய்யில் ஒரு ஏழெட்டு மாடுகளைப் பத்திட்டு வந்தான் மாடு மேய்க்கிற பய, என்னைய விட்டு விலகி வெகுதூரம் போன மாடு ஒன்னு என்ன நினைச்சதோ வேகமா ஓடியாந்து பின்னால கூடி ஒரு முட்டு, அலாக்கப் போய் விழுந்தேன், கீழே விழுந்தப் பெறகும் விடல, பெரட்டி பெரட்டி எடுக்கு, தொடையில சதையைக் கிழிச்சிருச்சு, பெழச்சது மறு பெழப்பு, என்னனு தெரியல மாப்பிள்ள, எத்தன பேரு பாதை வழி போறான், என்னைய மட்டும்தான் தேடிவந்து முட்டுது, ஒராட்டைக்கு ரெண்டாட்ட ஆகிப் போச்சுனு இனிமேல் சும்மா இருக்கக் கூடாதுனு நம்ம ஜோஸ்யம் பிள்ளைகிட்டப் போய் கேட்டேன். அவரு புட்டுப் புட்டு வச்சிட்டாரு மாப்பிள்ளை, அத்தோடயும் விடல என்னைக்கிருந்தாலும் ஒனக்கு கால்நடையால தான் சாவு ஜாக்கிரதையா இருந்துக்கோரும், ஏம்னா பசுதோசம் ஒம்மப் பிடிச்சிருக்குனு சொன்னாரு, வீட்ல வந்து எங்கப்பா கிட்டக் கேட்டப் பெறகுதான் முழு வெவரமும் தெரிஞ்சது.'

'தோசம் எப்பிடி மாமா பிடிச்சது, நீங்களோ சுத்த சைவம்.'

வீரபத்ரபிள்ளையின் அப்பா சிவானந்தம் பிள்ளைக்கு ஊருக்குப் பக்கத்திலேயே கொஞ்சம் நிலபுலன்களும் தோட்டம் துறவலும் உண்டு. வழிவழியாய் வந்த பூர்வீகச் சொத்து. கிணற்றுப் பாசனமும் உண்டு. பெரிய அளவில் இல்லாவிட்டாலும் தோட்டத்தில் ஏதாவது பயிரிடுவதும், வாடகைக் கமலையில் தண்ணீர் இறைத்துக்கொள்வதும் உண்டு. அன்றைக்கு சாயங் காலம் தோட்டத்துக்குப் போன சிவானந்தம் பிள்ளை. திடுக்கிட்டுப் போனார். கிணற்றோரம் நாலைந்து மாடுகள் வெள்ளாமைக்குள் நிறைபிடித்து மேய்ந்துகொண்டிருக்க, மாடுமேய்ப்பவனைக் காணவில்லை. சுற்றும் முற்றும் பார்த்துக்கொண்டு நிற்கும் போதே, மாடுமேய்ப்பவன் வேகவேகமாக ஓடிவந்தான். பிள்ளைவாளுக்குக் கோபம் தலைக்கேறிவிட்டது. ஆமணக்குச் செடி ஒன்றைப்பிடுங்கி மாடு மேய்ப்பவனை அடித்துத் துவைத்தார். அப்படியும் ஆத்திரம் தீரவில்லை; மாடுகளையும் விளாசித் தள்ளினார். தலை கவிழ்ந்து ரசனையாக மேய்ந்துகொண்டிருந்த பசுமாட்டின் கன்றுக்குட்டியை ஓங்கியொரு மிதிமிதித்துத் தள்ளினார். சுவர் இல்லாத தரைமட்டக் கிணற்றுக்குள் கன்றுக் குட்டி விழுந்துவிட்டது. தண்ணீர் நிறைபெருக்காய் கெத் கெத்தென்று மேலேறிக் கிடக்க, கன்றுக்குட்டி கிணற்றைச் சுற்றிச் சுற்றி நீந்திக்கொண்டிருந்தது. சிவானந்தம் பிள்ளைக்கும் மாடுமேய்ப்பவனுக்கும் என்ன செய்வதென்று தெரியவில்லை.

'என்ன சாமி, வாயில்லா ஜீவன இப்படிப் பண்ணிட்டீங்களே.'

'வெள்ளாமையில மேஞ்சா அப்படித்தான்டா, அப்பத்தான்டா ஒங்களுக்கு புத்தி வரும்.'

மீதி மாடுகளை ஓடைக்குள் விரட்டிவிட்டு கயிறு எடுத்துக் கொண்டு தன்னுடைய தெரு ஆட்களைக் கூட்டி வரவும் பயல் வேகமாக ஓடிப்போய்விட்டான். கிணற்றுத் தண்ணீருக்குள் சுற்றிச் சுற்றி நீந்திக்கொண்டிருந்த கன்றுக்குட்டியைப் பார்த்துக் கொண்டே நின்ற சிவானந்தம் பிள்ளைக்கு அகந்தை தலையில் ஏறி சம்மணமிட்டுக்கொண்டது, வெறியில் அறிவு விடை பெற்றுக்கொண்டது. பெரிய பாறாங்கல் ஒன்றைத் தூக்கி வந்து நீந்திக்கொண்டிருந்த கன்றுக்குட்டியின் தலையில் போட்டார். தண்ணீருக்குள் முங்கிய கன்றுக்குட்டி அப்படியே ஜலசமாதியாகிப்போனது. கயிறுகளும் கம்புகளும் எடுத்துக்

கொண்டு ஓடோடிவந்த கீழத்தெருக்காரர்கள் கன்றுக்குட்டியைக் காணாது விக்கிப்போய் நின்றார்கள்.

'என்ன சாமி கன்னுக்குட்டிய எங்க காணோம்?'

'நீந்திக்கிட்டே இருந்தது, அப்புறமா தண்ணிக்குள்ள முங்கி யிருச்சுடா.'

'இங்க கேளுங்க சாமி, விடிய விடியனாலும் ஆடு மாடுக தண்ணிக்குள்ள நீந்திக்கிட்டே கெடக்குமே ஒழிய சாவாது. நீங்க என்னமோ செஞ்சு கொன்னுட்டீக.'

'அடப்பாவிப்பயகளா, திட்டாந்தரமா சொல்லாதிகடா, நான் எதுக்குடா கொல்லப் போறன்.'

'சாமி, பசுவக் கொல்றது, ஜென்மப் பாவம், தலைமுறை தலைமுறைக்கும் பாவம் போகாது சாமி'

மாட்டுக்காரனும் கீழத்தெரு ஆட்களும் மண்ணைவாரித் தூற்றினார்கள். பெண்கள் நெஞ்சில் அடித்துக்கொண்டு அழுதார்கள். சிவானந்தம் பிள்ளை பதில் எதுவுமே பேசாமல் மௌனமாக நின்றார்.

'பெறகு எப்படி மாமா கண்டுபிடிச்சீரு.'

'ஒரு தடவைக்கு ரெண்டு தடவை என்னைய மாடு தேடிவந்து முட்டிக் கொல்ல வந்தவுடன்தான் நான் கொஞ்சம் சுதாரிச்சேன். நேரா ஜோஸ்யம் பிள்ளைகிட்டப் போய் கேட்டேன் பாரும் அம்புட்டும் புட்டுப் புட்டு வச்சிட்டாரு, அதுக்குப் பெறகு அப்பாகிட்ட வந்து கேக்கேன், ஆமாங்கிறாரு, பெறகென்ன செய்ய, கடைசியா ஜோஸ்யம் பிள்ளை சொன்னார், என்னைக் கிருந்தாலும் ஒங்க வீட்ல யாருக்காவது கால்நடையால உயிருக்கு ஆபத்து இருக்னு சொன்னாரு, நானும் எவ்வளவோ பயந்து பயந்து தான் இருந்தேன், மாடுக அங்க வந்தா காதவழிக்கு விலகி ஓடியிருவேன், அப்படியிருந்தும் ரெண்டாட்ட தப்பிச்சிட்டேன், கடவுள் விதிய எப்படி எழுதியிருக்கானோ யாரு கண்டா.'

வீரபத்திரபிள்ளை மரணமடைந்த விபரத்தை துரையிடம் சொல்லிவிட்டு இந்தக் கதையைச் சொல்லி முடித்தவுடன், அப்படியே ஆடிப் போய்விட்டார் துரை.

'கிட்பிள்ளாய், எனக்கு வேற ஒரு ஆள் ஏற்பாடு பண்ணு. நான் தமிழ்ப் படிக்க ஆர்வமா இருக்கேன்.'

‘பொறுங்கள் துரை, விரைவில் ஏற்பாடு செய்கிறேன்.’

‘பிள்ளாய், சிவானந்தம்பிள்ளை ஒரு கன்னுக்குட்டியைக் கொன்றதற்கே, அவர் வீட்டில் அதே மாதிரி ஒரு சாவு நிகழ்கிறது என்றால் பாவம் பலிவாங்குமா பிள்ளாய்.’

‘நிச்சயம் பலி வாங்கும் துரையவர்களே, பாவம் என்னைக் கிருந்தாலும் பழி வாங்கியே தீரும் துரையவர்களே.’

‘பிள்ளாய், நான் எத்தனை பேரை யுத்தத்துல கொன்னுருக்கு இதெல்லாம் பாவமா பிள்ளாய்.’

‘நிச்சயம் பாவம்தான் துரையவர்களே, கொலை பாவம் சும்மா விடாது.’

‘யுத்தத்தில் கொல்லாமல் எப்படி பிள்ளாய் ஜெயிப்பது.’

‘மருது சகோதரர்களை எதற்காகக் கொன்றீர்கள்.’

16

கேப்டன் பானர்மேனின் துபாஷியாகப் பணியாற்றும் ராமலிங்கம் முதலியார் வேல்ஸ்துரையைப் பார்க்க வந்திருந்தார். கிட்டுப் பிள்ளையும் அவரும் பலப்பல பேச்சுக்களைப் பேசிக்கொண்டு இருந்தார்கள். அப்போது துரையிடம் ஏற்பட்டுள்ள மாற்றங்கள் பற்றியும், யுத்தத்திற்குப் போவதற்கு முன்னால் அய்யனார் கோவிலில் பூக்கட்டிப் பார்த்தது, ரெண்டு கிடாய் வெட்டி விருந்து வைப்பதாக நேமிக்கம் போட்டது எல்லாவற்றையும் சொல்லிக் கொண்டிருந்தார். ராமலிங்கம் முதலியார் கொஞ்சம்கூட ஆச்சரியப்படவில்லை. கேப்டன் பானர்மேனைப் பற்றி அவர் சொன்ன விஷயம்தான் கிட்டுப்பிள்ளைக்கு ஆச்சரியமாய்ப் பட்டது.

பிரிட்டிஷ்காரனுக்குச் சொந்தமான தானியக் கிட்டங்கி ஒன்று ஸ்ரீவைகுண்டத்தில் இருந்தது. ராப்பகல் காவல் உண்டு. இங்கிருந்துதான் வெள்ளைக்காரச் சிப்பாய்கள் அனைவருக்கும் உணவு தயாரிக்கும் பொருட்கள் சப்ளை செய்யப்படும். இதை நிர்மூலமாக்கிட்டா உணவு சப்ளை துண்டித்துவிடலாம் என நினைத்து கட்டபொம்மனின் ஆட்கள் தானாவதிப் பிள்ளையோட

தலைமையில் வந்து சூறையாடியதோடு மட்டுமல்லாமல், நிறையப் பொருட்களைக் கொள்ளையடித்துக்கொண்டு போய்விட்டார்கள். பானர்மேன் கொதிச்சுப் போய்ட்டார். விசாரிச்சுப் பார்த்ததுல தானவதிப்பிள்ளை மத்த வீரர்கள் எல்லோருமே முதல் நாளே வந்து ஸ்ரீவைகுண்டம் கள்ளபிரான் கோயிலுக்குள்ளதான் பதுங்கி இருந்திருக்காங்க. கள்ளபிரான் கோயில்ல பூசை நடத்தி கும்பிட்டுத் தான் கிட்டங்கியைக் கொள்ளையடிக்கப் போயிருக்காங்க அப்பிடிங்கிற தகவல் கெடச்ச ஒடனே பானர்மேன் கள்ளபிரான் கோயிலையே இடிச்சு தரைமட்டமாக்கப் போறேன்னு படை களோட கிளம்பிட்டாரு.'

'அடக் கடவுளே அப்புறம்.'

'படைக போய்க் கோயிலைச் சுத்தி முற்றுகை போட்டு நிக்குது, பானர்மேன் உத்தரவு கொடுக்காம நிக்குறாரு, படைகளுக்கு ஒன்றும் புரியல, அன்னைக்குப் பாத்து கோயில்ல ஏதோ திருவிழாவாம், கோயிலைச் சுத்தி தீபம் ஏத்தி, கோயில் முன்னால விதம்விதமா கோலம்போட்டு அலங்கரிச்சு வச்சிருக்காங்க. கோட்டைச் சுவரைச் சுத்திலும் தீபங்கள் ஜொலிக்குது, தீபங் களையும், கோலங்களையும் வச்ச கண்ணு வாங்காமப் பாத்துக் கிட்டே நிக்காரு பானர்மேன், கொஞ்ச நேரம் பாத்துக்கிட்டே இருந்தவர் படைகள் எல்லாத்தையும் பாளையங்கோட்டைக்கே திருப்பிக் கொண்டாந்திட்டாரு.'

'என்னனு சொன்னான்?'

'தீப அலங்காரமும், கோல அலங்காரமும் சூப்பர், அதுகளை அழிக்க என் மனசு இடம் கொடுக்கல.'

'முதலியார்வாள், இந்தப் பயக போற போக்கப் பார்த்தா கடைசியில நம்ம நாட்டைவிட்டுப் போகும்போது, எல்லா வெள்ளைக்காரப் பயகலும், பண்டாரம் பரதேசியா மாறித்தான் போவான்.'

பல்லாயிரம் மைல்கள் கடந்த தனிமை, முற்றிலும் புதிய வாழ்க்கை, வித்தியாசமான கலாச்சாரங்கள், பண்பாட்டு விழுமியங்கள், அவர்கள் கேள்வியே படாத சாஸ்திர சம்பிரதாயங்கள்; அவர்களின் மனசை அலைக்கழித்தன போலும். ராமலிங்க முதலியாரும் பானர்மேனும் குதிரையில் வந்துகொண்டிருந் தார்கள். அதிகாலை

நேரம், பெண்கள் குளித்து, ஈரக்கூந்தல் முதுகில் புரள விபூதி குங்குமம் அணிந்து அரசமரப் பிள்ளையாரை சுற்றிக் கொண்டிருந்தார்கள். பானர்மேனுக்கு ஒரே ஆச்சர்யம். மரத்தை வணங்குகிறார்களே என்று.

'முதலியார்வாள் என்ன இது?'

'துரையவர்களே, இது பிள்ளையார் கோவில்' என்று சொல்லி விட்டு பிள்ளையார் பற்றிய கதைகள், அரச மரத்தைச் சுற்றுவதால் ஏற்படும் நன்மைகள் எல்லாவற்றையும் சொன்னபோது, பானர் மேனுக்கு ஆச்சர்யம் தாங்கவில்லை. துருவித் துருவித் கேட்டார் பானமேன்.

'அய்யோ... அந்தக் கூத்தை ஏன் கேக்கீக, இது மாதிரி விஷயத்தை துரை பாத்திட்டாப் போதும், அதைப்பத்தி விடிய விடிய உட்காந்து பக்கம் பக்கமா எழுதி வைக்கான். என்ன செய்யப் போறான்னு தெரியல, ரொம்பப் பிரியமா ரசிச்சுக் கேக்கான், இது மாதிரி விஷயங்களைத் தேடியலையிறான் முதலியார்வாள்' துரைக்குத் தமிழ் சொல்லிக் கொடுக்க ஒரு ஆள் இருந்தா ஏற்பாடு பண்ணச் சொல்லிவிட்டு, வீரபத்திரபிள்ளை துரைக்கு தமிழ்ச் சொல்லிக் கொடுத்த விபரத்தைச் சொல்லி இருவரும் பலமாகச் சிரித்தார்கள்.

அன்றைக்கும் அப்படித்தான் வேல்ஸ்துரையும் கிட்டுப் பிள்ளையும் குதிரையில் வந்துகொண்டிருந்தார்கள். சித்திரை மாசம் கோடைகாலம். நட்சத்திரங்கள் பூத்துக்கிடக்க நிலா வெளிச்சம் பகல் போல, சுகமான காற்று வீசிக்கொண்டிருந்தது. அவர்கள் கிராமங்களைக் கடந்துவரும்போது துரை கண்ட காட்சி, அவரால் நம்ப முடியாதது. சடக்கென்று குதிரையிலிருந்து கீழே குதித்தார். பிள்ளையவர்களுக்கு ஒன்றும் புரியவில்லை. அவரும் கீழே இறங்கினார். தெருப்பக்கம் கைநீட்டிய துரை ஆச்சரியமாய்க் கேட்டார்.

'கிட்பிள்ளாய்... இதெல்லாம் என்ன?'

'மனிதர்கள் உறங்குகிறார்கள்.'

'பிள்ளாய், நான் மனிதர்கள் என்று நினைக்கவில்லை, ஆடு, மாடுகள் என்று நினைத்தேன், உற்றுப் பார்த்தபின் எனக்கு ஆச்சரியம் தாங்கவில்லை, மனிதர்கள் என்று நம்பவே முடியவில்லை.'

'துரையவர்களே... மூன்று மாசம், கோடைக்காலம் என்று பெயர். வெய்யில் கடுமையாக இருக்கும். இரவில் வெக்கை ஜாஸ்தியாக இருக்கும். எல்லா ஜனங்களும் வெளியில்தான் உறங்குவார்கள், இதை நாங்கள் வெளிப்படுக்கைக் காலம் என்று சொல்வோம் துரை.'

'கிட்டுப்பிள்ளாய்... குளுமையான அழகான நிலா வெளிச்சம், சுகமான காற்று, பூத்துக்கிடக்கும் நட்சத்திரங்கள், கட்டாந் தரையில் கோரைப்பாயில் அல்லது வெறுந்தரையில் தான் வளர்க்கும் ஆடுமாடுகள் அருகில் படுத்துக் கிடக்க கணவன் மனைவி குழந்தைகள் என்று வரிசையாகப் படுத்து உறங்கும் சுகம், பிள்ளாய் சொர்க்கம் பிள்ளாய்.'

'எல்லா ஜனங்களும் வெளியிலதான் படுத்துத் தூங்குவாங்க.'

'திருட்டுப் பயம் இல்லையா பிள்ளாய்?'

'பெரும்பாலும் இல்லை, சில இடங்களில் இருக்கலாம், அரண்மனைக் காவலர்கள் ரோந்து வருவார்கள் துரை.'

'போர்த்திக் கொள்ளாமல் உடுத்திய உடையுடன் விடிய விடிய நிலவொளி மேலில்பட, இயற்கைக் காற்று தாலாட்ட, கட்டாந் தரையில் உறங்கும் சுகம், தன் தாயின் வயிற்றில் குழந்தை உறங்கும் சுகத்திற்கு ஈடு பிள்ளாய். தேக ஆரோக்கியம் வலுப்பெறும், நோய் நொடிகிட்ட அண்டாது.'

துரையினுடைய கவலை நியாயமானதே. தன்னுடைய ஆசை நாய் இரண்டு நாட்களாக குரைக்கவில்லை. உணவு உண்ண வில்லை. வாயிலிருந்து வாய்நீர் வடிந்துகொண்டே இருந்தது. துரை என்னென்னவோ பண்ணிப் பார்த்தார். ஒன்றும் நடக்க வில்லை.

'கிட்பிள்ளாய், ரெண்டு நாளா சாப்பிடல, குரைக்கல.'

'இந்த ஏரியாவுல நாயோட வாயைக் கட்டுறவன் யாராவது இருப்பான்! இது அவனைப் பாத்து குரைச்சிருக்கும், வாயக் கட்டிட்டுப் போயிருப்பான், யார்னு இனிமேல்தான் கண்டு பிடிக்கணும்.'

'என்ன பிள்ளாய் சொல்றே?'

'துரை நான் சொல்றத நல்லா கேளுங்க, அன்னைக்குப் பாத்தோமே சித்தன், மாஞ்சோலை எஸ்டேட்ல போயிவிடச்

சொன்னீகளே அதே மாதிரி இவங்களும் ஒரு மாதிரியானவங்க தான்.'

'என்ன செய்வாங்க பிள்ளாய்?'

'அவங்க ஒரு மாதிரியானவங்க, எந்த வம்பு தும்புக்கும் போக மாட்டாங்க, ஆனா அவங்களுக்கு ஏதாவது இடைஞ்சல் பண்ணுனா, மந்திரம் போட்ருவாங்க, அது அப்படியே பலிக்கும்.'

'கிட் பிள்ளாய் எனக்குப் புரியல, புரியும்படியா சொல்லு.'

'அவங்களப் பாத்து நாய் குரைச்சா அதோட வாயைக் கட்ட ஒரு மந்திரம் போடுவாங்க, அந்த நாய் குரைக்காம, சாப்பிடாம, வாய்நீரா வடிச்சு கடேசில செத்துப் போகும். மாடுகளை சினைப்பிடிக்கவிடாமப் பண்ணுவாங்க. ஈன்ற மாட்ட கன்னுக் குட்டிக்கு பால் கொடுக்கவிடாம செஞ்சிருவாங்க. கன்னுக்குட்டி மாட்டுக்கிட்டப் போனா மாடு உதையும், பால் கறக்க விடாது. பச்சை மரத்தைப் பட்டுப் போக வச்சிருவான். குளத்துல, கண்மாய்ல மீன் எல்லாம் செத்து மிதக்கும் படியா பண்ணிருவான், அவங்க வந்துதான் நிவர்த்தி பண்ணனும்.'

'பிள்ளாய் நீ பயமுறுத்துறியா, இல்ல பொய் சொல்றியா, அந்த ஆள நான் பாக்கணும், கூட்டிட்டுவா.'

'எங்க இருக்காங்கனு கண்டுபிடிக்கணும் துரை. உடனே கூட்டிட்டு வர முடியாது.'

'தேடிக் கண்டுபிடி, இப்பவே ரெண்டு நாள் ஆச்சு, இன்னும் ரெண்டு நாள்ல நாய் செத்துப் போகும், அப்புறம் அவனக் கண்டா சுட்டுப் பொசுக்கிருவன் பிள்ளாய்.'

இப்படி ஒரு தலைவலி வரும் என்று கிட்டுப்பிள்ளை நினைத் திருக்க மாட்டார். ஊர் ஊராகச் சென்று லாலி பாடுகிறவர் களைத் தேடினார். வைத்தியனுக்குத்தான் தெரியும் எது மூலிகை என்று, நம் கண்களுக்கு எல்லாமே பச்சைப்பசேல்தான். மனிதர்களில் எந்த மனிதன் லாலி பாடுகிறவன் என்று எப்படிக் கண்டுபிடிப்பது? நாலைந்து பேர்களுடன் சுற்றியலைந்துவிட்டு பெருமாள்புரம் கண்மாய்க்கரை ஆலமரத்து நிழலில் வந்து குதிரையை நிறுத்தினார்கள். கண்மாயில் ரெண்டு மூன்று பேர் தூண்டில் போட்டு மீன் பிடித்துக்கொண்டிருந்தார்கள். பிள்ளாய் மெல்ல அவர்களிடம் பேச்சுக் கொடுத்தார். கண்மாய்க்கு வெளியே

குதிரைகள் நின்றதால், மீன்பிடிப்பவர்கள் பிள்ளையைச் சந்தேகிக்க வில்லை. பிள்ளை தண்ணீரின் அருகில் போய் நின்றார்.

'என்னய்யா யாரு, உமக்கு என்ன வேணும், மீன் வேணுமா?'

'மீனும் கொஞ்சம் வேணும், இந்த லாலி பாடுறவங்க. மந்திரம் போட்டா குளத்து மீனெல்லாம் செத்து மிதந்திரும்னு சொல்றாங்களே நிஜமா?'

'அந்தக் கூத்தை ஏன் கேக்கீக, புண்ணியவாலன் வேல்ச்சாமித் தேவர் வாக்கு விட்டுட்டுப் போய்ட்டாரு, ரெண்டு வருஷமா ஒத்த மீன் கெடையாது, அம்புட்டும் செத்து மிதந்திருச்சு. இந்த வருஷம்தான் அவர் வந்து மறுவாக்கு விட்டப் பெறகு மீன் கெலிச்சது.'

'யாருய்யா வேல்ச்சாமித் தேவர், எந்த ஊரு?'

'இதே பெருமாள்புரம்தான், தெருவுக்குள்ள போய் விசாரிங்க சொல்வாங்க.'

கிட்டுப்பிள்ளைக்கு புதையல் கிடைத்த சந்தோஷம். சிட்டாய்ப் பறந்து பெருமாள்புரம் போய்ச் சேர்ந்தார்கள். வீட்டைக் கண்டுபிடிப்பது சிரமமே இல்லை. ஆனால் வீடு பூட்டிக் கிடந்தது. யாரைக் கேட்டாலும் தெரியாது என்ற பதில். பச்சிலை பிடுங்கப் போயிருப்பார் என்று சிலரும் எங்கேயாவது கோயிலுக்குப் போயிருப்பார் என்று சிலரும் சொன்னார்கள். கிட்டுப்பிள்ளையும் இன்னும் நான்கு குதிரை வீரர்களும் பூட்டிய வீட்டின் முன்னால் தவம் கிடந்தார்கள். தனியாள் என்றும், வேறு யாருமே அவருடன் இல்லை என்றும், யாருடனும் அவர் பேசமாட்டார் என்றும் சொன்னார்கள்.

நேரமாகிக்கொண்டிருந்தது, வேல்ச்சாமித் தேவரை இன்னும் காணவில்லை. கையசைவுக்கும், ஒரு சொல்லுக்கும் கட்டுப்பட்டு கை கட்டி நிற்போர்களையே பார்த்துப் பழகிப் போன அதிகாரம், கிட்டுப்பிள்ளையை உயர்த்தியது. ஆனாலும் துரைக்குப் பதில் சொல்ல வேண்டுமே. பொறுமையாகக் காத்திருந்தார்கள். பூட்டிய கதவு திறந்தது. வீட்டுக்குள்ளேயிருந்து ஒல்லியான தேகமுடைய ஒட்டிய வயிற்றுடன், வளர்ந்த தாடியுடன் வயோதிகர் ஒருவர் வெளிப்பட்டார். கழுத்தில் தொங்கும் ஒரேயொரு ருத்திராட்சக் கொட்டை. கிட்டுப்பிள்ளை சுதாரித்துக்கொண்டார், அதிகாரம்

சிரசில் ஏறி அமர்ந்துகொண்டது.

'வேல்ச்சாமித் தேவர்ங்கிறது...'

'நான்தான்'

'வீடு பூட்டியிருந்ததே, உள்ளேதான் இருந்தீரா?'

'இல்லை, இப்பத்தான் உள்ளே நுழைந்தேன்.'

'நாங்கள் நான்கு பேரும், இங்கதான் இருந்தோம் உங்களைப் பாக்கலையே, வேற வழி இருக்கா?'

'உங்கள் முன்னாடி கூடத்தான் வந்தேன். நீங்கள் என்னைப் பார்க்கவில்லை, நான் உங்களைப் பாத்தேன்.'

நால்வருமே திகைத்துப் போனார்கள். பதில் ஒன்றும் பேச வில்லை. பயத்தில் வார்த்தைகள் வரவில்லை. இடுப்பில் தொங்கிக்கொண்டிருந்த சுருக்குப் பைக்குள்ளிருந்து திருநீறை எடுத்து கிட்டுப்பிள்ளையின் கையை நோக்கி நீட்டினார்.

'இந்தாருங்கள் இதைக் கொண்டு போய் இரண்டு நாய்களுக்கும் பூசி விடுங்கள். உடனே உணவு உண்ண ஆரம்பிக்கும், ஆனால் குரைக்காது, நாளையுடன் தண்டனைக்காலம் முடிகிறது, நாளை மறுநாள் குரைக்கத் தொடங்கும், போகலாம்.'

'துரை, உங்களைப் பார்க்க விரும்புகிறார், உடன் கூட்டி வரச் சொல்லி உத்தரவு.'

'என்னைப் பாக்க விரும்பினால், இங்கே வரச் சொல்லுங்கள், நான் அவரைப் பாக்க விரும்பினால் நான் தேடி வந்து பார்ப்பேன், இப்போது நான் துரையைப் பார்க்க விரும்பவில்லை.'

'சாமிகள் அப்படி சொல்லி மறுத்தலிக்கக்கூடாது.'

'கொலை பாவங்களைச் சுமந்து நிற்கும் ஒருவன் முன்னால், லாலிக்காரன் வரமாட்டான், பாவங்களை வெறுப்பவன் லாலிக்காரன்.'

திருநீற்றைக் கொண்டுபோய் இரண்டு நாய்களுக்கும் பூசிவிட்டார். கொஞ்ச நேரத்திலேயே இரண்டும் வாலை ஆட்டிய படியே வேறு நாய்களைப் போல் மாறிப்போயின. துரையால் எதையும் அனுமானிக்க முடியவில்லை. வியப்பு மேலோங்க நாய்களையே உற்றுப் பார்த்துக்கொண்டிருந்தார். நாளையுடன் கெடு முடிகிறது; நாளை மறுநாள்தான் குரைக்கும் என்று

கிட்டுப்பிள்ளை சொன்னதை நினைத்துப் பார்த்தார். இரவு எவ்வளவு நேரம் முழித்திருந்தார் என்று அவருக்கே தெரியாது. எழுதிக்கொண்டே இருந்தார்.

இயற்கையையும் இந்த மனிதர்களையும் பிரித்துப் பார்க்க முடியவில்லை. கற்சிலைகளை, மரங்களை, செடிகளை, பூக்களை வணங்குகிறான். மிருகங்களை அவன் கும்பிடும் சாமிகளுக்கு வாகனமாக்கி இருக்கிறான். எல்லாமே சொல்லி வைத்தது மாதிரி நடக்கிறது. இயற்கை இவர்களுடன் பேசுகிறது. ரகசிய சமிக்ஞை கொடுக்கிறது. அந்த சமிக்ஞைகளைப் பகுத்தறியும் ஆற்றல் இவர்களுக்குள் பரம்பரை பரம்பரையாய் புதைந்து கிடக்கிறது. மழை வருடம் மாசந் தவறாமல் விருந்தாளியைப் போல வந்து கண்மாய்கள் குளங்களை எல்லாம் நிறைத்துவிட்டுப் போய் விடுகிறது. மீண்டும் எப்பொழுது வரவேண்டுமோ அப்பொழுது சரியாக வந்து விடுகிறது. தானியங்களைச் சேமிப்பது மட்டுமே அவர்களுடைய வேலையாய் இருக்கிறது. விளைவிப்பது மழை.

இங்கே மனிதர்களும் மாடுகளும் வெவ்வேறல்ல. தன் உடன் பிறந்த சகோதரனைப் போல், தாயைப்போல் தகப்பனைப் போல் அவற்றை தினமும் வணங்கி பராமரிக்கிறான். எல்லாவற்றிலும் தன்னிறைவும் இயல்புத் தன்மையும் உள்ள மனிதர்களை நாம் எப்படி வெற்றிகொள்வது? அவர்களுடைய உயிரை மட்டுமே நம்மால் எடுக்க முடியும். ஆனால் வெல்ல முடியாது. குத்துக் கல்லுக்குப் பயப்படுகிற ஒருவனை எப்படி வெல்வது. நோய், நொடி எல்லாவற்றுக்கும் இயற்கையே மருந்தாகிறது. காடுகள் எங்கும் நிறைந்து கிடக்கின்றன மூலிகைகள். அதன் மகத்துவம் தெரிந்த மனிதர்கள் ஊர்தோறும் இருக்கிறார்கள். பாம்புகள் இவர்களைத் தீண்டுவதில்லை போலும். ஏராளமான பாம்புகளை நான் தினமும் பார்க்கிறேன். ஒருநாள் ஒரு விவசாயிடம் பாம்பு பற்றிக் கேட்டேன். அவன் சொன்ன விஷயம் என்னைப் பேராச்சிரியம் கொள்ள வைத்தது.

ஒருநாள் வேல்ஸ்துரை குதிரையில் வேகமாகப் போய்க் கொண்டிருந்தார். தோட்டத்தின் வரப்போரத்தில் கூட்டமாக நின்றிருந்தவர்களைப் பார்த்ததும் குதிரையைவிட்டு இறங்கி அருகில் போனார். ஏதோ சில சாஸ்திரங்கள் பண்ணிக் கொண்டிருந்தார்கள். துரையைக் கண்டதும் விலகி வழி

வெளவால் தேசம் ❀ 105

விட்டார்கள். இப்போது துரை அரைகுறையாகத் தமிழ் பேசவும், பேசுவதைப் புரிந்துகொள்ளவும் தமிழில் புலமை பெற்றிருந்தார்.

'இங்கே என்ன செய்கிறீர்கள்?'

'பாம்பை அடக்கம் பண்ணுறோம் துரை.'

'பாம்பை எதுக்கு அடக்கம் பண்ணனும்.'

'துரை... நாங்க எந்தப் பாம்பையும் கொல்லமாட்டோம். இந்தப் பாம்பு வண்டிச் சக்கரத்துல மாட்டி செத்துப் போச்சு. நல்ல பாம்பு, இன்னைக்கு வெள்ளிக்கிழம, அதனால பால் ஊத்திப் பொதைக் கிறோம் துரை.'

'பாம்பு நெறைய்ய திரியுது, ஒங்களக் கடிக்காதா, பாம்புக்குப் பயமில்லையா?'

'துரை... நாங்க பாம்புகளோடதான் வாழ்றோம். எங்களை பாம்பு ஒன்னும் செய்யாது. கோமதியம்மா காப்பாத்துவா.'

'என்ன... கோமதியம்மா?'

'ஆமா துரை, கோமதியம்மானு ஒரு சாமி, சங்கரன் கோவில்ங்கிற ஊர்ல இருக்கு, வருஷா வருஷம் ஆடி மாசம் அங்க போயி, ஆத்தா தாயி, எங்க கண்ணுல, கால்ல, பாம்பு, பூரான், தேள், பூச்சி, பொட்டைக தட்டுப்படக்கூடாதுன்னு, நேமிக்கம் போட்டு, அந்தந்த உருவங்கள வாங்கி அங்க போட்டுட்டு புத்து மண் எடுத்திட்டு வருவோம், எங்க கிட்டயே வராது பாம்பு, பல்லிக.'

நல்ல பாம்பைக் குழி தோண்டிப் புதைத்து, பால் ஊற்றி பூக்கள் போட்டு கும்பிட்டதைத் துரை பார்த்துக்கொண்டே நின்றார்.

'பாம்பு கடிச்சா என்ன பண்ணுவீக?'

'ஊர் ஊருக்குப் பார்வை பாக்கிற ஆட்க இருக்காங்க, அவங்க கிட்டப் போயி பார்வ பார்த்தா எப்படியான விஷமும் தானா எறங்கிரும், அவங்க ஓசியிலதான் வைத்தியம் பாக்கணும். காசு வாங்குனா மந்திரம் பலிக்காது.'

துரை அதற்குமேல் அங்கே நிற்கவில்லை. வேகமாகப் புறப்பட்டுப் போனார். அவர் போன வேகத்தைப் பார்த்தால் பாம்பு விரட்டி ஓடுவதைப் போலவே இருந்தது. துரை வந்த வேகத்தைப் பார்த்துக் கிட்டுப்பிள்ளை பதறிப் போனார். என்ன

விஷயம் என்று தெரியவில்லையே என்று யோசித்தார்.

'கிட் பிள்ளாய், பார்வை பாக்கிறதுனா என்ன?'

'உடம்பில் எந்த இடத்தில் சிலந்தி, கட்டி வந்தாலும் பார்வை பார்த்தால் சரியாப் போகும் துரை.'

'பாம்பு'

'பாம்பு கடித்தால் விஷம் ஏறாதபடி பார்வை பார்ப்பவர்கள் நிறுத்திருவாங்க, ஆள் சாகாது.'

'கிட் பிள்ளாய், நான் பார்வை பாக்கிறவங்களப் பாக்கணும்.'

கிட்டுப்பிள்ளைக்கு என்ன சொல்வதென்று தெரியவில்லை. நேற்று முழுவதும் நாக்குத் தள்ள ஊர் ஊராக அலைந்து லாலி பாடுகிறவர்களைத் தேடி ராத்திரியில வந்துசேந்திருக்கு, இனி பார்வை பாக்கிறவங்கள எங்க போய் தேட. ஒருவேளை பாம்பு புடிக்கப் போறானோ என்னமோ. தமிழ் நல்லபடியாகப் பேசக் கற்றுக்கொண்டபடியால், பெரும்பாலும் துரையே எல்லா இடங்களுக்கும் போவதால் கிட்டுப்பிள்ளைக்கு இப்போது வேலை கொஞ்சம் குறைந்துவிட்டது. ஆகவே அவரே வழிகாட்டி ஒதுங்கிக்கொண்டார்.

'துரை... அவங்க கூப்பிட்டா இங்க வரமாட்டாங்க, நம்மதான் போய்ப் பாக்கணும், எந்த ஊர்ல போயி கேட்டாலும் சொல்வாங்க, நீங்களே போய்ட்டு வாங்க துரை.'

'அதில்ல கிட்டுப்பிள்ளாய், நம்ம கண்ணுல பாம்பு நெறய்ய தட்டுப்படுது, தெரிஞ்சு வச்சுக்கிட்டா, நம்மளே பார்வை பாத்துக்கிறலாம்ல்ல பிள்ளாய்.'

'அந்த மந்திரத்த அவங்க வேற யாருக்கும் சொல்லித் தர மாட்டாங்க, வாரிசுகளுக்கு மட்டும்தான் சொல்லித் தருவாங்க. பரம்பரை பரம்பரையா வரும், வேற யாருக்கும் சொல்லவே மாட்டாங்க.'

'காசு குடுத்தா சொல்ல மாட்டாங்களா?'

'வைத்தியம் பாக்க காசு வாங்குனாலே போச்சு, பலிக்காது, சொல்லிக் குடுக்க காசு வாங்குனா செத்துப் போவாங்க, அவங்க கூடவே சிஸ்யப்பிள்ளையா இருந்தா சொல்லித் தருவாங்க.'

17

ஏற்கனவே இந்தப் பரம்பரை என்பதை பற்றி மேலேயிருந்து அறிக்கை கேட்டிருந்தார்கள். இங்குள்ள ஊர்கள் அனைத்திலுமே பரம்பரைதான் கோலோச்சுகிறது. சம்சாரிகளுக்குத் தேவையான கருவிகள் அத்தனையும் செய்துகொடுப்பது பரம்பரையே. வண்டிக்குத் தேவையான அத்தனை உறுப்புக்கள், கலப்பை, மேழி, மேக்கா, உருளை, கமலைக்குத் தேவையான ஊசிக்கால், பட்ரப்பலகை அப்புறம் உழவுக்குத் தேவையான சாமான்கள் எல்லாவற்றையும் தச்சு வேலை செய்யும் தச்சாசாரியே பரம்பரை பரம்பரையாகச் செய்கிறார். இதேபோல் சம்சாரிகளுக்குத் தேவையான மண்வெட்டி, செதுக்கி, வெட்டரிவாள், பண்ணரிவாள், கொழூவு, வண்டிப்பட்டை இன்னும் பல இரும்புச் சாமான்களைப் பரம்பரை பரம்பரையாக கொல்லாசாரியின் வாரிசுகளே செய்கின்றனர். செருப்புத் தைப்பது, தண்ணீர் இறைக்கப் பயன்படும் தோலாலான வாலைத் தைப்பது, களத்தில் சம்சாரி களுக்கு உதவியாக இருப்பது பரம்பரையாக பகடைகளே. தலைமுறை தலைமுறையாக அப்படியே தாத்தா, அப்பன், மகன், பேரன், பேரனுக்குப் பேரன் என்று தொடரும் அவலம்.

இந்தக் குலக்கல்வி முறையை மாற்றி இவர்களை வெளியே எடுத்து பொதுக் கல்விமுறை ஒன்று உருவாக்கி பொது நீரோட்டத்துக்கு எப்படிக் கொண்டுவருவது என்பது பற்றியும், புதிய கல்வித் திட்டத்தை உருவாக்குவது பற்றியும் ஒரு கமிட்டியை அமைக்கப் போவதாகவும் அது பற்றிய ஒரு அறிக்கையை அனுப்பும்படி மேலிடம் வேல்ஸ்துரையைப் பணித்திருந்தது. இந்த மக்களிடம் இருக்கும் அபாரமான நம்பிக்கைகளையும், ஆற்றல்களையும் நாம் இலேசில் எடை போட்டுவிடக்கூடாது என்றும், மக்கள் இயற்கையின் ஓர் அங்கமாகவே வாழ்கிறார்கள் இயற்கையைக் கடவுளுடன் இணைத்து வணங்குவதையும் குறிப்பிட்டு, புதிய கல்வி முறையில் இதையெல்லாம் கட்டாயம் கணக்கில் கொள்ள வேண்டும். அவனுடைய பேச்சுக்கும் வாழ்க்கைக்கும் இம்மிகூட முரண் இல்லை. நுகர்தல் என்றால் அவர்களுக்கு என்னவென்றே தெரியவில்லை. ஆகவே புதிய

கல்வித் திட்டத்தில் நுகர்தல் பற்றி இருக்க வேண்டும் என்றும், கல்வியறிவு மேம்பட்டால் ஒழிய இவர்களை நாகரிக வாழ்க்கைக்குத் திருப்ப முடியாது என்றும் அறிக்கை தயார் செய்து மேலிடத்திற்கு அனுப்பியிருந்தார்.

ஊமைத்துரை தூக்கிலிடப்பட்டபின் தென் மாவட்டங்களில் எந்தப் பிரச்சினைகளும் இல்லை. மேஜர் வேல்ஸ் சுதந்திரமாகவும் சந்தோஷமாகவும் தமிழ் படித்துக்கொண்டு ஊரெல்லாம் சுற்றித் திரிந்தார். பதவி உயர்வும் சேர்ந்துகொண்டதால் அவருடைய சந்தோஷம் இரட்டிப்பு மடங்காகியது. மேஜர் கர்னல் ஆகியிருந்தார். வெளியில் இராணுவ மிடுக்குடன் இருந்தாலும் உள்ளுக்குள் அரித்துக்கொண்டிருந்த சில விஷயங்கள் அவரைப் பாடாய்ப் படுத்தியது. மேலிடத்திலிருந்து அவர்கள் கேட்கும் தகவல்கள் சில சம்பந்தமே இல்லாத கேள்விகளாக இருப்பதை எண்ணி வருத்தப் பட்டார். ஆனால் பதில் சொல்லியே ஆகவேண்டுமே என்ற கவலையும், கூடவே நாம் செய்வது பெரிய துரோகம் என்ற மனஉலைச்சலும் உறுத்திக்கொண்டிருந்தது. மேலிடம் கேட்டிருந்த சில விஷயங்களை நினைவுபடுத்திப் பார்த்தார். பதில் எழுத வேண்டுமா வேண்டாமா என்று குழம்பினார்.

சொல்லி வைத்தது போல் மிகத்துல்லியமாக காலம் தவறாமல், சரியாக அதே மாசத்தில் வந்து பெய்யும் மழை எப்படி வருகிறது. இயற்கைதான் என்றால் அந்த இயற்கையை எப்படி சீரழிப்பது. அடுத்து கண்மாய்களையும் ஊருணிகளையும் தன்னுடைய இரண்டு கண்களைப் போல் பாவிக்கிறானே, காவல்காக்கிறானே இதை எப்படி அவர்களிடமிருந்து மாற்றுவது. ஜமீன்தார்கள் மீதும் மன்னர்களின் மீதும் ராஜவிசுவாசம் வைத்திருக்கும் மக்கள் தங்கள் உயிரைக் கூடத் தரத் தயாராக இருக்கிறார்கள், ஜமீன்தார்களையும் மன்னர்களையும் வெறுக்க வைத்து அவர்களிடம் மீண்டும் அந்த எண்ணம் வராதபடி அவர்களின் மனசில் மாற்றத்தை உருவாக்க என்ன செய்ய வேண்டும். அற ஒழுக்கத்தில் மிகுந்த நம்பிக்கை யுடையவர்களாக இருக்கிறார்கள், நீதி, நேர்மை, மனசாட்சிக்கு முக்கியத்துவம் கொடுக்கிறார்கள், குத்துக்கல்லைக் கும்பிட்டு விட்டு தூய்மையடையும் இவர்களுக்கு அது மூடநம்பிக்கை என்பதை எப்படிப் புரிய வைப்பது.

தன்னுடைய பேச்சுக்கும் செயலுக்கும் இம்மிகூட வித்தியாச

மில்லாமல் வாழும் இவர்களைப் பேச்சுக்குச் சம்பந்தமே இல்லாத பொய்யர்களாக மாற்றுவது எப்படி? அவர்களே உற்பத்தி செய்கின்ற தானியங்கள், காய்கறிகள் இவற்றைக்கொண்டு செய்யும் உணவுகளுக்கு மட்டுமே பரம்பரையாகப் பழக்கப்பட்டுப் போன இவர்களுடைய நாக்கை வித்தியாசமான ருசியை நோக்கித் திருப்புவது எப்படி? அடுத்து ஒரு முக்கியமான விஷயம், ஆண்களும், பெண்களும் அரையாடைகளை மட்டும் உடுத்திக் கொண்டு, பாதி உடம்பை வெளியே காட்டிக்கொண்டு, காட்டு மிராண்டிகள் மாதிரி திரிவதை மாற்றி நம்மைப் போல் நாகரிக உடைகளை அணியப் பழக்குவது எப்படி? வாசனைத் திரவியங்கள், இன்னும் பல மேனாமினுக்கித் தனங்களைப் பெண்களிடம் அறிமுகப்படுத்துவது எப்படி? கேளிக்கைகளை அவர்களாகவே உருவாக்கிக்கொள்கிறார்கள், வித்தியாசமான கேளிக்கைகளை அறிமுகப்படுத்தி அவர்களை ரசனை கொள்ளச் செய்வதும், இயற்கையாகப் பனைகளிலிருந்து இறக்கப்படும் போதை வஸ்தான கள் தவிர்த்து வேறு எந்த விதமான லாகிரி வஸ்துக் களையும் அறியாதவனாக இருக்கிறான். புதிய புதிய போதை வஸ்துக்களையும் லாகிரிகளையும் அவனுக்கு அறிமுகப்படுத்தி நித்தமும் போதையைத் தேடியலையும் விதமாக அவன் இரத்தத்திற்குள்ளும் மூளைக்குள்ளும் போதையின் ரீங்காரத்தை உட்செலுத்துவது எப்படி? சாகும்வரை ஆண்டாண்டு காலமாக ஒரே பெண்ணுடன் குடும்பம் நடத்தும் பாரம்பரியப் பழக்கமுடைய அம்மக்களை, பலதார மணமுறையை விரும்பு கிறவனாக, பெண் சுகத்தின் ரஸனைகளைச் சொல்லி சலிப்பை உண்டாக்கி, குடும்ப உறவுகளைச் சீர்குலைப்பது எப்படி என்றெல்லாம் யோசித்து கள ஆய்வு செய்து அறிக்கை தாக்கல் செய்ய வேண்டும். மகாராணியின் சாம்ராஜ்ஜியம் எங்கெல்லாம் அதிகாரம் செலுத்துகிறதோ அங்கெல்லாம் இந்த அறிக்கை அனுப்பப்பட வேண்டும். எல்லோருடைய அறிக்கையும் கிடைத்த பின்னர் பரிசீலிக்கப்பட்டு அதன் பின்னரே புதிய கல்வித் திட்டம் உருவாக்கப்பட்டு, எல்லா இடங்களுக்கும் அமல்படுத்தப்படும். அறிக்கைகளை தாமதிக்காமல் அனுப்பவும்.

மேலிடத்தின் உத்தரவுகளைப் பார்த்து துரை ரொம்பவும் வருத்தப்பட்டார். வெள்ளந்தியான இந்த மனிதர்களைக் கொன்று

கோட்டை கொத்தளங்களை எல்லாம் அழித்ததுமில்லாமல் அவர்களுடைய வாழ்க்கையின் கட்டமைப்பையே சீர்குலைக்க நினைப்பது எந்தவிதத்தில் நியாயம் என்று எண்ணினார். ஆனாலும் மேலிடத்து ஆணையை நிறைவேற்றி ஆகவேண்டுமே. இவை களைப் பற்றி கிட்டுப்பிள்ளையிடம் நிறையப் பேச வேண்டும் என்று எண்ணிக்கொண்டார். ஆனாலும் அவருடைய மனசு குழப்பமாகவே இருந்தது. அங்கிட்டும் இல்லாமல் இங்கிட்டும் இல்லாமல் தவித்தார். தேன்கூட்டைக் கல்லெறிந்து கலைத்துக் கொண்டிருக்கிறோம் என்ற எண்ணம் அவர் மனசை உறுத்தி பாடாய்ப் படுத்தியது. ஒரு கட்டத்தில் பதவியே வேண்டாம் என்று தூக்கி எறிந்துவிட்டு தன் நாட்டுக்கே திரும்பிவிடலாமா என்று கூட நினைத்தார்.

கிட்டுப்பிள்ளையும் துரையும் குதிரையில் வந்துகொண்டு இருந்தார்கள். வருகிற வழியில் ஏராளமான கூடார வண்டிகள் நிறைந்து இருக்க ஆட்கள் கூட்டமாக உட்கார்ந்திருந்தார்கள். கோயில்கள் எதுவுமில்லை. குளக்கரையோரம் ஒரு குத்துக்கல், மாலை போட்டு அலங்கரிக்கப்பட்டிருந்தது. அதன் முன்னால் தேங்காய் பழம் சூடம் கொளுத்தி கும்பிட்டுக்கொண்டிருந்தார்கள். பெரிய இலையில் சமைத்த கறி குமித்து வைக்கப்பட்டிருந்தது. கிட்டுப்பிள்ளையையும் துரையையும் கண்டவுடன் கூட்டம் அப்படியே எழுந்து நின்றது. கிட்டுப்பிள்ளையே பேசினார்.

'இது என்ன சாமி, ஒங்களுக்கு எந்த ஊரு?'

'அய்யா எங்களுக்கு ஊரு இந்த ஊரு கெடையாது, ரொம்பத் தூரம் உருளைகுடி, அதுவும் போக இங்க வந்திருக்கிற ஜனங்க ஒரே ஊரு கெடையாது, நாலா ஊர்லருந்தும் வந்திருக்காங்க. இது எங்க குலதெய்வம், சாமி பேரு சோலையப்பன், பரம்பரை பரம்பரையா நாங்க இதைத்தான் கும்பிடுறோம், எங்க வம்சத்துல யாருக்கு முதல் குழந்தை பிறந்தாலும் இந்தச் சாமியோட பேரு வச்சு மொட்டை போடுறது எங்க குலவழக்கம் துரைகளே.'

'ஏன் இங்க வந்து மொட்டை போடணும், உங்க ஊர்ல கோயில் இல்லையா, அங்க போட வேண்டியதுதானே?'

'அப்படியில்ல துரை, இது எங்களோட பூர்வீக பரம்பரைக் கோவில். எங்களுக்கு சாமி ஒன்னும் செய்ய வேண்டாம், ஆனா எங்க முப்பாட்டன், பாட்டன், தாத்தன், அப்பன், அவங்களோட

கால்தடம் பட்ட இடம் இந்தா இருக்கே இதே இடம்தான்.'

சொல்லிக்கொண்டே அந்தப் பெரியவர் அந்தக் குத்துக்கல்லின் முன்னால் நின்று காண்பித்தார்.

'இது எங்களோட முன்னோர்கள் நின்னு கும்பிட்ட இடம், அவங்களோட பாதம் இந்த எடத்துலதான் பட்டது, அதே எடத்துல அவங்க பாதத்துக்கு மேல என்னோட பாதம் படணும், என்னோட கால்தடம் பட்ட எடத்துல என் மகனோட கால்தடமும், அவனோட கால்தடத்து மேல என் பேரனோட கால்தடமும் படணும், அவ்வளவு தான் துரை, அது போதும் எங்களுக்கு, அந்த நம்பிக்கையை நாங்க விடவே மாட்டோம் துரை.'

வேல்ஸ்துரையும் கிட்டுப்பிள்ளையும் ஒருவர் முகத்தை ஒருவர் பார்த்து சிரித்துக்கொண்டார்கள். கரும் பாறையைப் போல் தகர்க்கவே முடியாமல் கெட்டி தட்டிக் கிடக்கும் பழமையை உடைப்பது என்பது இலேசில்லை என்று நினைத்தார் துரை. ஒரு குளக்கரையோரக் குத்துக்கல் எத்தனையோ பரம்பரையின் நம்பிக்கையைச் சுமந்துகொண்டு நடுக்காட்டில் நிற்கிறது. இந்த ஊறிப்போன நம்பிக்கைகளை நம்மால் என்ன செய்துவிட முடியும்? கல்லையும், மண்ணையும், மரங்களையும், செடிகளையும், பூக்களையும், மிருகங்களையும், பறவைகளையும் அன்றாடம் வணங்கும் அவனுடைய விசுவாசத்தை எப்படிச் சீரழிப்பது. இந்த நம்பிக்கைகளை முட்டாள்தனம் என்று சொல்கின்ற நாம் மாற்றாக என்ன உருவாக்கியிருக்கிறோம். அதைச் சொல்ல அவர்களில் ஒருவன் உருவாகி இதெல்லாம் முட்டாள்தனம் மூடநம்பிக்கை என்று சொல்ல வேண்டும். வேற்று நாட்டுக்காரன், வேற்று மதத்துக்காரன், அவன் வழிபட்ட மன்னர்களைக் கொன்றொழித்த கொடூரன் நான் சொன்னால் கேட்பார்களா. அதிகாரத்தைப் பயன்படுத்தி அவர்களைக் கொல்லலாம். ஆனால் வலுவான அவர்களின் நம்பிக்கைகளை எப்படிக் கொல்ல முடியும். உயிர் உடல், நம்பிக்கை மனசு அழிவில்லாததாயிற்றே.

தான் ஒரு பெரிய பாதகச் செயலைச் செய்ய ஊக்குவிக்கப் படுவதாக உணர்ந்தார் துரை. ஏற்கனவே கட்டபொம்மன், ஊமைத்துரை, தானாவதிப்பிள்ளை, மருது சகோதரர்களைக் கொன்றது, கோட்டை கொத்தளங்களை இடித்தது, ஏராளமான பேரை நாடு கடத்தியது என்று அவர் மனசு எப்போதும்

சஞ்சலப்பட்டுக்கொண்டே இருந்தது. ஏற்கனவே கிட்டுப்பிள்ளை வேறு, பாவம், தோஷம், ஊழ்வினை, மறுபிறவி என்று துரையைக் குழப்பி வைத்திருக்கிறார்.

புற அழித்தலுக்கு உடந்தையாக இருந்த நான் மேஜர். ராணுவ உத்திரவை நிறைவேற்றும் கடமையும் பொறுப்பும் எனக்குண்டு. ஆனால் அவர்களுடைய பண்பாடுகளையும், கலாச்சாரங் களையும், மத உணர்வுகளையும் அழிக்கும் செயல் என்பது அவர்களுடைய அக உணர்வுகளை அழிக்கும் பாவச் செயலாகும். ராணுவத்தின் வேலை யுத்தத்தில் எதிரிகளின் உடல்களை அழிப்பதாக வேண்டுமானால் இருக்கலாமே ஒழிய அவர்களின் உணர்வுகளை அழிப்பதாக இருக்கக் கூடாது. எம்முடன் மோதும் வீரர்கள்தான் இலக்கே ஒழிய அந்நாட்டின் ஒட்டுமொத்த மக்கள் நமக்கு எதிரிகள் இல்லை.

ஒரு பொறுப்புள்ள கர்னல் என்ற முறையிலும், பல யுத்தங்களில் பங்கெடுத்து வெற்றி பெற்றவர் என்ற முறையிலும், இப்பிரதேச மக்களுடன் வாழ்ந்து அவர்களுடைய பழக்கவழக்கங்களைத் தெரிந்துகொண்டவர் என்ற முறையிலும், மேலிடம் கேட்கும் கேள்விகளுக்கு நாம் பதில் சொல்லித்தான் ஆகவேண்டும். மன உலைச்சலில் சிக்கி துரை என்ன செய்வதென்று குழம்பிக் கொண்டிருந்தார். இந்த மக்கள் பேசும் மொழி வேறு கற்றுக் கொண்டுவிட்டபடியால், இன்னும் கூடுதலாக இம்மக்களைப் பற்றி அறிந்துகொள்ள முடிந்தது. அவர்களுக்கு வழிகாட்டியாக இருக்கக்கூடிய இலக்கியங்கள், காப்பியங்கள், இலக்கணங்கள், எல்லாவற்றையும் ஓரளவு அறிந்துகொண்ட வேல்ஸ்துரை இந்த மக்களை மதிக்க ஆரம்பித்தார். ராணுவ சீருடைக்குள் ஒரு வெள்ளையாடையை எப்போதுமே கழற்றாமல் அணிந்து கொண்டார். ஆம் வெளியே சீருடை, உள்ளே சீரான உடை.

சாயங்கால நேரம் வேல்ஸ்துரையும் துபாஷி கிட்டுப்பிள்ளையும் பங்களாவுக்கு முன்னால் உட்கார்ந்து பலப்பல பேச்சுக்களைப் பேசிக் கொண்டிருந்தார்கள். சிப்பாய் ஒருவன் தாடி மீசை வளர்த்து விகாரமுகமுடைய ஒரு முதியவரைக் கூட்டிக்கொண்டு வந்து முன்னால் நின்று ராணுவ முறையில் சல்யூட் அடித்துவிட்டு விறைப்பாக நின்றான். அவனைப் பார்த்தவுடன் அடையாளம் கண்டுகொண்டார் கிட்டுப்பிள்ளை. துரை உற்றுப் பார்த்தபடியே

இருந்தார். அவரால் நினைவுபடுத்தி அடையாளப்படுத்த இயல வில்லை, ஆனால் மனசில் நிழலாடும் உருவத்தை யூகித்துப் பார்த்தும் அவரால் இனம் காண இயலவில்லை.

'கிட் பிள்ளாய் யார் இவர் என்ன வேண்டும்.'

'துரை... இவரு அய்யனார் கோவில் பூசாரி.'

'ஓ... அய்யனார், ஆலமரம், வொயிட் பூ, ஜெயம்.'

அடையாளம் கண்டுகொண்டதும் துரைக்கு சந்தோஷம் பிடிபடவில்லை. வெற்றி உங்களுக்கே என்று பூக்கட்டிப் பார்த்து ஆருடம் சொன்னவரல்லவா. சந்தோஷத்தில் மிதந்தார் துரை.

'ஊமைத்துரை பிடிபட்டால், மருது சகோதரர்களைத் தோற்கடித்து விட்டால், 2 கிடா வெட்டி, விருந்து குடுக்கிறேன்னு சொன்னீங்களே, அதுதான் கிடாய் கேட்டு வந்திருக்கான்.'

'கிட்பிள்ளாய், நம்ம ஜெயிப்போம்னு, கரெக்டா வொயிட் பூ சிக்னல் சொல்லிச்சு, அதுப்படியே நடந்துச்சு, வெரி, கரெக்ட், பிள்ளாய் ரெண்டு கிடாய் இல்ல மூனு கிடாய் வாங்கிக் கொடு நல்லா விருந்து வைக்கட்டும்.'

'மூனு கிடாய் எதுக்கு துரை, ரெண்டு போதுமே.'

'பிள்ளாய், எக்ஸ்ட்ரா அந்த ஒரு கிடாய், என்னோட இன்னொரு வேண்டுதல், அய்யனார்கிட்ட, அதுதான் மூனு கிடாய்.'

'என்ன வேண்டுதல்னு பூசாரிகிட்டச் சொல்லுங்க துரை, இல்லை என்கிட்ட சொல்லுங்க, நான் தெரிஞ்சுக்கிற வேண்டாமா?'

'சொல்லமாட்டேன் பிள்ளாய், சொல்லவே மாட்டேன். அது ரொம்ப ரகசியமான வேண்டுதல். எனக்கும் அய்யனாரப்பனுக்கும் மட்டுமே தெரியும்.'

'என் கிட்ட சொல்ல வேணாம் துரை, பூசாரிகிட்ட கட்டாயம் சொல்லனும், அப்பத்தான அய்யனார்கிட்ட அவரு சொல்வாரு.'

துரை சொன்னபடியே பூசாரி மூன்று கிடாய்கள் வாங்கிக் கொண்டு வந்தான். மிகவும் தடபுடலாய் நடந்த அந்தக் கறிச்சோறு விருந்தில் துரையும் கலந்துகொண்டு ஊர்மக்களுடன் ஒன்றாக உட்கார்ந்து சாப்பிட்டு சந்தோஷமாகக் கொண்டாடினார். கொண்டாட்டங்கள் ஒருபக்கம் நடந்துகொண்டிருந்தாலும் கிட்டுப்பிள்ளையை அரித்துக்கொண்டிருந்த ஒரு விஷயம்

மூன்றாவது கிடாயைத் துரை ஏன் பலிகொடுக்கிறார் என்பதே. கொல்ல வேண்டியவர்களை எல்லாம் தூக்கில் போட்டுக் கொன்றாச்சு, அழிக்க வேண்டிய கோட்டை கொத்தளங்கள் எல்லாவற்றையும் அழிச்சாச்சு. இனி எதற்காக மூன்றாவது கிடாயைப் பலிகொடுக்கிறான் என்ற சந்தேகம் கிட்டுப் பிள்ளையின் நெஞ்சுக்குள் புயலாய் உருக்கொண்டு பாடாய்ப் படுத்தியது. எதுவும் அனுமானிக்க இயலவில்லை. கட்டாயம் பூசாரியிடம் சொல்லியிருப்பார். எப்படியும் கேட்டுத் தெரிந்து கொள்ள வேண்டும் என்று காத்திருந்தார். விருந்து முடிந்து ஊர்மக்கள் அனைவரும் போய்விட்டார்கள். இதைக் கேட்டுத் தெரிந்துகொள்ள வேண்டும் என்பதற்காகவே கிட்டுப்பிள்ளை துரையுடன் போகவில்லை. பூசாரி முழுப் போதையில் உளறிக் கொண்டிருந்தார்.

'துரைகிட்ட நம்ம கேட்டது ரெண்டு கிடாய், ஆனா அவரை மூனாவதா ஒரு கிடாயைக் கொடுத்து வெட்டச் சொல்லிட்டு எதுக்னு கேட்டா என்கிட்டச் சொல்ல மாட்டேன்னு சொல்லிட்டாரு, உன்கிட்ட என்ன சொன்னார்னு சொல்லு.'

'அதுவா, யாரோ துரைச்சாமின்னு ஒரு பையனாம், அவன் நல்லா இருக்கணும்னு, அய்யனாரப்பன்கிட்ட துரை வரம் கேட்டாரு, அது போக இந்த விஷயத்த வெளியில யார் கிட்டயும் சொல்ல வேணாம்னு, உத்தரவு வேற போட்டாரு, கிட்டுப் பிள்ளை கிட்டச் சொல்லாம இருக்க முடியுமா.'

பூசாரி சொன்னதைக் கேட்டதும் கிட்டுப்பிள்ளை ஆச்சர்யப் பட்டுப் போனார். அப்பனைக் கொன்றுவிட்டு, ஈவு இரக்க மில்லாமல் மகனை நாடு கடத்திவிட்டு, அவன நல்லா இருக்கணும் என்பதற்காக சாமியிடம் கிடாய் வெட்டி நேமிக்கம் செலுத்தும் இந்த துரையை எதிலும் அனுமானிக்க இயலவில்லை. ஏதோ ஒரு மூலையில் அவருக்குள் ஈரம் ஒளிந்துகிடக்கிறது.

நீண்ட நாட்களாக எந்த இடத்திலும் எந்தப் பிரச்சினையும் இல்லை. உளவுத்துறையினர் வித்தியாசமான தகவல்கள் எதையும் கொண்டுவரவில்லை. துரை நிறைய தமிழ் புத்தகங்கள் படிக்கவும், அதுபற்றிய சந்தேகங்களைக் கேட்பதுமாக மகிழ்ச்சியாகப் பொழுதைக் கழித்துக்கொண்டிருந்தார். டைரியில் ஏதேனும் புதிதாக எழுதியிருக்கிறாரா என்று கிட்டுப்பிள்ளை தேடிக்

கொண்டிருந்தார். புதிதாக எழுதிய ஒரு விஷயத்தைப் பார்த்தார்.

இன்று தூண்டில் போட்டு மீன் பிடிப்பவர்களைப் பார்ப்பதற்காக கண்மாய் பக்கம் போனேன். கண்மாய் நிறைந்து மறுகால் பாய்ந்து ஓடிக்கொண்டிருந்தது. கண்மாய்க்கு முழுக் கொள்ளளவு தண்ணீர் வந்தவுடன் தானாகவே தண்ணீர் வெளியேறிப் போகும் தொழில் நுட்பத்தையும், வயக்காடுகளுக்குத் தேவையானபோது மட்டும் தண்ணீரைத் திறந்து வேண்டியளவு தண்ணீரை மட்டும் எடுத்துக் கொண்டு, மீதித் தண்ணீரை ஒரு சொட்டுக்கூட வீணாக்காமல் மடைகளைப் பூட்டுப் போட்டு பூட்டிவைக்கும் தொழில் நுட்பத்தையும் ஆச்சரியமாகப் பார்த்தேன். கடல்போல் கண்ணுக் கெட்டிய தூரம்வரை வெள்ளைவெளேர் என்று வெள்ளிக் குருத்தாய் மின்னும் தண்ணீரை எப்படி மண் கரைகள் பாதுகாக் கின்றன என்று வியந்து பார்த்துக்கொண்டிருந்தேன். அப்போது கரை வழியாக நீண்ட நரைத்த தாடியுடன் ஒல்லியாக ஒருவர் என் முன்னால் வந்து நின்றார். தலையில் துண்டால் சுற்றி தலப்பா கட்டியிருந்தார். இடுப்பில் 'குறி'யை மட்டுமே மறைக்கும் படியான கோமணம் கட்டியிருந்தார். தொடையிடுக்கின் இரண்டு பக்கமும் நரைத்த உரோமங்கள் துணிப்பாய்த் தெரிந்தன. ஏறக்குறைய அவர் நிர்வாணமாகவே இருந்தார் என்றுதான் சொல்ல வேண்டும். அவர் அதைப்பற்றி இம்மிகூடக் கவலைப் படவில்லை. அவரின் மனசிலிருந்து உடம்பு முற்றாக விடுபட்டிருந்தது. இப்போது அவர் உடலற்ற உருவமாய் நின்றார். உடலையும் சேர்த்து சுமந்துகொண்டு அலையும் மனசுதான் தன் உடல் அவயங்கள் பற்றியும், அசிங்கம், ஆபாசம் பற்றியும் அழகு, அலங்காரம் பற்றியுத் சிந்தித்துக்கொண்டிருக்கும். நான் பார்க்கிற ஆண்கள், பெண்கள் அனைவருமே உடலைச் சுமப்பவர்களாக இல்லை. மனசையும் உடலையும் தனித்தனியே இயக்கும் வல்லமை படைத்தவர்களாக இருக்கிறார்கள்.

வெற்று மேலுடன் கோமாளியைப் போல் என் முன்னால் நின்று பவ்யமாக வணங்கினான். அவன் சிரித்த முகத்துடன் நின்றான். இம்மிகூட கவலைகளின் ரேகை அவன் முகத்தில் தென்படவில்லை. கண்மாய் கரையின் மேலிருந்து பார்த்தால் கண் எட்டும் தூரம் வரை பச்சைப் பசேல் என்று வயல்கள் செழிப்பாகத் தெரிந்தன. பச்சைப் பயிர்களுக்கிடையே சங்குகளை விதைத்ததைப்

போல் கொக்குகள் நிறைபிடித்து இரை தேடிக்கொண்டிருந்தன.

'துரைக... என்ன கம்மாய்ப் பக்கம்?'

'மீன் பிடிக்கிறதப் பாக்கணும்.'

'கலிங்கல் பக்கம் போகணும் துரை, இங்க பிடிக்க மாட்டாங்க.'

'என்னோடு வந்து அந்த இடத்தைக் காட்டு ப்ளீஸ்.'

'கொஞ்சம் இப்பிடி நில்லுங்க துரை, நடு மடைய அடைச்சிட்டு வந்து உங்களக் கூட்டிட்டுப் போறன்.'

'எனக்கு கலிங்கலக் காட்டிட்டு பிறகு வந்து அடைச்சிக்கோ.'

'இல்ல துரை, வயல்ல தண்ணி நெறஞ்சிருச்சு, இப்ப அடைக்கலனா தண்ணி வீணாப் போயிரும்.'

நான் வேண்டும் என்றேதான் என்னை உடனே கலிங்கலுக்கு கூட்டிப் போகச் சொன்னேன். நான் அவனை பரிசோதனை பண்ணினேன். அவன் தண்ணீரை அடைக்காமல் வர முடியாது என்று சொன்னதோடு எனக்கு அறிவுரை சொல்ல ஆரம்பித்தான்.

'அதாவது துரைகளே நல்லா கேட்டுக்கோங்க, நான் தண்ணிய அடைக்கலனா என்னைய யாரும் கேக்கப்போறது கெடையாது. ஆனால் எங்கப்பன் அய்யனாரப்பன் பாத்துக்கிட்டு இருக்கானே அவன் கண்ணுக்குத் தப்ப முடியுமா?'

'வாட், யாரு அய்யனாரப்பன், எங்கேயிருக்கான்?'

'இந்தப் புளியமரத்துக்கு அடியில இருக்கிற சாமிதான் அய்யனாரப்பன். இந்தக் கண்மாய்க்கு காவல் காக்கிற தெய்வம் அதுதான். துரைகளே... அய்யனாரப்பன், கண்மாயை மட்டும் காவல் காக்கல என்னையும் சேர்த்துத்தான் காவல் காக்குது, ஒரு சொட்டு தண்ணி வீணாக்குனாலும் அய்யனாரப்பன் கண்ணுலருந்து தப்ப முடியாது. அதே மாதிரி இந்த ஊர்ல உள்ள நாலா ஜாதி ஜனங் களுக்கும் இங்க வயக்காடு இருக்கு, கண்மாய்த் தண்ணிய சரிசமமா எல்லாருக்கும் பங்கு வச்சு நெல் அறுக்கணும், வேண்டியவன், வேண்டாதவன், மச்சான் மாமன், அண்ணன், தம்பின்னு ஓர வஞ்சகம் பண்ணுனா எங்கப்பன் சும்மா விடமாட்டான். கண்ணக் கெடுத்திருவான். ராப் பகலா பேய்களோடயும் பிசாசுகளோடயும், பாம்பு, பூச்சி, பொட்டுகளோட அலையிறேன் என்னைய காப்பாத்துறது அய்யனாரப்பன்தான், அதுக்கு துரோகம் பண்ணுனா,

வெளவால் தேசம் ♦ 117

என்னைய பலி வாங்காம விடாது, துரைகளே நாங்க மனுஷர்களுக்குப் பயப்பட மாட்டோம், ஆனா தெய்வங்களுக்குப் பயப்படுவோம். பரம்பரையா தண்ணி பாய்ச்சுற மடைக்குடும்பன் வம்சம் நாங்க, தண்ணியும் எங்களுக்கு தெய்வம்தான் துரை.'

மடையை அடைத்துவிட்டு, தூண்டில் போடுகிற இடத்துக்கு என்னைக் கூட்டிப் போனான். இருவரும் பேசிக்கொண்டே நடந்தோம். கரைமேல் ஒரே ஒருவர் மட்டுமே நடந்து செல்லக் கூடிய கோடு மாதிரியான பாதை. கண்மாய்க் கரையின் உள் வாகரையிலும், வெளிவாகரையிலும் புதர் மண்டிக் கிடந்தது. இம்மிகூட இடமில்லை.

'இதையெல்லாம் சுத்தப்படுத்தி, பாதையை நல்லா வைக்கலாமே.'

'துரைகளே... இந்தப் புதர் என்னென்னு தெரியுமா. இவைகளை நாங்கதான் வளர்த்தோம். இந்தச் செடிக்குப்பேரு சங்கன் செடினு பேரு. இதுகளோட வேர்தான், இந்தக் கண்மாய்க் கரைய உடைய விடாமக் காக்குது. அதோட சல்லிவேர் மண் அரிப்பைத் தடுத்து இப்பிடி அரண் போல நிக்கும். இந்தச் செடிகள யாரும் சேதப்படுத்துனா ஊர்ல அபராதம் போடுவம்.'

தன்னுடைய பத்து விரல்களையும் விரித்து வரிசையாக வைத்து வேலி போல் காட்டினான். கரைக்குமேல் தண்ணி தத்திப் போனாலும் கரை உடையாது துரை. இத்தோட வேர்கள் கரையை உடையவிடாது. கரை முழுவதும் வரிசையாக நின்ற பனை மரங்களை உற்றுப் பார்த்தேன். மீண்டும் பேச ஆரம்பித்தான்.

'இந்தப் பனைமரமும் நாங்க வச்சு வளக்கிறதுதான். இதுகளோட சல்லி வேர்கள் ரொம்ப பலமானது. இந்தப் பனைகளை யாரு வச்சானு தெரியாது. ஏம்னா பனை வச்சவன் பாத்திட்டுச் சாவான், தென்னவைச்சவன் நின்னுட்டுச் சாவான்னு சொலவடை. என்னோட தாத்தா வச்சிருப்பான், எங்க அப்பன் வளர்த்திருப்பான், நான் அனு பவிக்கேன். கண்மாய்க்கரை கருங்கல் பாறை மாதிரி இருக்குனா காரணம் இந்த வேர்கள்தான். ஒரு கூடை மண்கூட அள்ள முடியாது, மண்வெட்டி, கடப்பாரைகூட கரையிலபதியாது, வேர்கள் விடாது.'

துரை தன்னுடைய ஆங்கில எழுத்துக்களுக்கிடையே ஆங்காங்கே பல இடங்களில் தமிழ் வார்த்தைகளைப் பயன்படுத்தியிருந்தார்.

இப்போதெல்லாம் இரவில் வெகுநேரம் எழுதிவிட்டுத்தான் தூங்கப் போகிறார். அடுத்த பக்கத்தைப் புரட்டினார் கிட்டுப் பிள்ளை. செய்திகளையும் சம்பவங்களையும் மட்டுமே எழுதியவர் இப்போது கதையைப் போல பாத்திரங்களின் உரையாடல் களையும் சேர்த்து நாடகம் போல் எழுதப் பழகிக்கொண்டுவிட்டார்.

நானும் நீர்ப்பாய்ச்சியும் தூண்டில் போடுவதைப் பார்த்துவிட்டு கலிங்கல் வழியாக கரையைவிட்டு கீழே இறங்கி வந்து கொண்டிருந்தோம். கண்மாய்க்குள்ளிருந்து கலிங்கலில் தத்தி விழும் தண்ணீரில் மீன்கள் கெலித்துக் கெலித்து ஏறிப் போவதை ஏராளமானவர்கள் வேடிக்கை பார்த்துக்கொண்டிருந்தார்கள். சிறிய மீன்கள் துள்ளிவிழுவது பூக்கள் பறப்பதைப் போன்றும், பெரிய மீன்கள் துள்ளிவிழுவது நட்சத்திரங்கள் எரிந்து விழுவது மாதிரியும் இருந்தது. தத்தி விழும் தண்ணீரின் இரைச்சல் ஏதோ ஒரு புதுவித வாத்தியக் கருவியிலிருந்து எழும் வித்தியாசமான ஓசையாக இருந்தது. நெளிந்தோடும் ஓடையெங்கும் பல விதமான ஓசைகள். இந்த மீன்களும் என்னைப் போல்தான். கடல்கடந்து, ஆறுகளைக் கடந்து ஓடைகள் வழியே பல குளங்கள். கண்மாய் களைக் கடந்து இங்கே வந்திருக்கின்றன. எங்களைப் போல் நாடு பிடிக்க வரவில்லை. புதுத் தண்ணீரில் நீந்துவது மீன்களின் பிறவிக் குணம். ஒரு வேளை ஒரே இடத்தில் வாழ்ந்து சலித்த சலிப்பாக இருக்கலாம். ஒரு சொட்டு புதுத் தண்ணீர் கண்மாயின் எந்த மூலையில் கலந்தாலும் மீன்கள் குதூகலிக்கத் தொடங்கிவிடும். தன் முட்டைகளைப் பீச்சிவிட்டுச் செல்லும் தாய்மீன், பின்னர் எப்படி தன் குஞ்சுகளை அடையாளம் கண்டு கூட்டிச்செல்கிறது என்று தெரியவில்லை. ஒருவேளை தண்ணீர்தான் அடையாளம் காட்டிக் கொடுக்கிறதா. எத்தனை விதமான உசுப்பிராணிகளை இக் கண்மாய் தன்னகத்தே காப்பாற்றி வைத்திருக்கிறது. எத்தனை வகைப் பறவையினங்கள். அத்தனைக்கும் தாய் வீடு இக்கண்மாய் தானே. பூச்சிகள், புழுக்கள், தவளைகள், தாவரங்கள் எந்த வித்தியாசமும் இன்றி, ஆச்சரியத்துடன் நிறை கண்மாயைப் பார்த்துக்கொண்டு நின்றேன். கோடானு கோடி உயிர்களைக் காக்கும், கண்மாயைக் காக்கும் நீர்ப்பாச்சியும், அந்த நீர்ப்பாய்ச்சி மடைக் குடும்பனைக் காக்கும் அய்யனாரப்பனும் என் அருகில் இருக்கிறார்கள்.

என் குதிரை கட்டப்பட்டிருந்த இடத்திற்கு நானும் மடைக் குடும்பனும் நடந்துகொண்டிருந்தோம். அப்போது சிறிய ஓடை ஒன்று குறுக்கிட்டது. ஓடைக்குள்ளிருந்து டப் டப் டப் டப் என்று தண்ணீர் விழும் சத்தம் கேட்டது. கரை மேல் நின்று எட்டிப் பார்த்தேன். ஒரு ஆணும் பெண்ணும் எதிர் எதிரே நின்று தண்ணீர் இறைத்துக்கொண்டிருந்தார்கள். மடைக்குடும்பன் சொன்னான். மேடான வயல்களுக்கு மடைத் தண்ணீர் ஏறிப் பாயாது துரை. இறைப்பெட்டி அல்லது தெலா வைத்து இறைத்துக் கொள்வார்கள் என்று சொன்னான்.

ஒரு கணவனும் மனைவியும் எதிர்எதிரே நின்றுகொண்டு வடிவ இறைப்பெட்டியில் கயிறு கட்டி நின்றுகொண்டு, இருவரும் ஒரே நேரத்தில் குனிந்து நிமிர வேண்டும். அப்படி குனியும் போது இருவருடைய தலைகளும் இலேசாக உரசிக் கொள்கின்றன. முகங்கள் ஒட்டி உரசுவதைப் போல் வந்து போகின்றன. அவள் குனியும் போது ஒவ்வொரு தடவையும் இரு கொங்கைகளும் குதித்துக் குதியாளம் போடுகின்றன. ரவிக்கை இல்லாத வெற்றுடம்பு, குனிந்து நிமிரும் ஒவ்வொரு தடவையும் மாராப்புக்குள்ளிருந்து எட்டிப் பார்த்துப் பார்த்து மறையும் குத்திட்ட கொங்கைகள் மேகங்களுக்குள்ளிருந்து எட்டிப்பார்க்கும் முழு நிலவைப் போல.

வாய்க்காலில் தண்ணீர் விழுந்து நெளிந்தோடுகிறது. அவர்கள் இருவரும் செய்வது வேலையல்ல. களிப்பூட்டும் விளையாட்டு. களைப்பே தெரியாத காமக்களியாட்டம் போல். சிரித்துக் கொண்டும், பேசிக்கொண்டும், பார்த்துக்கொண்டும், ரசித்துக் கொண்டும் போதையில் மிதப்பதைப் போல் வேலை. நானும் மடைக்குடும்பனும் வந்து நிற்பதை அவர்கள் இருவரும் கவனிக்கவே இல்லை, வேலை செய்பவர்கள் கவனிப்பார்கள், அவர்கள் இருவரும் தன்னை மறந்து காமக்களியாட்டத்தில் அல்லவா ஈடுபட்டிருக்கிறார்கள். ஐம்புலன்களும் ஒருமித்து சங்கமிக்கும் அபூர்வ கனமில்லையா கலவி. அவர்கள் வேலை என்ற பெயரில் கலவியில் திளைத்துக்கொண்டிருந்தார்கள். கூட்டங்கூட்டமாய் திரியும் பலவிதமான நீர்ப்பறவைகளைப் பார்த்தேன். ஓடைக் கரை வழியே நடந்து வந்துகொண்டிருந்தோம். மற்றொரு இடத்தில் தெலா இறைத்துக்கொண்டிருந்தார்

ஒரு வயோதிகர். கொஞ்சம் போல மனிதசக்தியை செவழித்து தண்ணீர் இறைக்கும் முறை. தண்ணீரைப் பயன்படுத்தும் முறைகளில்தான் எத்தனை வகை, நான் பிரமிப்பாகப் பார்த்தேன்.

18

இன்று சாயங்காலம் பொழுது இறங்கிக்கொண்டிருந்தது. மேய்ச்சலுக்குப் போன கால்நடைகள் கூட்டங்கூட்டமாய் திரும்பிக் கொண்டிருந்தன. காடுகரைகளில் வேலை செய்தவர்கள் பாதை யெங்கும் அடைத்தபடி நடக்க அவர்களுடன் பேசிக்கொண்டே நானும் நடந்துகொண்டிருந்தேன். சகலமும் வீடு திரும்பிக் கொண்டிருக்க ஒரே ஒரு கிழவன் மட்டும் காட்டை நோக்கி நடந்து கொண்டிருந்தான், அவன் முதுகில் வித்தியாசமான ஒரு சுமையை வைத்திருந்தான். என்னை விலகிச் செல்லும் போது உற்றுக் கவனித்தேன். முதுகில் இருந்த பெட்டியைப் போன்ற சதுரமான பொருள் பிரம்புகளால் செய்யப்பட்டிருந்தது. கையில் ஒரு கூண்டுக்குள் பறவை ஒன்றை அடைத்துவைத்திருந்தான். நான் அவனை நிறுத்தி விசாரித்தேன். அதுவரை என்னிடம் பேசிக் கொண்டுவந்த பனிரெண்டு குழந்தைகள் பெற்ற பெண்மணி கூட்டத்தோடு சேர்ந்துகொண்டாள்.

'எங்கப்பா போற, எல்லாரும் வீட்டுக்குப் போறாக நீ காட்டுக்குப் போற.'

'வேட்டைக்குப் போறேன் துரை.'

'வேட்டைக்கா என்ன வேட்டைக்கு?'

'காடை, கௌதாரி.'

'நான் உன்கூட வரட்டுமா?'

'தாராளமா வாங்க துரைகளே.'

நான் அந்த வேட்டைக்காரனுடன் சேர்ந்து பயணப்பட்டேன். பாதையைவிட்டு விலகி காடுகளை ஊடுருவி ஓடைகளைக் கடந்து நடந்தான். சில குறிப்பிட்ட இடங்களில் நின்று ஊசாட்டம் பார்த்தான். என்னை எதுவுமே பேசக்கூடாதென்று சைகையால் கேட்டுக்கொண்டான். ஒரு பிரிட்டிஷ் ராணுவத்தின் கர்னல்

என்னை வாயை மூடு என்று ஒரு கிழவன் உத்திரவிடுகிறான். நான் அவன் உத்தரவுக்குக் கட்டுப்பட்டு வாய்மூடி மௌனியாகி நிற்கிறேன். இப்போது நான் கர்னல் வேல்ஸ் அல்ல. அதோ அந்த மரத்தைச் சுற்றிலும் கண்ணிகளைப் பதித்துக்கொண்டிருக்கிறானே என்னுடைய ஆசான், அவனுடைய சிஷ்யன் நான். சுதந்திரமாகத் திரியும் ஒரு பறவையைப் பிடிப்பது என்பது சாதாரணமான விஷயமல்ல. மிகுந்த பொறுமையும் மதிநுட்பமும் காத்திருத்தலும் தேவைப்படும் விஷயம். ஆனால் என்னால் ஒரு பறவையை ஒரு நொடியில் கொல்ல முடியும். உயிருடன் பிடிக்க முடியாது. பறவையின் பாஷையும், பறவையை ஏமாற்றும் வித்தையையும் கற்றவனால்தான் அது சாத்தியம்.

அந்த மரத்தைச் சுற்றிலும் தரையில் கண்ணிகளைப் பதித்தான். நான் பொறுமையாகப் பார்த்தபடி உட்கார்ந்திருந்தேன். இப்படி எத்தனையோ தடவை காடுகளில் நான் காத்துக் கிடந்திருக்கிறேன். பறவையைப் பிடிப்பதற்காக அல்ல. மனிதர்களை வேட்டை யாடுவதற்காக மருது சகோதரர்களுடன் பல தடவை வனங்களில் வேட்டையாடித் திரிந்திருக்கிறேன். மிருகங்களைக் கொல்வதற்காக பல மணி நேரம் காத்திருந்திருக்கிறோம். அதே காடுகளில் அவர்களை வேட்டையாடுவதற்கு சாதாரண வீரர்களுடன் நான் பல மணி நேரம் காத்திருந்தேன். மருது சகோதரர்களும் ஊமைத்துரையும் வேட்டையாடப்படக்கூடிய மிருகங்களைப் போல் வனத்துக்குள் பதுங்கிக்கிடந்தார்கள்.

கிழவன் எல்லா கண்ணிகளையும் பதித்துவிட்டு என்னருகில் வந்து, அவன் கொண்டுவந்திருந்த கௌதாரியைக் கூண்டோடு தூக்கிப்போனான். என்ன செய்யப் போகிறான் என்று ஆவலோடு பார்த்துக்கொண்டிருந்தேன். மரத்தின் கிளை ஒன்றில் கூண்டோடு தூக்கிவிட்டு என்னருகில் வந்தான். அவன் பின்னால் வரச் சொல்லிவிட்டு நடந்தான். நான் நாய்க்குட்டியைப் போல் அவனைப் பின்தொடர்ந்தேன். ஞாபகமிருக்கட்டும் உலகத்தின் தலை சிறந்த ராணுவமான பிரிட்டிஷ் ராணுவத்தின் கர்னல் நான். ஒரு மறைவிடம் தேடி ஒளிந்துகொண்ட கிழவன் என்னையும் அருகில் ஒளிந்துகொள்ளுமாறு பணித்தான். நாங்கள் இருவரும் ஒருவர் முகத்தை ஒருவர் பார்த்துக்கொண்டோம். மேற்கே இரத்த சிவப்பாய் மேகங்கள் கோபுரமிட்டு துணிப்பாய் இருந்தன.

மெல்ல மெல்ல சூரியன் மறைந்துகொண்டிருந்தான்.

கிழவன் தன் இரண்டு உதடுகளையும் குவித்து வைத்துக் கொண்டு ஒரு மாதிரியான சீல்க்கை ஒலியை எழுப்பினான். என்ன ஆச்சரியம் அடுத்த நொடியே மரத்தில் தொங்கவிடப்பட்டிருந்த கௌதாரி மிகப் பலமாக அதே சீல்க்கை ஒலியை வனமெங்கும் எதிரொலித்தது. கிழவனும் கௌதாரியும் தொடர்ந்து போட்டி போட்டுக்கொண்டு சப்தமெழுப்பிக்கொண்டிருந்தார்கள். கொஞ்ச நேரத்தில் என் கண்களையே என்னால் நம்ப முடியவில்லை. நாலா பக்கமிருந்தும் கௌதாரிகள் கழுத்து உரோமங்களைச் சிலிர்த்துக்கொண்டு வேகமாக ஓடிவந்தன. கண்ணி காலடியில் இருப்பதை மறந்து எல்லாமே கண்ணியில் மாட்டிக்கொண்டன.

கண்ணிகளில் மாட்டிக்கொண்ட கௌதாரிகள் விடுவித்துக் கொள்வதற்காக துள்ளியதில் அதன் உரோமங்கள் உதிர்ந்து காற்றில் பறந்தன. கிழவன் சாவகாசமாகப் போய் ஒவ்வொன்றாக எடுத்துக் கூட்டில் அடைத்தான். பயத்துடன் கூடிய மிரட்சியான அந்தப் பறவைகளின் கண்களை உற்றுப் பார்த்தேன். துப்பாக்கிக் குண்டு பாய்ந்து இரத்தம் வெளியேறி கொஞ்சம் கொஞ்சமாகச் சாவைத் தழுவி கண்களில் கருவிழி மறைந்து, வெள்ளை விழி மட்டுமே கண்களை ஆக்ரமித்து, பின்னர் இமைமூடாமல் விழிகள் அசைவற்று நின்றுவிடும் காட்சியை நான் பலமுறை பார்த்திருக் கிறேன். அதே போல்தான் அப்பறவைகளின் கண்கள் தெரிந்தன.

எல்லா கௌதாரிகளையும் எடுத்துக் கூண்டில் அடைத்துவிட்டு, கூண்டுக் கௌதாரியைத் தூக்கிக்கொண்டு வந்து என் பக்கத்தில் வைத்துவிட்டு இன்னொரு கூண்டுக் கௌதாரியை கொண்டு போய் மரத்தில் தொங்கவிட்டான். அதேபோல் இருவரும் மறைந்துகொண்டோம். கிழவன் இப்போது வேறு மாதிரி சத்தத்தை எழுப்பினான். கௌதாரியும் இதே சத்தத்தை வனம் எங்கும் ஒலிக்க எதிரொலித்தது. ஆச்சரியப்படும்படியாக அதே போல் கௌதாரிகள் ஓடிவந்தன. ஆனால் முதல் தடவை ஆக்ரோஷமாக கழுத்து உரோமங்களைச் சிலிர்த்துக்கொண்டு வந்தது மாதிரி வராமல் அமைதியாகப் பதுங்கிப் பதுங்கிவந்து கண்ணியில் மாட்டிக்கொண்டு துள்ளின. சிறிது நேரத்தில் கிழவன் எல்லாக் கௌதாரிகளையும் கண்ணியிலிருந்து எடுத்து கூண்டுக்குள் அடைத்தான். நான் ஆச்சரியமாகப் பார்த்துக்கொண்டு நின்றேன்.

அவன் என்னைச் சீண்டினான்.

'என்ன துரைகளே... வேட்டையைப் பாத்தீகளா?'

'பார்த்தேனே, நல்லாப் பார்த்தேன்.'

'என்னத்தப் பார்த்தே?'

சொல்லிக்கொண்டே இரண்டு கூட்டுக் கௌதாரிகளையும் தூக்கிக் காண்பித்து இதில் ஆண் எதுப் பெட்டை எது என்று கேட்டான். காக்கைகளில் ஆண்-பெண் எப்படி கண்டுபிடிக்க முடியாதோ அதே போல் காடை, கௌதாரிகளில் ஆண், பெண் கண்டுபிடிக்க முடியாது. பிரித்தறியும் வகையில் பிரத்யேக வித்தியாசங்கள் இல்லை. நான் இரண்டையும் உற்றுப்பார்த்துக்கொண்டிருந்தேன். கிழவன் சிரித்தான், நான் அவன் சிரிப்பதை ரசித்தேன். மரத்தடியில் உட்காரும்படி சைகை செய்தான், நான் கட்டுப்பட்டேன்.

கிழவன் என்னை ஏளனமாகப் பார்த்துச் சிரித்தான். ஒரு கூண்டில் இருந்த கௌதாரியைக் காட்டி இது ஆண் கௌதாரி என்று சொன்னான். எனக்கு எந்த வித்தியாசமும் தெரியவில்லை. முதலில் நான் இந்தக் கௌதாரியைத்தான் கூப்பிட வைத்தேன் என்றான். சொல்லிவிட்டு வேட்டையின் நுணுக்கங்களை விவரிக்கத் தொடங்கினான்.

'துரையவர்களே... இந்த ஆண் கௌதாரி கூப்பிட்ட சத்தம் என்னோடு இந்தக் காட்ல யார்னாலும் சண்டைக்கு வரலாம், நான் தயார், தைரியமிருப்பவர்கள் வரலாம், மோதிப்பாத்துருவம்னு சவால்விடுற சத்தம். ஊருக்குள்ள வந்து ஒருத்தன் நின்னுக்கிட்டு, என்கூட இந்த ஊர்ல ஒத்தைக்கு ஒத்த மோத யார்னாலும் வரலாம்னா, அவன் ஊரைவிட்டுத் தப்பிப்போக முடியுமா? சொல்லுங்க துரையவர்களே, அதனால தான் நாலா பக்கமிருந்தும் கழுத்து ரோமத்தை சிலுப்பிக்கிட்டு ஆக்ரோஷமா சண்டைக்கு வந்து கண்ணியில மாட்டிக்கிருச்சு, ஆம்பள சவால்விட்டா சண்டைக்கு ஆம்பளதான வருவாக பொம்பளைக வரமாட்டாக, அதனால பிடிபட்ட அத்தனை கௌதாரிகளும் ஆண்கள்.

இரண்டாவதாக, வேட்டையாடிய கூண்டைத் தூக்கிக் காட்டினான். தொரைகளே இது பெட்டைக் கௌதாரி. அந்தக் கௌதாரி கூப்பிட்ட சத்தம் சண்டைக்கு கூப்பிட்டது. இந்தக் கௌதாரி கூப்பிட்ட சத்தம் சல்லாபம் செய்ய. யாராவது ஒரு அழகான பொம்பளை வந்து

நடுத்தெருவுல நின்னுக்கிட்டு என்கூட சல்லாபிக்க ஆண்கள் வரலாம்னு சைகை காட்னா, எந்த ஆம்பளை சும்மா இருப்பான், ஆசை யாரைவிட்டது. சண்டைக்கு வரும்போது ஆக்ரோஷமா சிலிர்த்துக்கிட்டு வந்த ஆம்பளைக சல்லாபிக்க பதுங்கிப் பதுங்கி வந்ததப் பாத்தீகளா தொரை, ஏம்னா நான் போறது ஒனக்குத் தெரியக்கூடாது, நீ போறது எனக்குத் தெரியகூடாதுனு, கடேசியில எல்லாமே கண்ணியில மாட்டிக்கிருச்சு. ஆக பிடிபட்ட எல்லாக் கௌதாரிகளும் ஆண்கள்தான், பெட்டைகளை நான் வேட்டையாட மாட்டேன். பெட்டைகளை வேட்டையாடினால், அந்த இனமே அழிஞ்சு போகும், இனம் தளைக்கனும்னா பெண்கள் முக்கியம். ஒரு ஆம்பள போதும், பத்துப் பொம்பளைக்கு, நான் சிரித்ததை கிழவன் ரசித்து தானும் சிரித்துக்கொண்டான். யுத்தங்கள், ஆயுதங்களைப் பற்றி எனக்கு என்னென்ன தெரியுமோ அதைப் போல் வேட்டையைப் பற்றிய நுணுக்கங்கள் அவனுக்கு அத்துபடி, அதற்குள்ளும் ஒரு அறம் வைத்திருந்தானே நான் வியந்தேன்.

துரை தமிழ்ப் படிக்கப் படிக்க கிட்டுப்பிள்ளைக்கு வேலை குறையும் என்று பார்த்தால் கூடிக்கொண்டே போனது. துரையின் கேள்விகளுக்கு கிட்டுப்பிள்ளையால் பதில் சொல்லி முடிய வில்லை. துரை முழுக்க முழுக்க இப்போது வேறு ஒரு உலகத்தில் சஞ்சரித்துக்கொண்டிருந்தார். தான் பிரிட்டிஷ் ராணுவத்தின் கர்னல் என்பதையே மறந்துவிட்டார். சூழ்நிலையும் அவருக்குச் சாதகமாக மாறிக்கொண்டே வந்தது. எங்கேயுமே எந்த விதமான பிரச்சினைகளும் இல்லை. பெரும் தலைவலியாக இருந்த ஊமைத்துரை, சின்ன மருது, பெரிய மருது ஆகியோர் கொல்லப் பட்ட பின்னால் தேசமே அமைதியாகிப் போனது. துரையும் கிட்டுப்பிள்ளையும் குதிரையில் வந்துகொண்டிருந்தார்கள். ஆங்காங்கே காடுகளில் வேலை செய்துகொண்டிருக்கும் மனிதர்கள், மேய்ச்சலில் இருக்கும் கால்நடைகள், தன் தோட்டத்தின் வரப்போரம் ஒரு ஆணும் பெண்ணும் நின்றுகொண்டிருந்தார்கள். அவர்களின் கைகளில் பூசை செய்வதற்கான மங்கலப் பொருட்கள் இருந்ததை துரை பார்த்துவிட்டார். அவ்வளவுதான் துரை குதிரையைவிட்டுக் குதித்து இறங்கினார்.

'பிள்ளாய்..., இவர்கள் என்ன செய்கிறார்கள்?'

'சாமி கும்புடுறாங்க துரை.'

'சாமியா, கோயில் எங்க இருக்கு பிள்ளாய்?'

தன் முன்னால் இடுப்பு உயரத்துக்கு வளர்ந்து நின்ற கரையான் புற்றுக்களையும், அவையின் மீது போடப்பட்டுள்ள பூமாலை களையும், சந்தனம், குங்குமம் பொட்டுக்களையும், சுற்றிலும் தெளிக்கப்பட்டிருந்த மஞ்சள் தண்ணீரையும் கிட்டுப்பிள்ளை காட்டினார். கோபுரங்களைப் போல் வளர்ந்து நின்ற கரையான் புற்றுக்களையே துரை உற்றுப் பார்த்தார். தோட்டத்தில் வேலை செய்துகொண்டிருந்த வேலையாட்கள் ஆண்கள் பெண்கள் என்று கொஞ்சம் கூடிவிட்டார்கள். வந்தவர்கள் எல்லோருமே அந்தக் கரையான் புற்றுக்களைத் தொட்டுக் கும்பிட்டு மண் எடுத்து, நெற்றியில் பூசிக்கொண்டதை ஆச்சரியமாகப் பார்த்தார் துரை.

சில சமயங்களில் துரை கேட்கிற சந்தேகங்களுக்கு கிட்டுப் பிள்ளையால் பதில் சொல்ல முடியாமல் சமாளித்திருக்கிறார், சில நேரம் பொய்களைக்கூட சொல்லி தப்பித்திருக்கிறார். கரையான் புற்றுக்களைப் பற்றியோ அதைக் கும்பிடுவதைப் பற்றியோ பிள்ளைக்கு ஒன்னும் தெரியாது. என்ன கேட்கப் போகிறாரோ என்ற பயம் வேறு.

'பிள்ளாய் இது என்ன சாமி?'

'புற்றுச்சாமினு சொல்வாங்க.'

'இதை எதுக்கு கும்பிடுறாங்க பிள்ளாய்?'

கிட்டுப்பிள்ளைக்கு கையும் ஓடவில்லை. காலும் ஓடவில்லை. என்ன சொல்லி எப்படிச் சமாளிப்பது என்று தெரியவில்லை. தார்ப்பாச்சலுடன் நின்ற சம்சாரியைக் கூப்பிட்டு, துரையின் முன்னால் நிறுத்தினார்.

'இந்தக் கரையான் புற்றை எதுக்காகக் கும்பிடுறீங்கனு தொரை சேக்காரு சொல்லுங்க.'

'அதாவது தொரைகளே, எங்களோட நெலத்து மண்ணை வளமா வச்சிருக்கிறதுக்கு காரணம் இந்தக் கரையான்க, இன்னொன்னு எறும்புக. ஒரு அஞ்சடி ஆறடி ஆழத்துக்கு எறும்புக நெலத்துக் குள்ள போயி, மண்ணப் பூராத்தையும் நெலத்துக்கு மேல கொண்டாந்து போடும், அப்ப நெலத்துக்குள்ள நல்லா காத்துப்

போயி மண்ணு வளமாகும். அதே மாதிரி நூறடி ஆழம் வரைக்கு நெலத்துக்குள்ள போயி மண்ணுகள மேல கொண்டாந்து நெலத்த பக்குவப் படுத்துற ஒரே உசுப்பிராணி இந்தக் கரையான்க. மக்கிப் போகாத எதுனாலும் சரி, கரையான் மண்ணாலயே மக்கிப் போக வச்சு உரமாக்கிரும், அதெல்லாம்விட நம்ம செத்து பொதைச்சா நம்மளையும் சாப்பிட்டு ஏப்பம் விடுறது இந்தக் கரையான்தான். அதனால நாங்க எப்பவும் அதைக் கும்புடுறது உண்டு. கரையான் சாமிதான் எல்லாத்துக்கும் பெரியசாமி. இதுபோக இந்தப் புற்று மண்ணத்தான் நாங்க தேய்ச்சுக் குளிப்போம். மேல்ல ஒரு சிரங்கு புண்ணு வராது, சர்மத்துக்கு அவ்வளவு நல்லது, ஏம்னா இந்த மண்ணு எல்லாமே கரையான்களோட எச்சம்.

போன மாசம் ஒரு நாள் மழை பெய்தவுடன் லட்சக் கணக்கில் பறந்து வந்த தட்டான்களையும் ஈசல்களையும் துரைவைத்த கண்வாங்காமல் பார்த்துக்கொண்டிருந்தார். கிட்டுப்பிள்ளைக்குப் புரிந்துவிட்டது.

'பிள்ளாய் இதெல்லாம் என்ன?'

'துரைகளே, இது தட்டான், இது ஈசல்.'

'இவ்வளவு நாளும் என் கண்ணுக்குத் தெரியலையே பிள்ளாய்.'

'மழை பேஞ்சாத்தான் வரும் தொரை, மத்த நேரத்துல நம்ம அதுகளப் பாக்க முடியாது.'

'அப்படின்னா எங்கே இருக்கும், லட்சக் கணக்கில இருக்கிறதே பிள்ளை?'

கிட்டுப்பிள்ளைக்கு அன்றைக்குப் பதில் சொல்லத் தெரிய வில்லை. என்னென்னமோ சொல்லி தப்பித்துக்கொண்டார். தான் சொன்ன பதில் துரைக்கு திருப்தியில்லை என்பதையும் பிள்ளை புரிந்துகொண்டார். அது துரைக்கு இப்போது ஞாபகம் வந்து விட்டது.

'பிள்ளாய், ஈசல், தட்டான் பத்தி இவங்ககிட்ட கேளு.'

'டேய்... ஈசல், தட்டான் எங்கேயிருந்துடா வருது தொரைக கேக்காக.'

'அது இப்ப வராது தொரை, மழை பேஞ்சாத்தான் வரும்.'

'மழை பேஞ்ச ஒடனே லட்சக் கணக்குல வந்திருது, அப்படின்னா

அதுக எங்கயிருந்து வருதுக, எங்கே தங்கி இருக்குக, சொல்லுங்கடா.'

'தொரைகளே, கடவுளோட படைப்புள எத்தனையோ உசுப்பிராணிக இருக்கு, ஆனா அன்னைக்கே பிறந்து அன்னைக்கே அழிஞ்சு போற உசுப்பிராணிக ஈசலும் தட்டான்களும்.'

துரைக்கு புதிய வெளிச்சம் ஒன்று தென்பட்டது, உற்றுக் கேட்டார். தார்ப்பாச்சலுடனும் புளிச்சிநார் மீசையுடனும், தூக்கணாங்குருவி தாடியுடனும் இருந்த அந்த சம்சாரி தொடர்ந்தான்.

'தொரைகளே, மழை பேஞ்சவுடனே பூமி செழிக்க ஆரம்பிக்கும், காடுகரைக எல்லாம் பச்சைப் பசேல்னு மாறிப்போகும். மனுஷனுக்கு தாங்க முடியாத சந்தோஷம் தலைக்கு ஏறிரும். தலகால் தெரியாம ஆட ஆரம்பிச்சிருவான், அந்த அகம்பாவத்த அடக்கத்தான் கடவுள் ஈசலையும் தட்டானையும் உலகத்துக்கு அனுப்பி மரணத்தை ஞாபகப்படுத்துறாரு, டேய்... மனுஷா ரொம்ப ஆட்டம் போடாதே, எந்த நேரமும் உனக்கு மரணம் வரலாம், வாழ்வு நிலையானதில்ல, அடுத்த நிமிஷம்கூட நீ மரணிக்கலாம். இதோ பார் லட்சக்கணக்கான ஈசல், தட்டான்கள், இன்னைக்கு ஒருநாள் மட்டுமே தறிகெட்டு சுதந்திரமா பறந்து திரியும், நாளைக்கு நம்ம எல்லாமே சாகப் போகிறமே என்ற நிலையாமையை மறந்து.'

வேல்ஸ்துரை கதி கலங்கிப் போய் நின்றார். நிலையாமையை உணர்த்த கடவுளால் அனுப்பப்பட்ட உசுப்பிராணிகள், அன்றே பிறந்து அன்றே அழியும் அபூர்வ உயிரினங்கள், இந்த வார்த்தைகள் துரையைப் பாதித்திருக்க வேண்டும். அவருடைய முக இறுக்கத்தைக் கிட்டுப்பிள்ளை கவனிக்கத் தவறவில்லை.

'சரி மேன், மழை பேஞ்ச ஒடனே லட்சக் கணக்குல வந்திருதே, எங்கேயிருக்கு, நம்ம கண்ணுல தட்டுப் படலியே.'

'துரையவர்களே, அவைக எல்லாமே நம்ம கண்ணு முன்னாடி தான் இருக்குது, ஆனா நம்ம கண்களுக்குத் தெரியாது.'

'எதுக்கு மேன் தெரியாது?'

'துரையவர்களே, சாவு நம் கண்ணுக்குத் தெரியுதா, எங்கே யிருந்து வரும், எப்படி வரும், எந்த நேரம் வரும் ஏதாவது தெரியுதா, அதே மாதிரிதான், அதை நமக்கு உணர்த்தத்தான் கடவுள் அதுகளப் படைச்சிருக்காரு.'

ஒரு சிறு எறும்பு, கரையான், ஈசல், தட்டான் இவற்றுக்குள் இவ்வளவு தத்துவங்களும், வாழ்வியல் அறங்களையும் கேட்ட வேல்ஸ்துரை ஆச்சரியப்பட்டுப்போனார். ஆயிரம் ஞானிகள் சொன்னாலும் புரியாத நிலையாமை தத்துவம், ஒரு சம்சாரி சொன்னதும் புரிந்து போயிற்று. தான் கொண்டுவந்த ஒரு துணியில் கொஞ்சம் கரையான் புற்றுமண்ணை எடுத்து பொட்டலமாகக் கட்டிக்கொண்டார். கிட்டுப்பிள்ளையால் வேடிக்கை பார்க்க மட்டுமே முடிந்தது.

19

யுத்தத்தின் சுவடுகள் மறைந்து பேரமைதிகொண்டு விரிந்துகிடந்தது கரிசல் பூமி. காலம் நேரம் தவறாமல் மழையைக் கொண்டுவந்து சேர்ந்தன தெய்வங்கள். தண்ணீர் சுளித்தோடும் தாமிரவருணியின் கரைகளில் வளர்ந்துநின்ற மரங்களில் பழங்களுக்குப் பதில் கதைகள் பழுத்துத் தொங்கிக்கொண்டிருந்தன. கதைகளால் நிரம்பித்தான் ஓடிக்கொண்டிருந்தது தாமிரவருணி நதி.

இதோ கரை மேல் வனாந்திரத்தைத் தொட்டுக்கொண்டு நிற்கும் நாவல் மரம். பூக்கள் பூத்துச் சொரியும், ஆனால் காய்க்காது, பழுக்காது பூக்க மட்டுமே செய்யும் அதிசய நாவல் மரம். இந்த மரத்தில் பழத்தின் தித்திப்பிற்காகவே தேடி வருவார்கள் ஜனங்கள். நிழல்படர்ந்து தன் தரை முழுக்க பழங்களை உதிர்த்துக்கொண்டே இருக்கும். நாவல் பழங்கள் சாப்பிட்டுவிட்டு பக்கத்து படித்துறையில் குளித்து மரத்தடி நிழலில் உறங்குபவர்கள் பலர். இவையெல்லாம் சப்பாணி அரக்கன் மரத்தடிக்கு வரும் வரைதான். சப்பாணி அரக்கனின் பூர்வீகம் பொதிகை மலைதான் என்றாலும், சக அரக்கனுடன் போரிட்டபோது இரண்டு கால்களையும் இழந்துவிட்டான். முடவன் மலைவாசம் செய்ய முடியுமா? சப்பாணி அரக்கன் கடும் தவம் மேற்கொண்டான். தவத்தின் பலன் கடவுள் காட்சி தந்து என்ன வேண்டும் என்று கேட்டார்.

'ஸ்வாமியே, என் பெயர் தடாகச் சித்தரக்கன். யுத்தத்தில் இரு கால்களையும் இழந்துவிட்டேன் ஸ்வாமி. சப்பாணி மலை

முகட்டில் வாழ இயலுமா? பொதிகை மலையுச்சிதான் பூர்வீக வாசஸ்தலம். இனிமேல் நான் இங்கே வாழ முடியாது. அது சமயம் தாமிரவருணியைப் பார்க்காமல் என்னால் இருக்க இயலாது.'

'சொல்வதைத் தெளிவாகச் சொல், கேட்பதைக் கேள்.'

'ஸ்வாமி, நான் தாமிரவருணிக் கரையில் வாசம் செய்ய அருள் புரிய வேண்டும். அத்தோடு நான் இருந்த இடத்தில் இருந்தபடியே வயிற்றை நிரப்ப வேண்டும். கைகளாலோ கால்களாலோ ஏவப்படுகின்ற எந்த ஆயுதமும் என்னைக் கொல்லக் கூடாது.'

தடாகச் சித்தரக்கன் சொல்லி முடித்ததும் கடவுள் அவன் கேட்ட வரத்தைக் கொடுத்துவிட்டு மறைந்து போனார். அடுத்த நொடியே தடாகச் சித்தரக்கன் ஒரு பெரிய ஊருக்கருகில் சுளித்தோடும் தாமிரவருணிக் கரையோரம் ஓங்கி வளர்ந்து நின்ற ஒரு நாவல் மரத்திற்கு அடியில் வந்து விழுந்தான். உடனே தன்னை ஒரு நாவல் பழமாக உரு மாற்றிக்கொண்டு நாவல் பழமரத்தடியில் பழங்களோடு பழங்களாகக் கிடந்தான். ஊரின் அருகில் இருந்ததால் ஏராளமானவர்கள் ஆற்றுக்குக் குளிக்க வந்தார்கள். அப்படி வருகிறவர்கள் கொஞ்ச நேரம் நிழலுக்கு மரத்தடியில் நிற்பார்கள். அப்போது கீழே விழுந்து கிடக்கும் நாவல் பழத்தை ஆசையாக எடுத்துத் தின்பார்கள். அந்நப் பழங்களில் எந்தப் பழம் அரக்கன் என்று தெரியாததால் வாய்க்குள் போட்ட உடனேயே அரக்கன் விழுக் என்று துள்ளி வயிற்றுக்குள் போய்விடுவான். அடுத்த நிமிஷமே தன் சுய உருவம் எடுக்க பழத்தைத் தின்றவன் வயிறு வெடித்து சிதறி உயிர்விடுவான். உடனே அரக்கன் அவனை எடுத்து விழுங்கிவிட்டு மீண்டும் பழங்களோடு பழங்களாகப் படுத்துக்கொள்வான்.

பல வருடங்களாக அரக்கன் இப்படியே வாழ்ந்து கொண்டிருந் தான். அவ்வூரில் ஏராளமானவர்கள், ஆடுகள், மாடுகள், குதிரைகள் எனப் பலவும் அரக்கனுக்கு இரையாகிப் போனார்கள். இதற்கு மேலும் அரக்கனை விட்டு வைத்தால் நம் ஊரே காலியாகி விடும் என்று தெரிந்துகொண்ட ஊர் பொதுமக்கள் ஒன்றுகூடி பொதிகை மலைக்குப் போய் சிவனை வேண்டினார்கள். சிவனும் காட்சி தந்து அரக்கனை அழித்து விடுவதாக வாக்குறுதி கொடுத்து மறைந்தார். அதன் படியே சிவன் சாமியார் வேடம் போட்டு

தாமிரவருணிக் கரை வந்து நீராடி விட்டு, கரையில் உள்ள நாவல் மரத்தடிக்கு வந்தார். பழத்தோடு பழமாகக் கிடக்கும் தடாகச் சித்தரக்கனைத் தன் ஞானக் கண்ணால் அடையாளம் கண்டு கொண்டு அப்படியே அதை எடுத்து வாய்க்குள் போட அரக்கன் வயிற்றுக்குள் போய் சுயரூபம் எடுக்கும் முன்னமே வா...வ் என்று ஒரு பெரிய ஏப்பம்விட்டார். அவர் விட்ட ஏப்பத்தில் சூறா வளியில் சிக்கியவனைப் போல் வாய்க்குள்ளிருந்து வேகமாகப் பறந்து வந்து எதிரே இருந்த நாவல் மரத்தூரில் மோதி மண்டை நொறுங்கி தரையில் விழுந்தான். தான் சாவுக்குப் போராடிக் கொண்டிருந்தபோது வந்திருப்பது சிவன் என்று அறிந்து வணங்கினான். தன் உயிர் பிரியப் போகிறது என்பதை அறிந்து கொண்ட அரக்கன் சிவனை வணங்கி இரண்டு வரங்கள் கேட்டான்.

'ஸ்வாமி கைகளாலும் கால்களாலும் ஏவப்படும் ஆயுதத்தால் நான் சாகக் கூடாது என்ற வரம் என்னோடு இருந்ததால் பயப் படாமல் தைரியமாக இருந்தேன். ஆனால் இவ்விதம் என் உயிர் போகும் என்று நான் நினைக்கவில்லை. ஆனாலும் சந்தோஷமே' என்று சொல்லிவிட்டு இரண்டு வரங்கள் கேட்டான்.

'ஸ்வாமி, இந்த நாவல் மரம் இன்றிலிருந்து பூக்கள் பூக்க மட்டுமே செய்ய வேண்டும். பிஞ்சாகி காயாகி பழம் பழுக்கவே கூடாது. அடுத்து இதே மரத்தடியில் எனக்கு ஒரு சிறு கோயில் வேண்டும், என்னை வழிபடுகிறவர்களுக்கு, இம்மரம் பழம் பழுக்காத கதையைச் சொல்லும் போது என் கதையும் மக்களுக்குத் தெரிய வேண்டும், இதுவே என் ஆசை ஸ்வாமி.'

சிவன் இந்த இரண்டு வரத்தையும் கொடுத்துவிட்டு மறைந்து போனார். அன்றிலிருந்து இன்று வரை இம்மரம் பழம் பழுக்கவே இல்லை. இதோ இதுதான் அந்தக் கோவில், ஜனங்கள் எல்லோரும் சப்பாணி அரக்கன் சாமி என்றே சொல்லி இதை வழிபட்டு வருகிறார்கள் என்று கதையைக் கிட்டுப்பிள்ளை சொல்லி முடிக்கவும் வேல்ஸ்துரை பெருமூச்சுவிட்டார்.

'பிள்ளாய்... இந்தத் தாமிரவருணிக்கரை முழுவதும் ஏராளமான கதைகள் இருக்கிறதோ?'

'தாமிரவருணியே ஒரு கதைதான் துரை. அது உற்பத்தியானதும் ஒரு கதை மூலமாத்தான். தினம் தினம் ஏராளமான கதைகளைச்

சுமந்து வருகிறது. கரைகளின் இரு பக்கமும் இருக்கும் கோயில் களிலும் படித்துறைகளிலும் கதைகள் தேங்கிக் கிடக்கின்றன துரை.'

என்றென்றைக்கும் காய்க்காமல் பழுக்காமல் பூச்சொரிய நிழல் பரப்பி நிற்கும் நாவல் மரத்தினடியில் சிலர் உட்கார்ந்திருந்தார்கள். கலகலத்து ஓடும் தாமிரவருணி, கிட்டுப்பிள்ளையும் துரையும் மரத்தடிக்கு வந்தவுடன் உட்கார்ந்திருந்தவர்கள் எழுந்து நின்று வணங்கினார்கள். துரை சிரிப்புடன் வணக்கத்தை ஏற்றுக் கொண்டார். ஆனால் அவருடைய முகம் தன்னிடம் ஏதோ சொல்ல நினைப்பதை கவனித்துவிட்டார். இன்றைக்கா அல்லது நேற்றா எத்தனை வருடங்களாகத் துரையின் உதட்டசைவை உற்றுநோக்கி மொழி மாற்றியிருக்கிறார். பிள்ளைவாள் துரையின் முகத்தையே உற்றுப் பார்த்துக்கொண்டிருந்தார்.

பழுத்துச் சிவந்து எந்த நேரத்திலும் கீழே விழத் தயாராக இருக்கும் பனம் பழத்தைப் போல் தெரிந்தது துரையின் முகம். சலசலத்து கண்ணாடியாய் மின்னி ஓடும் தாமிரவருணி. கரையின் இரு மருங்கிலும் வானுயரம் வளர்ந்து நிழல் பரப்பி நிற்கும் பல்வேறு வகையான மரங்கள். எப்போதும் ஒலித்துக் கொண்டிருக்கும் பறவைகளின் கெச்சட்டம், கரையின் இரு மருங்கிலும் கல்மண்டபங்கள், படித்துறைகள், கூட்டங் கூட்டமாகக் குளித்துக் கரையேறும் பெண்களின் ஈரச் சேலை களின் சரசரப்பு, நுணி முடிந்த முதுகில் புரளும் ஈரக் கூந்தல் துரை ஒரு பெருமூச்சு விட்டார். மௌனித்திருந்தார் கிட்டுப்பிள்ளை.

'பிள்ளாய்! நான் மூனு மாசம் விடுமுறை கேட்டு மேலிடத்துக்கு விண்ணப்பம் அனுப்பியிருக்கேன்.'

'ஏன், தொரை என்ன விஷயம், மூனு மாசம் லீவு எடுத்து எங்க போகப் போறீக, என்கிட்ட சொல்லலையே?'

'லீவு எடுக்கக் காரணம் சொல்லணுமில்ல, அதனால தேக சௌக்கியத்துக்காகனு சொல்லியிருக்கேன், ஆனால் தேகம் நல்லாயிருக்கு, மனசுதான் சரியில்லை பிள்ளாய், மனசு சௌக்கியத்துக்காகனு எழுத முடியாதே'

'மூனு மாசம் என்ன செய்யப் போறீக துரை?'

'பினாங்கு போக உத்தேசம், மூனு மாசம் லீவு முடிஞ்ச உடனே

வேலையை ராஜினாமா பண்ணிறலாம்னு, ஒரு ஐடியா இருக்கு பிள்ளாய்.'

'துரையவர்களே, என்ன பேச்சுப் பேசுறீங்க, எதுக்கு வேலையை ராஜினாமா செய்ய வேண்டும், யுத்த காலத்தில் எல்லாம் உயிரைப் பணயம் வைத்து சண்டையிட்டு பிரிட்டிஷ் சாம்ராஜ்ஜியத் திற்கு வெற்றியைத் தேடித் தந்த நீங்கள் அதன் சந்தோஷத்தை அனுபவிப்பதை விட்டு விட்டு வேலையைவிட்டுப் போகப் போகிறேன் என்று சொல்கிறீர்களே துரை.'

'பிள்ளாய்... யுத்தம் என்று வந்தால் வெற்றி தோல்வி சகஜமானது, யாரோ ஒருவன் வெற்றி பெறுவான், ஒருவன் தோற்பான், இது யுத்த நியதி. அதே சமயம் தோற்றவன் வெற்றி பெற்றவனைப் பழிவாங்க நினைப்பது இயல்பு, ஆனால் வெற்றி பெற்றவன் தோற்றவனை நடைபிணமாக்க முயல்வதை நான் ஒத்துக்கொள்ள மாட்டேன். போரில் தோற்றுவிட்டான் என்ற ஒரே காரணத்துக்காக தோற்றவனின் கண்ணியத்தை நான் ஒரு போதும் அழிக்கமாட்டேன், அவனுடைய கண்ணியம் காப்பாற்றப்பட வேண்டும், அவனுக்கு கண்ணியமாக வாழ உரிமையுண்டு, இறந்த வரைக்கூட கண்ணியமான முறையில் அடக்கம் செய்ய வேண்டும் என்று போர் விதிகள் கூறுகின்றன, அவன்தான் நம் எதிரி, ஆனால் அவன் மரணம் கண்ணியமானது, நாம் வெற்றி பெற்ற வீரர்கள் என்றால் அவன் தோற்ற வீரன்.

இருவரும் பேசிக்கொண்டே கரை வழியே நடந்து குதிரைகள் நிற்கும் இடத்தை அடைந்தார்கள். தடுத்து நிற்கும் பாறையில் சுளித்து எம்பி குதித்து சுளித்தோடும் தாமிரவருணியைப் போல துரையின் மனசு கொதித்துக்கொண்டிருந்தது. நிறைய்ய விஷயங்களைக் கிட்டுப்பிள்ளையிடம் பகிர்ந்துகொள்ள நினைத்தாலும் அரசின் ரகசியங்கள் வெளியில் சொல்லப்படக் கூடாது என்ற கடமை துரையைத் தடுத்தது.

'பிள்ளாய், நானும் நீயும் சண்டை போடுறோம், நான் ஜெயிக்கிறேன், நீ தோற்கிறே, அதுக்குப் பிறகும் உன்னோட குடும்பம், உன் வாழ்வாதாரம், நீ கும்புடுகிற கோயில், உன் பண்பாடு, கலாச்சாரம் இவைகளை அழிப்பது நியாயமா பிள்ளை?'

போர் முடிந்த பின்பு தினமும் புதுப் புது அதிகாரிகள் வருவதும் துரையைச் சந்திப்பதும், சில நேரம் அவர்களுடன் துரை

வாக்குவாதத்தில் ஈடுபடுவதும், அவர்கள் போன பின்பு இரண்டு மூன்று நாளைக்கு துரை மூஞ்சியை உம்மென்று வைத்துக் கொண்டு திரிவதும் கிட்டுப்பிள்ளை கவனித்த விஷயங்கள். ஆனால் யார் வந்தார்கள் என்றோ, எதுக்காக வந்தார்கள் என்றோ இதுவரை வாய் திறந்தது கிடையாது. மெல்லவும் முடியாமல் விழுங்கவும் முடியாமல் துரை நடை பிணமாகத்தான் நடமாடினார். துரை அழைப்பதாகத் தகவல் வந்தவுடன் வேகமாகப் போனார் கிட்டுப்பிள்ளை. பெரும்பாலும் துறைசார்ந்த அலுவல்களுக்கு மட்டுமே ஆளனுப்பிக் கூப்பிடுவார். தன்னுடைய தனிப்பட்ட தேவைகளுக்கு ஆளனுப்பிக் கூப்பிட மாட்டார். அவரே நேரில் வருவதை வழக்கமாகக்கொண்டிருப்பவர். அறையில் வேறு ஆட்கள் யாருமில்லை. துரையின் முகம் குராவிப் போயிருந்தது. சந்தோஷக்களை அறவே இல்லை. கையைக் காட்டி உட்காரப் பணித்தார்.

'பிள்ளாய்... மூன்று மாச விடுமுறை கேட்டிருந்தேன் என்று சொன்னேன்ல, அனுமதிச்சு உத்தரவு வந்திருச்சு, கூடிய சீக்கிரம் கிளம்பிருவேன். நீங்கள் இங்கேயே இருக்கலாம், மகாராணி நான்கு நபர்களை இங்கே அனுப்புகிறாராம், அவர்களுக்கு உதவியாக நீங்கள் இருக்கலாம், அனேகமாக நான் போனவுடன் அவர்கள் இங்கே வரலாம்.'

'இங்கே எதுக்காக வர்ராங்க துரை?'

'யாருக்குத் தெரியும், என்னிடம் அவர்கள் வர்ர விஷயம் மட்டுமே தெரிவிக்கப்பட்டுள்ளது, எதுக்காக என்று சொல்ல வில்லை, என்னாலும் யூகிக்க இயலவில்லை பிள்ளாய்.'

கிட்டுப்பிள்ளை குழம்பிப் போய் உட்கார்ந்திருந்தார். துரை உண்மையை மறைக்கிறாரா, இல்லை நிஜமாகவே இவருக்குத் தெரியாதா என்று குழம்பினார். வேல்ஸ்துரை இல்லாத இடத்தை அவரால் கற்பனை செய்து பார்க்க இயலவில்லை. இவருக்குப் பதில் வேறொரு கர்னல் வந்தால் பரவாயில்லை. நாலு பேர் எதுக்காக வரவேண்டும். பிள்ளையால் எவ்வளவு யூகித்தும் ஒரு முடிவுக்கு வர இயலவில்லை.

'பிள்ளாய் சித்தன் கந்தசாமிப் புலவரைச் சந்திக்க முடியுமா?'

'சித்தன் போக்கு சிவன் போக்குனு சொலவடை. எங்கிட்டு

திரியிராறோ தொரை, பாக்கலாம்னு உறுதியா சொல்ல முடியல.'

'பிள்ளாய்... அனேகமா நான் இனிமேல் இந்த தேசத்துக்கு வர்ரது சாத்தியமில்லை.'

கிட்டுப்பிள்ளை துணுக்குற்றார். துரையின் முகத்தையே உற்றுப்பார்த்துக்கொண்டிருந்தவர் கொஞ்ச நேரம் எதுவுமே பேச வில்லை.

'என்ன சொல்றீங்க துரையவர்களே?'

'இந்த மூனு மாசம் லீவு முடிஞ்சப் பிறகு வேலையை ராஜினாமா பண்ணிட்டு நாட்டுக்கே போயிறலாம்னு நெனைக்கேன்.'

'என்ன துரை இப்படியெல்லாம் பேசுறீங்க, வேலையை ராஜினாமா பண்ற அளவுக்கு என்ன பிரச்சினை?'

'மனசு சரியில்லை பிள்ளாய், மனசாட்சிக்கு விரோதமான காரியங்களில் நான் எப்போதும் ஈடுபட்டதில்லை.'

20

துரையின் பதிலைக் கேட்டு கிட்டுப்பிள்ளை ஆச்சரியப்பட வில்லை. ஆனால் ஏதோ ஒன்று நடப்பது மட்டும் உறுதியாகத் தெரிந்தது. துரையவர்கள் அதை வெளிப்படையாக வெளியே சொல்ல முடியாமல் திணறிக்கொண்டிருப்பதும் தெரிந்தது. இருவரும் பேசிக் கொண்டே நடந்து சென்றார்கள். வழக்கத்திற்கு மாறாக ஜனங்கள் கூட்டங் கூட்டமாய்ப் போய்க்கொண்டு இருந்தார்கள். ஒரு சில மாட்டுவண்டிகளும் வண்டி நிறைய ஆட்களை ஏற்றிக்கொண்டு வழியடைத்துப்போனார்கள். இவற்றையெல்லாம் துரை உற்றுப்பார்த்தார்.

'பிள்ளாய்... என்ன கூட்டம், எந்தக் கோயில் திருவிழா?'

'திருவிழா இல்ல துரை, சத்திய மரத்துக்குப் போறாக.'

'சத்திய மரமா? வாட், சத்திய மரம்னா என்ன பிள்ளாய்.'

'துரையவர்களே ரொம்ப வருஷத்துக்கு முன்னாடி இந்தப் பகுதியில் வீரமுத்துப் புலவர்னு ஒரு புலவர் இருந்திருக்கிறாரு. அவரு ஜமீன்தார்கள், ராஜாக்கள், செல்வந்தர்கள் மேல பாட்டுப்

வௌவால் தேசம் ❋ 135

பாடுவாரு, அப்ப அவங்க சந்தோஷப்பட்டுக் குடுக்கிற வரும்படிக் காசுகளை சேர்த்து சேர்த்து வச்சு ஏழை எளியவர்களுக்கு நெறய்யா உதவிகள் செய்வாரு, ஒருநாள் சிறுகச் சிறுக சேர்த்து வச்சிருந்த தங்கக் காசுக எல்லாத்தையும் கோயில் அர்ச்சகர்கிட்ட குடுத்து வச்சிட்டு பொதிகை மலைக்கு அகத்தியரக் கும்பிடப் போய்ட்டாரு, போனா மூனு மாசம் நாலு மாசம் அங்கயே தவமிருந்து அகத்தியரைக் கும்பிட்டுட்டு வந்திட்டார். வந்தவரு நேரா போயி அர்ச்சகர்கிட்ட நான் கொடுத்துவச்ச பொட்டணத்தைக் குடுங்க சாமின்னு கேட்டாரு. அர்ச்சகர் சொன்னாரு.

‘நீ யாரப்பா, எந்த ஊரு, என்னமோ பொட்டலம்ங்கிற என்ன விஷயம் ஒனக்கென்ன பைத்தியமா?’

‘சாமி... என் பெயர் வீரமுத்துப் புலவர். நான் பொதிகை மலை யாத்திரை போகும் போது, உங்களிடம் நான் வந்து வாங்கிக் கொள்கிறேன் என்று சொல்லி ஒரு பொட்டலம் குடுத்தேன் சாமி, அதில் நான் கஷ்டப்பட்டு சேர்த்து வச்ச தங்கக் காசுகள் இருந்தது சாமி.’

‘இங்க... கேளுப்பா, எனக்கு வீரமுத்தும் தெரியாது, கூர முத்தும் தெரியாது, ஒன்னைய இதுக்கு முன்னாடி நான் பார்த்ததே இல்லேப்பா.’

‘சாமி, நீங்க தெய்வத்துக்கு சேவுகம் செய்றவங்க, தெய்வத்துக்குச் சமமானவங்க, நீங்க பொய் சொல்லக் கூடாது, ஏமாத்தக் கூடாது, அது அந்த தெய்வத்துக்கே பொறுக்காது சாமி.’

வீரமுத்துப் புலவர் எப்படியெல்லாமோ கேட்டுப் பார்த்தார். பாச்சா பலிக்கல, வேற வழி இல்லையே, என்ன செய்ய, ராஜாகிட்டப் போயி முறையிட்டார். ராஜாவுக்கும் வீரமுத்துப் புலவரைத் தெரியும், பொய் சொல்ல மாட்டார், நியாயவான், தன்னிடமிருந்தே ரெண்டு மூனு தடவை பரிசு பெற்றதையும் நினைத்துக்கொண்டு, உடனே கோயில் அர்ச்சகரை அழைத்துவர உத்திரவிட்டார். அர்ச்சகர் வீரமுத்துப் புலவரிடம் என்ன சொன்னாரோ அதையே திரும்பத் திரும்பச் சொன்னார். மொத்தத்தில் இவரை இதற்குமுன் தான் பார்த்ததேயில்லை, என்மீது அபாண்டமாகப் பழி சொல்கிறார் என்று புலவர் மீதே குற்றம் சொன்னார். ராஜாவுக்கோ என்ன செய்வது என்று தெரியவில்லை.

அவரோ கோவிலின் பரம்பரை அர்ச்சகர் தொழில் செய்பவர். இவரோ புலவர், அறம்பாடி வாழ்பவர். உண்மையைத் தவிர வேறெதுவும் பேசாதவர். மன்னரால் எந்த முடிவும் எடுக்க முடியவில்லை. மந்திரிகளுடன் சேர்ந்து யோசித்து, கடைசியாக ஒரு முடிவுக்கு வந்தார் மன்னர்.

'அர்ச்சகரே எங்கள் அரசபையின் முடிவின்படி நீங்கள் பூஜை செய்து வரும் அந்த தெய்வத்தின் தலையில் மூன்று தரம் சத்தியம் செய்துவிடவேண்டும்.'

'அப்படியே ஆகட்டும் மன்னா. மன்னரின் உத்திரவை தலை வணங்கி ஏற்றுக்கொள்கிறேன். சத்தியம் செய்ய வேண்டிய நாள், நேரம் ஆகியவற்றை முடிவு செய்து எனக்குத் தெரியப்படுத்துங்கள்.'

அந்தப்படியே நாளும், நேரமும் முடிவு பண்ணி அர்ச்சகர் கிட்டயும், வீரமுத்துப் புலவர் கிட்டயும் சொல்லியாச்சு. சுத்துலாப்பட்ட கிராமங்கள் எல்லாத்துக்கும் தண்டோரா போட்டு தகவல் சொல்லியாச்சு. குறிப்பிட்ட அந்த நாளும் வந்தாச்சு. கூட்டம் அலை மோதுது ராசா, மந்திரி அத்தனை பேரும் கோயிலுக்கு முன்னால் கூடியாச்சு. இதுக்கிடையில அர்ச்சகர் என்ன பண்ணிட்டார்னா, பரம்பரையா அர்ச்சகர் பாத்திகளா, எல்லா மந்திரம் மாயமும் தெரியுமில்ல, ராத்திரியோட ராத்திரியா சாமியோட சக்திய இடம் மாத்தி பக்கத்து புளியமரத்துல மாத்தி வச்சிட்டாரு, கோயிலுக்குள்ள வெறும் சிலை மட்டும்தான் இருக்கு. இந்த விஷயம் யாருக்கும் தெரியாது. விடிஞ்சா சத்தியம். அர்ச்சகரோட அயோக்கியத்தனத்துக்கும் திருட்டுத் தனத்துக்கும் நம்மளே உடந்தையா இருக்கிறது பாவம்னு நெனச்சு அந்தக் கோயில் தெய்வம் ராத்திரியோட ராத்திரியா வீரமுத்துப் புலவரோட கனவுல வந்திருச்சு.

'வீரமுத்துப் புலவரே சொல்வதை நன்றாகக் கேளும், நாளைக் காலை என் தலைமீது சத்தியம் பண்ண அர்ச்சகர் வருவார். நீ என்ன செய்ய வேண்டும் சொல்கிறேன் கேள், மன்னரே, இந்த சின்ன விஷயத்துக்கு தெய்வத்தை இழுக்க வேண்டாம், பக்கத்தில் உள்ள புளியமரத்தில் சத்தியம் செய்தால் போதும் என்று சொல் என்று சொல்லி மறைந்தது.'

கோவில் முன்னால் கூட்டம் அலை மோதியது. நாலா ஊர்

ஜனங்களும் நிறைந்துவிட்டார்கள். மன்னரும் மந்திரி சனாதிகளும் கூடிவிட்டார்கள். அர்ச்சகர் கொஞ்சங்கூட வருத்தமின்றி சாமி தலையில் அடித்து சத்தியம் செய்ய தயாராக நின்றார். மன்னர் சத்தியம் செய்ய உத்திரவிட்டார். வீரமுத்துப் புலவர் மன்னர் முன் வந்து கும்பிட்டு நின்றார்.

'மன்னா... ஒரு சிறு விண்ணப்பம்.'

'சொல்லும் புலவரே.'

'இந்தச் சின்ன விஷயத்துக்கு தெய்வத்தின் தலையில் அடித்து சத்தியம் செய்வது எனக்கு உடன்பாடில்லை. மாற்றாக பக்கத்தில் இருக்கும் புளியமரத்தைத் தொட்டு சத்தியம் செய்தால் போதும், பச்சை மரத்தைத் தொட்டு சத்தியம் செய்ய யாருமே பயப் படுவார்கள்.'

வீரமுத்துப் புலவரின் விண்ணப்பத்தைக் கேட்டு அர்ச்சகர் நிலை குலைந்து போனார். முகம் பீதியில் உறைந்து போயிற்று. மறுக்கவா முடியும்? மனசைத் தேற்றிக்கொண்டு புளிய மரத்தைத் தொட்டார். அடுத்த நிமிடம் புளியமரம் தீப்பிடித்து எரிய கூடவே பட்டரும் எரிந்து சாம்பலானார். அன்றிலிருந்து சத்திய மரமாக மாறிப் போனது புளியமரம். சுற்றிலும் உள்ள எல்லா கிராமங்களிலும் நடக்கின்ற வில்லங்கமான பஞ்சாயத்துக்கள் புளியமரத்தடியில் தான் நடக்கின்றன. வருடம் ஒருமுறை அந்தப் புளியமரம் தன் இலைகளையெல்லாம் உதிர்த்துவிட்டு, கண்ணங்கரேல் என்று தன்னைத்தானே கருக்கிக்கொள்ளும், அப்புறம் பச்சைப் பசேல் என்று தளிர்த்துப் பூக்க ஆரம்பிக்கும்.

வேல்ஸ்துரை ஆச்சரியப்பட்டுப் போனார். மரம், செடி, கொடிகள், படிகள், கற்கள் ஒவ்வொன்றும் அறத்தையும் கதைகளையும் தாங்கிக்கொண்டிருப்பதையும், அவைகளை மக்கள் நம்பி அற வாழ்வு வாழ்வதையும் நினைத்து ஆச்சரியப்பட்டார். இந்த மக்களின் வாழ்வு என்பது மண்ணோடும், வணங்கும் கோயில் களோடும் நம்பிக்கையின் வடிவத்தில் இருப்பதை வியந்தார்.

21

முகத்தில் கொஞ்சம்கூட சுரத்தே இல்லாமல் சுற்றித் திரிந்த துரையின் முகத்தில் இன்று பெரிய மாற்றம் தெரிந்தது. மேலிடத்திலிருந்து மூன்று மாசத்திற்கு அவரை ராணுவப் பணியிலிருந்து விடுவித்து உத்தரவு வந்திருந்தது. துரை புறப்பட்டுப் போவதற்கான எல்லா ஆயத்தங்களையும் ஏற்கனவே செய்து வைத்திருந்த படியால் மறுநாளே புறப்பட்டார். அவர் சந்தோஷமாகப் போக வில்லை. சொல்ல முடியாத ஏதோ ஒரு பெரிய சோகத்தை சுமந்து கொண்டு போகிறார் என்பதை மட்டும் நன்றாக யூகித்துக் கொண்டார் கிட்டுப்பிள்ளை.

இனிமேல் வரப்போகிற அதிகாரி எப்படியிருப்பாரோ, கீழ்த்தரமான வேலைகளைச் செய்யச் சொன்னால் என்ன செய்வது, நாமும் வேலையைவிட்டுப் போய்விடலாமா, இந்த வேலையை விட்டுவிட்டால் வேறு என்ன வேலை செய்யத் தெரியும், அதிகாரத்தின் அருகிலேயே இருந்து அதிகாரம் பண்ணியே வாழ்ந்து பழகிவிட்ட நாம் தனியே அதிகாரம் பண்ண முடியுமா? உருவத்தைக் கண்டு, இது இந்த உருவத்தின் நிழல் என்று தெரிந்துதானே மக்கள் நம்மிடம் பயந்தார்கள், மரியாதை காட்டினார்கள். உருவமின்றி தனித்த நிழல் சாத்தியமா? வெள்ளைக்காரன் இருக்கும்வரை அவனுக்கு நம் மொழி தெரியாதவரைதான் இந்த மண்ணில் நமக்கு மரியாதை. அதில்லாமல் எத்தனை மொழி தெரிந்தும் ஆகப்போவது என்ன? பூக்கள் தொடுக்கப்பட்டு சரமாகாமல் மாலையாகாமல் செடியில் இருந்தால் யாருக்குப் பிரயோஜனம். கிட்டுப்பிள்ளை வேல்ஸ் துரையை வழியனுப்பி வைத்துவிட்டுப் பல மாதிரியாக யோசித்துக்கொண்டிருந்தார். ஒருவேளை தன் வாழ்க்கையை வெள்ளைக்காரனிடம் தொலைத்துவிட்டோமோ என்றுகூட எண்ணினார். எது எப்படியிருந்தாலும் அந்த உலகாண்டேஸ்வரி நம்மைக் கைவிடமாட்டாள் என்று நம்பினார். தனக்கு உறவுகள் என்று சொல்லிக்கொள்வதற்கோ வாரிசுகள் என்று சொல்லிக் கொள்வதற்கோ யாருமே இல்லை என்பதை முதல்முறையாக சிந்தித்துப் பார்த்தார். பழைய நினைவுகளை அசைபோட்டார்.

தினமும் தாமிரவருணியில் நீராடி தும்பைப் பூ வேஷ்டியுடன் ஈரம் சொட்ட படியேறி கள்ளபிரானை வணங்கச் செல்வார் கர்ணம் சிவசங்கரன்பிள்ளை. படித்துறைப் பூக்காரி வெயிலாச்சியிடம் தினமும் பூ வாங்கிப் போவது வழக்கம். நாள்பட்ட பழக்கத்தில் வெயிலாச்சியின் பூவாசம் சிவசங்கரன் பிள்ளையைப் பற்றிக் கொண்டது. கணவன் இல்லாத பூக்காரி விற்கும் பூவுக்கு வாசம் ஜாஸ்தி போலும். சிவசங்கரன் பிள்ளையின் மேனி முழுவதும் வெயிலாச்சியின் பூவாசம் அப்பிக்கொண்டது. பூவாசத்தை மறைக்க முடியுமா என்ன? படித்துறையில் மோதும் தாமிர வருணியின் ஒவ்வொரு அலையும் பூ பூ பூ என்றே ஒலித்தது. கரையோர இச்சி மரத்தில் கூடடையும் பறவைகளின் கெச்சட்ட ஒலி பூ பூ பூ என்றே ஒலித்தது. அரசல்புரசலாய் தாமிரவருணி கரையெங்கும் பூவாசம் பரவிவிட்டது. கள்ளபிரான் மௌனித்து இருந்தார். கள்ளபிரான் மௌனித்திருக்கலாம், வெயிலாச்சியின் அண்ணன் தம்பிகள் மௌனித்திருப்பார்களா? பூவாசம் தேடி வரும் வண்டை தேடியலைந்தார்கள். நாசியால் நுகர்ந்த பூவாசத்தை பூக்காரி வெயிலாச்சியின் வயிற்றுக்குள் ஒளித்து வைத்துவிட்டு வண்டு பறந்துபோய் ஒளிந்துகொண்டது. வயிற்றுக்குள் மறைத்து வைத்த பூவாசம் பிஞ்சாகி, காயாகி, பழமாகி வேர்பிடித்துச் செடியாய் வளரத் தொடங்கியது. வெயிலாச்சி செடியின் மாசங்களை எண்ணத் தொடங்கினாள். கள்ளபிரானை தினமும் கண்ணீர் மல்க வேண்டினாள்.

சிவசங்கரன்பிள்ளை தலைமறைவானார். பூக்காரியின் அண்ணன் தம்பிகள் அரிவாளும் கையுமாக அலைந்தார்கள். பிள்ளையின் வீட்டை அடித்து நொறுக்கினார்கள். பிள்ளையின் மனைவியும் குழந்தைகளும் கள்ளபிரானிடம் சரணடைந்தார்கள். கள்ளபிரான் மௌனமாக வேடிக்கை பார்த்துக்கொண்டிருந்தார். பூக்காரியின் வயிற்றுக்குள் பதியமிடப்பட்ட செடி நன்றாக வளர்ந்தது. சலசலத்தோடும் தாமிரவருணி தாய வெயிலாச்சியை அரவணைத்துக்கொண்டாள். நிறைசூலியாய் தாமிரவருணியில் நீராடினாள். தெரிந்தவர்கள் யாரும் பூ வாங்க வரவில்லை. தெரியாதார் களுக்கு பூ விற்பது தவமிருத்தலுக்குச் சமம்.

உயிருக்குப் பயந்து தலைமறைவாகிப் போன கர்ணம் சிவசங்கரன் பிள்ளை தஞ்சமடைந்த இடம் பொன்னன்குறிச்சி

கிராமம். இரண்டு கொலைகள் செய்த வெள்ளைச்சாமிக் குடும்பனைக் காப்பாற்ற கர்ணம் என்ற முறையில் எவ்வளவோ உதவிகள் செய்தார் சிவசங்கரன்பிள்ளை. ஆனால் கடைசியில் தண்டனை கொடுத்துவிட்டான் வெள்ளைக்கார நீதிபதி. ஆயுள் முழுக்க தீராவாசம் அந்தமான் ஜெயில். வெள்ளைச்சாமிக் குடும்பன் மகன் திருக்கோடி வயக்காட்டில் தண்ணீர் பாய்ச்சிக்கொண்டிருந்தான். சாயங்கால நேரம். கண்ணெட்டும் மட்டும் பச்சைப்பசேல், வாழைகளும் நெற்பயிர்களும், சங்கு விதைத்தாற் போல் புழுப் பூச்சிகள் பொறுக்கித் திரியும் கொக்கு கூட்டங்கள். கொக்கைப் போலவே வெள்ளையும் சொள்ளையுமாக வரப்பின் மேல் வேகமாக நடந்து வருவது யாரென்று பார்த்தான் திருக்கோடிக் குடும்பன். காதுகளில் மின்னும் தரிப்பு. தார்ப் பாய்ச்சல். வெற்று மேலுடன் தாட்டீகமான உருவம். தலையில் தலப்பாகை. கிட்டத்தில் வந்ததும்தான் அடையாளம் தெரிந்தது. கர்ணம் சிவசங்கரன் பிள்ளையென்று. தானாகவே கை தலைப்பாகையை அவிழ்த்து முழங்கையில் தொங்கவிட்டது.

'சாமியோவ்... கும்புடுறேன் சாமியோவ்.'

'... ... ...'

சிவசங்கரன் பிள்ளையிடமிருந்து பதில் இல்லை. முகம் குராவிப் போயிருந்தது. இது கர்ணம் சிவசங்கரன் பிள்ளையின் முகமே இல்லை. அதிகாரத் தொனி இல்லாத, களையிழந்த அந்நியப்பட்டுப் போன முகம். வைரக் கடுக்கண் மின்னவில்லை. வெற்றிலைச் செவ்வாய் சிரிக்கவில்லை. திருக்கோடிக் குடும்பன் ஏதோ நடந்திருப்பதை யூகித்துக்கொண்டான். அவமானத்தால் கூனிக் குறுகி உயிருக்குப் பயந்து அடைக்கலம் தேடிவந்திருக்கும் முகம். சூம்பிப் போன பனம்பழம் போல. முகத்தை ஏறிட்டுக்கூட பார்க்கவில்லை.

'என்னது சொல்லுங்க சாமி, எனக்குக் குழப்பமாயிருக்கு யாரோ மாதிரி வந்து நிக்கீரே.'

எதுவும் பேசாமல் பக்கத்தில் இருந்த வாழைக் கூட்டத்தை நோக்கி நடந்தார். திருக்கோடிக் குடும்பன் வாமடையை அடைத்துவிட்டு பின்தொடர்ந்தான்.

நடந்த கதை அனைத்தையும் ஒன்றுவிடாமல் சொல்லி

முடித்தார் சிவசங்கரன் பிள்ளை. அமைதியாக அத்தனை விஷயங்களையும் உன்னிப்பாகக் கேட்ட திருக்கோடிக் குடும்பன் ஒரே வார்த்தையில் பதில் சொன்னான்.

'பயப்படாம இரும், நான் இருக்கேன்.'

வயற்காட்டின் ஓரத்தில் காவலுக்கு இருப்பதற்காக போடப் பட்டிருந்த குடிசையில் தங்க வைத்தான். தாட்டீகமான இரண்டு வேலையாட்களைக் காவல் வைத்தான். தினமும் ஸ்ரீவைகுண்டம் கந்தவிலாஸ் முருகானந்தம் பிள்ளையின் ஹோட்டலிலிருந்து மூன்று வேளைக்கும் சாப்பாடு கொண்டு வந்து கொடுக்க ஆளை நியமித்தான். திருநெல்வேலி, ஸ்ரீவைகுண்டம், வல்லநாடு, சிவகளை, சுற்றுலாப்பட்ட ஊர்களில் எல்லாம் சிவசங்கரன் பிள்ளையைத் தேடியலைந்தும் வெயிலாச்சியின் அண்ணன் தம்பி மார்களுக்கு ஒரு துப்பும் கிடைக்கவில்லை. தினமும் ஹோட்டலுக்குச் சாப்பாடு வாங்கப் போகும் கருப்பக் குடும்பனிடம் முருகானந்தம் பிள்ளை கேட்டார்.

'ஏன்டா... கருப்பா நாலஞ்சு மாசமா மூனு வேளைக்கும் சாப்பாடு வாங்கிட்டுப் போறியே யாருக்குடா?'

'திருக்கோடிக் குடும்பனுக்கு.'

'ஏம்ல்ல பொண்டாட்டி புகை இருக்கும்போது களப்புக் கடையில் சோறு வாங்கித் திங்கான்.'

'பொண்டாட்டி கூட சண்டை போட்டுட்டு தனியா இருக்காரு, வேற கல்யாணம் முடிக்க பொண்ணு பாக்காரு.'

'ஏன்டா, ஏழுகழுத வயசானப் பெறகு வேற கல்யாணம் கேக்குதோ ஒங்க குடும்பனுக்கு.'

'சாமி, நம்ம சொன்னா கேப்பாகளா, சொத்து சுகம் நெறய்யா இருக்கு, நான் வாரன் வாக்கப்பட, என் தங்கச்சி வாரா பிள்ளை யெடுக்கனு பொம்பளைக வரிசையில நிக்கா.'

முருகானந்தம் பிள்ளை வாயடங்கிப் போனார். கருப்பக் குடும்பன் சிரித்த முகமாய் வருவதைப் பார்த்ததும், திருக்கோடிக் குடும்பன் ஆச்சரியமாய்ப் பார்த்தான். பயல் கேலிக்காரப் பயல் என்று தெரியும்.

'ஏல, என்னடா சிரிப்பை அடக்க மாட்டாம வர்ர, என்னல சமாச்சாரம், சொல்லிட்டுச் சிரில.'

முருகானந்தம் பிள்ளைக்கும் தனக்கு நடந்த உரையாடலை முழுக்க சொன்னான் கருப்பன். சிரிப்பை அடக்க முடியாமல் திருக்கோடியும் சிரித்துக்கொண்டான்.

மேகாற்றுக்கு ஆடி அசைந்தன வாழைகள். நீண்ட இலைகள் கொடியசைப்பதைப் போல் நாலா பக்கமும் சுழன்றாடின. நெற்பயிர்கள் காற்றின் வேகத்துக்கு ஏற்றாற்போல் அலை அலையாய் நெளிந்து சுருண்டன. இவைகளை வைத்தகண் வாங்காமல், வாங்கி வந்த உணவைச் சாப்பிடாமல் முகம் குராவிப் போய் உட்கார்ந்திருந்தார் சிவசங்கரன்பிள்ளை.

'என்ன சாமி, சாப்பாடு அப்பிடியே இருக்கு, எதுக்கு இப்பிடி முகங்குராவிப் போய் உக்காந்திருக்கீரு.'

'சோறு உள்ள எறங்க மாட்டேங்கு திருக்கோடி. பாவம் பார்வதி, ரெண்டு புள்ளைய வச்சிட்டு சாப்பாட்டுக்கு என்ன செய்வா, வெளி உலகம் தெரியாதவ என்ன செய்றாளோ...'

'அதெல்லாம் நல்லா இருக்காக. நீரு இங்க வந்த மறுநாளே, நாலு மூடை நெல் எறக்கச் சொல்லிட்டேன், காய்கறிக, பயறு பச்சைக எல்லாம் அப்பப்ப குடுத்து விடுறேன், நீங்க பத்திரமா இங்க இருக்கிற விஷயத்தையும் சொல்லி வச்சிருக்கேன், அதனால கவலைப்படாம பயப்படாம சாப்பிடும்.'

'திருக்கோடி நீ மட்டும் இல்லனா, இதுக்குள்ள என் குடும்பம் சின்னா பின்னமாயிருக்கும், என்னோட உசுரும் போயிருக்கும். ஒன்னு வெயிலாச்சியோட ஆட்க என்னையக் கொன்னுருப்பாங்க, இல்ல, நானே தற்கொலை பண்ணியிருப்பேன். எங்கப்பன் கள்ளபிரான்தான் என்னையைக் கொண்டாந்து உன்கிட்ட சேத்திருக்கான்.'

பிள்ளையவாள் கையெடுத்துக் கும்பிட்டார். அவர் நா தழுதழுத்தது.

'எங்கப்பனக் காப்பாத்தி தண்டனையிலருந்து வெளியே கொண்டார ரொம்ப பாடுபட்டீரு, அந்த நன்றிய மறக்கலாமா சாமி, அந்த தாமிரபரணித் தாயி நமக்கெல்லாம் படியளக்கிற புண்ணியவாட்டி நம்மள மன்னிப்பாளா, நன்றி மறக்கக் கூடாதுடா திருக்கோடினு எங்கப்பன் ஓயாம சொல்லுவான்.'

'வாழைத்தார் வெட்ட ஆட்க வாராங்க, போயி தார்களை

எண்ணிட்டு வாரன்சாமி, சாப்பிடுங்க.'

வரிசை வரிசையாக நிற்கும் வாழைக் கூட்டத்துக்குள் புகுந்து மறைந்து போனான் திருக்கோடிக் குடும்பன். ஒவ்வொரு வரிசையிலும் வெட்ட வேண்டிய முற்றிய வாழைத்தார்களை எண்ணிக் கொண்டே வந்தான். தூரத்தில் மாட்டு வண்டி வருவது தெரிந்தது.

சாயங்காலம் பொழுது சாயும் நேரம். வாழைத்தார்களை மண்டியில் இறக்கிவிட்டு வண்டியை போகச் சொல்லிவிட்டு திருக்கோடிக் குடும்பன் முருகானந்தம் பிள்ளையின் ஹோட்டலுக்கு முன்னால் வந்து நின்றான். திருக்கோடியைப் பற்றி கருப்பன் சொன்ன விஷயத்தை காதில் வாங்கி தன் கடைவாயில் ஒதுக்கி வைத்திருந்தார் முருகானந்தம்பிள்ளை. கடையில் இன்னும் ஏழெட்டுப் பேர் இருந்தார்கள்.

'ஏல...யே... திருக்கோடி இங்க வால.'

'சொல்லுங்க சாமி.'

'ஒனக்கென்ன கொழுப்பால, பொண்டாட்டி கூட சண்டை போட்டுட்டு வேற கல்யாணம் முடிக்கப் போறதா ஒன்னோட வேலைக்காரன் கருப்பன் சொன்னான் நிசந்தானால.'

'கழுத வசத்துக்கு வரலனா கழட்டி தூர எறிய வேண்டியதான'

'ஏல, அம்பது வயசுக்கு மேல ஒனக்கு வசத்துக்கு வரலை யாக்கும், வள்ளிக்கு என்னல கொறச்சல், ராப்பகலா ஆம்பளை கெணக்கா வயக்காட்ல எவலே அலையுவா, பைத்தியாரப் பயல, ஒழுங்கா வீட்ல சாப்பிடு, நாளையிலருந்து ஒனக்கு ஹோட்டல்ல சாப்பாடு தரமாட்டேன், நல்ல பொம்பளையத் தேடியலஞ்சா நாசமாப் போயிருவே பாத்துக்கோ, சம்சாரித்தனம் வம்பாப் போகும், பாவம் ஒங்கப்பன் கொலைகாரனாப் போய்ட்டான், மத்தபடி தங்கமான மனுஷன் வெள்ளைச்சாமி, பேர காப்பாத்துடா.'

முருகானந்தம் பிள்ளையின் பேச்சைக் கேட்டதும் திருக் கோடிக்கு சிரிப்பை அடக்க முடியவில்லை.

'ஏல, நான் சொல்றேன், நீ சிரிக்கே.'

'கருப்பன் பய ஒங்ககிட்ட கேலிக்கு சொல்லியிருக்கான் சாமி வள்ளி இல்லனா என்னால முடியுமா சாமி, வேலையிலயும் சரி,

பழக்கவழக்கத்துலயும் சரி, துணிச்சல்லயும் சரி, அவள மிஞ்சுன பொம்பள கெடைப்பாளா சாமி, ஒங்ககிட்ட இப்படி சொல்லியிருக்கேன்னு, என்கிட்டயும் கருப்பன் சொன்னான்.'

'சரிடே... திருக்கோடி இப்பிடி வா, உன்கிட்ட தனியா ஒரு விஷயம் கேட்கணும், இப்பிடி வாடே...'

'அப்பிடி என்ன விஷயம், என்கிட்ட இருக்கு'

'மாப்ள சிவசங்கரன் பிள்ளை ஒன்னோட பாதுகாப்புல இருக்கார்னு அரசல்புரசலா ஒரு பேச்சு அடிபடுது, நெசந்தானா?'

'... ... ...'

'ஏல, என்ன ஒன்னும் சொல்லாம நிக்க, ஆமானு சொல்லு, இல்ல இல்லனு சொல்லு, உன்கிட்டத்தான் இருக்கார்னு தெரிஞ்சப் பிறகுதான் அந்தப் பிரச்சினை அப்பிடியே நிக்குது, இல்லனா இன்னேரம் வெட்டு குத்துனு போயிருக்கும், மாப்ள பாவம்டேய், என்னமோ அவனப் புடிச்ச கெட்ட நேரம். மத்தப்படி நல்ல மனுஷன்தான், பூக்காரி ஆம்பளப் புள்ளப் பெத்திருக்காடே.'

'ஒங்க மாப்ள சிவசங்கரன் பிள்ளையை மட்டும் காப்பாத்தல சாமி, அவரோட பொண்டாட்டி புள்ளைக என்ன செய்வாக அவுகளுக்கும் மாசம் தவறாம சாப்பட்டுக்கு நெல் அனுப்புறேன், பூ வியாபாரம் இல்லனா வெயிலாச்சி அம்மா என்ன செய்யும் மண்ணவா திங்கும் அதுக்கும் நெல் கொடுக்கிறேன், எங்க அப்பன் கொலைக்கேசுலருந்து விடுதலையாகணும்னு ஒங்க மாமா ரொம்ப ஆசைப்பட்டாரு, கர்ணம்ங்கிற மொறையில அவரால என்ன செய்ய முடியுமோ அம்புட்டும் செஞ்சாரு, அதுக்கு நம்ம கைமாறு செய்ய வேண்டாமா சாமி.'

இப்போது சிவசங்கரன் பிள்ளை தன் பாதுகாப்பில்தான் இருக்கிறார் என்கிற விஷயத்தை முருகானந்தம் பிள்ளையிடம் சொல்லியாச்சு, அடுத்த நிமிஷம் விஷயம் பூக்காரியின் அண்ணன் தம்பிகளிடம் போய்விடும் என்பது திருக்கோடிக்கு நல்லாவே தெரியும். இதை அவர்களிடம் சொல்லாவிட்டால் முருகானந்தம் பிள்ளை வயிறு ஊதி செத்தே போய்விடுவார். தகவல் உறுதி என்று தெரிந்துவிட்டால் எப்படியும் வம்பு தும்பு வரும் என்று திருக்கோடிக்கு நன்றாகவே தெரியும். மறுநாள் காலையில் வயல்காட்டுக்கு போகும்போதே முன் தயாரிப்போடு போய்

சிவசங்கரன் பிள்ளையைக் குடிசையைவிட்டு, வாழைத் தோட்டத்தில் மறைந்துகொள்ளும்படி சொல்லிவிட்டான். வெய்யில் ஏற ஏற வாய்க்கால் தண்ணீர் மினுங்கியது.

நினைத்தபடிதான் நடந்தது. தூரத்தில் தன்னை நோக்கி நாலைந்து பேர் நடந்து வருவது தெரிந்தது. எதையும் சட்டை செய்யாமல் நெற்பயிர்களுக்குள் முள் முருங்கை செடிகளையும், களைகளையும் பிடுங்கிக்கொண்டிருந்தான். திருக்கோடி கைகளின் ஈரத்தால் அவிழ்ந்து கிடந்த கூந்தலை முடிக்காமல் படரவிட்டிருந்தான். காதுகளில் சிவப்புக்கல் தரிப்பு சூரிய ஒளி பட்டு மின்னியது. தன் அருகில் நான்கு பேர் அரிவாள் கம்புடன் நிற்பதைப் பார்த்தும் எதுவும் கேட்கவில்லை. முகத்தில் எந்தச் சலனமும் காட்டாமல் கையில் பிடுங்கி வைத்திருந்த களைகளை வரப்பில் போய் போட்டுவிட்டு மீண்டும் வந்து குனிந்து களையெடுத்தான்.

'ஏம்ப்பா... திருக்கோடி, நாலு பேரு ஒன் முன்னால வந்து மலை கெணக்கா நிக்கமே பாக்காறது மாதிரி இருக்கே.'

'ஏன்... இந்தா பாக்கனே நல்லா பாக்கேன், நாலு பேரு.'

'வீட்டு வாசலுக்கு ஒன்னையத் தேடி வர்ரவுகள வாங்கனு கேக்க மாட்டியா.'

'அதெப்படி கேக்காம இருப்போம், சம்சாரிகொணம் போகுமா நானும் சம்சாரிதானே.'

'எங்கள வாங்கனு ஒரு வார்த்தைகூட கேக்கலையே.'

'கையில அருவாக் கம்போட வந்து நிக்கிறவுகள எப்படி வாங்கனு வரவேற்க முடியும், அப்பிடி வரவேற்கிறது நல்லாவா இருக்கு, வெறுங்கையோட சும்மா யாரு வந்தாலும் வரவேற்காம என்ன ஏதுன்னு கேக்காம இருக்க மாட்டேன்.'

தண்ணீர் நிறைந்து வரப்புக்கள் மறையவும், பெரிய வாமடையை அடைத்துவிட்டு அடுத்த வாமடையைத் திறந்து தண்ணீரைத் திருப்பினான். சாரைப்பாம்பின் நேர் பாய்ச்சலாய் வெற்று வாய்க்காலுக்குள் தண்ணீர் பாய்ந்து சென்றது. வரப்பின் இரு மருங்கிலும் தண்ணீர் போவதற்கு இடைஞ்சலாய் இருக்கும் புற்களை வகுந்துவிட்டபடியே வாய்க்காலுக்குள்ளேயே நடந்தான். வரப்பின் மேல் இரண்டு பக்கமும் இரண்டு இரண்டு

பேராக நடந்துகொண்டே திருக்கோடியின் இருபக்கமும் நால்வரும் நடந்துவந்தார்கள். அப்படி நடப்பது திருக்கோடியை அவர்கள் கைதுசெய்து அழைத்துச் செல்வது போல இருந்தது.

'நாலு பேரு கையில அருவாக் கம்போட இடுமன் தடியன் மாதிரி நிக்கோம், ஒனக்குக் கொஞ்சமாவது பயமில்லையா திருக்கோடி.'

'எதுக்குப் பயப்படணும், நான் என்ன தப்பு செஞ்சேன், பயப் படறதுக்கு, ஒராள வெட்டணும், குத்தணும், கொல்லணும்னா, எனக்கும் ஒங்களுக்கும் பகையிருக்கணும், மனசுக்குள்ள ஒரு தீராத வெக்கை இருக்கணும், நம்ம ரெண்டு பேருக்குள்ள எந்தப் பிரச்சினையுமில்ல பிறகு எதுக்கு பயப்படணும்.'

'உன்கிட்ட ஒரு முக்கியமான விஷயம் பேசணும்.'

'என்ன விஷயமானாலும் பேசலாம், மொதல்ல அருவாக் கம்புகள தூரப் போட்டுட்டு வாங்க பேசுவோம், இல்லனா ஒரு வார்த்தை இனிமேல் பேசமாட்டேன், நீங்க என்ன செய்வீகளோ செய்யலாம்.'

குத்தாக கையில் வைத்திருந்த களைச்செடிகளை வரப்பின் மீது வீசி எறிந்தான். வாய்க்கால் நிறைந்து தளும்பாமல் செல்லும் தண்ணீரில் நடந்தபடியே போய்க்கொண்டிருந்தான். நால்வரும் தங்கள் கைகளில் வைத்திருந்த ஆயுதங்களை வரப்பின் மேல் வைத்துவிட்டு திருக்கோடியை நெருங்கினார்கள். வாய்க் காலுக்குள் சாய்ந்து தண்ணீரைத் தொட்டுக் கிடந்த நெற்பயிர்களை அனைத்து ஆதரவாக வரப்பின் மேல் சாய்த்துக்கொண்டிருந்தான். வெறுங்கையாக வந்து நிற்கும் நான்கு பேரையும் கும்பிட்டு வரவேற்றான். இப்போது அவன் வேறு திருக்கோடியாக மாறி விட்டிருந்தான்.

'இப்பச் சொல்லுங்க, என்னையைத் தேடி வந்திருக்கீக, முக்கியமான விஷயம் பேசணும்னு சொன்னீக, சொல்லுங்க பேசுவோம்.'

காவல் குடிசையை நோக்கி நடந்துபோகும் திருக்கோடியின் பின்னால் நால்வரும் நடந்துபோனார்கள். பத்து இருபது பேர் உட்காருகிற அளவுக்கு இடம் உள்ள குடிசையில் எல்லோரும் உட்கார்ந்தார்கள். ஏழெட்டு இளநிகளைக் தூக்கிக்கொண்டு

கருப்பன் வந்தான். தெற்குப் பக்க வாழைத் தோட்டத்துக் குள்ளிருந்து நான்கு பேரும், மேற்குப் பக்க வாழைத் தோட்டத்துக் குள்ளிருந்து நாலு பேரும் வந்து அவர்களைக் கும்பிட்டார்கள். கருப்பன் சீவிக் கொடுத்த இளநியை வாங்கிக் குடித்தார்கள். அந்த இடத்தில் ஒரு பெரிய நீண்ட மௌனம் அப்பிக்கொண்டது. பல்லர்த்தம் கொண்ட அந்த மௌனத்தைத் திருக்கோடிதான் கலைத்தான்.

'நேத்து முருகானந்தம் பிள்ளைகிட்ட சொன்ன உடனே ஒங்க காத்துக்கு விஷயம் போயிரும்னு தெரியும், ஏம்னா, ஒங்க காத்துக்கு விஷயம் போகட்டும்னுதான் நான் அவருகிட்டச் சொன்னது.'

'ஒங்கப்பன் வெள்ளைச்சாமிக் குடும்பனைப் பத்தி நெறய்யக் கேள்விப்பட்டிருக்கோம், ஆனா ஒன்னையப் பத்தி எதுவும் தெரியாது.'

'சரி, விஷயத்துக்கு வாங்க, சிவசங்கரன் பிள்ளை என் பராமரிப்பில், என் வீட்டில்தான் இருக்காரு, இப்ப என்ன செய்யனும்னு சொல்லுங்க பேசுவோம்.'

'ஒரு புருஷன் இல்லாத பொம்பளைய இப்படி கெடுக்கலாமா, நீயே சொல்லு திருக்கோடி நீயும் அக்கா தங்கச்சிகூட பிறந்தவன் தானே, பொம்பள பாவம் சும்மாவிடுமா?'

'சரி ஒங்க பேச்சுப்படியே வச்சிக்கிருவம், அவரை கண்டத் துண்டமா வெட்டி கொன்னுட்டா பாவம் தீர்ந்து போகுமா.'

'... ... ...'

'என்ன பேசாம இருக்கீக, பதில் சொல்லுங்க சாமிகளே, சிவசங்கரன் பிள்ளை அந்த அம்மாவ வல்லுருட்டியா இழுத்துக் கெடுத்து சீரழிக்கல, அப்படி பண்ணியிருந்தா, என் வயலுக்குள்ளயே அவர் பாதம்பட அனுமதிச்சிருக்க மாட்டேன், ஏதோ நம்மள மீறி நடந்து போச்சு, சில விஷயங்கள் எதிர்பாராம இப்படி ஆகிப் போகும், ஏம்னா, அது நம்ம கையில இல்ல.'

'சரி, திருக்கோடி என்ன செய்யலாம்னு நீயே சொல்லுப்பா.'

'கேளுங்க சாமிகளே, இதுல நான் சொல்றதுக்கு ஒன்னுமே யில்லை, நீங்கதான் முடிவு பண்ணி ஒரு நல்ல முடிவுக்கு வரணும். ஆனா ஒன்னு அவரை அடிக்கிறது, கொல்றது நல்லதில்லை, ஏம்னா அடிபிடிங்கிறது ஆரம்பமே ஒழிய முடிவு கிடையாது.'

கருப்பனும் வெள்ளைச்சாமியின் ஆட்களும் வேடிக்கை பார்த்துக்கொண்டிருந்தார்கள். ஒரு பெரிய கொக்குக் கூட்டம் வானத்திலிருந்து விழும் நட்சத்திரங்களைப் போல் வயலுக்குள் தரையிறங்கியது.

'இங்க கேளு திருக்கோடி, எங்க மானம் மரியாதை கப்பலேறுது, வெளியில தலக்காட்ட முடியல, போனது போகட்டும், வெயிலாச்சி கழுத்துல ஒரு மஞ்சக் கயித்தப் போட்டுட்டு, அந்தக் கொழந்தைக்கு நான்தான் அப்பன்னு சொல்லச் சொல்லுப்பா. நாங்க கௌரவமா தலை நிமிர்ந்து நடப்போம்.'

'இது பேச்சு, பெரிய மனுஷன் பேசுற பேச்சு, சுத்த வீரன் பேசுற பேச்சு.'

சிவசங்கரன்பிள்ளையை வெயிலாச்சியின் கழுத்தில் தாலிகட்ட வைப்பது என் பொறுப்பு என்றும் அப்படி அவர் தாலிகட்ட வில்லை என்றால், நானே அவரைக் கொன்றுவிடுகிறேன் என்று திருக்கோடி சொன்னதும், நால்வர் முகங்களிலும் கொஞ்சம் தெளிச்சி தெரிந்தது. அவர்கள் சந்தோஷமாக விடைபெற்றுப் போனார்கள். அவர்கள் கண்ணிலிருந்து மறையவும் வாழைத் தோட்டத்திற்குள் எட்டு வைத்தான் திருக்கோடி. ஒரு வாழை மூட்டின் மீது சாய்ந்துகொண்டு முகம் குராவிப் போய் உட்கார்ந் திருந்தார் பிள்ளையவாள். திருக்கோடியைக் கண்டதும் தலை கவிழ்ந்தார். எல்லா விஷயத்தையும் ஒன்றுவிடாமல் சொன்னான். கவனமாக கேட்டுக்கொண்டிருந்தார் சிவசங்கரன்பிள்ளை.

'கள்ளபிரான் சன்னதியில் ஊர் உலகம் அறிய எல்லார் முன்னிலையிலும் தான் வெயிலாச்சி கழுத்தில் தாலி கட்டி விடுகிறேன்' என்று ஏற்றுக்கொண்டார் சிவசங்கரன்பிள்ளை. அந்தப்படியே தாலியும் கட்டி, தாயையும் பிள்ளையும் ஏற்றுக் கொண்டு ஸ்ரீவைகுண்டத்தில் தனியாக வீடு பார்த்து குடித்தனம் வைத்துக்கொண்டார் சிவசங்கரன்பிள்ளை. முதல் தாரம் பார்வதியம்மாளும் எதுவும் சொல்லவில்லை; வெயிலாச்சியின் அண்ணன் தம்பிமார்களும் எதுவும் சொல்லவில்லை. திடீர்னு பாத்தா ஒருநாள் வெயிலாச்சியோட மகனைக் காணல, எங்கெங்கையோ தேடிப் பாத்தாங்க கெடைக்கல, சொத்துல பங்குக்கு வந்திருவாம்னு பிள்ளையவாள் தான் எங்கயோ கடத்திட்டுப் போயிட்டார்னு ஒரு பேச்சு, கொன்னு புதைச் சிட்டார்னு ஒரு

பேச்சு, பாவம் பிள்ளையவாள் ரொம்ப மனசு ஒடிஞ்சு போய்ட்டாரு, தேடாத இடமில்ல, கண்டுபிடிக்கவே முடியல, கடேசியில பிள்ளையவாளும் மண்டையைப் போட்டுட்டாரு, வெயிலாச்சியும் போய் சேந்திருச்சு, பத்து வயசுல போன பையன் இருபது வருஷம் கழிச்சு வெள்ளைக்காரனுக்கு துபாஷி, நான்தான் சிவசங்கரன் பிள்ளையோட மகன் கிட்டுப்பிள்ளைனு வந்து நிக்கான், எனக்கே அவரு சொல்லித்தான் தெரியும்னா பாத்துக்கோயேன்' காவல் குடிசையில் தன் மகன் ஆண்டிக்குடும்பனிடம் பழுத்த கிழமாய் உட்கார்ந்து கொண்டு தன் வீர தீரக்கதைகள் ஒவ்வொன்றாகச் சொல்லிக் கொண்டிருந்தான் திருக்கோடிக் குடும்பன்.

22

கொஞ்ச நாட்களாக முகம் குராவித் திரிந்த கிட்டுப்பிள்ளையின் முகம் இன்று தெளிச்சியாக இருக்கிறதென்றால் காரணம் இல்லாமல் இல்லை. ஒரு மாசத்திற்குப் பிறகு கர்னல் வேல்ஸ் துரையிடமிருந்து கடிதம் வந்திருந்தது. சந்தோஷத்துடன் கடிதத்தைப் பிரித்தார். அது ஒரு நீண்ட கடிதமாக இருந்தது.

டியர் கிட்டுப்பிள்ளாய்,

நான் நலமாயிருக்கிறேன். நீ நலம்தானே. தேக சௌக்கியத்தின் பொருட்டே நான் விடுமுறையில் வந்ததாக எல்லோரும் நினைத்துக்கொண்டிருப்பார்கள். ஆனால் உனக்குத் தெரியும், நான் நல்ல தேக சௌக்கியத்துடன்தான் இருக்கிறேன் என்று. நான் என்னுடைய மன அமைதிக்காகவே விடுமுறை எடுத்துக் கொண்டு இங்கே வந்தேன் பிள்ளாய். ஒரு மாசம் போனது தெரியவில்லை. பொழுது நன்றாகப் போகிறது. உடல் சௌக்கியமும் நன்றாகவே இருக்கிறது.

நான் இங்கே வந்தவுடன் ஒரு முக்கியமான சம்பவம் நடை பெற்றது. அதை உன்னிடம் நான் அவசியம் பகிர்ந்துகொள்ள வேண்டும் பிள்ளாய். பிரிட்டிஷ் ராணுவத்தின் உயர் அதிகாரி இங்கே வந்திருக்கிறார் என்ற விஷயம் எல்லோருக்கும் தெரிந்துவிட்டது. தினமும் நூற்றுக்கணக்கான மக்கள் என்னைக் கண்டு மனு கொடுத்து அவரவர்களின் பிரச்சினைகளை

சொல்லித் தீர்வுகாண வருகிறார்கள். அப்படி ஒருநாள் நான் மனுக்களை வாங்கிக்கொண்டிருந்தேன். என் முன்னால் ஒரு நீண்ட வரிசை நின்றது. ஒவ்வொருவராகத் தான் கொண்டுவந்த மனுக்களை என்னிடம் கொடுத்துவிட்டு பவ்யமாக வணங்கிச் சென்றுகொண்டிருந்தார்கள். கையில் மனுவுடன் ஒரு ஒல்லியான உருவம் என் முன்னால் வந்து நின்றது. வளர்ந்த நரைத்த தாடி. மழிக்கப்படாத முகம். சுரத்தே இல்லாமல் பொம்மையைப் போல் நின்றுகொண்டிருந்த உருவத்தை உற்றுப் பார்த்தேன். அந்த உருவத்தின் முகத்தில் இலேசான புன்னகை. உதடுகள் இலேசாக அசைந்தன.

'துரையவர்களே... நான்தான் துரைச்சாமி.'

என் உடலுக்குள் மின்னல் வெட்டியது. என்னையறியாமல் என் கண்கள் பனித்தன. சின்ன மருதுவின் மகன் துரைச்சாமி. பம்ளிமாஸ் பழத்திற்காக குழந்தையாக இருந்த துரைச்சாமி யிடம் நான் கையேந்தியதையும் அப்போது மருது சகோதரர்கள் நடந்துகொண்ட விதத்தையும் எண்ணிப் பார்த்தேன். அப்புறம் துரைச் சாமியின் கைகளில் மாட்டப்பட்டிருந்த விலங்கை அகற்ற நான் உத்திரவிட்டதையும், மறுநாள் அவன் கப்பலில் ஏற்றப்பட்டு நாடு கடத்தப்பட்டபோது என்னை உற்றுப்பார்த்த அந்த பால்ய முகத்தையும் நினைத்துப்பார்த்தேன். என்னால் இயல்பாக இருக்க முடியவில்லை. துரைச்சாமியிடமிருந்து மனுவை வாங்கும் போது என் கைகள் இலேசாக நடுங்கின. வணக்கம் வைத்துவிட்டு அவன் போய்விட்டான்.

அன்றைய தினம் வாங்கிய அனைத்து மனுக்களிலிருந்தும் துரைச்சாமியின் மனுவை மட்டும் தனியே வைத்திருந்தேன். மற்ற மனுக்களைப் பட்டியலிடுவதற்காக வேலையாட்கள் கொண்டுபோனார்கள். இரவு தனியாக அறையில் அமர்ந்து வாசிக்கத் தொடங்கினேன். வேறு எந்த வேண்டுகோளையும் அவன் எழுதவில்லை. அவன் ஒரு வீரம்மிகுந்த ராஜ பரம்பரையின் வாரிசு என்பதை உறுதிப்படுத்தியிருந்தான்.

*

மதிப்பிற்குரிய கர்னல் துரை அவர்களுக்கு,
மன்னர் சின்ன மருதுவின் மகன் துரைச்சாமி எழுதுவது, நான் சௌக்கியமாக இருக்கிறேன். தாஙகள் எங்கள்

நாட்டிற்குத் திரும்பிச் செல்லும்போது, என் உறவினர்கள் யாரிடமாவது இந்தக் கடிதத்தை சமர்பித்துவிடும்படி தாழ்மை யுடன் கேட்டுக்கொள்கிறேன்.

இப்படிக்கு,
துரைச்சாமி

வேறு எதுவுமே எழுதவில்லை, எந்த உதவியும் கேட்கவில்லை. எனக்குப் பெரிய ஆச்சரியமாக இருந்தது பிள்ளாய். ஆனால் இந்தக் கடிதத்தை நான் கொண்டு போய் அவனுடைய உறவினர்களிடம் கொடுப்பது மேன்மை தங்கிய பிரிட்டிஷ் மகாராணியாருக்கும் பிரிட்டிஷ் ராணுவத்துக்கும் நான் செய்யும் மிகப் பெரிய துரோகம், சட்டப்படி குற்றம். நான் கடிதத்தைப் படித்து முடித்ததும் மௌனமாக உட்கார்ந்திருந்தேன். அவன் வேறு என்ன உதவிகள் கேட்டிருந்தாலும் கர்னல் என்ற முறையில் உடனே நிறைவேற்றித் தரமுடியும். ஆனால் அவன் எதுவுமே கேட்கவில்லை. நான் என்ன செய்வதென்று தெரியாமல் திகைத்தேன்.

என் மனசில் ஒரு பெரிய புயல் உருக்கொண்டு பேயாட்டம் போட்டது. நிம்மதியிழந்து நிம்மதி தேடித்தான் இங்கே வந்தேன். துரைச்சாமியைப் பார்த்தவுடன் என் நிம்மதி எங்கோ போய் ஒளிந்துகொண்டது. நான் அவனை இங்கே சந்திப்பேன் என்று கனவிலும் நினைக்கவில்லை பிள்ளாய். நான் இப்போது விதியை நம்புகிறவனாக மாறிவிட்டேன் பிள்ளாய். உங்களுடைய சாஸ்திர தர்ம பண்பாட்டு விஷயங்களை அறிந்ததிலிருந்து நான் என்னுடைய சீருடையை வெறுக்கிறேன். ஊழ்வினையைப் பற்றி அறிந்துகொண்டதிலிருந்து நான் பயப்படுகிறேன். கர்மம், வினை இவற்றை எண்ணி தினமும் பயப்படுகிறேன். என்னில் ஒரு பெரிய மாற்றத்தை ஏற்படுத்திவிட்டன உங்கள் கலாச்சார பண்பாட்டு வழிபாட்டு முறைகள்.

அப்புறம் ஒரு முக்கியமான விஷயம் பிள்ளாய், நான் தேடித் தேடிக் கண்டுபிடித்து எழுதி வைத்திருக்கிற பைல் என் அலுவலகத்தில் இருக்கிறது. அதை அப்படியே சேகரித்து எனக்கு அனுப்பி வைத்து விடு. ராணுவத்தின் செயல்பாடுகள் எனக்கு ஒத்து வராது போல தெரிகிறது. யுத்தம் செய்து ஒரு நாட்டை வெற்றிகொண்டு கைப்பற்றி அந்த நாட்டை ஆள்வது, அடிமைப்படுத்துவது இயல்பானது. ஆனால் அந்த நாட்டைவிட்டு வெளியேறும் போது

அந்நாட்டு மக்களின் கலாச்சாரம், பண்பாடு, மொழி, மதம் இத்தனையையும் அழிப்பதற்கான எல்லா ஏற்பாடுகளையும் செய்வது எனக்கு உடன்பாடில்லை. இது யுத்த விதிகளை மீறிய செயல் என்பதோடு மனசாட்சியைக் கொன்று வாழும் செயலுமாகும். இதற்கு எப்படி மகாராணியார் உத்தரவு கொடுத்தார் என்று தெரியவில்லை. நான் பெரிய குழப்பத்தில் இருக்கிறேன். விடுமுறை முடிந்து என் பணியைத் தொடர்வதா வேண்டாமா என்று முடிவுசெய்யவில்லை. நான் சேகரித்துவைத்துள்ள அத்தனை விஷயங்களும் வேறு யாருடைய பார்வைக்கும் போய்விடக்கூடாது பிள்ளாய். அத்தனையும் கஷ்டப்பட்டு சேகரித்த விஷயங்கள். என்னோடு சேர்ந்து பணியாற்ற இன்னும் நான்கு பேரை நியமித்திருப்பதாகவும், விடுமுறை முடிந்து வந்து அவர்களுடன் சேர்ந்துகொள்ளும் படியும் எனக்கு மேன்மை தங்கிய மகாராணியாரிடமிருந்து உத்தரவு வந்துள்ளது பிள்ளாய்.

கடிதத்தைப் படித்து முடித்ததும் கிட்டுப்பிள்ளை செய்த முதல் காரியம் வேல்ஸ்துரையின் பைல்கள் அனைத்தையும் உடனடியாக அப்புறப்படுத்தி பாதுகாப்பான இடத்தில் ஒளித்து வைத்ததுதான். கரையான் புற்றுக்களைப் பற்றி மட்டுமே பத்து இருபது பக்கம் எழுதியிருந்தார் துரை. எறும்பு, ஈசல், தட்டான் முதல் எல்லா வற்றையும் பதிவு பண்ணியிருந்தார். துரையவர்கள் தேடித்தேடிக் கண்டுபிடித்து வைத்த குறிப்புக்கள் ஒன்றுகூட விடாமல் துப்புரவாக தேடியெடுத்து ஒளித்து வைத்தார் பிள்ளை. எப்படி பாதுகாப்பாக அனுப்புவது என்பதுதான் பிரச்சினை.

23

சரியாக ஒரு வாரம் கழித்து நான்கு துரைகளும் வந்துசேர்ந்தார்கள். கிட்டுப்பிள்ளை வரவேற்றார். எல்லோருக்குமே துபாஷி கிட்டுப்பிள்ளையை நன்றாகத் தெரிந்திருக்கிறது. சுத்தமாக ஒரு வார்த்தைகூட தமிழ் தெரியவில்லை. அன்றாடம் மக்கள் சில உதவிகள் கேட்டு வந்தார்களே ஒழிய வேறு பிரச்சினைகள் எங்குமே இல்லை. ஆனால் வடக்கே சில இடங்களில் மக்கள் கிளர்ச்சி செய்வதாகவும், பிரிட்டிஷ் ராணுவம் அங்கே

அனுப்பப்பட்டிருப்பதாகவும் பேசிக்கொண்டதை கிட்டுப்பிள்ளை செவி மடுத்தார். பொதுமக்கள் வந்தபோது மட்டுமே கிட்டுப் பிள்ளை தேவைப்பட்டார். மற்ற நேரங்களில் நால்வரும் விடிய விடியப் பேசினாலும்கூட யாரையும் உள்ளே அனுமதிக்கவில்லை. பொதுவாக என்ன பேசிக்கொள்கிறார்கள், என்ன நடக்கிறது என்பதே மர்மமாக இருந்தது.

மொத்தத்தில் அவர்களுக்கு வேலையே இல்லை. எல்லா இடங்களிலும் அமைதி நிலவியது. மக்கள் எதையும் சட்டை செய்யவில்லை. ஊமைத்துரை, கட்டபொம்மன் இவர்களைப் பற்றிய பேச்சே இல்லை. வேல்ஸ்துரையவர்களுக்கு அவருடைய தஸ்தாவேஜ்களை அனுப்பும் முன்னரே ரெண்டாவது கடிதம் வந்து சேர்ந்தது.

'டியர் கிட்பிள்ளாய் சௌக்கியமாக இருக்கிறாய்தானே, நான் என்னுடைய ராணுவப் பணிக்கு முற்றுப்புள்ளி வைத்துவிட்டேன். ஆம். என்னுடைய வேலையை ராஜினாமா செய்துவிட்டேன். இனிமேல் இங்கு ராணுவத்துக்கு வேலையில்லை. ஆனால் உங்கள் நாட்டை யுத்தமில்லாமல் சீரழிக்கக்கூடிய சதித் திட்டத்தில் நான் கலந்துகொள்ள விரும்பவில்லை பிள்ளாய்.'

துபாஷி கிட்டுப்பிள்ளை பல மாதிரியாக யோசித்தார். எதற்காக துரை இப்படியெல்லாம் பேசுகிறார், வேலையை ராஜினாமா செய்துவிட்டார். ஒரு நாட்டை யுத்தம் செய்துதானே அழிக்க முடியும், வேறு வகையில் எப்படி அழிக்க முடியும். ஒன்றுமே புரியவில்லையே, தற்சமயம் ராணுவத்துக்கு வேலையே இல்லை. எங்கேயுமே பிரிட்டிஷ் ராணுவத்தை எதிர்த்து ஒரு போராட்டம் கூட நடைபெறவில்லை. அப்படியிருக்க நான்கு பேரை மகா ராணியார் இங்கே எதற்காக அனுப்ப வேண்டும். எதிர்த்தவர் களையெல்லாம் நிர்மூலமாக்கி தூக்கிலிட்டு அழித்து அவர் களுடைய சந்ததிகள் அனைவரையும் தேடிப் பிடித்து தூக்கி லிட்டுக் கொன்றொழித்தாயிற்று. இன்னும் இருக்கிற ஜமீன்கள் வாயை மூடிக்கொண்டு கப்பம் கட்டுகிற ஜமீன்கள்.

முதல்முறையாக அந்த நால்வரின் செயல்பாடுகளையும் உற்றுநோக்கத் தொடங்கினார் கிட்டுப்பிள்ளை. என்னதான் பேசுவார்களோ, யாரையும் உள்ளே விடாமல் கதவை அடைத்துக் கொண்டு விடிய விடிய பேசினார்கள். சில நேரம் வெடிச் சிரிப்பு

சத்தமும் கேட்டது. இதுவரை தன்னிடம் எதுவும் கேட்டதில்லை என்று நினைத்த போதுதான் முதல் முறையாக கிட்டுப்பிள்ளைக்கு உத்தரவு வந்தது.

'கிட்டுப்பிள்ளாய் நாளை நாம் ஒரு முக்கியமான இடத்துக்குப் போகப் போகிறோம், எங்களுடன் நீயும் வரவேண்டும்.'

'உத்தரவு துரைகளே.'

வேல்ஸ்துரை அழைத்தார் என்றால் முதல் வேலையாக உட்காரச் சொல்வார். சாப்பிட்டாச்சா என்று கேட்பார். ஒரே நொடியில் அவர் நமக்குள் ஊடுருவி ஒன்றாகக் கலந்து விடுவார். பதவியின் அதிகாரத்தை யாரிடம் காட்ட வேண்டுமோ எங்கே காட்ட வேண்டுமோ அங்கே காட்டுவார். மறுநாள் எங்கே போகப் போகிறார்களோ, முக்கியமான இடம் என்றும் சொன்னார்களே என்று நினைத்தபடியே கிட்டுப்பிள்ளை படுக்கையில் புரண்டு கொண்டிருந்தார். இப்படி ஒருநாளும் தூக்கம் வராமல் புரண்டதில்லை. வேல்ஸ்துரை போன இந்த ஒரு மாசத்தில் தன்னுடைய அன்றாட நிகழ்வுகள் மாறிப்போனதையும், பேச்சுத் துணைக்கு சரியான ஆள் இல்லாததையும் நினைத்துப் பெருமூச்சுவிட்டார் பிள்ளை.

கண்ணுக்கு எட்டும் மட்டும் கரிசல் நிலம் கருங்கடலைப் போல் பரந்து கிடந்தது. எல்லா நிலங்களும் உழுது விதைப்புக்கள் நடந்துகொண்டிருந்தன. ஆங்காங்கே ஏர் பூட்டிய உழவு மாடுகள், சாலடிப்பவருக்கு பின்னாலயே விதை போடும் பெண்கள். தூரத்திலிருந்து பார்ப்பவர்களுக்கு எல்லா நிலங்களிலும் நிழலாடும் கன்னங்கரேர் உருவங்கள். நகரும் நிழல்களைப் போல. கோபுரமிட்டிருந்த மேகக் கூட்டங்கள். கொளுத்தும் வெய்யில். விதைப்பு வேலைகளின் மும்முரம். நான்கு துரைமார்களும் வண்டிகளைவிட்டு இறங்கி குமுக்காய் தளிர்த்திருந்த வேப்ப மரத்தின் அடியில் நின்றனர். வெய்யிலுக்கேற்ற வேம்பின் குளிர்ச்சி. கிட்டுப்பிள்ளைக்கு ஒன்றும் விளங்கவில்லை. கழுத்தில் மாலை போட்டு மஞ்சள்நீர் தெளித்த வெட்டப் போகிற கிடாயைப் போல் மலங்க மலங்க முழித்துக்கொண்டிருந்தார்.

'பிள்ளாய் அவர்கள் என்ன செய்கிறார்கள்?'

'விதை விதைக்கிறார்கள் துரையவர்களே.'

'தண்ணீர் இல்லாமல் விதைகள் எப்படி முளைக்கும்.'

'மழை பெய்யும் துரைகளே.'

'மழை பெய்யும் என்பது அவர்களுக்கு எப்படித் தெரியும்?'

'... ... ...'

துரைகள் உத்திரவிட்டதால் கிட்டுப்பிள்ளை எல்லோரையும் இங்கே வரும்படி அழைத்தார். ஏர்க் காலோடு மாடுகளை அப்படியே விட்டுவிட்டு விதைத்துக்கொண்டிருந்தவர்கள் அனைவரும் வந்து துரைகளின் முன்னால் கைகட்டி பவ்யமாக நின்றனர். ஆண்கள் தலையில் துண்டு, குறிமறைக்க கோவணம். அள்ளி முடிந்த கொண்டை, காதுகளில் மினுங்கும் தரிப்பு. பெண்கள் சேலை மட்டுமே. இவர்களின் உடைகளையே வைத்த கண் வாங்காமல் பார்த்துக்கொண்டு நின்றார்கள். ஆண்கள் பெண்கள் இருவரும் அணிந்திருந்த உடைகளில் ஒரு தையலோ இணைப்போ இல்லாதது அவர்களுக்குப் பெரும் வியப்பாக இருந்திருக்கலாம். கருவேல மரத்தின் உச்சியிலிருந்த காக்கை ஒன்று வெள்ளைக்காரத் துரையின் தோள்பட்டையில் எச்சமிட்டு விட்டு விருட்டென்று பறந்து போனது. வெள்ளைவெளேர் என்று தன் உடையில் படிந்துவிட்ட காக்கை எச்சத்தை அருவருப்பாகப் பார்த்துக்கொண்டிருந்தார் துரை.

'துரைக்குப் பெரிய யோகம் வரப் போகுது.'

அந்த சம்சாரி சொன்னதை கிட்டுப்பிள்ளை துரையவர்களிடம் சொன்ன போது சிரித்துக்கொண்டார்கள்.

'எதை வச்சு யோகம் வரப் போறதா சொல்றான்.'

'குருவிங்க தலையில எச்சம் போட்டா நல்லதில்ல. இடது தோள்பட்டையில் போட்டா நோய் நொடி வரும். வலது தோள் பட்டையில் எச்சம் போட்டா ஏதாவது யோகம் வரும்.'

துரையவர்கள் சொல்லச் சொல்ல கிட்டுப்பிள்ளை சம்சாரி களிடம் கேள்விகளைக் கேட்டு பதில் சொல்லிக் கொண்டிருந்தார்.

'தண்ணீர் இல்லாமல் விதைகள் எப்படி முளைக்கும்?'

'இன்னும் ரெண்டு நாளில் மழை பேஞ்சிரும் துரைகளே.'

'எப்படி இவ்வளவு நம்பிக்கையா சொல்றீக.'

'இந்த நம்பிக்கை என்பது ஆண்டாண்டுக் காலமாக தொடர்ந்து

வருவது. என் பூட்டன் தாத்தன் அப்பன் காலந்தொட்டு வருவது. எங்களுடைய நம்பிக்கையை வருண பகவான் ஏமாற்ற மாட்டார்.'

'வாட் மீன் வர்ரான பகவான் பிள்ளாய்?'

'மழையைக் கடவுளாக நினைப்பவர்கள் நாங்கள் துரைகளே, மழை வருண பகவான், தீ அக்னி பகவான், சூரியன் சூரிய பகவான், காற்று வாயு பகவான் எல்லாமே நாங்கள் வணங்கும் கடவுள்கள், தெய்வங்கள் எங்களை என்றைக்கும் ஏமாற்றாதுகள், எங்களுக்கு நம்பிக்கை துரோகம் செய்ய மாட்டார்கள். இன்றைக்கு விதைக்கிறோம், நாளைக்கே தானியங்களை சேமித்து வைப்பதைப் பற்றிய வேலைகளைச் செய்வோம், நிச்சயமாக வெள்ளாமைகள் விளைஞ்சு வீடு நிறைந்துவிடும்.'

'மழை வராவிட்டால் என்ன செய்வீர்கள்?'

'நாங்கள் எங்கள் தெய்வங்களிடம் முறையிடுவோம், பலி கொடுப்போம், தெய்வங்கள் கோபமுற்றிருந்தால் சாந்தமாகி விடுவார்கள், எங்கள் பசியும், எங்களின் வேண்டுதலும் நிச்சயம் அவர்களிடம் போய்ச் சேரும், அவர்களின் மனசு இளகும்.'

மரம் செடி கொடிகள் பறவைகள் கால்நடைகள் அனைத்தும் எங்களுக்கு தெய்வங்களே. எங்கள் தெய்வங்களுக்கு வாகனங்களே, ஆகவே அவைகளையும் வணங்குகிறோம், நாங்கள் நேசிப்பவர்கள் அல்ல பூசிப்பவர்கள்.

கிட்டுப்பிள்ளை சொல்லச் சொல்ல ஆச்சரியமாக கேட்டுக் கொண்டிருந்தார்கள். சித்திரை மாசம் கடுங்கோடை சித்திரை உழவு பத்தரைத் தங்கம். வைகாசி ஆனி ஆடி மேகாத்து உழுத நிலங்கள் மேகாற்றில் நல்லா ஆறி உலர்ந்து விதைக்கப் பக்குவமாக மாறும். அப்புறம் உரங்கள் குப்பைகள் கொண்டு சேர்த்தல், ஆடி, ஆவனி விதைத்தல். புரட்டாசி ஐப்பசி கார்த்திகை அடை மழை, மார்கழி தை விளைச்சல் அறுவடை, அதிலிருந்து நான்கு மாசங்கள் மாசி பங்குனி சித்திரை வைகாசி எங்கள் கோயில் திரு விழாக்கள், விளைச்சல் வீட்டுக்கு வந்ததுக்கும் நல்ல விளைச்சல் தந்தமைக்கும் எங்கள் சாமிகளுக்கு கொடை, வழிபாடு பலியிடல் பூசை, ஆட்டம் பாட்டம் கொண்டாட்டம்.

கிட்டுப்பிள்ளை சொல்லச் சொல்ல துரையவர்களுக்கு ஆச்சரியம் தாங்கவில்லை. மழையும் தானியமும் இவர்களின்

கைகளில் இருப்பது போலல்லவா பேசுகிறார்கள். இவர்கள் யாரிடமும் எதற்காகவும் போக வேண்டியதில்லையே, இவர்களை எப்படி வெல்ல முடியும், வேண்டுமானால் துப்பாக்கியையும் பீரங்கியையும் காட்டிப் பயமுறுத்தலாம், ஆனால் இவனுக்கு உணவையும் உத்வேகத்தையும் கொடுக்கிற மழையையும் அவன் வணங்கும் தெய்வத்தையும் எந்தப் பீரங்கியாலும் அடிமைப் படுத்த முடியாதே. எத்தனை ஜென்மங்கள் வந்தாலும், இவர்களை யாராலும் அடிமைப் படுத்த முடியாது, இன்னும் ரெண்டு நாளில் மழை பெய்யும் என்று எவ்வளவு நம்பிக்கையோடு சொல்கிறான், விதை விதைக்கிறான், இயற்கை அவர்களுடன் வாழ்கிறது, அவன் இயற்கையுடன் வாழ்கிறான், இயற்கை அவனை வாழ்விக்கிறது, மகிழ்விக்கிறது, பறவைகளையும் பாம்புகளையும் வணங்கும் ஒரு மனிதக் கூட்டத்தை இங்கேதான் பார்க்கிறோம்.

'பிள்ளாய் இரவு பகலாக வெற்றுக் காலுடன் காடுகளில் அலைகிற இவர்களை விஷ ஜந்துக்கள் தீண்டாதா?'

'பாம்பையும் வணங்குவார்கள். அவர்கள் கும்பிடும் கடவுளான சிவன் கழுத்தில் சுற்றியிருப்பதே நல்ல பாம்புதான். பாம்புகளைக் கண்டால் அடித்துக் கொல்லமாட்டார்கள், வணங்குவதோடு அதற்கு பால் ஊற்றி உணவளிப்பார்கள், தவிர்க்க முடியாமல் பாம்புகள் கொல்லப்பட்டால் பால் ஊற்றி வணங்கி இறுதிச் சடங்கு செய்து புதைப்பார்கள், சில நேரம் அழவும் செய்வார்கள்.'

கிட்டுப்பிள்ளை சொல்கின்ற ஒவ்வொரு விஷயத்தையும் கேட்டு துரைமார்கள் ஆச்சரியப்பட்டுப் போனார்கள் என்றுதான் சொல்ல வேண்டும். பாம்பு அவர்களைத் தீண்டாது என்று சொன்னவுடன் அவர்களால் நம்பவே முடியவில்லை.

'துரையவர்களே, பக்கத்தில் சங்கர நயினார் கோவில் என்று ஒரு கோவில் இருக்கிறது. அந்தக் கோவிலின் பிரசாதமே புற்று மண் தான். ஆடி மாசம், அந்தக் கோயிலில் பெரிய அளவில் திருவிழா நடக்கும். அதற்குப் பெயர் ஆடித் தபசுத் திருவிழா. இந்தப் பக்கம் உள்ள எல்லா சம்சாரிகளும் ஆடி மாசம் சங்கரநயினார் கோயில் போயிருவாங்க, பாம்பு, பல்லி, தேள், பூரான், நட்டுவாக்காலி இதுகளோட உருவங்களை வாங்கி அந்தக் கோயில்ல போட்டுட்டு புத்து மண் எடுத்துப் பூசிட்டு, இங்கையும் கொண்டாந்து அவங்க அவங்க நெலத்துல போட்டுருவாங்க, அதுக்குப் பிறகு எந்த

விஷ ஜந்துவும் இவங்களத் தீண்டாது, தப்பித் தவறி பாம்பு மேல மிதிச்சிட்டா அது கொத்திரும், உடனே வேற எங்கேயும் போகமாட்டாங்க, பார்வை பார்த்தால் போதும் விஷம் எறங்கிரும்.'

'வாட் பார்வை, ட்ரீட்மெண்ட்?'

'ஊர்ஊருக்கு பார்வை பாக்கிறவங்க இருப்பாங்க, வேப்பங் குழையை கையில வச்சுக்கிட்டு, இப்பிடியே வீசிவீசி மந்திரம் சொல்வாங்க, விஷம் தானா எறங்கி வாசியாப் போயிரும், பாம்பு கடிச்சாலும் சாகமாட்டாங்க.'

துரைகள் அவர்களுக்குள் பேசிக்கொள்வதை உற்றுக் கேட்டார்.

'நம்ம நினைக்கிறமாதிரி காட்டுமிராண்டிகளோ முட்டாள் களோ இல்லை. ஒரு அறவொழுக்க வாழ்க்கையைப் பின்பற்றி அதன்படியே வாழுகின்ற ஒரு இனம். அவனுக்கு சகலமும் இயற்கைதான், இவனை இயற்கையிலிருந்து பிரித்து எப்படி வெளியே கொண்டு வருவது என்பதைப் பற்றித்தான் நாம் யோசிக்கவேண்டும். இவனுக்கும் இயற்கைக்குமான தூரத்தை அதிகப்படுத்த வேண்டும். அவன் முழுசாக இயற்கையை நம்புகிறவரையில் இயற்கை அவனைக் கைவிடாது, வஞ்சிக்காது அவனே மழை, அவனே நெருப்பு, அவனே காற்று, அவனே ஆகாயம், அவனே மண் அவனை எப்படி இவைகளிலிருந்து அந்நியப் படுத்துவது.'

இந்த உலக உருண்டையின் பூமிச் சுழற்சியை உத்திராட்சக் கொட்டையாக தன் கழுத்தில் அணிந்திருப்பவனே விவசாயி. ஒவ்வொரு உத்திராட்ச மணியும் அவனுக்கு சொல்லும் சமிக்ஞை களை அவன் அறிவான். கழுத்தில் உருளும் அந்த உத்திராட்ச மணியின் அசைவுக்குத் தக்கபடிதான் நிலத்தில் தானியங்கள் விளையும். தெற்கிலிருந்தும் வடக்கிலிருந்தும் வரும் ஈரக்காற்றை மறித்து மேகத்தைச் சேர்த்து மழையாய்ப் பொழிய வைக்கும் மந்திரக் கலையைப் பொடியாய் மாற்றி தன் தாயத்திற்குள் அடைத்துக் கழுத்தில் அணிந்தபடி விதைக்கும் ஏர்க் கலப்பை களுக்குப் பின்னால் சுடு வெய்யிலில் ஆண்டாண்டு காலமாய் கட்டைவிரல் ஆட்காட்டி விரல்களின் இடுக்கின் வழியே பயறுகளை நழுவவிட்டு நிலத்தில் தடம் பதிக்கிறாள் என் மூதாய் வடக்கத்தியம்மன். விதைப்பெல்லாம் முடிந்த பின்னர், விதைகள் முளைக்க, காடு செழிக்க, சம்சாரிகள் மனம் குளிர தன் தாயத்தின்

வௌவால் தேசம் ❃ 159

ஒரு முனை திறக்க வடக்கத்தியம்மன் புயலாய் உருக்கொள்கிறாள், மழையாய்ப் பொழிகிறாள். நிலம் பூரிக்கிறது, விதைகள் குதியாளம் போடுகின்றன. தளிர்த்த கருவேல மரங்களில் பொன் வண்டுகளின் ரீங்காரம். ஈசலும், தட்டானும், கரையானும் பூமித்தாயின் செல்லப் பிள்ளைகள்.

கிட்டுப்பிள்ளைக்கு இப்போது சில விஷயங்கள் பிடிபடத் தொடங்கியிருந்தன. நான்கு துரைமார்களின் நடவடிக்கைகள் செயல்பாடுகள் நோக்கங்கள் புரியத் தொடங்கியவுடன் என்ன செய்வதென்று பெரும் குழப்பத்தில் ஆழ்ந்தார். நடப்பட்டுள்ள குத்துக்கல்லின் மீதும் மரம் செடிகொடிகள் பறவைகள் விலங்குகள் மீதும் இவர்கள் வைத்திருக்கும் நம்பிக்கைகளை எப்படி சீர்குலைப்பது என்பது பற்றி அவர்கள் விவாதித்த போது ரொம்பவும் ஆச்சரியப்பட்டுப் போனார். இது இவர்களுக்கு சம்பந்தமே இல்லாத விஷயம் என்று எண்ணினார். ஏதோ ஒரு பெரிய சதிவேலை நடக்கிறதோ என்று விசனப்பட்டார். எதையும் கேள்வி கேட்க முடியாது. துரைகள் கூப்பிட்டு, பிள்ளாய் அதோ பார் ஒரு குருட்டுக் கொக்கு குப்புறப் பறக்கிறது பார் என்று சொன்னால், ஆமாம் துரையவர்களே அதன் பக்கத்திலேயே ஒரு மலட்டுக் கொக்கு மல்லாக்கப் பறக்கிறது துரைகளே என்று சொல்ல வேண்டும்.

நான்கு துரைகளும் கிட்டுப்பிள்ளையும் திரும்பிக்கொண்டு இருந்தார்கள். வழி நெடுகிலும் கண்ணெட்டும் தூரம் வரை உழுது விதைத்த கரிசல் பரந்து கிடந்தது. நிழல்களைப் போல் ஆண்களும் பெண்களும் தூரத்தில் நடமாடினார்கள். ஒரு கண்மாய்க் கரை வழியே குதிரைகள் ஒன்றொன் பின் ஒன்றாகப் போய்க் கொண்டிருந்தன. ஒரு பெரிய மூட்டையில் பனங்கொட்டைகளை வைத்துக்கொண்டு, கரைநெடுக ஒரு கிழவன் குழிகள் தோண்டிக் கொண்டிருந்தான். ஒரு பொம்பிள மண்குடத்தில் குளத்துக் குள்ளிருந்து தண்ணீர் சுமந்துகொண்டு வந்து ஊற்றிக்கொண்டு இருந்தாள். துரைகள் இறங்கி அவனைச் சுற்றி நின்றுகொண்டு அதிசயமாய் பார்த்தார்கள்.

'பிள்ளாய் இவன் என்ன செய்கிறான்?'

'பனை விதைகளை நட்டு வைத்துத் தண்ணீர் ஊத்துறான்.'

'இந்தக் கண்மாய்க் கரை யாருக்குச் சொந்தம்?'

'ஊரிலுள்ள அனைவருக்கும் சொந்தம் துரையவர்களே.'

'இதில் நடுவதால் இவனுக்கு என்ன லாபம்?'

'ஒரு லாபமும் இல்லை துரைகளே.'

'அப்புறம் ஏன் இவன் நடவேண்டும், தேவையில்லையே?'

'இது ஒரு வகையான தர்மம் துரையவர்களே, பனை வைத்தவன் பாத்திட்டு சாவான், தென்னை வைத்தவன் தின்னுட்டுச் சாவான் அப்படிங்கிறது பழமொழி.'

'வாட் மீனிங் பிள்ளாய்?'

'இந்தப் பனை வளர்ந்து பலன் கொடுக்க எப்பிடியும் பத்து இருபது வருஷமாகும், இது முளைக்கவே மூனு நாலு மாசமாகும், அதுவரைக்கும் தினமும் தண்ணி ஊத்தணும், இந்தா இருக்கிற இந்தப் பனை மரங்களெல்லாம் ரெண்டு தலைமுறைக்கு முன்னால எங்க முன்னோர்கள் வச்சது, யாரு வச்சதுனே தெரியாது, அது மாதிரி இப்ப நம்ம வச்சா, நம்ம பேரனுக்கோ இல்ல பேரனுக்குப் பேரனுக்கோ பலன் கிடைக்கும், இது ஒரு தர்மம் துரைகளே.'

அவர்கள் நால்வருக்குள் பேசிக்கொண்டதை பிள்ளை உற்றுக் கேட்டார்.

'இவைகளை நடுவதால் இவனுக்கு எந்தப் பலனும் கிடையா தாம், ஆனால் நடுகிறான், அவன் மனைவி தண்ணீர் சுமக்கிறாள், ரொம்பவும் விசித்திரமான மனிதர்களாக இருக்கிறார்கள் பிள்ளாய்.'

நட்சத்திரங்கள் பூத்துக் கிடக்கும் இரவு. அடைந்து கிடக்கும் பறவைகளின் விகார சிறகடிப்பு. சில் வண்டுகளின் இரைச்சல். துப்பாக்கி சகிதம் காவல் காக்கும் வீரர்கள். நாலா பக்கமும் சுவர்களில் பிரகாசிக்கும் தீப்பந்தங்கள். கிட்டுப்பிள்ளையை அழைத்து வரச் சொல்லி உத்தரவு. துரைகள் நால்வரும் வட்டமாய் சுற்றி உட்கார்ந்திருக்கிறார்கள். முதன் முறையாக கிட்டுப்பிள்ளை அவர்களுடன் உட்கார வைக்கப்பட்டார். கனத்த மௌனம். தீப்பந்தங்களின் காடா விளக்கின் நிழல்கள் தரையில் பூச்சாண்டி காட்டிக்கொண்டிருந்தன.

'பிள்ளாய்... நிறைய்ய வேலைகள் இருக்கு, இன்னும் இருபது முப்பது வருஷங்கள் வரைக்கூட நாங்கள் இங்கே இருப்போம். தினமும் எங்களுடன் நீ வரவேண்டும். நிறைய்ய மக்களை நாம் சந்திக்க வேண்டும். அவற்றில் சில முக்கியமான ரகசியங்களும்

வௌவால் தேசம் ❋ 161

உண்டு, எக்காரணம் கொண்டும் நாம் என்ன செய்கிறோம் என்பதை யாருக்கும் சொல்லக் கூடாது. இது மகாராணியின் உத்தரவும்கூட. அதை மீறி ஒரு வார்த்தை வெளியே கசிந்தாலும் என்ன தண்டனை என்று உனக்குத் தெரியும்.'

துரைகள் பேசிக்கொண்டிருக்கும் போதே தீப்பந்தங்களுக்கும், காடா விளக்குகளுக்கும் கசடு எண்ணெய் ஊற்றும் சடையாண்டிக் குடும்பன் அங்கே வந்து பணிவுடன் வணங்கி நின்றான். பேசுவதை நிறுத்திக்கொண்ட துரைகள் விளக்குகளுக்கு எண்ணெய் நனைக்க உத்திரவிட்டனர். மௌனத்தால் உறைந்து கிடந்தது அந்த இடம். ஒவ்வொரு விளக்காக மெதுவாக எடுத்து பந்தங்களை எண்ணெய்யால் நனைத்தான். உதிர்ந்து கிடந்த கருகல்களைத் துடைத்து சுத்தப்படுத்தினான். கசடு எண்ணெய்யின் பிசுபிசுப்பை அழுந்தித் துடைத்தான். இப்போது எல்லா விளக்கு களும் பிரகாசம் கூடித் தெரிந்தன.

'இங்கே பார் குடும்பா... இனிமேல் சீக்கிரமாகவே எண்ணெய் ஊற்றி விட வேண்டும். இரவில் நாங்கள் பேசிக்கொண்டிருக்கும் போது உள்ளே வரக் கூடாது. பிள்ளாய் விவரமா சொல்லியிரு.'

அரவமில்லாமல் ஒரு பூனை வருவதைப் போல் வந்துவிட்டு சடையாண்டிக் குடும்பன் போய்விட்டான். ஆமணக்கு முத்தை வேகவைத்துக் கசடு எண்ணெய் தயாரித்து துரைகளுக்குக் கொடுப்பதே சடையாண்டிக் குடும்பனின் வேலை.

ஊர் ஊராகச் சென்று ஆமணக்கு முத்து சேகரிக்க வேண்டும். ஓடைகளிலும் புதர்களிலும் வளர்ந்து கிடக்கும் சித்தாமணக்கு செடிகளில் காய்கள் பறிப்பது என்பது கஷ்டத்திலும் கஷ்டம். அப்புறம் காய்களை நாலைந்து நாட்கள் வெய்யிலில் காய வைக்க வேண்டும். வெய்யிலில் காய்ந்த காய்கள் வெடித்துச் சிதறி முத்துக்கள் தெறித்துச் சிதறும். முத்துக்களை சேதப்படுத்தாமல் காய்ந்த காய்களை பலகை கொண்டு தரையோடு தரையாக நெரிக்க வேண்டும். நெரிபட்ட காய்களின் தோல்களை நீக்கிவிட்டு முத்துக்களைக் கூட்டி அள்ளி, பெரிய மொடாப் பானையில் போட்டுக் கொதிக்க வைக்கவேண்டும், தண்ணீருக்கு மேலே அப்படியே எண்ணெய் படியும். வெந்து மகிர்ந்த ஆமணக்கு முத்துக்கள் வெள்ளை வெளேரென்று பானையின் அடியில்போய் படிந்து கொள்ள, தண்ணீரில் மிதக்கும் எண்ணெய்யை கோளாறாக

பாத்திரங்களில் சேகரித்து வைக்கவேண்டும். பேச்சிக் குடும்பச்சிக்கும் சடையாண்டிக் குடும்பனுக்கும் வேலை சரியாக இருக்கும்.

துரைகள் தங்கியிருக்கும் ஒவ்வொரு அறையிலும் காடா விளக்கு தயார் பண்ணி எண்ணெய் ஊற்றி சாயங்காலம் விளக்கு பொருத்த வேண்டும். வெளியில் பெரிய பெரிய தீப்பந்தங்கள் தீவட்டிகள் தயார்செய்து எரியவிட வேண்டும். நச்சுப் பிடிச்ச வேலை. ஒருநாள்கூட மண்டையடி தலையடி என்று படுத்தாலும் விளக்கேற்ற வேண்டுமே. கள்ளனைப் போல் போய் கள்ளனைப் போல் வெளியே வர வேண்டும். அவர்கள் பேசும் பாஷை ஒரு வார்த்தை இவனுக்குத் தெரியாது. கிட்டுப்பிள்ளையின் அறைக்குப் போகும்போது மட்டும் நாலு வார்த்தைகள் பேசிக்கொள்ளலாம்.

'என்னடே சடையாண்டி... எண்ணெய் ஊத்திட்டியாடே.'

'ஊத்தி பத்த வச்சாச்சு சாமி.'

'ஏல... ஒரு நாளைக்கு நாலு பேரையும் ஒரே அறைக்குள்ள தள்ளி கதவப்பூட்டி எண்ணெய்ய ஊத்தி தீ வச்சிறாலாமால, கழுதப் பயக கருகிச் சாகட்டும், அலப்பற தாங்கல.'

'சாமியவுக மட்டும் சரின்னு சொல்லுங்க நாளைக்கே சோலிய முடிச்சிறேன், துப்பாக்கி மயித்தக் கூடப் புடுங்காது.'

தீப்பந்தங்களுக்கு எண்ணெய் ஊற்றும் சடையாண்டிக் குடும்பன், வெள்ளைக்காரர்களுக்கு துணி வெளுக்கும் மருதன், தினமும் கள் கொண்டுவந்து கொடுக்கும் சொரிமுத்து நாடார் இவர்களுடன் கிட்டுப்பிள்ளை கூட்டு சேர்ந்துவிட்டால் அந்த இடமே கலகலப்பாக மாறிப் போகும். கேலியும் கிண்டலும் சிரிப்பாணியும் ஒரே அமர்க்களமாக இருக்கும்.

'ஏங்சாமி மோளப் போகும் போதும் பேளப் போகும் போதும் கூட துப்பாக்கியப் புடிச்சிக்கிட்டுத்தான் போவானா?'

'ஒரு கையில துப்பாக்கி இன்னொரு கையில சாமானப்பிடிச்சுக் கிட்டுத்தான் மோளப் போவான். இல்லனா மோத்திரம் வராது, அவ்வளவு பயந்தாங்கொள்ளிப் பயக.'

'கலயத்துல கள் கொண்டுபோய் குடுத்தா அதுலருந்து ஒரு தம்ளர் எடுத்து என்னயைக் குடிக்கச் சொல்வான், அதுக்குப் பிறகுதான் அந்தப் பயக குடிக்க ஆரம்பிப்பான்.'

'பொம்பள விஷயத்துல ரொம்பக் கட்டுப்பாடா இருக்கான்.'

'அதுக்கு என்ன காரணம் சொல்றான் தெரியுமா, நம்ம பொம்பளைக சுத்தமா இல்லையாம், சீக்கு வந்திருமாம்.'

'அவுக ஆத்தாளுக்கு வரும் சீக்கு, இந்த நாறப்பய கூடப் படுத்தா நம்ம பொம்பளைகளுக்குத்தான் சீக்கு வரும்.'

'வரும் போது பொண்டாட்டி புள்ளைகள எதுக்கு கூட கூட்டி யாறாம தனியாவே வாரான்.'

'கேட்டேன்டா, கேக்காம இருப்பனா, திறந்த வெளியில வெளிக்கிருக்க பொம்பளைகளால முடியாதாம், பாவம் இந்தப் பயக கொஞ்சங் கொஞ்சமா பழகிக்கிட்டான், அவன் வீட்டுக்குள்ள வெளிக்கிருந்து குண்டியத் தொடச்சிட்டு போயிருவானாம், அந்தப் பிய்ய அள்றதுக்கு ஆள் வேணும்னு கேட்டான், இங்க ஒருத்தரும் முடியாதுனு சொல்லிட்டான். கீழ்ச்சாதிக்காரங்க தானேனு பள்ளன் பறையன்கிட்ட கேட்டான், நீ லட்சம் ரூவா கொடுத்தாலும் அந்த வேலையை நாங்க செய்ய மாட்டோம். எங்களுக்கு உழைக்க திராணியிருக்கு, கால் கை நல்லாயிருக்கு. காடுகரைகள்ள உழச்சு கௌரவமா சாப்பிடுவோம்னு சொல்லிட்டான். இப்ப என்ன செய்றான்னா வடக்க ரொம்ப தூரத்திலருந்து வேற ஆட்கள இங்க கொண்டாரப் போறானாம், அவங்க இந்த வேலைகள் செய்வாங்களாம்.'

'ஏன்... அவுக ஆத்தா பொண்டாட்டி, அக்கா தங்கச்சிகளக் கூட்டியாந்து பிய் அள்ளச் சொல்ல வேண்டியதான.'

'ஏஞ்சாமி, நம்ம பெரிய தொரை எப்ப வாராக?'

'அவரு இனிமே வர மாட்டார்டா மருதா, அவரு இந்த வேலையே வேண்டாம்னுட்டு ராஜினாமா பண்ணிட்டார்டா, இனிமே அவரு அவுக தேசத்துக்குப் போயிருவாரு.'

'தங்கமான மனுஷன், வெள்ளக்காரனாயிருந்தாலும், அம்புட்டு பெரிய உத்தியோகத்துல இருந்தாலும் நம்மள மாதிரி சாமானிய மனுஷர்களோட சரிசமமா பழகுற மனுஷன், இந்தப் பயகலுக்கு சிரிக்கவே தெரியலையே, எப்பப் பாத்தாலும் தலப் புள்ள சாகக் குடுத்த பயக மாதிரி மூஞ்சிய உம்முனு குரங்கு மாதிரி வச்சுக் கிட்டு, பெரிய தொரைக எப்பவும் சிரிச்ச முகமா இருப்பாகளே, அப்பிடி ஒரு மனுஷன இனிமே பாக்க முடியாது.'

24

என்றைக்கும் போல்தான் அன்றைக்கும் மருதன் வெளுத்த துணிகளைக் கொண்டுவந்தான். வேல்ஸ்துரை எப்பவும் மருதனை சீண்டிப் பார்ப்பதில் சளைத்தவரில்லை.

'பிள்ளாய் மருதனும் அவனோட வொய்ப்பும் ஆற்றில் துணி வெளுக்கும் போது பாட்டுப்பாடி டான்ஸ் ஆடிக்கிட்டே வெளுப் பாங்கனு சொன்னியே, மருதனும் அவன் வொய்ப்பும் டான்ஸ் ஆடுறதை நம்ம பாக்கலாமா பிள்ளாய்.'

என்னென்னவோ பேசிக் கொண்டிருந்தாலும் மருதன் பதில் ஏதும் சொல்லாததோடு, இவர்களின் பேச்சில் கலந்துகொள்ளாமல் இருந்ததைப் பார்த்ததும் அவனை உற்றுப்பார்த்தார். மருதன் கண்களில் கண்ணீர்.

'வாட்... மருதான்... என்னாச்சு, பிள்ளாய் விசாரி.'

கன்னங்களில் வழிந்த கண்ணீரைத் துடைத்துக்கொண்டான் மருதன். அவனால் எதுவும் பேச முடியவில்லை. இருவரையும் பரிதாபமாகப் பார்த்தான். உதடுகள் இலேசாக அசைய சொல்லத் தொடங்கினான்.

என்றைக்கும் போல்தான் அன்றைக்கும் தாமிரபரணியில் துணிகள் வெளுத்துக்கொண்டிருந்தான் மருதனும் அவன் பெண்டாட்டியும். ஆற்றில் தண்ணீர் நிறைய வந்துகொண்டு இருந்தது. நீர்ப்பிடிப்புப் பகுதியில் பெருமழை பெய்திருக்கலாம். தண்ணீர் பாறைகளையும், படித்துறைகளையும் கல்மண்டபங் களையும் மூழ்கடித்து குதியாளம் போட்டு சுளித்தோடியது. சாயங்கால நேரம் இரண்டு கழுதைகளும் தூரத்தில் மேய்ந்து கொண்டிருந்தன. அடிக்கடி எட்டிப் பார்த்துக்கொண்டான் மருதன். தாமிரபரணியின் குளிர்ச்சியான தண்ணீரில் முழங்கால் அளவு முங்க நின்றுகொண்டு துவைப்பது தனிச் சுகம். நனைந்த சேலையின் குளிர்ச்சி தாங்காமல் சேலையை இடுப்பில் சொருகி இருந்தாள் மருதனின் பொண்டாட்டி. சிவந்த தொடைகளின் பச்சை நரம்புகளைப் பார்க்கவோ என்னவோ கெண்டைமீன்கள் குதிகாலில் கடித்துக்கொண்டே இருந்தன. நதிக்கரையோர

பனைமரத்தில் உட்கார்ந்து மீன்களை வேவுபார்த்துக்கொண்டிருந்த மீன்கொத்தி விகாரமாய் ஒலி எழுப்பியபடி பறந்துபோனது. கழுதையின் கூப்பாட்டில் கரைக்கு ஓடிவந்தான் மருதன். இரண்டு நாய்கள் கழுதைகளை விரட்டிக்கொண்டிருந்தன. கல்லெடுத்துக் கொண்டு ஓடினான் மருதன். ஆண்கழுதை ஒதுங்கி நின்று கொள்ள பெண்கழுதையை இரண்டு நாய்களும் விரட்டி வந்தன. நிறை சினையாகையால் கழுதையால் ஓடமுடியவில்லை. கனத்த வயிற்றை இழுத்துக்கொண்டு சுளித்தோடும் தாமிரபரணியை நோக்கி ஓடியது. பின்தொடரும் நாய்களை அதட்டிக்கொண்டே பின்னாலயே மருதனும் ஓடிவந்தான். இரண்டு கடிகளுக்குத் தப்பிய கழுதை தண்ணீருக்குள் பாய்ந்துவிட்டது. இரண்டு நாய்களும் கரையில் நின்றுகொண்டன. கோபத்தில் கல்லெறிந்து விரட்டிவிட்டு தன் கழுதையைப் பார்த்தான். வானத்தை நோக்கி தன் கழுத்தை மட்டும் நீட்டியபடி தண்ணீருக்குள் மிதந்து சென்றது. சுளித்தோடும் தாமிரபரணித்தாய் இன்னொரு நிறை சூலியைத் தன்னகத்தே இழுத்துக்கொண்டு சென்றாள். கண் மறையும்வரை பார்த்துக்கொண்டு நின்ற மருதனும் அவன் மனைவியும் எங்கேயாவது கரையேறியிருக்கிறதா என்று இரவு முழுவதும் தேடினார்கள். மறுநாள் பெரிய துரையின் கவனத்துக்கு கொண்டு சென்றார் கிட்டுப்பிள்ளை. ராணுவ வீரர்கள் துரையின் உத்தரவுப்படி கரை நெடுகிலும் தேடியலைந்தார்கள். எங்கேயும் காணவில்லை. மத்தியானம் ஸ்ரீவைகுண்டம் பக்கத்தில் கழுதை செத்து மிதப்பதாக தகவல் வந்தது. மருதனின் அழுகையை யாராலும் அடக்க முடியவில்லை.

ராணுவ வீரர்களால் மீட்கப்பட்டு வண்டியில் ஏற்றி பாளையங் கோட்டை சமாதானபுரம் கேம்புக்கு கொண்டுவர உத்திரவிட்டார் மேஜர் வேல்ஸ். நிறை சினையாக இருந்த கழுதை இன்னும் வயிறு ஊதிப்பெருத்து ஒரு பெரிய குலுக்கை போல் கிடந்தது. மருதனும் அவன் பெண்டாட்டியும் வாயிலும் வயிற்றிலும் அடித்துக் கொண்டு அழுதார்கள். மேஜர் வேல்ஸ் அதை ராணுவ முறைப்படி அடக்கம் செய்ய உத்திரவிட்டார். அனைவரும் ஆச்சரியப்பட்டுப் போயினர். ஒரு ராணுவ வீரன் இறந்தால் எப்படி அடக்கம் செய்வார்களோ அதே மாதிரி சகல மரியாதைகளுடன் அடக்கம் செய்யப்பட்டது. மேஜர் வேல்ஸ் நேரில் வந்து அஞ்சலி

செலுத்தினார்.

'மிஸ்டர் பிள்ளாய், மருதன் மேன்மைதங்கிய பிரிட்டிஷ் ராணுவத்துக்கு சீருடைகள் துவைத்துக் கொடுக்கும் சிப்பாய். அவனும் அவனுடைய கழுதைகளும் நம் ராணுவத்தின் ஒரு அங்கங்களே. நமக்கு யாரெல்லாம் உதவுகிறார்களோ அவர்கள் அனைவரும் பிரிட்டிஷ் ராணுவத்தின் அங்கங்களே.'

மறுநாள் துரை கூப்பிடுவதாக தகவல் வந்தது. கூனிக் குறுகி சோகத்துடன் போய் துரை முன்னால் நின்றான். மருதன் எதிர்பார்த்திருக்கவே மாட்டான். புதுசாக கழுதை வாங்க பணம் கொடுத்ததோடு எங்கே போய் வாங்க வேண்டும் என்ற விவரங்களையும் கேட்டறிந்தார்.

'துரைகளே, கழுத வாங்கணும்னா திருச்சுழி போகணும், அங்கேதான் கழுதைச் சந்தை இருக்கு.'

'பிள்ளாய் திருச்சோழி, வாட் மீன்?'

கிட்டுப்பிள்ளை திருச்சுழி அருப்புக்கோட்டைப் பக்கம் இருக்கும் ஒரு ஊர் என்பதையும் அங்கே நடக்கும் கழுதைச் சந்தையைப் பற்றியும் விளக்கிச் சொன்னார்.

'பிள்ளாய்... மர்துவன் நம்முடைய ஆள் என்றும், அவனுக்கு எல்லா உதவிகளையும் செய்ய வேண்டும் என்றும் நாகலாபுரம் கேப்டன் ஹேன்ஸனுக்கு ஒரு லெட்டர் எழுதிக்கொண்டு வா. நான் கையெழுத்திடுகிறேன் என்றும் சொன்னார்.

இதையெல்லாம் சொன்ன மருதன் பெரிய துரையை நினைத்து வருத்தப்பட்டான். எப்பேர்பட்ட மனுஷன். இனிமே பாக்கவே முடியாதா. பெருமூச்சுவிட்டான்.

கிட்டுப்பிள்ளைக்கு இப்படி ஒரு சோதனை வரும் என்று கனவிலும் நினைத்திருக்க மாட்டார். வேல்ஸ்துரையை நினைத்துப் பெருமூச்சுவிட்டார். தன்னுடைய எதிர்காலம் இப்படி சூன்யமாகிப் போச்சே என்று பெருங்கவலையுடன் படுக்கையில் புரண்டார். தான் இப்போது ஒரு சிறைக் கைதியாக்கப்பட்டுவிட்டோம் என்பதை உணர்ந்தார். இரவு நீண்டுகொண்டே போனது. தூக்கம் வரவே இல்லை. தன் நெஞ்சைை அரித்துக்கொண்டிருக்கும் பல கேள்விகளுக்கு விடை கிடைக்காமல் அவர் என்றைக்கும் தூங்க முடியாது. யாரிடம் விடை கேட்டுப் பெறுவது. திசை

தெரியாத காட்டில் தத்தளித்துப் பாதை தேடியலைந்தார். பட்டென்று வேலையை விட்டுவிடவும் முடியாது. தான் வேலையை விட்டாலும் வெள்ளைக்காரன் தன்னை விடுவிக்க வேண்டும். சாமானியமாக அனுமதி தரமாட்டான். அதை மீறி நாம் வெளியேறவும் முடியாது. மனசு நொந்து வெந்து செத்துக் கொண்டிருந்தார். நேற்று நடந்த அத்தனை விஷயங்களையும் ஒவ்வொன்றாக அசை போட்டார். ஒவ்வொன்றாய் நிழலைப் போல் தன் அகத்தின் முன் படிவதை உணர்ந்தார். துரை களிடமிருந்து வரச் சொல்லி உத்தரவு என்றவுடன் மறுவினாடியே பதபதைத்து ஓடுவது இப்போது பழக்கமாகிவிட்டது. நால்வரும் வட்டமாக உட்கார்ந்திருந்தார்கள். பவ்யமாகப் போய் நின்றார். உட்காரும்படி பணிக்கப்பட்டார். அவரால் இயல்பாக அமரவோ உரையாடவோ முடியவில்லை. தன்னுள் படிந்துகொண்டுவரும் ஒருவிதமான பயத்தையும், எந்திரத்தனத்தையும் உணர்ந்தார். ஐந்து பேர் தவிர்த்து வேறு யாருமில்லை. யாரையும் உள்ளே வர விடாமல் பார்த்துக்கொள்ள காவல் போட்டிருந்தான்.

‘மிஸ்டர் பிள்ளாய், உனக்கு எங்களுடன் நிறைய்ய வேலை இருக்கிறது, பல்வேறு ஊர்களுக்கும் தூரமான சில இடங்களுக்கும் போக வேண்டும், சில முக்கியமான ஆட்களை நாம் சந்திக்க வேண்டும். அதனால் நீ எப்போதும் எங்கள் கூடவே இருக்க வேண்டும். பகல் முழுக்க நாம் அலைந்து திரிந்து சேகரிக்கும் எல்லா விஷயங்களையும் அன்றைய தினமே நீ தமிழில் மொழி பெயர்த்துவிட வேண்டும். அது உன்னால் ஒருவனால் முடியாது. அதனால் நீ உனக்கு ஒரு நல்ல உதவியாளனை நியமித்துக் கொள்ள அனுமதியளிக்கப்படுகிறது. யார் என்பதை நீயே முடிவு செய்துகொள்ளலாம், ஆங்கிலமும் தமிழும் தெரிந்திருக்க வேண்டும்.’

கொஞ்ச நேரம் மௌனமாக இருந்த கிட்டுப்பிள்ளை, சுதாரித்துக்கொண்டு கேட்டார்.

‘அப்படி என்ன வேலை துரைகளே நிறைய்ய இருக்கு.’

‘அதை நாங்கள் இப்போது சொல்ல மாட்டோம் பிள்ளாய், போகப் போக நீரே தெரிந்துகொள்வீர், உங்களுக்கான உதவியாளரை நீங்கள் விரைவில் தேர்வு செய்துகொள்ளனும் இது ஆர்டர்.’

இப்போதைக்கு நீங்கள் போகலாம் என்ற உத்திரவைத்

தொடர்ந்து பிள்ளை கனத்த இதயத்துடன் தன் இருப்பிடம் திரும்பினார். முதல் முறையாக தான் அவமானப்படுத்தப்படுகிறோம், ஒரு உத்திரவின் கீழ் நிர்ப்பந்திக்கப்படுகிறோம். தனக்கான சுதந்திரத்தைக் கொஞ்சம் கொஞ்சமாக இழக்கிறோம் என்பதை உணர்ந்த அதே நேரத்தில் என்ன செய்வதென்று தெரியாத ஒரு குழப்ப நிலைக்கு உள்ளானார்.

நேற்று நடந்த நிகழ்வுகளை சற்றே அசை போட்டார். நான்கு துரைகளுடன் கிட்டுப்பிள்ளையும் வந்துகொண்டிருந்தார். எதிரே மேளதாளங்களுடன் ஆர்ப்பாட்டம் ஆட்டம் பாட்டம் கொண்டாட்டத்துடன் ஒரு ஊர்வலம் வருவது தெரிந்தது. ஐந்து பேரும் வழியைவிட்டு விலகி நின்று வேடிக்கை பார்த்தனர். பக்கத்தில் வந்த பின்தான் தெரிந்தது, அது ஒரு சவ ஊர்வலம் என்று. சவத்தை சுமந்து செல்கிறவர்களுக்கு முன்னால் இளைஞர்கள் ஆட்டம் போட்டுக் கொண்டுபோனார்கள்.

'பிள்ளாய்... இது சவ ஊர்வலம்தானே, பிணத்தை அடக்கம் செய்யத்தானே கொண்டுபோகிறார்கள்.'

'ஆமாம் துரைகளே.'

'கவலையோ, வருத்தமோ, அழுகையோ இல்லையே பிள்ளாய்.'

'நாங்கள் சாவை சந்தோஷமாக ஏற்றுக்கொள்வோம், பிறந்த அன்றைக்கே இறப்பும் ஒரு நாள் வந்துதானே ஆகும். கவலைப் பட்டாப்ல சாவு வராதா என்ன, உங்கள மாதிரி மோட்சம், நரகம்னு எதுவும் கிடையாது, எங்களுக்கு ஏழு பிறப்பு உண்டு, வாழும் போது அவன் செஞ்ச பாவங்களுக்குத் தக்க ஏதாவது ஒரு உசுப்பிராணியா பிறப்பான், அதுதான் எங்க நம்பிக்கை, மறுபிறப்பு இல்ல மோட்சம் நரகம்தான்னு நீங்க சொல்வீங்க நாங்க மறுபிறப்பு உண்டுது சொல்றோம்.'

அப்படியே திரும்பி சவ ஊர்வலத்தின் பின்னாலயே போனவர் களைத் தானும் பின் தொடர்ந்தார் பிள்ளை. சுடுகாட்டில் நடக்கும் அத்தனை சாஸ்திர சம்பிரதாயங்களையும் ஒன்று விடாமல், அவர்களுக்குள் விவாதித்துக்கொண்டிருந்தார்கள். ஒவ்வொன்றுக்கும் கிட்டுப்பிள்ளை விளக்கம் சொல்லிக் கொண்டிருந்தார்.

'எதுக்கு பிள்ளாய் எரிக்கிறாங்க, புதைக்க வேண்டியதானே?'

வௌவால் தேசம் ❋ 169

'துரைகளே, எங்க மத வழக்கப்படி ஒரு ஆள் இறந்திட்டா அன்றைக்கே அவர் இல்லாமப் போயிரணும், அப்பத்தான் அவரோட பாவ புண்ணியத்துக்கு தக்க ஏதாவது ஒரு உசுப்பிராணி யோட உடலுக்குள்ள புகுந்து மறு பிறவி எடுக்க முடியும், ஆனா உங்க வழக்கப்படி பூமிக்குள்ள புதைக்கிற உங்களோட உடல் இறுதிக் காலம் வரை பத்திரமாயிருக்கும், தன்னோட இறுதிக் காலத்தில் மோட்சம் நரகம் கிடைக்கும், சரிதானா துரைகளே.'

இறந்தவனின் வாரிசுகள் கொள்ளிவைத்து மொட்டை போட்டுக்கொண்டதையும், அங்கே நடந்த அத்தனை சாஸ்த்திரங் களையும் இம்மி பிசகாமல் பார்த்துக்கொண்டிருந்தார்கள். தண்ணீருக்கும் அவர்களின் சாஸ்திரங்களுக்கும் உள்ள உறவையே உற்றுக் கவனித்தார்கள். பெண்கள் கொள்ளிக்குடம் உடைத்தது, ஆண்கள் கொள்ளிக்குடத்துடன் குழியை சுற்றி வருவது, அப்புறம் அனைவரும் குளித்துவிட்டு ஆடைகள் நனைத்து வீடேகுதல், வீட்டின் முற்றத்தில் குறுக்கு வசமாகப் போட்டு வைத்திருக்கும் உலக்கையைத் தாண்டி வீட்டுக்குள் நுழைந்து பாத்திரத்தில் இருக்கும் தண்ணீரில் தங்கள் முகத்தைப் பார்த்த பின்னரே இந்தச் சடங்குகள் நிறைவுறுகின்றன. மறுநாள் எரியூட்டப்பட்ட சடலத்தின் சாம்பலைக் கொண்டுபோய் நீர்நிலைகளில் அஸ்தியாகக் கரைத்தல்வரை கிட்டுப்பிள்ளைச் சொல்லச் சொல்ல கேட்டுக்கொண்டும் சில விஷயங்களைக் குறித்துக்கொண்டும் இருந்தார்கள்.

'பிள்ளாய் இறப்பில்கூட தண்ணீருக்கு இவ்வளவு முக்கியத்துவம் கொடுக்கக் காரணமென்ன?'

'துரைகளே... நாங்க மழையை நம்பி வாழறவங்க. தண்ணிதான் எங்களுக்கு உயிர், மற்றதெல்லாம் அதுக்கும் பிறகுதான், அதை மறக்கக் கூடாதுங்கிறதுக்குத்தான் சாவுலயும் தண்ணியை முதன்மைப்படுத்துறாங்க துரைகளே.'

25

ஆங்கிலமும் தமிழும் தெரிந்த மொழிபெயர்ப்பாளர்கள் கிடைப்பது சாதாரணக் காரியமல்ல. அதுவும் துரைமார்களிடம் எப்படி

நடந்துகொள்ள வேண்டும் என்கிற இங்கிதம் தெரிந்திருக்க வேண்டும். மேஜர் வேல்ஸ்துரைக்கு தமிழ் கற்றுக்கொடுக்க வீரபத்திரபிள்ளையை நியமித்ததையும் 'பேப்புண்டை' விவகாரத்தில் ஒரு மயிரிழையில் தன் தலைதப்பித்ததையும் நினைத்துக் கொண்டார். முந்தி மாதிரி தன்னால் அலைய முடியவில்லை என்பதையும், ஓடியாடி வேலைசெய்ய முடியவில்லை என்பதையும், வந்திருக்கும் துரைமார்கள் அவசரகதியில் இயங்குபவர்களாக இருப்பதால்தான் கருத்து எதையும் சொல்ல தயக்கமாக இருப்பதையும் எண்ணிப் பார்த்தவர், மிகச் சிறந்த ஒரு மொழி பெயர்பாளரைத் தேர்வு செய்துகொள்ள வேண்டும் என்று முடிவு செய்துகொண்டார்.

தான் விசாரித்துத் தெரிந்துகொண்ட தகவல்களின் அடிப்படை யில் தான் காமநாயக்கன் பட்டி போக வேண்டும் என்று முடிவு செய்து கொண்டார். துரைகளிடம் சொன்ன போது எந்த மறுப்பும் சொல்லாததோடு உடன் இரண்டு குதிரை வீரர்களையும் அனுப்ப உத்திரவிட்டனர். கிட்டுப்பிள்ளை காமநாயக்கன்பட்டியைப் பற்றி கேள்விப்பட்ட விஷயங்களில் மிக முக்கியமானது நாற்பது ஐம்பது வருஷத்துக்கு முன்னால் வெளிநாட்டிலிருந்து கிறிஸ்துவ மத ஊழியம் செய்யவந்து, தமிழ்மொழியை நன்றாகக் கற்றுத் தேர்ந்ததோடு இந்து மக்களிடமிருந்த அனைத்து கலாச்சார பண்பாட்டுப் பழக்கவழக்கங்களையும் கிறிஸ்துவ மக்களிடம் மாற்றி ஒரு புதிய நடைமுறையை உருவாக்கிய பெஸ்க்கி என்கிற வீரமாமுனிவரைப் பற்றிக் கேள்விப்பட்டதும், அவர் அங்குள்ள கிறிஸ்துவ மக்களில் பலருக்கு ஆங்கிலம் கற்றுக்கொடுத் திருக்கிற படியால் ஆங்கிலமும் தமிழும் தெரிந்த ஒரு பரம்பரை காமநாயக்கன்பட்டியில் உருவாகியிருப்பதாகவும் கேள்விப் பட்டார். அதுமட்டுமில்லாமல், அங்கே உள்ள பரலோகமாதாவின் ஆலயத்தில் நடைபெறும் வழிபாட்டு முறைகள் அனைத்தும் இந்துக் கோவில்களில் நடைபெறும் வழிபாட்டு முறைகள்தான் என்றும் இவற்றை இவ்விதம் மாற்றியவர் தன் பெயரை பெஸ்க்கி என்பதிலிருந்து வீரமாமுனிவராக மாற்றிக்கொண்ட பாதிரிதான்.

கிட்டுப்பிள்ளையும் இரண்டு குதிரை வீரர்களும் காமநாயக்கன் பட்டி புறப்பட்ட போது, இப்படியான ஊராக இருக்கும் என்று

நினைத்திருக்க மாட்டார்கள். முழுக்க தாமிரபரணியின் செழுமை யையும் பச்சைப்பசேல் வயல்களையும் அன்றாடம் பார்த்த கண்களுக்கு கண்ணுக்கு எட்டும் மட்டும் கன்னங்கரேரென்று பரந்து கிடக்கும் கரிசல் காடுகளையும், வேப்ப மரங்களையும், நாட்டுக் கருவேல மரங்களையும், அடர்ந்து வனாந்திரமாய் நிலம் நிறைந்து கிடக்கும் மஞ்சணத்தி மரங்களையும் பார்த்து ஆச்சரியப் பட்டனர். கூட்டங்கூட்டமாய் வான் உயர வளர்ந்து நிற்கும் ஆயிரக்கணக்கான பனைமரங்களையும் பனைமரங்களின் கழுத்தைச் சுற்றித் தொங்கும் பனங்குலைகளையும் பனைமரங்கள் தவறாது தொங்கும் பதனீர் கலயங்களையும் ஆச்சரியமாகப் பார்த்தனர்.

தார்ப்பாச்சலுடன் மேலாடை எதுவுமில்லாமல் இடுப்பில் பாளை அரிவாளுடன் ஒல்லியாக வளர்த்தியாக தலப்பாகையுடன் பனையடிகளில் திரியும் மனிதர்களைக் கண்டனர். அவர்களின் வெற்று மார்புகளில் கன்னங்கரேரென்று காய்ப்புக்கள் தடித்துக் கிடந்ததையும் பார்த்தார். கால்களில் தடை நார்கள் அணிந்து இடுப்பில் கலயம் தொங்க, பாளை அரிவாளைச் சொருகியபடி பனையை இரு கைகளாலும் அனைத்து கோர்த்துப் பிடித்தபடி தொத்துப் போட்டு ஏறுவதை வைத்த கண் வாங்காமல் பார்த்துக் கொண்டிருந்தார். காற்றின் வீச்சுக்கு பனைமரம் சுழன்றாடியதைப் பனையேறி கண்டுகொள்ளாமல் கிஞ்சித்தும் பயமில்லாமல் ஒரு அணிலைப் போல் ஏறியது, ரசித்து ஆச்சரியமாகப் பார்த்துக் கொண்டிருந்தார். காற்றோடு சேர்ந்து பனை கூத்தாடியது, கும்மாளமிட்டது, பனையோடு சேர்ந்து பனையேறியும் ஆட்டம் போட்டான். கண்ணெட்டும் தூரம்வரை பனைகள், பனைகள், பனைகள். பனையடியின் கீழ் காய்ந்த ஓலைகளால் வேயப்பட்ட குடிசைகள். மூன்று பேரும் வேதக் கோயிலை அடைந்த போது வெய்யில் இறங்கி குளிர்ச்சி பரவியிருந்தது. குதிரையை விட்டு இறங்கிய மூவரையும் பாதர்கள் இருவர் வரவேற்றனர். கிட்டுப்பிள்ளை தன்னை அறிமுகப்படுத்திக்கொண்டதோடு, தான் வந்திருக்கும் நோக்கம் பற்றி ஆங்கிலத்தில் உரையாடினார். பாதர்கள் பெஞ்சமின் குனோலியோ, ஜுலியஸ் பில்லாஸ் இருவரும், தாங்கள் ஆவண செய்வதாகவும், இன்று இங்கே தங்கிச் செல்ல வேண்டும் என்றும் அன்புடன் கேட்டுக் கொண்டனர்.

இரண்டு பாதிரிமார்களும் கோவிலைப் பற்றிய வரலாற்றை எல்லாம் சொல்லிக் கொண்டிருந்தார்கள். பெஸ்க்கி சாமியார் பற்றி பேச்சு வந்தபோது அவர்கள் சொன்ன விஷயங்கள் கிட்டுப் பிள்ளையை ஆச்சரியப்பட வைத்தன.

'பெஸ்கிக்கு ஏழு மொழிகள் தெரியும், அத்தோடு இங்கே வந்தவுடன் அவர் செய்த முதல் காரியம், தமிழ் மொழியை நன்கு கற்றுத் தேர்ந்ததோடு, தமிழில் கவிதைகள், காப்பியங்கள் இயற்றுகிற அளவுக்குப் புலமை பெற்றுவிட்டார். அதோடு பெஸ்கியின் தாரக மந்திரம், மதத்திற்காக மக்கள் இருக்கக் கூடாது, மக்களுக்காகத்தான் மதம் இருக்க வேண்டும் என்பது. அதனால் அவர் என்ன செய்தார் தெரியுமா? இந்துமக்கள் பின்பற்றும் அத்தனைப் பண்பாட்டு விஷயங்களையும் கிறிஸ்துவ மதத்திற்குள் கொண்டுவந்தார். அவர் இந்தக் கோயிலில் பணியாற்றியது மூன்றே மூன்று ஆண்டுகள்தான், ஆனால் அவர் கிறிஸ்துவ மதத்தையே மறுஉருவாக்கம் செய்துவிட்டார் என்று கூறலாம்.'

புனிதர்கள் வணக்கம், சப்பரம், தேர், முளைப்பாறி, தூம்பா, பாஸ்கா நடனம், திரைச்சீலை, அன்ன தானம், மொட்டையடித்து முடி காணிக்கை கொடுத்தல், கும்பிடு சேவை செய்தல், பொங்கல் வைப்பது, விளக்கு ஏற்றுதல், குழந்தையை விற்று வாங்குதல், நேர்ச்சைகள் போன்ற இந்து கலாச்சாரங்கள் அனைத்தையும் கிறிஸ்துவ மக்களிடம் கொண்டுவந்தார். தீர்த்தம் கொடுத்தல், பேய் விரட்டுதல், பில்லி சூன்யம் செய்தல் போன்ற பழக்க வழக்கங்களும், கோயிலைச் சுற்றி கும்பிடு சோறு போடுதல், உடல் உறுப்புக்களை உலோகங்களினால் செய்து காணிக்கை செலுத்துல் போன்ற பழக்கவழக்கங்களும் கிறிஸ்துவ மக்களிடம் தொற்றிக்கொண்டன. 'எட்டயபுரம் ஜமீன்தார் இருபத்தெட்டு ஏக்கரில் வரும் நிலவரியை ஜமீனுக்குக் கொடுப்பதற்குப் பதில் கோயிலுக்குக் கொடுக்கச் சொல்லியிருந்ததாகவும், சில வருடங்கள் கழித்து அந்த இருபத்து எட்டு ஏக்கர் நிலத்தையும் கோவிலுக்கே தானமாக வழங்கிய விபரத்தையும் சொல்லி, மகாராஜா கோவிலுக்கு இன்னும் ஏராளமான உதவிகள் செய்திருப்பதையும் சொன்னார்கள்.

காலையில் கிட்டுப்பிள்ளையின் முன்னால் ஏழெட்டுப் பேர் கொண்டுவந்து நிறுத்தப்பட்டார்கள். இவர்கள் அனைவரும்

பெஸ்க்கி பாதரால் உருவாக்கப்பட்டவர்களின் வாரிசுகள் என்றும் தமிழும் ஆங்கிலமும் அறிந்தவர்கள் என்றும் சொன்னார்கள். சில வயோதியர்களும் இருந்தார்கள். அவர்களில் துடிப்பான ஒரு இளைஞனைத் தேர்வு செய்து கிட்டுப்பிள்ளை அவனுடன் உரையாடினார். இரண்டு மொழிகளில் எழுதவும் பேசவும் புலமை பெற்றிருந்த அவனைப் பிள்ளைக்கு ரொம்பவும் பிடித்துப் போயிற்று.

‘உன்னுடைய பெயர் என்னடே’

‘என் பெயர் சவரிமுத்து’

‘இங்கிலீஷ் எப்படி கத்துக்கிட்டே’

‘எங்க தாத்தா ஞானமுத்து, பெஸ்க்கி சாமிகிட்ட வேல பாத்திருக்காரு. அப்ப கொஞ்சம் இங்கிலீஷ் பேசக் கத்துக்கிட்டாரு, திடீர்னு சாமிய வடக்க மாத்திட்டாங்க, சாமி போகும் போது எங்க தாத்தாவையும் கூடக் கூட்டிட்டுப் போயிட்டாரு, ஏழெட்டு வருஷம் கழிச்சு எங்க தாத்தா இங்க திரும்பி வரும்போது வெள்ளக்காரனாகவே திரும்பி வந்தாரு, அவருகிட்டயிருந்து எங்க ஐயா கத்துக்கிட்டாரு எங்கய்யாகிட்டயிருந்து நான் கத்துக்கிட்டேன், இங்க கோயிலுக்கு வர்ர சாமிகளுக்கும் நம்ம மொழி தெரிய மாட்டேங்குது. எங்க குடும்பம்தான் உதவியா இருக்கு, எங்க தாத்தாவுக்கும், ஐயாவுக்கும் ரெண்டு மொழியும் பேசத்தான் தெரியும், எழுதத் தெரியாது. நான் மட்டும்தான் ரெண்டு மொழியவும் பேசவும் எழுதவும் தெரிஞ்ச ஆள், பாதர்கள்தான் எழுதப்படிக்க சொல்லிக் குடுத்தாங்க.’

தான் வந்திருக்கிற விஷயம் குறித்தும், வேலை குறித்தும் சொல்லிவிட்டு, நீ எப்போது வேண்டுமானாலும் பாளையங் கோட்டைக்கு வரலாம் என்றும் சொல்லிவிட்டு பாதர் களிடமிருந்து விடைபெற்றார். வந்த வேலை இவ்வளவு சீக்கிரமாக முடிந்துவிட்டதால் கிட்டுப்பிள்ளைக்கு சந்தோஷம், கூடவே வேலையை மாற்றிக் கொடுத்துவிட்டு சவரிமுத்துவை நியமித்துவிட்டு முற்றாக தான் கழன்றுகொள்ளலாமா என்று கூட நினைத்தார். அப்படியே தான் கழன்றுகொண்டாலும் வெளியே போய் என்ன வேலை செய்வது, எப்படிப் பிழைப்பது என்பதை நினைத்த போது எந்த வழியுமில்லாத நிர்க்கதிநிலையை எண்ணிப் பயந்தார் பிள்ளை.

26

இனி மேலும் கிட்டுப்பிள்ளையிடம் உண்மையைக் கூறாமல் இருக்க முடியாதென்பதைப் புரிந்துகொண்ட துரைகள், அதை எப்படிக் கூறுவது, பிள்ளாய் நமது திட்டங்களுக்கு ஒத்துழைப்பாரா என்று குழம்பிக்கொண்டிருந்தார்கள். இவர்கள் நால்வரும் என்ன செய்கிறார்கள், எதற்காக இதையெல்லாம் செய்கிறார்கள் என்று குழம்பிக்கொண்டிருந்தார். அதற்கான சமயம் தானாகவே அமைந்தது.

ஒரு நாள் நால்வரும் அறையில் இல்லை. எங்கே போகிறோம் என்று கிட்டுப்பிள்ளையிடம் பகிர்ந்து கொள்ளவுமில்லை. வழக்கத்திற்கு மாறாக அறைகள் பூட்டப்படாமல் கிடந்தது ஆச்சரியமே. பிள்ளையவாள் முதன் முறையாக அவர்கள் அழைக்காமலும், அவர்கள் யாரும் இல்லாத போதும் அறைக்குள் நுழைந்தார். அவர்களின் பேச்சை உருமாற்றி வழங்கிக்கொண்டிருந்த பிள்ளை முதன்முதலாக தன்னை உருமாற்றிக்கொண்டார். துபாஷி என்கிற பாத்திரத்தைக் கழற்றிவிட்டு துப்பறிவாளனாக உருமாற்றிக் கொண்டார். கைகள் நடுங்க, நெஞ்சம் பதைபதைக்க அவர்களின் பைல்களைப் புரட்டினார். சில இடங்களை வாசித்தபோது பெருமூச்சுவிட்டார், சில இடங்களில் கண்களை அகல விரித்து ஆச்சரியப்பட்டார். அவர் வேறு ஒரு நபராகதான் மாறிக் கொண்டிருப்பதாக உணர்ந்தார். தைரியத்தை வரவழைத்துக் கொண்டு செயல்பட்டாலும், இயல்புத்தன்மை கை நழுவி பயமும் படபடப்பும் தன்னை ஆட்கொள்வதைக் கட்டுப்படுத்த முடியவில்லை. காமக் கிளர்ச்சியின் போது ஏற்படுமே அதே படபடப்பு பிள்ளையை அலைக்கழிக்க மேலெல்லாம் வியர்வை வழிந்தது. வாசலில் ஒரு கண்ணை வைத்துக்கொண்டு மற்றொரு கண்ணால் வாசித்தார். கதவை மூடிவிட்டால் சந்தேகம் வலுக்கும். ‘எப்போதும் மூடிய கதவுகள் ஆபத்தானவைகளே. திறந்திருக்கும் அறைக்குள் செய்யும் ஆபத்தான செயல்களும்கூட ஆபத்தில்லா செயல்களாக மாறுவது உட்புகும் வெளிச்சத்தால். வெறும் இருட்டுகூட பயமும் பீதியும் மர்மமும் நிறைந்தது. ஆனால் பேராபத்தான கொடுஞ்செயல்கள்கூட வெளிச்சத்தில் வெட்ட

வெளியைப்போல் இயல்பாகிவிடுகின்றன.'

வெளியே குதிரைகளின் குளம்படிச் சத்தம் கேட்டதும் கிட்டுப்பிள்ளை பதறிப் போனார். குதிரைகளின் குளம்படிச் சத்தத்தை பிள்ளை இன்றைக்குத்தான் புதிதாகக் கேட்கிறாரா என்ன. எத்தனை ஆயிரம் தடவை கேட்டிருப்பார். எத்தனை தடவை குதிரையில் பயணித்திருப்பார். எத்தனை யுத்தக் குதிரைகளின் கனைப்புக்களைக் கேட்டிருப்பார், பார்த்திருப்பார். அப்போ தெல்லாம் கிஞ்சித்தும் பயப்படாத மனசு இப்போது பதறித் துடிக்கிறது. கை, கால்கள் உதறல் எடுக்க துரைகளை வரவேற்றார் பிள்ளை.

'இன்னைக்கு ஸ்வீப்பர் வரலை தொரை, ரொம்பவும் குப்பையா கிடக்கேனு பார்த்தேன், ரூம்கள் வேற பூட்டாம திறந்தே கிடந்தது, அது தான் சுத்தப்படுத்துறேன் துரைகளே.'

'ஓ... வெல்டன், வெரிகுட் பிள்ளாய்.'

கைகுலுக்கும் போதே கிட்டுப்பிள்ளையின் கை நடுங்குவதை நிறுத்த முடியவில்லை. வெள்ளைக்காரன் யாரைத் தண்டித்தாலும் சரி, கொன்றாலும் சரி கடைசிவரை சிரித்துக்கொண்டும் உறவாடிக் கொண்டும்தான் அந்தச் செயல்களைச் செய்வான் என்பது பிள்ளையவாள் அனுபவப்பூர்வமாக உணர்ந்த விஷயங்கள். முதல் முறையாக நடிப்பவனின் பேச்சும் உடலும் வேறு வேறாக மாறிப்போய்விடும் என்பதைக் கிட்டுப்பிள்ளை இப்போது உணர்ந்து கொண்டார். நெடுநாட்கள் பயிற்சி எடுத்துக்கொண்டால் ஒழிய வாய்ப்பேச்சும் உடல்மொழியும் பொருந்தாது என்பதை உணர்ந்தார். குற்றம்செய்து மாட்டிக்கொள்ளும் போது மனசும் உறுப்புக்களும் வெவ்வேறாகிச் சிதறிப் போவதைப் போல் கிட்டுப்பிள்ளை போலியாக மாறிப்போனார். பேச்சே இல்லாத மௌனியாகி கையில் துடைப்பத்துடன் நின்றார். வானத்தில் பறந்து போகும் ஒரு பறவை விட்டேத்தியாய் போனாலும் அது எந்த மரத்தில் போய் உட்காரும் என்பதை அறிந்தவன் வெள்ளைக் காரன் என்பது பிள்ளைக்குத் தெரியாதா என்ன? ஆனாலும் தான் தடயமின்றி திருடிய எழுத்துக் கோர்வைகளின் சாரத்தை நெஞ்சில் புதைத்து வைத்துக்கொண்டார். அறையின் குப்பைகளை மட்டும்தான் பிள்ளையால் கூட்ட முடிந்தது. துரைகளின் உடல் முழுக்க மனசு முழுக்க நிறைந்து கிடக்கும் மக்காத குப்பைகளை

கூட்டித் துடைக்க யாரால் முடியும்.

இரவு ரொம்ப நேரம் துரைகளின் அறையில் வெளிச்சம் தெரிந்தது. சிரிப்பும் கூத்தும் கும்மாளமும் நடந்தன. கிட்டுப் பிள்ளையைக் கூப்பிடவே இல்லை. பிள்ளை தன் இயல்புத் தன்மையை இழந்துகொண்டிருந்தார். கொஞ்சங் கொஞ்சமாக பயம் அவரை ஆட்கொண்டது. எப்போது தூங்கினாரோ தெரியாது தூங்கிப் போனார். விடிந்ததும் முதல் வேளையாக தன்னை துரைகள் கூப்பிட்ட போது பயம் இன்னும் அதிகமாகியது. எப்போதும் கம்பீரமாக அறைக்குள் நுழையும் கிட்டுப்பிள்ளை ஒரு பூனைக்குட்டியைப் போல் பதுங்கிப் பயந்து அறைக்குள் நுழைந்தார்.

'வெல்கம் கிட்பிள்ளாய் வெல்கம்.'

'காமநாயக்கன்பட்டியில் உனக்கு உதவியாளன் கிடைத்தானா?'

'ஆமாம்... துரையவர்களே, ஒருவனை தேடிக் கண்டுபிடித்து விட்டேன், நல்ல திறமைசாலி, மொழிப்புலமையுள்ளவன், நன்றாக சோதித்துப் பார்த்து விட்டேன் துரைகளே, அடுத்த வாரம் இங்கே வருவான், இவனுடைய தலைமுறைகள் பெஸ்கி பாதரிடம் வேலை செய்ததோடு, அவரிடமே ஆங்கில மொழியும் கற்றுத் தேர்ந்தவர்கள் துரைகளே.'

'ஓ... வெரிகுட் பிள்ளாய், வெரிகுட்.'

'பிள்ளாய் நேற்று ரூம்களை சுத்தம் செய்யும் ஸ்வீப்பர் வரவில்லை என்று சொன்னாய் இல்லையா?'

'ஆமாம் துரையவர்களே.'

'நேற்று ஸ்வீப்பர் வந்து வேலை செய்ததாக ரிக்கார்டு பதிவாகி யிருக்கு, யார் சொல்வது உண்மை பிள்ளாய்?'

'... ... ...'

'சொல்லு பிள்ளாய் ஏன் பொய் சொன்னே.'

'நாங்கள் அழைக்காமல், நாங்கள் யாருமே இல்லாதபோது எங்கள் அறைக்குள் நுழைந்தது முதல் குற்றம்.'

'... ... ...'

'அடுத்து எங்களின் தனிப்பட்ட தஸ்தாவேஜ்களை எடுத்துப் படித்தது இரண்டாம் குற்றம்.'

'நான் படிக்கவில்லை துரையவர்களே, ஒழுங்கற்றிருந்ததை ஒழுங்காக அடிக்கி வைத்தேன் துரையவர்களே.'

'மீண்டும் பொய் சொல்கிறாய் பிள்ளாய்.'

கிட்டுப்பிள்ளை வெலவெலத்துப் போனார். உடல் வியர்த்துக் கொட்டியது. முறை தவறிய காமம் பிடிபட்டால் நா உலர்ந்து பேச வார்த்தைகள் வராமல் அசைவற்ற பொம்மைகளாய் நிற்கும் நிர்வாண உருவங்களைப் போல் நின்றார் பிள்ளை. பொய்யை மறைத்துக் கட்டிய ஆடையை ஒரே நிமிடத்தில் வெள்ளைக்காரன் உருவி தூர எறிந்துவிட்டு, தன்னை நிர்க்கதியாய் நிற்க வைத்து விட்டதை நினைத்துப் பயந்தார்.

'துரையவர்களே... உங்கள் பைலில் ஒழுங்கற்ற தாள்களை நான் ஒழுங்குபடுத்தி வச்சேன் துரையவர்களே, படிக்கவில்லை.'

'அந்த பைலில் வேண்டும் என்றே நான்கு பேப்பர்களைப் பக்கம் மாற்றி வைத்திருந்தேன், அவை இப்போது வரிசைக் கிரகமாக மிகச் சரியாக வைக்கப்பட்டிருக்கின்றன, படிக்காமல் தொடர்ச்சியை கண்டுபிடித்து சரியாக அடுக்க முடியாது.'

'...... ...'

'மிஸ்டர் கிட்டுப்பிள்ளாய், முதலில் நீ பிரிட்டிஷ் ராணுவத்தின் ஒரு ஊழியன் என்பதையும், மேன்மை தாங்கிய பிரிட்டிஷ் மகாராணியாரின் சட்ட திட்டங்களுக்கு விசுவாசமாக இருக்க வேண்டும் என்பதையும் நீ உணர வேண்டும். மேஜர் வேல்ஸ் அவர்களிடம் பணியாற்றிய ஒருவன் எப்படி இருப்பான் என்று எங்களுக்குத் தெரியும். ஏனெனில் பிரிட்டிஷ் ராணுவம் பின்பற்றத் தக்க அதிகாரிகளில் வேல்ஸ் முதன்மையானவர்.'

'துரையவர்களே அதை நான் படித்தது தவறுதான். என்னை மன்னித்துவிடுங்கள் துரைகளே.'

'மிஸ்டர்... பிள்ளாய் அந்த பைல் இன்னும் சில நாட்களில் உன் கைக்குத்தான் வரப் போகிறது, அதற்குள் நீ அவசரப்பட்டு விட்டாய், அதில் இருக்கும் அத்தனை விஷயங்களையும் தமிழில் மொழிபெயர்க்க வேண்டும். நம்மைத் தவிர வேறு யாருக்கும் ஒரு வார்த்தைகூட தெரியக் கூடாது. புதிதாக வரவிருக்கும் உன்னுடைய உதவியாளரிடமும் நீ சொல்லிவிட வேண்டும்.'

'உத்தரவு துரையவர்களே.'

'இன்னும் நூறாண்டுகளோ அல்லது இருநூறு ஆண்டுகளோ கூட ஆகலாம். நம்மில் யாரும் உயிரோடு இருக்கமாட்டோம். ஆனால் நாம் உருவாக்கியபடி இந்த தேசம் இருக்கவேண்டும், நாம் நினைத்தபடி மக்களை வாழ வைக்க வேண்டும், இதுதான் அதன் சாரம்.'

இப்போது துபாஷி கிட்டுப்பிள்ளை வேறு கிட்டுப்பிள்ளையாக மாறிவிட்டிருந்தார். இனிமேல் வேலையை விட்டு ஓடிப் போனால், எங்கே இருந்தாலும் சுட்டுப் பிடிக்கும் படியோ அல்லது கொன்று விடும்படியோ கூட உத்திரவிடுவான். சாகும் வரை இவர்களுடன்தான் இழுபட வேண்டும் என்பதை உறுதி செய்துகொண்டார். மன அவஸ்தைகளின் இறுக்கம் இரவைக் கடுமையாக்கியது. எண்ணச் சிதறல்களும், நிர்க்கதி நிலைகளும் மனசைக் குழப்பின, அவர் வாசித்த அந்த வாசகங்களை ஒவ்வொன்றாய் அசை போட்டார். அதற்கு முன்னால் இந்த நான்கு துரைகளுக்கும், பிரிட்டிஷ் ராணுவம் இட்டிருக்கும் கட்டளைகளை நினைத்துப் பார்த்தார்.

மதிப்பிற்குரிய மேஜர் மேங்லின் அவர்களுக்கு பிரிட்டிஷ் சாம்ராஜ்ஜியத்தின் மேன்மை பொருந்திய மகாராணியாரின் உத்தரவு, நீங்கள் உடனே இந்தியா புறப்பட்டுச் செல்ல வேண்டும். இந்தியாவின் தென்கோடியில் இருக்கும் பாளையங் கோட்டையில் நம் படைவீரர்களின் முகாம் இருக்கிறது. அங்கே மேஜர் வேல்ஸ் பணியாற்றுகிறார், அவருடன் நீங்கள் சேர்ந்துகொள்ள வேண்டும். உங்களுடன் மூன்று கேப்டன்கள் வந்துசேர்ந்துகொள்வார்கள். நீங்கள் நால்வரும் மேஜர் வேல்ஸுடன் சேர்ந்து கீழ்க்காணும் திட்டங்களை நிறைவேற்றப் பாடுபட வேண்டும். எவ்வளவு காலம் வேண்டுமானாலும் நீங்கள் எடுத்துக்கொள்ளலாம். நீங்கள் ஐவரும் சேகரித்து அளிக்கும் கருத்துக்களின் அடிப்படையில், அந்தப் பிராந்தியத்தில் வாழும் மக்களின் அன்றாடப் பிரச்சினைகள் முதல் எதிர்கால வாழ்க்கை பற்றிய மதிப்பீடுகள் மாற்றியமைக்கப்படும். அவை எப்படியெல்லாம் இருக்க வேண்டும் என்பதற்கான வழிகாட்டு முறைகள் கீழே தரப் பட்டுள்ளன. இவற்றை நீங்கள் உருவாக்க முழு சுதந்திரமும்

முழு அதிகாரமும் மேன்மை தாங்கிய மகாராணியவர்களால் மேஜர் வேல்ஸ் அவர்களுக்கு வழங்கப்படுகிறது. இந்த வழிகாட்டுதலுக்கு மாற்றாக சில சட்ட திட்ட வழிமுறைகளைத் தாங்கள் சுய விருப்பமாக உருவாக்க நினைத்தாலும் அதற்கும் அனுமதி அளிக்கப்படுகிறது.

கிட்டுப்பிள்ளை முதன் முதலாக இடிக்கிக்குள் அகப்பட்ட எலியைப் போல் வசமாக மாட்டிக்கொண்டார். என்ன செய்வதென்று தெரியவில்லை, தவியாய்த் தவித்தார். பெரிய துரை வேல்ஸ்சை நினைத்துப் பெருமூச்சு விட்டார். வந்திருக்கிற நான்கு துரைகளின் வேலைகள் என்ன என்பதை நன்றாகப் புரிந்துகொண்டார். நிச்சயமாக தப்பியோட முடியாது. வேலையை ராஜினாமா செய்தாலும் ஏற்றுக்கொள்ள மாட்டான். அவர்கள் எதற்காக வந்திருக்கிறார்கள், அவர்களுடைய நோக்கம் என்ன என்பதும் தெரிந்துவிட்டது. அதைவிட முக்கியமான வேலை ஒன்றும் பாக்கி இருக்கிறது. வேல்ஸ்துரையவர்கள் கொஞ்சங் கொஞ்சமாக சேகரித்த அத்தனை விஷயங்களும் தன் பாதுகாப்பில் தான் இருக்கிறது. விடுமுறை முடிந்து திரும்புவார் என்று பார்த்தால் அவர் உத்தியோகத்தையே ராஜினாமா பண்ணிவிட்டார். அவைகளை இனிமேலும் பாதுகாக்க முடியாது. பத்திரப்படுத்த தகுந்த வேறு இடம் பார்க்க வேண்டும். காமநாயக்கன்பட்டி யிலிருந்து வருகிறேன் என்று சொன்ன பையன் சவரிமுத்து இன்னும் வரவில்லை. கிட்டுப்பிள்ளை தூக்கம் வராமல் புரண்டார்.

முதல் முறையாகத் தன் எதிர்காலத்தை எண்ணி வருத்தப் பட்டார். யாருமே இல்லாத ஒரு நிர்க்கதியான நிலையை நினைத்தபோது பயந்தார். அதிகாரத்தின் அருகிலேயே இருந்து அதிகாரம் பண்ணியே வாழ்ந்துவிட்ட தன் நிலை மாறும்போது, அதிகாரம் செல்லுபடியாகாமல் போகும் போது தான் யார்? எனக்கு இந்த ஊரில் என்ன மதிப்பு? அப்போதுதான் கூப்பிடுகிற குரல், அதட்டல் தன்மை இழந்து கெஞ்சலாக மாறுமா? யார் வந்து பவ்யமாக கைகட்டி நிற்பார்கள். பயனற்றுப் போய் காற்றில் கலக்கும் நம் குரலுக்கு என்ன மரியாதை? ஒவ்வொன்றாய் நினைக்க நினைக்க அவர் பதைபதைத்தார். வெளியில் இரவை கிழித்துக்கொண்டு வீறிட்டுவரும் ஆந்தையின் அலறல். லாயத்தில் குதிரைகளின் கனைப்பு ஒலி. நிர்மல்யமான

நடு நிசியில் கிட்டுப்பிள்ளை தூக்கத்தை இழந்து புரண்டு கொண்டிருந்துவிட்டு எப்போது தூங்கினாரோ, தூங்கிப் போனார். விடிந்தபோது நான்கு துரைகளையும் காணவில்லை.

27

கொஞ்சம்கூட எதிர்பார்த்திருக்க மாட்டான் மருதன். கையில் கவைக் கம்புடன் வெள்ளாவியில் நின்றுகொண்டிருந்த மருதன் கிட்டுப்பிள்ளையைப் பார்த்தவுடன் பதறிப் போய்த்தான் ஓடி வந்தான். வெள்ளாவியின் ஓரத்தில் கட்டப்பட்டிருந்த இரண்டு கழுதைகளையும், அவைகளின் அருகிலேயே காதுகளை விடைத்தபடி குதியாளம் போட்ட கழுதைக் குட்டியையும் பார்த்தார் கிட்டுப்பிள்ளை.

'ஏஞ்சாமி... ஒரு வார்த்த தாக்கல் சொன்னா ஓடியாற மாட்டேனா, நீங்க எதுக்கு சாமி வண்ணாக்குடிக்கு வரணும்.'

கிட்டுப்பிள்ளை மௌனமாக பரக்கப்பரக்கப் பார்த்தார். உவர் மண்ணின் வெள்ளாவி வாசனையிலும் கழுதைச் சாணியின் வித்தியாச குமட்டலிலும் முகம் சுளித்தார்.

'டேய்..., மருதா, தொரைகளுக்குத் தெரியாம இங்க வந்திருக்கேன்டா, அழுக்குத் துணி வாங்க எப்படா வருவே.'

'இந்தா வேகுற வெள்ளாவியப் பிரிச்சு வெளுத்து கோடி குடுக்க எப்படியும் நாலு நாள் ஆகும் சாமி, என்ன விஷயம் சாமி.'

'டேய்... அழுக்குத் துணி எடுக்க வரும் போது, நான் ஒரு பொட்டலம் கொடுப்பேன், அதை துரைகளுக்குத் தெரியாம சுமைக்குள்ள வச்சுக் கட்டி ஒன்னோட வீட்டுக்குக் கொண்டாந்திரு, அப்புறம் பொதிக்குள்ள வச்சுக்கட்டி வெளுப்புத் துறைக்குக் கொண்டு போயிரு, அங்க வந்து நான் வாங்கிக்கிறேன்டா.'

கிட்டுப்பிள்ளை சொன்னவுடன் மருதன் பதறிப்போனான். திருட்டு என்று தெரிந்தால் வெள்ளைக்காரன் என்ன செய்வான் என்று மருதனுக்கு நன்றாகத் தெரியும். பதில் ஏதும் பேசாமல் கிட்டுப்பிள்ளையின் முகத்தையே உற்றுப்பார்த்துக்கொண்டு இருந்தான்.

'டேய்... எதுக்குடா பயப்படுறே, எல்லாமே பெரிய துரையோட புஸ்தகங்கள், வேற ஒன்னும் கெடையாது, இந்தப் பயக பாத்தாம்னா அது என்ன ஏதுனு விசாரிப்பான். அதனாலதான் இந்தப் பயகலுக்குத் தெரியாம அவருக்கு அனுப்பிட்டா, ஒரு வேலை முடிஞ்சது, நமக்கும் ஒரு பெரிய பாரம் கொறஞ்சது மாதிரி இருக்கும்.'

பெரிய துரை என்ற வார்த்தையைக் கேட்டவுடன் மருதன் முகம் பிரகாசமடைந்தது. முதலில் இருந்த பயமும் பீதியும் போன இடம் தெரியவில்லை.

'சாமி... என்னோட உசுரே போனாலும் பரவாயில்ல, இம்மியளவுகூட பயப்படமாட்டேன். அந்தப் புண்ணிய வாளனுக் காக என் உசுரையே கொடுக்க தயார் சாமி.'

கிட்டுப்பிள்ளை தன் அறைக்குத் திரும்பி வந்த போது துரைகளின் அறை பூட்டியே இருந்தது. கொஞ்சம் தன்னை ஆசுவாசப் படுத்திக்கொண்டார். மருதன் வரும் போது அவனிடம் கொடுக்க வேண்டிய வற்றையெல்லாம், பிரித்து எடுத்துத் தனிப் பொட்டலமாக கட்டத் தொடங்கினார். மருதன் வீட்டிலிருந்து கொண்டு போய் எங்கே வைப்பது என்று சிந்திக்கத் தொடங்கினார். மருதன் வீடு பாதுகாப்பானதுதான் என்றாலும், சில சமயங்களில் ராணுவ வீரர்கள் அங்கே வருவதுண்டு. அப்படியான நேரங்களில் கண்ணில்பட்டுவிட்டால் ஆபத்து. பலவாறாக யோசித்து மண்டையை கசக்கியதில் மிகவும் பாதுகாப்பான இடமாக கிட்டுப்பிள்ளை தேர்வு செய்தது பொன்னன் குறிச்சி ஆண்டிக் குடும்பனைத்தான்.

மருதன் வீட்டில் ரொம்ப நாள் வைத்திருப்பது பெரிய ஆபத்து. அங்கிருந்து வெளுப்புத் துறைக்குக் கொண்டுபோய்விட்டால், ஆண்டிக் குடும்பனிடம் கைமாற்றிவிடலாம். அதற்குப் பிறகு பீரங்கியே வந்தாலும் ஆண்டிக் குடும்பன் பயப்பட மாட்டார், அந்த இடத்தில் செத்து உயிரைவிடுவாரேயொழிய பொட்டணத்தை எடுக்கவிட மாட்டார். எல்லாம் சரி ஆண்டிக் குடும்பனை எப்படிச் சந்திப்பது? குழப்பத்துடன் அலைந்தார் கிட்டுப்பிள்ளை. அதற்கிடையில் தன்னுடைய அறைக்கு இந்த துரைகள் யாரும் வந்துவிடக்கூடாதே என்று தினம் தினம் பயந்து செத்தார் கிட்டுப்பிள்ளை. பெரிய துரையின் பொக்கிஷங்களை எப்படியும்

பாதுகாத்து அவருக்கு அனுப்பி வைப்பது தன் கடமை என்றும் அதனால் எந்தப் பிரச்சினை வந்தாலும் சமாளிப்பது என்றும் முடிவு செய்துகொண்டார். அவர் இப்போது வேறு கிட்டுப்பிள்ளையாக மாறிக்கொண்டிருந்தார்.

துரைகள் நாலு பேரும் எங்கே போகிறார்கள் வருகிறார்கள் என்ற எந்த விஷயத்தையும் கிட்டுப்பிள்ளையிடம் பகிர்ந்து கொள்வதில்லை. நேற்று காலையிலிருந்து சாயங்காலம் வரை மலையடிவாரத்தில் இருக்கும் வெளவால் தோப்பில் இருந்ததாக ஆடு மாடு மேய்ப்பவர்கள் சொன்னார்கள். துரைகள் நாலு பேரின் செயல்கள் நடவடிக்கைகளைப் பார்த்தால், ஏதோ ஒரு பெரிய ஆராய்ச்சியில் ஈடுபட்டிருப்பது போல் தெரிந்தது. அந்த ஆராய்ச்சிக்கு கிட்டுப்பிள்ளையின் உதவி தேவையில்லை போலும். அவரைத் தேடவே இல்லை. அதுவும் ஒரு வகையில் தோதாகப் போனபடியால்தான் இன்று எப்படியும் ஆண்டிக் குடும்பனை சந்தித்துவிட வேண்டும் என்று முடிவு செய்து கொண்டார்.

தன்னை யார் பார்த்தாலும் சட்டென்று அடையாளம் கண்டு கொள்ளாமலிருக்க, துபாஷி தர்பார் உடைகள் அனைத்தையும் தூர எறிந்து விட்டு வேஷ்டி வெற்று மேல், தலையில் தலப்பா, யார் பார்த்தாலும் தாமிரவருணியில் குளிக்கப் போகிற ஒரு வழிப் போக்கனைப் போல் மாற்றிக் கொண்டார். துபாஷி என்று தன்னை முன்னமே தெரிந்தவர்கள் தவிர யாராலும் அடையாளம் காண முடியாது என்ற தைரியத்தில் புறப்பட்டார். தாமிரவருணி இரு கரைகளையும் தொட்டுக்கொண்டு ஒரு மேக அலையைப் போல ஓடிக்கொண்டிருந்தது. கரை நெடுகிலும் வாகரையில் குளித்துக் கொண்டிருந்தவர்களை வெறித்தபடியே நடையைக் கட்டினார். சில இடங்களில் சக்கரச் சுழற்சியாய் சுளித்தோடும் தாமிரவருணி யையும் தரிசித்தார். நகர்வே இல்லாத குளத்தைப் போல் அமைதியாக கிடந்த தாமிரவருணியையும் பார்த்தார். வெய்யில் உறைக்க மரத்தடியில் நின்று தன்னைச் சற்றே ஆசுவாசப்படுத்த நிழல் தேடினார். மரத்தில் உட்கார்ந்தபடியே தாமிரவருணியில் வலைவீசிக் காத்திருந்த மீன்கொத்திப் பறவை விகார ஒலி எழுப்பியபடி வேகமாகப் பறந்து போய் எறி கல்லாய் தண்ணீரில் தொப்பென்று விழுந்து, மீனைக் கவ்விக்கொண்டு மத்தாப்பு

சிதறலாய் இறக்கையடித்து நீர் உதறிப் பறந்தது. ஒரு வேளை மீன்கொத்தி சப்தம் எழுப்பியவுடன் தாமிரவருணிதான் அந்த மீனை தந்ததோ என நினைத்துக்கொண்டார்.

கரையைவிட்டு மேலேறி வயல் வெளிகளுக்குள் புகுந்து வரப்பில் நடந்தார். பச்சைப் பசேல் என்று நெல்லும் வாழையும் கண்ணெட்டும் வரை. எந்தப் பக்கம் திரும்பினாலும் பச்சை பச்சை பச்சைப் பசேல். ஆங்காங்கே விசித்திர உருவங்களாய் நடமாடும் மனிதர்கள். நிறைபிடித்து கூட்டங்கூட்டமாக அலையும் கொக்குகளும் நீர்வாழ் பறவைகளும். நெற்பயிர்களுக்கிடையில் சங்குகளை விதைத்தது யார், சங்குகள் நடக்குமா என்ன? வயல் முழுக்க நடந்து திரிந்தன சங்குகள். கால்கள் நெடிது வளர்ந்த கருப்பு வெள்ளை உள்ளான் பறவையை ரசித்துப் பார்த்தார். எல்லா வாய்க்கால்களிலும் தாமிரவருணித்தாய் வேகவேகமாக ஓடிக் கொண்டிருந்தாள். நதியில் ஓடினால்தான் தாமிரவருணியா?

இரண்டொரு தடவை தான் வந்திருந்த அனுமானத்தை வைத்து ஆண்டிக்குடும்பனின் வயல்வெளிகளை அடையாளம் வைத்திருந்தார். எட்டு மட்டும் ஒரு தலைகூடத் தெரியவில்லை. திகைத்து நின்றவாறே யோசித்தார். ஒருவேளை அடையாளம் மாறி வேறு வயலுக்கு வந்துவிட்டோமோ என்று குழம்பினார். வாழைக் கூட்டத்திற்குள்ளிருந்து தார்ப்பாய்ச்சல் தலப்பா கட்டிய ஒரு உருவம் தன்னை நோக்கி நடந்துவருவதைப் பார்த்தார். ஆண்டிக்குடும்பனேதான். அடையாளம் கண்டுகொண்டார். வரப்பின் மேல் நின்ற கிட்டுப்பிள்ளையைக் கிட்டத்தில் வந்து முகத்தை உற்றுப்பார்த்த பின்னரே அடையாளம் கண்டு கொண்டார். பதறிப்போனவனாய் அவக் தவக்கென்று தலப் பாகையை அவிழ்த்துத் துண்டை முழங்கையில் தொங்கவிட்டார்.

'ஏஞ்சாமி... ஒரு வார்த்தை சொன்னாப் போதாதா, ஓடியாந்திற மாட்டனா, இந்த சேறு சகதிக்குள்ள நீங்க நேர்ல வார அளவுக்கு அப்படி என்ன தல போற அவசரம், ஆளும் அரை உசுரா மெலிஞ்சு போயிருக்கீரு, அடையாளமே தெரியல, முகம் குராவிப் போயிருக்கு, ஒங்களுக்கு என்ன சாமி வந்தது.'

கிட்டுப்பிள்ளை எதுவும் பேசாமல் சிலையைப் போல் நின்று கொண்டிருந்தார். கொக்கு கூட்டம் ஒன்று மேகக் கூட்டத்தைப் போல் மேலெழும்பிப் பறந்து போனது.

இருவரும் பேசிக்கொண்டே வரப்பின் மேல் நடந்து வாழைக்கும் நெல்லுக்கும் நடுவில் இருக்கும் வெட்டவெளியில் உள்ள குடிசைக்கு வந்துசேர்ந்தார்கள். குடிசையின் முன்னால் விவசாய வேலைகள் செய்யும் அத்தனை கருவிகளும் கிடந்தன. குடிசைக்குள் உட்கார்ந்த கிட்டுப்பிள்ளையின் கண்களில் பல்வேறு ஆயுதங்கள் தட்டுப்பட்டன. அஞ்சாறு சிலம்பக் கம்புகள், வேல்கம்பு, குத்தீட்டி, வீச்சரிவாள்கள் இவை போக ஒரு மூலையில் எறிகற்களும் குமித்து வைக்கப்பட்டிருந்தன.

'இந்த சவத்துப் பயமூதேவி ஆறுமுகம் பயலும் கோயிலுக்குப் போய்ட்டான், சாமியவுக வந்திருக்காக ஒரு இளநி வெட்டிக் குடுக்கக்கூட ஆள் இல்லையே, தென்னை மரம் ஏறுற பய ஒருத்தனையும் காணலியே.'

'ஆண்டி... இருக்கட்டும்பா, இப்ப என்ன இளநி குடிக்கலனா குடி முழுகியாப் போகுது.'

'சரி சாமி இம்புட்டு தூரம் வந்திருக்கீக, வந்த விஷயத்தைச் சொல்லுங்க சாமி, நான் பாட்டுக்கு வளவளனு பேசிக் கிட்டிருக்கேன்.'

'ஒரு பொருளை ஒன் பொறுப்புல ஒப்படைக்கப் போறேன், நீதான் பாதுகாப்பா வச்சிருந்து, நான் கேக்கும் போது என்கிட்ட ஒப்படைக்கனும்.'

'வெள்ளக்காரப்பய தூக்கிக் குடுத்திட்டானா இல்ல நீரு கொள்ளையடிச்சிட்டீரா, அப்படி என்ன பொருள் சாமி.'

கிட்டுப்பிள்ளை பீரங்கியைப் பார்ப்பதற்காகத் தன்னுடன் வந்த பெரிய துரையைப் பற்றியும், பெண்கள் குலவை போட்ட வுடன் சிரித்து மகிழ்ந்ததையும் ஞாபகப்படுத்திவிட்டு, பெரிய துரையின் பொக்கிஷங்களைப் பற்றியும் அதை அவருக்கு அனுப்பிவைப்பதுவரை உன் காவலில் இருக்கவேண்டியது பற்றியும் சொன்னார். கவனமாகக் கேட்டுக்கொண்டிருந்த ஆண்டி சொன்னான்.

'இங்கே கேளுங்க சாமி கொலைக் கேஸ்லருந்து எங்க தாத்தாவைக் காப்பாத்த உங்கள் அப்பா செய்த உதவிக்கு என்னோட உசுரையே கேட்டாலும் தருவேன் சாமி.'

'சரி ஓங்கப்பன் திருக்கோடி எப்படி இருக்கான், கெதியா

இருக்கானா?'

'ஆள் ரொம்ப தவங்கிட்டான், நடமாட்டம் வீட்டுக்குள்ள மட்டும் தான் சாமி.'

வெய்யில் ஏறிக்கொண்டிருந்தது. வயல்வெளிகளில் சங்குகள் விதைத்ததைப் போல் கொக்குக் கூட்டங்கள் நிறைபிடித்துத் திரிந்தன.

'மருதன் வீட்லருந்து பொட்டலத்தை வெளுப்புத் துறைக்கு கொண்டாந்திருவான், அங்கேயிருந்து நீ வண்டியில ஏத்திட்டு வந்து பத்திரப்படுத்திக்கோ, ரொம்ப இல்ல ஒரு சாக்கு மூட்டை.'

'இம்புட்டுத்தானா நான் என்னமோ ஏதோனு நெனச்சேன் சாமி, வெளுப்புத் துறைக்கு எண்ணக்கி வரணும்னு தாக்கல் சொல்லுங்க எடுத்தாந்து பத்திரப்படுத்திறேன்.'

'கவனமா செய்யணும்டா, பெரிய துரை என்னைய நம்பி ஒப்படைச்ச சொத்து, அந்த மனுஷன் கையில கெடைக்கணும்.'

'இந்த சவத்துப் பய மூதி, வண்டி மாட்டையும் கொண்டு போய்ட்டான், இல்லனா ஒங்கள கூட்டிட்டுப் போகச் சொல்லலாம்'

'அப்பவே கேக்கணும்னு நெனச்சேன், என்ன கோயில்டா, என்ன திருவிழாடா, எந்த ஊர்லடா.'

'அதாவது சாமி பிராமணன் சக்கிலியனா மாறுன கோயில்.'

'எல்லாச் சனமும் கும்புடுகிற கோயில் சாமி, கண்ணுக்கெட்டு மட்டும் பாருங்க வயக்காட்ல ஒரு ஈங்குஞ்சி தலை தெரியுதா, எல்லாருமே கோயில்லதான் இருப்பாங்க சாமி, நம்ம வயல்ல வேலை செய்ற அத்தனை பேருமே போயிருவாங்க, நானும் வண்டி மாட்டக் கொடுத்து வழியனுப்பிருவேன், ராத்தங்கி, தாமிரவருணியில முங்கி நாளைக்கு சாயங்காலம் தான் வருவாங்க.'

'அது சரிடா அது என்ன சாமின்னு சட்டுனு சொல்லு, கேட்டுட்டு அப்படியே கெளம்புறேன், தொரைமாருக தேடுவான்.'

ஆண்டிக்குடும்பன் தன் தாத்தா வெள்ளைச்சாமிக் குடும்பன் சொன்ன கதையைச் சொல்லத் தொடங்கினான்.

கேரள சமஸ்தானத்து மன்னர்களுக்கும் ஜமீன்தார்களுக்கும் தங்கம், வைரம், பவளம், முத்து போன்றவற்றை வியாபாரம் செய்யும் பட்டவராயனும் அவனுடைய அண்ணன் தம்பிகளும்

வியாபாரம் செய்வதற்காக குதிரைகளில் வந்துகொண்டிருந்தார்கள். கோடை வெய்யிலில் உஷ்ணத்தில் தண்ணீர் தாகம் எடுத்து உதடுகள் உணர்ந்து ஒட்டிக்கொண்டன. கண்ணெட்டும் தூரம் வரை ஒரு ஊரும் தட்டுப்படவில்லை.

தூரத்தில் ஒரு குடிசை தெரிந்தது. அது வாலப்பகடையின் குடிசை. காட்டுக்குள் மாடு மேய்க்கப் போகும்போது தன் இரு மகள்களையும் கரியைப் பூசி கன்னங்கரேரென்று நிறம் மாற்றிப் போய்விடுவான் வாலப்பகடை. தன் மகள்களின் தங்க நிறத்தைப் பார்த்து யாரும் மயங்கிவிடக்கூடாது என்று இந்த ஏற்பாடு. குதிரைகளைக் குடிசையின் முன்னால் கொண்டுவந்து நிறுத்தினார்கள். குடிசையின் வாசலில் இரண்டு நாய்கள் காவல் இருந்தன. குதிரைகளைக் கண்டதும் குரைத்து சத்தமிட, ஆளரவம் கேட்டதும் இரண்டு உருவங்கள் வெளியே எட்டிப் பார்த்தன. தலையிலிருந்து பாதம்வரை கன்னங்கரேர் என்று அண்டங்கருப்பு. ஒரே அருவருப்பு. ஆனாலும் என்ன செய்ய தாகம் தீர்த்தாத்தான் மேக்கொண்டு போக முடியும், தாயைப் பழித்தாலும் தண்ணியைப் பழிக்கக் கூடாதில்லையா, ஒவ்வொருவரா தண்ணி குடிச்சு தாகம் தீர்த்த பின்னாடி கடேசியா நம்ம பட்டவராயன் தண்ணீர் குடிக்காரு, குடிச்சா அதுல பாருங்க ஒரு சொட்டு தண்ணி சிந்தி, அந்தப் பொண்ணோட கையில விழுந்திருச்சு. அப்பிடியே ஒரு மின்னல் அடிச்சது மாதிரி அப்பிடி ஒரு நிறம் வைரம் கெணக்கா, பட்டவராயர் அப்பிடியே கிறுகிறுத்து மயங்கிட்டாரு, இந்த அண்டங்கருப்புக்குள்ள இப்பிடி ஒரு நிறமானு திகைச்சுப் போய் நிக்காரு.'

'ஏம்பா... ஆண்டி ஒரு சொட்டு தண்ணி பட்டுச்சுனா, ஒரு இம்மி எடம்தான் தெரிஞ்சிருக்கும், அதுவே இப்பிடினா உடம்பு பூராவும் எப்பிடிடா இருக்கும்.'

'எல்லாமே தங்கத் தாம்பாலம்தான், கொறைக் கதையவும் கேளும், பட்டவராயர் அந்த எடத்தவிட்டு நகர முடியாதுனு சொல்லிட்டு மத்தவங்கள போகச் சொல்லிட்டாரு, பொழுதடைய அவுக அப்பன் வாரான். அவன் பேரு வாலப் பகடை, சக்கிலியச் ஜாதி, மாடு மேய்க்கிறது அவனோட தொழில், செருப்புத் தைக்கிறதும் உண்டு.'

'ம் அப்புறம்.'

‘நம்ம குடிசைக்கு முன்னால வேத்தாள் ஒன்னு நிக்குதே யார்னு பாத்துக்கிட்டே வாரான், இவனப் பாத்த ஒடனே அந்த காச்சி, பூச்சி ரெண்டு நாய்களும் வாலாட்டிக் கிட்டே அவன்கிட்ட வந்து மருகுது, நாய்கள அதட்டி விரட்டிட்டு பட்டவராயனை உத்துப் பாக்கான், பெரிய ராஜா மாதிரி இருக்கவும், தலப்பாவ அவிழ்த்து முழங்கையில தொங்கப் போட்டுக்கிட்டு கும்புடுறான் வாலப் பகடை, அந்துபோன செருப்பையும் காணேம், அப்பன்னா இது யாராயிருக்கும், என்ன சோலியா இங்க வந்து நிக்காகனு தெகைக்கா வாலப்பகடை, சாமியோவ் கொஞ்சம் பொறுங்கசாமி மேல வாமடையை திருப்பிட்டு ஓடியாந்துறேன்.’

ஆண்டிக்குடும்பன் வரப்பின் மேல் வேகமாக நடந்துபோவதை பார்த்துக் கொண்டே இருந்தார். நல்ல உயரம், உயரத்துக்கு ஏற்ற உருவம், முறுக்கு மீசை, ஒத்தைக் கொத்தை எந்தக் கொம்பனும் நிக்க முடியாது என்று நினைத்துக்கொண்டார். வாழை இலைகளின் கொடியசைப்பை ரசித்தார். வாமடையைத் திருப்பிவிட்டு வந்து உட்கார்ந்தான் ஆண்டி.

‘யேல... சீக்கிரம் சொல்லுடா நான் போகணும்.’

‘அப்ப பட்டவராயர் பேசுறாரு, ஐயா நான் இன்னாரு, இன்ன தொழில் செய்ற வியாபாரி, எனக்கு ஒங்க புள்ளைங்க ரெண்டு பேர்த்தையும் கல்யாணம் முடிச்சு வைக்கணும்னு கேட்டாரோ இல்லியோ வாலப்பகடை பதறிப் போய்ட்டான். அப்ப பகடை சொல்றான், ஐயா ஒங்களப் பார்த்தா பிராமணக்குடி ஆள் மாதிரி இருக்கீங்க, ஒசந்த ஜாதி, பூணூல் போட்ருக்கீங்க, நாங்க தாழ்ந்த ஜாதி செருப்பு தைக்கிற சக்கிலியச் ஜாதி, அதுவும் போக நாங்க மாமிசம் சாப்பிடுகிற ஜாதி, நீங்க சுத்த சைவம். அதையெல்லாம்விட நீங்க செக்கச் செவேர்னு இருக்கீக. எம் மக்களோ அட்டக்கரி மாதிரி, கன்னங்கரேர்னு, அதனால வேண்டாம் சாமி, தயவு செய்து போங்கனு சொல்றான்.’

‘பட்டவராயன் போய்ட்டானா.’

‘அதெப்படி போவான் சாமி, அவன் அந்த மின்னல் நிறத்தைப் பார்த்ததிலிருந்து, அவங்களோட ஒவ்வொரு உறுப்பும் எப்பிடி மின்னும்னு கற்பனை பண்ணிக்கிட்டு இருக்கான், ஒடனே பூணூல அத்து தூர எறிஞ்சிட்டான், நாளையிலருந்து மாடு மேய்க்க

நான் போறேன், ஒரு மாசம் ரெண்டு மாசம் என்னோட செய்கைகளைப் பாத்திட்டு பொண்ணு குடுங்கனு சொல்லிட்டு மறுநாள்ளருந்து மாடு மேய்க்க காட்டுக்குப் போக ஆரம்பிச் சிட்டான், மாமிசம் திங்கவும் பழகிக்கிட்டான், இந்த ஒரு மாசத்துல சக்கிலியனாகவே மாறிட்டான். ஒடனே வாலப்பகடை மனசு இரங்கி ரெண்டு தங்கவிக்கிரகங்களான பொம்மக்கா, திம்மக்கா ரெண்டு பேர்த்தையும் பட்டவராயனுக்கு கல்யாணம் முடிச்சு வச்சிட்டான், பட்டவராயன்கிற பேரை முத்துப் பட்டன்னு மாத்தி வச்சிட்டான், ரெண்டு மூனு மாசமா முத்துப்பட்டன் மாடு மேய்க்கிறதையும், தன்னுடைய குலத் தொழிலான செருப்புத் தைக்கிறதையும் பார்த்து மனசு இளகி பொண்ணுங்கள முத்துப் பட்டனுக்கே குடுத்திறலாம்னு முடிவு பண்ணிட்டு மக்கா நாள் வனப்பேச்சி கோவிலுக்குப் போயி கும்புடுறாங்க, ஏம்னா இந்த வனப்பேச்சிதான் வாலப்பகடைக்குப் பிள்ளை வரம் குடுத்தது, கல்யாணமாகி பத்து வருஷமா குழந்தையில்ல, ஒருநாள் வனப் பேச்சியைக் கும்பிட்டுட்டு நிக்கும்போது விறகுக் கட்டு சொமந்துக் கிட்டு ஒரு வயசான கிழவி வந்து, ஏ... தாயி, இன்னையிலருந்து நாற்பத்தியொரு நாள் விரதமிருந்து, தாமிரவரணியில நீராடி வனப்பேச்சிக்கு விளக்கேற்றி வா, ஒனக்கு குழந்தைப் பாக்கியம் கிடைக்கும்னு சொல்லவும், வாலப்பகடை பொண்டாட்டி நீ யாருனு, கேக்கவும், கலகலனு வனமே அதிரும்படியாச் சிரிச்சிட்டு மறஞ்சு போய்ட்டா வனப்பேச்சியா வந்த கிழவி. அதுக்குப் பெறகு தான் பொம்மக்காவும் திம்மக்காவும் பிறந்தது, அப்புறமென்ன கல்யாணம் முடிச்சு வச்சிட்டு சிவனேனு வீட்ல இருந்துக்கிட்டான் வாலப்பகடை, எல்லா வேலைகளையும் முத்துப்பட்டன்தான் பாக்கிறாரு, ஒருநாள் நடுராத்திரியில காச்சி நாயும், பூச்சி நாயும் விடாம குரைக்கவும், என்னடானு எட்டிப் பார்த்தா அங்க ஏழெட்டு களவாணிப் பயக மாடுகளைத் திருடிட்டு இருக்கான், அந்தானைக்கு அத்தனை பேரையும் அடிச்சு விரட்டிட்டாரு முத்துப்பட்டன்.'

இப்பிடியே காலம் கழிய வாலப்பகடையும், அவன் பொண்டாட்டி யும் காலமாகிப் போய்ட்டாங்க, ஓடிப்போன களவாணிப் பயக கொஞ்ச நாள் கழிச்சு நிறைய ஆட்கள சேர்த்துக்கிட்டு வந்து கொள்ளையடிக்காங்க, முத்துப்பட்டன் அத்தனை பேரையும்

அடிச்சு விரட்டிட்டு, தன்னோட வேல்க் கம்பை தாமிரவருணியில கழுவிக்கிட்டு இருக்கும் போது ஒழிஞ்சு கெடந்த ஒரு பய விலாவுல குத்திட்டான். முத்துப்பட்டன் குடல் தள்ளி செத்துப் போய்ட்டான். விஷயம் கேள்விப்பட்டு ஓடி வந்த பொம்மக்கா, திம்மக்கா ரெண்டு பேரும் அதே வேல்க்கம்பால அந்தக் களவாணிப் பயலக் கொன்னுட்டு, அப்பிடியே முத்துப்பட்டன் மேல விழுந்து உசுர மாச்சுக்கிட்டாங்க, காச்சி நாயும், பூச்சி நாயும் செத்துப்போச்சு.

அந்த எடத்துலதான் பட்டவராயனுக்கு கோயில் கட்டி ஜனங்க வழிபட்டு வாராங்க. கோயிலுக்கு முன்னால இருக்கிற மரத்துல தங்களோட வேண்டுதலா செருப்பக் கட்டி தொங்க விடுறாங்க, அந்தச் செருப்புல எல்லாத்துலயும் மண் ஒட்டிருக்கு, மாட்டுச் சாணம் ஒட்டியிருக்கு, வார் அறுந்து தேஞ்சு போகுது, முத்துப்பட்டன் தங்களோட செருப்புக்களை அணிஞ்சு வேட்டைக்குப் போறதாகவும், மாடுமேய்க்கப் போறதாகவும் நம்புறாங்க. காச்சி நாயும், பூச்சி நாயும் அந்தக் காட்டுக்குள்ள வசிக்கிறதாகவும், தங்கள் கண்ணில் தட்டுப்பட்டதாகவும் மக்கள் சொல்றாங்க, நாலா ஜாதிச் சனமும் வந்து கும்புடுகிற கோவிலு பட்டவராயன் கோயிலு.'

'தாமிரவருணிக் கரையிலதான் இருக்கா இந்தக் கோயிலு.'

'சொரிமுத்தய்யனார் கோயில் கேள்விப் படலையா, அதன் பக்கத்திலேதான் இந்தக் கோயிலும், தாமிரவருணிக் கரையோரம்.'

இருவரும் வரப்பு வழியே நடந்து வந்து தாமிரவருணிக் கரையை அடைந்தார்கள். ஆண்டிக்குடும்பன் தாமிரவருணியை வணங்கிவிட்டு, இரு கைகளாலும் கொஞ்சம் தண்ணீரை அள்ளி தலையில் தேய்த்துக்கொண்டார். கிட்டுப்பிள்ளை ஆச்சரியமாகப் பார்த்துக்கொண்டிருந்தார்.

'என்ன சாமி... அப்பிடிப் பாக்கீக, நீங்க வெள்ளக்காரப் பயக கூடத் திரிஞ்சதால இதெல்லாம் ஒங்களுக்குப் பைத்தியக்காரத் தெனமா தெரியுது, நமக்கு சோறு போடுற தாயில்லையா தாமிரவருணித்தாயி, அதைக் கும்பிட வேணாமா, மம்பட்டிய கையில தொட்ட ஒடனே, ஏர்க் கலப்பையை கையில தொட்ட ஒடனே தாமிரவருணித் தாயக் கும்பிட்டுட்டுத்தான் வேலைய ஆரம்பிப்போம் சாமி, நம்ம மூச்சே இந்தத் தாய்தான்.'

‘ஒங்கப்பன் திருக்கோடியைக் கேட்டதாக சொல்றா ஆண்டி.’

கிட்டுப்பிள்ளையை கும்பிட்டு வழியனுப்பி வைத்து விட்டு வயல்களுக்குள் எட்டுவைத்தான். கிர்... கிர்... கிர்... என்ற தவளையின் சத்தம் கேட்டவுடன் உற்றுப் பார்த்தான். நீளமான தண்ணீர்ச் சாரைப் பாம்பு என்று பெரிய தவளையை கொஞ்சங் கொஞ்சமாக விழுங்கிக்கொண்டிருந்தது. அதனுடைய மஞ்சள் நிறத்தை வைத்து இது தண்ணீர்ச்சாரைதான் என்று கண்டு கொண்டான்.

எத்தனை கல் மண்டபங்கள், எத்தனை வாய்க்கால்கள், எத்தனை படித்துறைகள், எத்தனை மரங்கள் தாமிரவருணிக் கரையை ரசித்தபடியே நடந்துகொண்டிருந்தார். ஏராளமான ஆண்களும் பெண்களும் படித்துறைகளில் குளித்துக்கொண்டிருந்தார்கள். நேத்து தாமிரவருணியைப் பற்றி ஆண்டிக்குடும்பன் சொன்ன பல விஷயங்களை மனசுக்குள் அசை போட்டார். கன்னடியன் கால்வாய், கலாசி மடை, உழக்கரிசிப் பிள்ளையார், வயிராச லிங்கம், சொரிமுத்தய்யனார் கோவில் இவைகளையெல்லாம் தான் கட்டாயம் பார்க்க வேண்டும் என்று நினைத்தவர் பெருமூச்சை அடக்கிக்கொண்டார்.

தாமிரவருணிக் கரையைவிட்டு விலகி வேகமாக எட்டுவைத்தார். நல்லவேளை துரைகள் இன்னும் திரும்பியிருக்கவில்லை. குதிரைகளைக் லாயத்தில் காணவில்லை. ஆனால் தன் அறையின் முன்னால் ஒருவன் உட்கார்ந்திருப்பதைப் பார்த்தார். காவலுக்கு நின்ற வெள்ளைக்கார வீரன் பிள்ளைக்கு வணக்கம் தெரிவித்து விட்டு, அங்கே உட்கார வைக்கப்பட்டிருக்கும் நபரைப் பற்றிய விபரத்தைச் சொன்னான். பிள்ளையின் முகத்தில் ரொம்ப நாளைக்குப் பிறகு ஒரு தெளிச்சி தெரிந்தது. சந்தோஷமாக அறையை நோக்கி எட்டுவைத்தார். காமநாயக்கன்பட்டியிலிருந்து துபாஷி வேலைக்காக வரச் சொல்லியிருந்த சவரிமுத்து வந்திருப்பதைக் கண்டார். பிள்ளையைக் கண்டதும் சவரிமுத்து எழுந்து நின்று வணக்கம் வைத்தான்.

‘வாடே சவரிமுத்து, நேரத்தோட வந்திட்டியோ?’

‘இப்பத்தான்யா வந்தேன், நல்லாயிருக்கேளா?’

‘இருக்கேன்டா, இதென்னடா பெரிய சுமை’

‘ஐயா, கருப்பட்டிய்யா, துரைக சாப்பிடுறாங்களோ இல்லையோ ஒங்களுக்கு இருக்கட்டுமேனு ஒரு சிப்பம் கொண்டாந்தேன், நம்ம பனையில காய்ச்சின கருப்பட்டியா, நல்லாயிருக்கும், எவ்வளவு நாளானாலும் கெட்டுப் போகாதுய்யா.’

இருவரும் பலப்பல பேச்சுக்களைப் பேசிக்கொண்டு துரைகளின் வரவுக்காகக் காத்திருந்தார்கள். கூடடையும் பறவைகளின் கெச்சட்ட ஒலி சன்னமாகக் கேட்டுக்கொண்டேயிருந்தது. வெக்கரித்துப் போன கரிசல் பூமியில் பழகிய உஷ்ணக் காற்றுக்குப் பதில் தாமிரவருணியின் குளிர்ச்சியான காற்று சவரிமுத்தைத் தழுவிச் சென்றது. அதன் சுகத்தை அனுபவித்துக்கொண்டிருந்தான். கூட்டங்கூட்டமான பனைகள் தவிர்த்து வேறு எதையுமே பார்க்காத சவரிமுத்து, தான் வரும்போது பார்த்த பொங்கியோடும் தாமிரவருணி, பச்சைப் பசேல் வாழைகள், நெல்வயல்கள் எல்லாவற்றையும் பற்றிக் கிட்டுப்பிள்ளையிடம் சொல்லிக் கொண்டிருந்தான்.

தூரத்தில் குதிரைகள் வருகிற குளம்படிச் சத்தம் கேட்டது. அவரவர் அறைகளுக்குப் போன பின்பே இருவரும் உட்கார்ந்தார்கள். தனக்கு உதவியாக ஒரு பேச்சுத் துணைக்கு ஆள் கிடைத்ததில் கிட்டுப்பிள்ளைக்கு ரொம்ப சந்தோஷம், இவ்வளவு நாளும் முகட்டு வளையைப் பார்த்துக்கொண்டு தனிமையில் உட்கார்ந்திருந்தவருக்கு, கேட்கவா வேண்டும் மனசு குதியாளம் போட்டது. முந்தியெல்லாம் பெரிய துரை தன்னைக் கூப்பிட்டு மணிக் கணக்காக தன்னுடன் பேசிக்கொண்டிருந்த நாட்களை நினைத்துக் கொண்டார்.

‘அடேய்... கொஞ்சம் பொறு, இப்ப செத்த நேரத்துல நாலு பேரும் சாப்பிட ஒன்னா உட்கார்வான், அப்ப உன்னைக் கூட்டிட்டுப் போயி அறிமுகப்படுத்துறேன்.’

‘சரி அய்யா’

‘பாதர் என்னடே சொல்லிவிட்டார், அதச் சொல்லு’

‘பாதருக்கு ரொம்ப சந்தோஷம், ஏம்னா எங்க தாத்தா, அப்பா எல்லாருமே இப்படி வெள்ளைக்காரங்ககிட்ட வேலை பாத்தவங்க தான், அதனால ஆசிர்வாதம் பண்ணி சந்தோஷமா வழியனுப்பி வச்சாரு, கொஞ்ச நாள் கழிச்சு இங்க வர்ரேன்னு சொல்லியிருக்காரு.’

‘வரட்டும் வரட்டும்டே’

‘இங்க ஜெபிக்க கோயில் ஒன்னும் இல்லையோ’

‘அந்தா அந்தக் கடேசில ஒரு சின்ன ஜெபக் கூடம் தெரியுதில்லா, அதுலதான் தொரைக ஜெபிப்பாங்க.’

‘நம்மள ஜெபிக்க விடுவாங்களா?’

‘ஏம்டே, அதெல்லாம் எந்த வித்தியாசமும் பாக்கமாட்டான், அவனுக்கு எல்லாரும் மனுஷன்தான், ஜாதி வித்தியாசமெல்லாம் நம்ம வச்சுக்கிட்டது, அவனுக்கு அது என்னனே தெரியாது, ஒங்க கோயில் பாதர் மாதிரிதான் இங்கேயும்.’

நான்கு பேரும் சாப்பிட்டு விட்டு வெளியே வரும் நேரத்திற்காக இருவரும் காத்திருந்தார்கள். கிட்டுப்பிள்ளை சவரிமுத்துவை எப்படி அறிமுகப்படுத்துவது என்று யோசித்தபடியே நின்று கொண்டிருந்தார். சாமானியமாக சாப்பிட்டு விட்டு வர மாட்டார்கள். ஒரு வழியாக வெளியே வந்தவுடன் இருவரும் போய் வணக்கம் வைத்தார்கள். சவரிமுத்துவை அதிசயமாகப் பார்த்தார்கள்.

‘துரைகளே... நான் சொன்னேன்ல, காமநாயக்கன்பட்டி யிலிருந்து துபாஷி ஒருவன் வர்ரான்னு, அவன்தான்.’

‘ஓ... பிள்ளாய், ரொம்ப இளைஞனா இருக்கானே.’

‘ஆமாம், துரைகளே, ஆனால் ஆங்கில புலமை அதிகம், நான் நல்லா சோதிச்சுப் பார்த்திட்டேன்.’

‘பிள்ளாய் அவனுக்கு தங்குறதுக்கு எங்க அறைப்பக்கம் காலியாக் கெடக்கிற ஒரு அறையை ஏற்பாடு பண்ணிரு.’

‘அப்படியே பண்ணிறேன் துரைகளே’

சவரிமுத்துவைக் கூட்டிக் கொண்டு தன்னுடைய அறைக்கு வந்தார் கிட்டுப்பிள்ளை. எந்த நேரத்திலும் உன்னை துரைகள் கூப்பிடுவார்கள். பயப்படாமல் அவர்கள் கேட்கிற கேள்விகளுக்கு மட்டும் பதில் சொல், தெரியாததைத் தெரியாதுன்னு சொல் என்று சொல்லிக் கொடுத்தார் கிட்டுப்பிள்ளை.

‘இன்னைக்கு ராத்திரி மட்டும் என்னோடு தங்கிட்டு நாளை யிலிருந்து தனியறைக்குப் போயிறலாம்.’

‘சரி அய்யா’

கிட்டுப்பிள்ளையின் கவலை மருதனிடம் எப்படி சாக்கு மூட்டையை ஒப்படைப்பது, அதை எப்படி ஆண்டிக்குடும்பனிடம் கொண்டுபோய்ச் சேர்ப்பது என்பதிலேயே உழன்றுகொண்டிருந்தார். கொஞ்சம் பிசகினாலும் போச்சு. நம்மை என்ன செய்வான் என்றே தெரியாது. ஜெயிலுக்கு அனுப்ப தயங்கவே மாட்டான். உசுரே போனாலும் பரவாயில்லை, அவைகளை பெரிய துரையிடம் சேர்ப்பதிலிருந்து தான் பின்வாங்கப் போவதில்லை என்று நினைத்துக்கொண்டார். இடையிடையே தன்னுடைய எதிர்காலத் திட்டங்களையும் அசைபோட்டார்.

கிட்டுப்பிள்ளை காவி வேஷ்டி காவித்துண்டு அணிந்து கோவிலின் முன்னால் உட்கார்ந்திருக்கிறார். ஏராளமான பண்டாரம் பரதேசிகள் வரிசை வரிசையாக உட்கார்ந்திருக் கிறார்கள். கடல் அலைகளின் இரைச்சல் தொடர்ந்து கேட்டுக் கொண்டேயிருக்கிறது. கூட்டம் அலைமோதுகிறது. யாசகம் போடுவோர் போடும் காசுகள் திருவோட்டில் விழும் சத்தம் கேட்டுக்கொண்டேயிருக்கிறது. இன்றைக்கு கடல் சீற்றம் அதிகமிருப்பதாக இரண்டு பண்டாரங்கள் பேசிக்கொள்கிறார்கள்.

திடீரென்று நாலைந்து வெள்ளைக்கார ராணுவ வீரர்கள் குதிரையில் வருகிறார்கள். ஒவ்வொரு பிச்சைக்காரனையும், யாசகனையும் அடையாளம் பார்க்கிறார்கள். யாரையோ தேடுவதை அறிந்துகொண்டு பதற்றமடைகிறார் கிட்டுப்பிள்ளை. எழுந்து ஓடி விடவும் முடியாது. இவரையே உற்றுப் பார்த்தபடி இரண்டு வீரர்கள் நிற்கிறார்கள். இரண்டு பேர் கையிலும் துப்பாக்கி. கிட்டுப்பிள்ளைக்கு என்ன செய்வதென்று தெரியவில்லை. பெண்களை மட்டும் விட்டுவிட்டு ஒவ்வொரு ஆணாக விசாரித்துக் கொண்டும் அடையாளம் பார்த்துக்கொண்டும் இரண்டு வீரர்கள் வருகிறார்கள். கிட்டுப்பிள்ளையிடம் விசாரிக் கிறார்கள். முன்னுக்குப் பின்னாக பதில் சொல்லி வசமாக மாட்டிக் கொள்கிறார். கைது செய்யப்படுகிறார், கைகளில் விலங்கு மாட்டும்போது தட்டிவிட்டு தப்பியோடுகிறார். டுமீல்... டுமீல்... அப்படியே கடற்கரை மணலில் உருண்டு புரள்கிறார். இரத்தம் வழிந்தோட, தன் மேலில் ஈரத்தன்மையை உணர்ந்ததும் திடுக்கிட்டு அலறி எழுந்து உட்கார்கிறார். பக்கத்தில் தூங்கிக் கொண்டிருந்த சவரிமுத்தும் அலறல் சத்தம் கேட்டு எழுந்து

உட்கார்கிறான். பேயறைந்தவரைப் போல் உடகார்ந்திருக்கிறார் கிட்டுப்பிள்ளை.

'என்னய்யா... என்ன ஆச்சு?'

'பயங்கரமான கெட்ட கனவுடா சவரிமுத்து'

'எதையாவது நெனச்சுக்கிட்டே உறங்கியிருப்பீக'

கடந்த சில நாட்களாக தன் மனசில் ஆடும் விஷயமே இன்று தூக்கத்தில் கனவாக வந்திருக்கிறது.

28

மருதன் இன்றைக்குத்தான் வருவதாகச் சொல்லியிருந்தான். காலையிலிருந்தே அவருக்குப் படபடப்பு ஆரம்பமாகிவிட்டது. தான் காலூன்றி நிற்கிற இடம் தலைகீழாகச் சுழல்வது போல் உணர்ந்தார். எப்படியும் இங்கிருந்து கடத்திக்கொண்டுபோய் விட்டால் பாதி வேலை முடிந்துவிட்டது என்று நினைத்துக் கொண்டு, வப்பாட்டியை எதிர்பார்த்துக் காத்திருப்பவரைப் போல் மருதனை எதிர்பார்த்துக் காத்திருந்தார். தன்னிலை மறந்து பரபரப்பாகக் காணப்பட்ட கிட்டுப்பிள்ளையைச் சவரிமுத்து வித்தியாசமாகப் பார்த்தான். நம்முடைய ஊருக்கு வந்து நம்மிடமும் சாமியார்களிடமும் பேசிக்கொண்டிருந்த கிட்டுப்பிள்ளையா இவர் என்று குழம்பினான். தான் சவரிமுத்துவைக் கூட்டிக்கொண்டு போய் துரைகளிடம் அறிமுகப்படுத்திக்கொண்டிருக்கும் போதோ அல்லது துரைகள் இருக்கும் போதோ மருதன் வந்துவிட்டால் சிரமமாகிப் போகுமே என்று பதைபதைத்தார்.

சவரிமுத்துவைக் கூட்டிக்கொண்டு துரைகளின் முன்னால் போய் நின்ற போது, துரைகள் எங்கேயோ வெளியே செல்வதற்குப் புறப்பட்டுக் கொண்டிருந்தார்கள். எங்கே போகிறோம் என்றோ, எதற்காகப் போகிறோம் என்றோ கிட்டுப்பிள்ளையிடம் சொல்வதே இல்லை. பெரிய துரை கேம்பைவிட்டு ஒரு எட்டு வெளியே சென்றாலும் தன்னிடம் சொல்லாமல் போகவே மாட்டார் என்பதை நினைத்துக்கொண்டார். கிட்டுப்பிள்ளை துரைகளின் முன்னால் நின்றாலும் அவர் கண்கள் மெயின் கேட்டையே

உற்றுநோக்கியபடியே இருந்தன.

'வணக்கம் துரையவர்களே...'

'வெல்கம், வெல்கம் பிள்ளாய், சவ்ரிமுத்து வெல்க்கம்.'

'வெல்கம் துரையவர்களே'

'கிட் பிள்ளாய், சவ்ரிமுத்துக்குத் தனியே அறை ஏற்பாடு செய், இன்று சாயங்காலம் இருவரும் அறைக்கு வாருங்கள், நிறைய்ய வேலையிருக்கு, மறந்துராதே பிள்ளாய்'

'ஆகட்டும் துரையவர்களே'

சவரிமுத்துவின் ஆங்கிலப் புலமையைச் சோதிப்பது மாதிரி, சில கேள்விகளைக் கேட்டு, அவன் சொன்ன பதிலில் திருப்திப் பட்டுக் கொண்டு கிளம்பிப் போனார்கள்.

கிட்டுப்பிள்ளைக்குப் பாதி உயிர் வந்தது. இனி கவலை யில்லை, மெயின் கேட்டில் நிற்கும் சிப்பாயைச் சமாளித்து விடலாம். இருவரும் அவசரம் அவசரமாக சாப்பிட்டு முடித்தார்கள். தூரத்தில் மருதன் வருவது தெரிந்தது. ஓடோடிப் போய் எதிரில் நின்று வரவேற்றார்.

'வாப்பா மருதா, வா, சாப்பிட்டியா?'

'எதுக்கு சாமி இப்பிடி பயப்படுறீக, ஒங்க முகத்துல இருக்கிற பயத்தைப் பார்த்தா எனக்கே பயமாயிருக்கு, நம்ம என்ன தங்கத்தைக் கொள்ளையடிக்கமா, இல்ல துப்பாக்கியக் கொள்ளை யடிக்கமா பெரிய துரைக்காக என்னோட உசுரையே கொடுப்பேன் சாமி.'

'டேய், கோட்டிக்காரா மெதுவாப் பேசுடா.'

'தொரைகளோட குதிரைக போறதப் பாத்தேனே, என் எதுக்க தான் போறாங்க, வணக்கம் போட்டுட்டுத்தான் வாரேன்.'

மருதன் துரைகளின் ஒவ்வொரு அறையின் முன்னாலும் கூடைகளில் குமித்து வைக்கப்பட்டிருந்த அழுக்கு உடைகளையும், ராணுவச் சீருடைகளையும் மொத்தமாக கொண்டுவந்து கிட்டுப் பிள்ளையின் அறையின் முன்னால் குமித்தான். கிட்டுப் பிள்ளையும் சவரிமுத்தும் தூக்கிக்கொண்டு வந்த சாக்கு மூட்டையைப் பிரித்து ஒவ்வொரு பையையும் தனித்தனியே எடுத்து துணிகளுக்கிடையில் வைத்து மடித்து மறைத்தான்.

என்ன நடக்கிறது என்று தெரியாமல் ஆச்சரியமாகப் பார்த்துக்கொண்டு இருந்தான் சவரிமுத்து.

'இதெல்லாம் என்னது ஐய?.'

'டேய், சவரி பிறகு விவரமா சொல்றேன்டா.'

கொஞ்சங்கூட பயமோ படபடப்போ இன்றி மருதன் தலைச் சுமையுடன் புறப்பட்டான். கூடவே கிட்டுப்பிள்ளை, காவலுக்கு நின்ற சிப்பாய் ராணுவ முறையில் ஒரு சல்யூட் வைத்துவிட்டு ஓடிப் போய்க் கதவைத் திறந்தான். திறக்கப்பட்ட மடையிலிருந்து வெளியேறி வாய்க்கால் வழியே பாய்ந்தோடும் தாமிர வருணியைப் போல மருதன் வேகவேகமாக எட்டுவைத்தான். இதுவரை குறை ஆவியாக இருந்த தன் நெஞ்சுக்கூட்டை நிறை ஆவியாக்கிக்கொண்டு தன் அறைக்கு வந்தார். தன் தலையை அழுத்திக்கொண்டிருந்த ஒரு பெரிய சுமையைத் தலைமாற்றி அனுப்பிவிட்ட மகிழ்ச்சியில் உட்கார்ந்தார்.

துரைகளின் அறைகளுக்குப் பக்கத்திலேயே சவரிமுத்துக்கு அறை ஒதுக்கிக்கொடுத்தார். தன் அறைக்கு வந்து தன்னை ஆசுவாசப்படுத்திக்கொண்டார். கூண்டுக்குள் இவ்வளவு நாளும் அடைத்து வைக்கப்பட்ட ஒரு பறவையைப் போல் தன்னை உணர்ந்தார். கூண்டைவிட்டு தப்பிப் பறந்துவிடலாம். வனத்துக்குள் புகுந்து எப்படியாவது மறைந்தும் கொள்ளலாம். இரை தேடிச் செல்வது எப்படி? வெள்ளைக்காரன் கண்ணியில் சிக்கிக் கொண்டால் என்ன செய்வது. இதுவரை தான் இருந்தது ஒருவகை சிறைச்சாலை வாழ்க்கைதான் என்பதை முதன்முதலாக உணர்ந்தார். வெள்ளைக்காரனுக்கு மட்டுமே ஆங்கிலம் வேண்டும், வேறு எதற்கு தேவை ஆங்கிலம், நிச்சயமாக நமக்கு சோறு போடாது ஆங்கிலம் என்பதை உணர்ந்தார். இப்படி ஒரு குழப்பத்தில் சிக்கித் தவிப்பார் என்று மனதளவில்கூட அவர் நினைத்துப் பார்த்ததில்லை.

எவ்வளவு நாள் வேண்டுமானாலும் ஆண்டிக்குடும்பன் பாதுகாப்பில் தங்கிக் கொள்ளலாம். ஆனால் என்றைக்கிருந்தாலும் வெள்ளைக்காரன் கண்ணில் படாமல் தப்பிப்பது இயலாத காரியம். பெரும் குழப்பத்துடன் ஒரு திடமான முடிவுக்கு வந்தார் பிள்ளை. சவரிமுத்துக்கு நன்றாகப் பயிற்சி கொடுத்துவிட்டு, துரைகளிடம் தான் வேலையை ராஜினாமா பண்ணப் போகிறேன்

என்று அனுமதி கேட்டு அவர்களின் சம்மதத்திலேயே வெளியேறி விடுவது, பின்னர் சூழ்நிலைக்குத் தகுந்த மாதிரி முடிவெடுத்துக் கொள்வது என்று மனசை ஆற்றுப்படுத்திக்கொண்டார்.

தனியறையில் உட்கார்ந்து வெறித்துப் பார்த்துக்கொண்டிருந்த சவரிமுத்து வேகமாகப் போய்க் கதவைச் சாத்திக்கொண்டு வந்தான். பெரிய துரையின் பைல்களை கிட்டுப்பிள்ளையுடன் சேர்ந்து மருதனிடம் கொடுத்த போது, கிட்டுப்பிள்ளைக்குத் தெரியாமல் தான் மறைத்து எடுத்துவந்த ஒரு பேப்பரை இரகசிய மாகப் படிக்க ஆரம்பித்தான். பிரிட்டிஷ் மேஜர் வேல்ஸ் துரையின் குண்டு குண்டான கையெழுத்தைப் பார்த்து வியந்தான். கிட்டுப்பிள்ளை எந்த நேரத்திலும் வந்து கதவைத் தட்டலாம். இந்த பேப்பரை அவர் பார்த்துவிட்டால் போச்சு. ஆனாலும் ஒரு குருட்டு தைரியத்தில் வேகவேகமாகப் படிக்க ஆரம்பித்தான்.

'சாயங்கால நேரம் நான் மட்டுமே தனியாக குதிரையில் வந்து கொண்டிருந்தேன். குறிப்பிட்ட ஒரு கிராமத்தில் மக்கள் கூட்டமாக கூடியிருந்தார்கள். காச் பூச் என்று பெரிய அளவில் வாய்ச்சண்டை போட்டுக்கொண்டிருந்தார்கள். அனேகமாக அங்கே ஊரே கூடியிருந்தது. நான் குதிரையைவிட்டு இறங்காமல், அவர்களின் அருகில் போய்க் குதிரையை நிறுத்தினேன். என்னைக் கண்டதும் எல்லோருமே அமைதியாகிப் போனார்கள். கிட்டுப்பிள்ளை ஏற்பாடு செய்து கொடுத்த தமிழ்ப் புலவரிடமும், கிட்டுப்பிள்ளை யிடமும் நான் தமிழ் கற்றுக்கொண்டபடியால், அவர்களுடன் என்னால் உரையாட முடியும் என்று நம்பினேன். குதிரையை விட்டு கீழே இறங்கியவுடன் என்னைச் சூழ்ந்துகொண்ட அவர்கள் அனைவரும் பயத்துடனும் பீதியுடனும் அமைதியாக நின்றார்கள். என்ன ஏதென்று மெதுவாக விசாரிக்க ஆரம்பித்தேன்.

துரையவர்களே என் பெயர் குருசாமி நாடார். இது என் மனைவி, அவள் பெயர் செல்லக்கனி. இது இரண்டும் என்னோட பெண் பிள்ளைங்க, எனக்கு ஆண்பிள்ளை கிடையாது. எனக்கு அஞ்சு குறுக்கம் கரிசக்காடும், ரெண்டு குறுக்கம் தோட்டமும் கிணறும் சொந்தமாக இருக்கு. ரெண்டு புள்ளைகளையும் கல்யாணம் பண்ணிக் கொடுத்தாச்சு. அவங்களுக்கு மூத்தவளுக்கு மூனு புள்ளைக, எளையவளுக்கு ரெண்டு புள்ளைக, எனக்கும் என் பொண்டாட்டிக்கும் வயசாகிப் போச்சு, சம்சாரித்தனம் பாக்க

முடியல, எங்க இந்து சட்டப்படி பொம்பிளைப் பிள்ளைகளுக்கு சொத்துல பங்கு கிடையாது. நான் செத்துப்போனா என்னோட சொத்தெல்லாம் என் தம்பி பிள்ளைகளுக்குப் போய்ச் சேரும் இதுதான் சட்டம். அதனால நான் என்ன பண்றேன்னா, நான், என் மனைவி, என் மகள்கள், மகள்களின் குழந்தைகள், என் மகள் களின் கணவன்மார்கள் எல்லோரும் இந்துமதத்திலிருந்து மாறி, கிறிஸ்துவ மதத்துல சேர முடிவு பண்ணியிருக்கோம், மதம்மாற விடமாட்டேன்னு என் தம்பி தகராறு பண்றான், ஏம்னா என் சொத்து அவனுக்குக் கிடைக்காமப் போயிருமேங்கிற வருத்தம் கிறிஸ்துவத்துக்கு மாறிட்டா அங்க பொம்பிளப் பிள்ளைகளுக்குச் சொத்து சேரும்னு சட்டம், அந்தா நிக்கான் பாருங்க அவன்தான் என் தம்பி துரை, பேர் ராமசாமி நாடார்.'

பரக்கப் பரக்க படித்து முடித்த சவரிமுத்து, கீழே அதைப் பற்றி துரை எழுதியிருந்த குறிப்பையும் படித்தான். அவர் எழுதியிருந்த ஒவ்வொரு வரியிலும் அடிக் கோடிட்டிருந்தார்.

'மதத்தின் பெயரால் ஒரு பெண் எப்படியெல்லாம் ஒடுக்கப்படு கிறாள், அவளுக்கு என்னென்ன உரிமைகள் மறுக்கப்படுகின்றன என்பதை மிகத் துல்லியமாகப் பதிவு செய்திருந்தார். சொத்தில் பங்கு இல்லாதது மட்டுமல்ல, தன் தாயோ தகப்பனோ காலமாகி விட்டால் சுடுகாட்டுக்குப் போய் இறுதிச் சடங்கு செய்யும் உரிமையில்லை. கிராமங்களில் நடக்கும் ஊர் கூட்டங்களில் கலந்து கொள்ளும் உரிமை இல்லை. ஒரு ஆணுடன் ஒரு பெண் சமமாக உட்காரக்கூட உரிமை இல்லை. ஆண் மேலே உட்கார்ந்திருந்தால் பெண் கீழேதான் உட்கார்ந்திருக்க வேண்டும்.

இதெல்லாம்விட ஒரு பெண்ணின் கணவர் இறந்துவிட்டால் அவளுக்கு மறுமணம் செய்ய உரிமை இல்லை. ஆனால் கணவன் எத்தனை மனைவியும் கட்டிக்கொள்ளலாம். கணவன் இறந்த பின்னால் மனைவி தன்னை எவ்வாறெல்லாம் அடையாளப் படுத்திக்கொள்ள வேண்டும் என்பதைப் பட்டியலிட்டிருந்தார். தலையை மொட்டையடித்துக்கொள்ள வேண்டும், வெள்ளைச் சேலைதான் உடுத்த வேண்டும், வீட்டைவிட்டு வெளியே வரக் கூடாது, ஆபரணங்கள் எதுவும் அணியக் கூடாது, உடல் இச்சையைத் தூண்டும் பண்டங்களை உண்ணக் கூடாது, நடைபெறுகின்ற நல்ல காரியங்கள் எதிலும் முகம் காட்டக் கூடாது. கிட்டத்தட்ட

நடைபிணமாகத்தான் வாழ முடியும். ஆனால் நாடோடிகளிடமும், தாழ்த்தப்பட்ட ஜாதியாரிடமும் இவ்விதக் கட்டுப்பாடுகள் ஏதுமில்லை. அதனால்தான் ஏராளமானவர்கள் இந்துமதத்திலிருந்து கிறிஸ்துவ மதத்திற்கு மாறுகிறார்கள். இப்படி மாறுகிறவர்கள் ஓரளவு சொத்தும் வசதி வாய்ப்பும் உள்ளவர்கள் தான். குறிப்பாக தங்களுக்கு வாரிசாக ஆண்குழந்தை இல்லாதவர்கள். தங்கள் சொத்து தன் பிள்ளைகளுக்குக் கிடைக்காமல் போய்விடக் கூடாது என்பதற்காகவே மதம் மாறுகிறார்களே இல்லாமல், இந்து மதத்தைவிட கிறிஸ்துவ மதம் மேலானது என்பதற்காக அல்ல.'

29

கிட்டுப்பிள்ளையின் செயல்கள் அவர் ஒரு தெளிவான முடிவுக்கு வந்துவிட்டார் என்பதை உணர்த்தின. இரவு பெரிய துரைக்கு அவர் எழுதிய கடிதத்தை எடுத்து மீண்டும் ஒருமுறை வாசித்தார்.

மதிப்பிற்குரிய துரை அவர்களுக்கு சேமம், நீங்கள் போகும் போது என்னிடம் ஒப்படைத்துவிட்டுப்போன தஸ்தாவேஜுக்கள் எல்லாவற்றையும் இத்துடன் அனுப்பிவிட்டேன். தஸ்தாவேஜுக்கள் கிடைத்ததற்கான அத்தாட்சிக் கடிதம் எனக்கு அனுப்ப வேண்டாம். ஏனெனில் நான் இன்னும் ஒரு வாரத்தில் என் உத்தியோகத்தை ராஜினாமா பண்ணிவிடுவேன். என் ராஜினாமா ஏற்றுக்கொள்ளப்படாவிட்டாலும் நான் வெளியேறி ஒளிந்து தலைமறைவு வாழ்க்கை வாழ முடிவு செய்துள்ளேன். உங்களுக்குப் பதில் பதவிக்கு வந்துள்ள நான்கு துரைகளின் செயல்பாடுகளில் எனக்கு உடன்பாடில்லை. எனக்கான மரியாதை அறவே இல்லை.

பிரிட்டிஷ் சாம்ராஜ்ஜியத்திற்குத் தொண்டூழியம் செய்தே வாழ்ந்து கழித்துவிட்டேன். இனிமேல் நான் எப்படி பிழைக்கப் போகிறேன் என்று எனக்குத் தெரியவில்லை. கண்ணைக்கட்டிக் காட்டில் விட்டது மாதிரி இருக்கிறது. தன் குஞ்சுகளுக்கு பறக்கக் கற்றுக்கொடுக்காமல் எந்தப் பறவையும் குஞ்சுகளைப் பிரிவதில்லை, இணை சேருவதுமில்லை. ஆனால் நீங்கள்

என்னைவிட்டுப் பிரிந்துவிட்டீர்கள், காரணம் நான் குஞ்சல்ல பறவை என்று நினைத்திருக்கலாம். இப்போதுதான் எனக்கு இறக்கைகள் இருப்பதையும், பறக்கலாம் என்பதையும் உணர்ந்து கொண்டேன். நிச்சயமாக நாமிருவரும் இனிமேல் சந்திக்கப் போவதில்லை. இந்தக் கடிதம் கண்டபின் உங்களுடைய பழைய அதிகாரத்தைப் பயன்படுத்தி அங்கிருந்தபடியே எனக்கு ஏதாவது உதவிகள் செய்ய நினைத்தால் அதை முற்றாக மறந்துவிடுங்கள்.

ஏன் எனக்கென்று எந்த உறவினர்களும் இல்லை. அதேபோல் சொத்துக்களின் விபரம் உங்களுக்குத் தெரியும். நான் திருமண பந்தத்திற்குள் செல்லாமல் இருந்தது ஒரு வகைக்கு நல்லதாகவே போயிற்று. இல்லையென்றால் அந்த பந்தத்தையும் நான் என்னுடன் இழுத்துக்கொண்டல்லவா சீரழிய வேண்டும். இந்தக் கடிதம் உங்களை வருத்தமடையச் செய்யும் என்பது எனக்குத் தெரியும். தயவு செய்து வருத்தப்பட வேண்டாம். துபாஷி, கிட்டுப்பிள்ளை.

கடிதத்தை மடித்து பத்திரப்படுத்தினார். புது ஆளாக தெம்புடன் புறப்பட்டார். நம்மைத் தேடாதவர்களை நாம் ஏன் தேட வேண்டும் என்ற வைராக்கியம் அவருக்குள் மேலெழுந்து வந்தது. யாரிடமும் சொல்லிக்கொள்ளாமலே புறப்பட்டுப் போனார். மருதனுடைய வெளுப்புத் துறையை நோக்கி வேகமாக எட்டு வைத்தார். அவர் இப்போது தன் முகத்தை மறைக்கவில்லை மாறாக எண்ணத்தை மறைத்துக்கொண்டார். நிர்மல்யமாக ஓடிக் கொண்டிருந்த தாமிரவருணி நதியை இப்போதுதான் புதிதாகப் பார்ப்பது போல் உணர்ந்தார். அன்றைக்கு ஆண்டிக்குடும்பன் நதியைப் பார்த்தவுடன் தொட்டுக் கும்பிட்டதையும், இரு கைகளால் தண்ணீரை அள்ளி தன் தலையில் தடவிக்கொண்ட தையும் நினைத்துக்கொண்டார். தானும் அதே போல் கும்பிட்டு தண்ணீரை அள்ளித் தலையில் தேய்த்துக்கொண்டார்.

ஏதோ இதுவரை புரியாத ஒன்று புரிவது போல் மனதிற்குப் பட்டது. தான் இப்போது அனைத்தையும் கடந்த சுயம்புவாய் நிற்பதைப் போல உணர்ந்தார். தன் கால்களில்கூட வேகம் கூடியிருப்பதையும், தனக்கான பாதை தன் முன்னால் தெளிவாக புலப்படுவதையும் தெரிந்துகொண்டார். தான் செல்கின்ற பாதையெல்லாம் படியளந்து, பசிதீர்த்து, தாகம் போக்கித் தாயாக

ஓடிக்கொண்டிருக்கும் தாமிரவருணித் தாயை, இதுவரை தான் உணராத பார்க்காத ஒரு ஞானக்கண்ணால் உற்றுப்பார்த்தார். பிரிட்டிஷ் சாம்ராஜ்ஜியத்தால் அடிமைப்பட்டுப் போனாலும் நதித்தீரம் முழுவதும் மன்னர்களும், ஜமீன்தார்களும், கொடையாளர் களும் மக்களுக்காக கட்டிக் கொடுத்துள்ள கரை நெடுகிலும் உள்ள கோயில்களையும் படித்துறைகளையும் பார்த்து வியந்தார். கரை நெடுகிலும் கோயில்கள் எதற்கு? மனித உடல்களிலும் ஆடை களிலும் படிந்துள்ள அழுக்குகளை நீக்க தாமிர வருணித்தாய். மனிதர்களின் மனங்களில் அன்றாடம் படியும் மன அழுக்குளை நீக்கவே கோயில்கள். அறம் பிறழாத வாழ்க்கையை அன்றாடம் கற்றுக் கொடுக்கின்றன கோவில்கள். கிட்டுப்பிள்ளை மருதனின் வெளுப்புத் துறையை அடைந்தபோது, ஏராளமான கழுதைகள் மேய்ந்துகொண்டிருந்தன.

கிட்டுப்பிள்ளையின் தலை தெரிந்தவுடன் அதற்காகவே காத்திருந்தவனைப் போல் மருதன் ஓடிவந்து கைகட்டி நின்றான். கூடவே அவனுடைய மனைவியும் மகனும்.

'சாமி... இப்படி நெழல்ல நில்லுங்க சாமி, வெய்யில் சுள்ளுன்னு அடிக்கி.'

'யேல... மருதா ஆண்டி இன்னும் வரலையாடா.'

'குடும்பவுகள இன்னும் காணும் சாமி, சொல்லிட்டா எப்பிடியும் வந்திருவாக, சொன்ன சொல் மாறமாட்டாக.'

'யேல... மருதா ஆண்டிக்குடும்பன ஒனக்குத் தெரியுமாடா?'

'இவுக தாத்தா ரெட்டைக் கொல பண்ணிட்டு, போலிசுக்கு ஒழிஞ்சு தலைமறைவா அலஞ்சப்போ ஒரு மாசம் அவுகளுக்கு வெளுப்புத் துறையில சோறு கொடுத்தது எங்கப்பன்தான் சாமி, அப்ப நான் சின்னப் பையன் எங்கப்பனோட வெளுப்புத்துறைக்கு வந்து விளையாடிக்கிட்டு இருப்பேன், ஆனா இவுகள நான் பார்த்ததில்லை.'

தூரத்தில் ஒரு மாட்டு வண்டி வருவது தெரிந்தது. பக்கத்தில் துணி வெளுக்கிறவர்களிடம் ஏதோ விசாரிப்பது தெரிந்தது. மருதன் வெளுக்கும் இடத்தை வண்டிக்காரன் தெரிந்துகொண்டான் போலும், பக்கத்தில் வந்து வண்டியை நிறுத்தினான். தும்பைப் பூவாக வேஷ்டி கட்டி வெள்ளையும் சொள்ளையுமாக நிற்கும்

கிட்டுப்பிள்ளையை அடையாளம் கண்டுகொண்டான். வண்டியை நிறுத்திவிட்டுக் குதித்தான்.

'கும்புடுறேன் சாமி'

'ஏன்டா... ஆண்டி வரலையாடா'

'குடும்பவுகளுக்கு ஏதோ முக்கிய சோலி இருக்குனு சீவை குண்டம் போய்ட்டாக, நான் வயக்காரன் மாடன்'

இச்சி மரத்தின் தூரோரம் மறைத்து வைத்திருந்த பொதியைக் காட்டினான். வேலைக்காரனும் மருதனும் தூக்கி வண்டியில் வைத்தார்கள். வண்டியிலிருந்து ஒரு மூட்டை நெல், இரண்டு பெரிய வாழைத்தார்கள் ஒரு குட்டிச் சாக்கு நிறைய்ய காய்கள் இன்னொரு சாக்கில் உளுந்து, வத்தல், பயறு வகைகள் எல்லாவற்றையும் இறக்கி தரையில் வைத்தான் மாடன்.

'யேல... இது எதுக்குடா எனக்கு?'

'ஒங்களுக்கில்ல, மருதன்கிட்ட கொடுக்கச் சொல்லி குடும்பவுக கொடுத்தாக.'

மருதனும் அவன் மனைவியும் ஆச்சரியமாகப் பார்த்தார்கள்.

'பாத்தீகளா சாமி, பெரிய வீட்டு சம்சாரிக எல்லார்கிட்டேயும் இந்தக் குணம் இருக்கு சாமி, தாமிரவருணித் தாயோட கால் மாட்ல இருக்கிற எல்லாத்துக்கும் கொடுக்கிற குணம் பரம்பரை சாமி'

பெரிய துரையிடம் கொண்டு போய்ச் சேர்க்க வேண்டிய மூட்டையைக் கொண்டுவருவதற்காகவே கூடுதலாக ஒரு கழுதையைக் கொண்டுவந்தது நல்லதாகப் போயிற்று என்று நினைத்துக்கொண்டான். இத்தனையையும் கழுதை மேல் ஏற்றி பொதியாக கொண்டுபோவதற்கு முன்னால் யார் யாருக்கெல்லாம் பகிர்ந்து கொடுக்க வேண்டும் என்று மனசுக்குள் கணக்குப் போட்டான். வண்டி போவதையே இரண்டு பேரும் பார்த்தபடி நின்றார்கள். மருதனிடம் கொஞ்ச நேரம் பேசிக்கொண்டிருந்து விட்டு கிட்டுப்பிள்ளை புறப்பட்டார். கிணற்றுக்குள் போட்ட கருங்கல் எத்தனை வருஷங்களானாலும் தண்ணீருக்குள் அப்படியே கிடக்கும் என்பதைப் போல் ஆண்டிக்குடும்பனிடம் கொடுத்த மூட்டையைப் பற்றிய கவலை இனி இல்லை என்று நினைத்துக் கொண்டார். ஆனால் மறு நிமிஷமே வேறொரு கவலை பிடித்துக் கொண்டது. எப்படி கப்பலில் கொண்டு போய்ச் சேர்ப்பது.

கிட்டுப்பிள்ளை முதன் முறையாக தவறு செய்வது பற்றியும், துரைகளை ஏமாற்றுவது பற்றியும் யோசித்தார். ஒரு வகையில் ஏமாற்று, இன்னொரு வகையில் ஏமாற்று இல்லை என்று தன்னை சமாதானம் செய்துகொண்டார். மாறாக பயப்படவில்லை. அவர் இப்போது தனக்குள் தெளிவான ஒரு பாதையை வரித்துக் கொண்டு அந்தப் பாதை வழியே பயணப்பட்டார். இரவு ரொம்ப நேரம் விழித்திருந்து பெரிய துரைக்கு ஒரு நீண்ட கடிதம் எழுதினார். வந்திருக்கிற நான்கு துரைகளையும் வானளாவப் பாராட்டியிருந்தார். தான் சந்தோஷமாக இருப்பதாக பல இடங்களில் குறிப்பிட்டிருந்தார். அந்தக் கடிதத்தை பெரிய துரைக்கு அனுப்புவதற்காக அரசாங்கத்தின் அதிகாரப்பூர்வ முத்திரையை பதிக்கும்படி கேட்டு, அந்த தபால் பிரிட்டிஷ் அரசாங்கத்தால் வேல்ஸ்துரைக்கு அனுப்பப்படுகிற தபால் என்று மாற்றி வைத்துக்கொண்டார். சந்தோஷம் பிடிபடவில்லை. இப்போதே பார்சல் பெரிய துரையிடம் போய்ச் சேர்ந்துவிட்டது போல் நினைத்துக்கொண்டார். சமயம் வருவதற்காகக் காத்திருந்தார்.

பனித்துளிகள் ஒட்டிய ஒரு செடியில் பூ ஒன்று மலர்ந்திருப்பது போன்றும், சுளித்தோடும் தாமிரவருணியில் துள்ளிக் கெலிக்கும் வெளிச்சிக் கெண்டைக் குஞ்சியின் சந்தோஷத்தோடும் கிட்டுப் பிள்ளை படுக்கையைவிட்டு எழுந்தார். அப்படியே பால் பொங்கி வழிவதைப் போன்ற முகமலர்ச்சி. பெரிய துரையுடன் இருக்கும் போது இதே மாதிரியான பூரிப்பை அனுபவித்திருக்கிறார். புதிதாக ஒதுக்கப்பட்ட அறையில் சவரிமுத்துவைப் பார்த்து வரலாம் என்று எட்டு வைத்தார். அரைக்கதவு மட்டுமே திறந்திருந்தது. மெதுவாக எட்டிப் பார்த்தார். சுவரில் மாட்டப்பட்டிருந்த சிலுவையில் தொங்கும் இயேசு, அருள் பாலிக்கும் கன்னி மாதா படங்களின் முன்னால் மண்டியிட்டு கண்மூடி ஜெபித்துக்கொண்டிருந்தான் சவரிமுத்து. அவனுடைய வலது கையில் மணிகள் கோர்த்த ஜெபமாலை தொங்கிக்கொண்டிருந்தது.

அப்படியே அலுங்காமல் ஒரு பூனையைப் போல் தன் அறைக்கு வந்துவிட்டார். வந்த அன்றைக்கே தன் அறை முழுவதும் தான் வணங்கும் கடவுள் படங்களை மாட்டி யிருப்பதையும், பயபக்தியோடு அதன்முன் அமர்ந்து ஜெபம் செய்வதையும், தன் அறையில் இதுவரை ஒரு கடவுள் படம்கூட

மாட்டப்படாததையும், இதுவரை தான் பயபக்தியுடன் சாமி கும்பிடாததையும் நினைத்துப் பார்த்தால் வீரபத்திரபிள்ளை பெரிய துரைக்கு தமிழ் சொல்லிக் கொடுக்க இங்கே வந்து தங்கியிருந்த போது அவருக்கும் தனக்கும் ஒருநாள் ஏற்பட்ட வாக்குவாதத்தை நினைத்துப் பார்த்தார். வீரபத்திரபிள்ளை குளித்து விட்டு ஈர வேஷ்டியை உடுத்தியபடி அறைக்குள் வந்தார். கிட்டுப் பிள்ளை வரவேற்றார்.

'வாங்க மாமா வாங்க, இப்பிடி உட்காருங்க மாமா.'

'உட்கார்ரது இருக்கட்டும் ஒரு சாமிபடம்கூட மாட்டி வைக்கலியா மாப்ள, இன்னைக்கி வெள்ளிக்கிழமை, பிரதோஷம் வேற, அதுதான் கும்பிட்டு திருநீறு பூசலாம்னு வந்தேன்.'

'இல்ல மாமா, இதுவரைக்கு சாமி படம் மாட்டணும்னு தோணல.'

'வேதத்துக்கு மாறிட்டியா?'

'சேச்சே... அப்படியெல்லாம் இல்ல மாமா.'

'பிறகு என்ன ஏதாவது ஒரு படத்தை மாட்டிவைக்க வேண்டியதான'

'எதுக்கு மாமா, வெள்ளக்காரன் கண்ணுல பட்டா அவன் என்னத்தையாவது சொல்லுவான், சொல்லாவிட்டாலும் மனசுக் குள்ள நெனப்பான்.'

'வெள்ளக்காரன் சுன்னிய ஊம்புவான், ஏழாயிரம் மைலுக்கு அங்கிட்டு இருந்து வந்து அவன் சாமிய அவன் கும்புடுவான், பூர்வீகமா தல மொற தல மொறையா இங்க இருக்கிற நாம நம்ம சாமியக் கும்பிடக் கூடாதாக்கும்.'

'மாமா பைய்யப் பேசுங்க மாமா'

'என்ன...க்கு பைய்யப் பேசணும், நீரு அவன் கால நக்கிட்டு கெடக்கீரு பைய்யப் பேச வேண்டியதான், எனக்கென்ன மயிரு பயம், குப்புறப்படுத்தா குண்டி மல்லாக்கப் படுத்தா மானி, இவனுக்கு பயப்படணும்னு என்ன இருக்கு, நாளைக்கே என்னோட அறையில நம்ம சாமி படம் எல்லாத்தையும் மாட்டப் போறேன், எதுவும் சொன்னாம்னா ஒடனே கௌம்பிடுவேன்.'

'ஒன்னும் சொல்ல மாட்டான் மாமா தாராளமா மாட்டுங்க.'

வீரபத்திரபிள்ளை போகிறவரை இந்துக் கடவுள் படங்களை ஏராளமாக மாட்டி வைத்திருந்தார். பெரிய துரைக்கு பாடம் நடத்தும் போதும் நெற்றி நிறைய்ய திருநீறுடன், செக்கச் செவேர் குங்குமத்தோடும் தான் பாடம் நடத்துவார். வீரபத்திரபிள்ளை தான் ஒரு சைவப் பழம் என்பதை ஒவ்வொரு அசைவிலும் கடைப் பிடிக்கத் தவறியதில்லை. தன் அறைக்கதவு சுண்டப்படுவதை உணர்ந்து வேகமாகப் போய் கதவைத் திறந்தார். சவரிமுத்து கழுத்தில் சிலுவை தொங்க நின்றுகொண்டிருந்தான்.

'காலை வணக்கம் ஐயா.'

'வணக்கம்டா சவரி.'

'என்னய்யா எட்டிப் பாத்திட்டு திரும்பிட்டீக?'

'நீ ஜெபம் பண்ணிக்கிட்டு இருந்தே, தொந்தரவு பண்ண வேண்டாமேனு திரும்பிட்டேன்.'

'ஏன்யா, நீங்களும் ஒரு ஓரமா நின்னு ஜெபிக்க வேண்டியதான.'

'... ... ...'

'என்னய்யா, பேசாம இருக்கீக, எதுவும் தப்பா சொல்லிட்டேனா.'

'தப்பில்லடா, ஜெபிக்கலாம் பழக்கமில்லையே.'

'பழக்கம் என்னய்யா பழக்கம், ஒங்க சாமிகிட்ட என்னவெல்லாம் வேணும்னு கேப்பிகளோ அதை எங்க சாமிகிட்டயும் கேக்க வேண்டியதான், எந்தச் சாமி கொடுத்தாலும் வாங்கிக்கிற வேண்டியதுதான்.'

தீர்க்கமான தெளிவாக பாதையைத் தேர்ந்து எடுத்தவனுக்கு வருகிற ஒரு புத்தெழுச்சியுடன் நடமாடினார் கிட்டுப்பிள்ளை. வீரபத்திரபிள்ளை சொன்ன ஒரு பழமொழியை நினைத்துப் பார்த்துச் சிரித்தார். 'வெறுத்தவன் குண்டி வெறுங்குண்டி' சகலத்தையும் வெறுத்தவரானார் கிட்டுப்பிள்ளை. அவருடைய அகத்தில் புதிய வாசல் ஒன்று திறந்துகொண்டது. ஆண்டிக் குடும்பனைப் பார்த்து தூத்துக்குடி கொண்டுபோய் பெரிய துரைக்கு கப்பலில் அனுப்பிவிட்டால் பெரிய சுமையை இறக்கி விடலாம். வௌவால் தோப்பையே சதா சுற்றிக்கொண்டு திரியும் துரைமார்கள் என்ன ஆராய்ச்சி செய்கிறார்கள் என்று புரியவில்லை. சவரிமுத்துவைக் கூப்பிட்டு எந்த வேலையும் கொடுக்கவில்லை.

தன்னுடைய எதிர்கால திட்டத்தை நிறைவேற்றும் முன்னால் ஒரு ஊசாட்டம் பார்த்துவிடலாம் என்ற எண்ணம் வந்தபோது அவர் கேள்விப்பட்ட கோவில் சொரிமுத்து அய்யனார் கோவில். தாமிரவருணிக் கரையோரம் இருக்கும் அந்தக் கோவிலைப் பற்றியும் சிங்கம்பட்டி ஜமீன் பற்றியும் நிறைய்ய விஷயங்கள் கேள்விப்பட்டிருந்தார். இதே போல் தாமிரவருணி கரை நெடுகிலும் இருக்கும் கோவில்கள் தீர்த்தங்கள் அனைத்தையும் நாம் இதுவரை தரிசிக்காமல் விட்டுவிட்டோமே என்று வருத்தப்பட்டார். வெள்ளைக்காரர்களின் உதட்டசைவுக்குக் காத்திருந்தே தான் எதையும் அறிய முடியாமல் போயிற்று என்பதை எண்ணி வருத்தப்பட்டார். தாமிரவருணியைப் பற்றி தான் கேள்விப்படுகிற ஒவ்வொரு விஷயமும் பெரிய ஆச்சரியத்தையும் தொன்மங்களையும் தன்னகத்தே சுமந்துகொண்டு அமைதியாக ஓடிக்கொண்டிருக்கும் தாமிரவருணி. லட்சக் கணக்கான மக்களின் பசி தீர்த்தும், தாகம் தீர்த்தும் தன் முலைப்பால் வற்றாத தாய்மை. சொரிமுத்து அய்யனார் கோவில் முன்னால் ஏராளமான யாசகர்கள் உட்கார்ந்திருந்தார்கள். தனக்கும் ஒரு இடம் ஒதுக்கி மனசுக்குள் ஓட்டிப் பார்த்தார். யார் இவர்கள்? என்னைப் போல் குடும்ப உறவுகள் ஏதுமற்ற சந்நியாசிகள்தானே. சொரிமுத்தய்யன் தரும் ஏகாந்தம் வாழப் போதும் என்று வந்தவர்கள்தானே. நித்தம் தாமிரவருணியில் நீராடி, அன்பையும், அருளையும் சொரியும், அய்யனின் கால் மாட்டில் தனித்திருக்கும் பலரையும் எண்ணிப் பார்த்தார்.

திடீரென்று யாசகர்கள் அனைவரும் பயபக்தியோடு எழுந்து நின்று ஒரு திசை நோக்கி கும்பிட்டபடி நின்றார்கள். கிட்டுப் பிள்ளை அந்த திசையில் பார்த்தார். பட்டு வேஷ்டி பட்டுச் ஜரிகை அங்கவஸ்திரம் பெரிய தலப்பாகையுடன் சிங்கம்பட்டி ஜமீன்தார் வந்துகொண்டிருந்தார். அப்போதுதான் கிட்டுப்பிள்ளை அந்த மரத்தைப் பார்த்தார். அந்த மரத்தடியில்தான் ஜமீன்தார் உட்கார்ந்தார். யாசகர்கள் அத்தனை பேருடனும் சர்வ சாதாரணமாக பேசிக் கொண்டிருந்தார். அவர்களுடைய பேச்சிலிருந்து கிட்டுப்பிள்ளை தெரிந்துகொண்ட விஷயங்கள். தினமும் ஜமீன்தார் இவர்களை சந்தித்து குறைகள் கேட்பதும், கொஞ்ச நேரம் உரையாடுவதும் வாடிக்கையானது போலும்.

ஜமீன்தார் போன பின்னால் கிட்டுப்பிள்ளை அந்த மரத்தையே உற்றுப் பார்த்தார். மரத்தில் தொங்கிக்கொண்டிருந்த நூற்றுக் கணக்கான மணிகளைக் காய்களாகவோ பழங்களாகவோ இருக்கலாம் என்று நினைத்திருந்தவருக்கு ஒரே ஆச்சரியம். சில மணிகள் தொங்கிக்கொண்டிருந்தன, இன்னும் சில மணிகள் பாதி விழுங்கிய நிலையிலும், சில மணிகளின் நாக்கு மட்டுமே வெளியே துருத்திக்கொண்டிருக்க மணியை முழுவதுமாக மரம் விழுங்கிவிட்டிருந்தது. பக்கத்தில் காவி வேஷ்டியுடன் நின்று கொண்டிருந்த பண்டாரத்திடம் மெதுவாக பேச்சுக் கொடுத்தார்.

'சாமி இது என்ன மரம் சாமி?'

'பாத்தா தெரியலையா, மணிவிழுங்கி மரம்.'

'சாமி கொஞ்சம் விவரமா சொல்லுங்க சாமி'

'இந்த மரத்துக்கு தனியா பேர் கெடையாது. இது என்னைக்குமே பூக்காது காய்க்காது பழுக்காது. ஜனங்கள் தங்களுடைய நேர்ச்சைகள் நிறைவேறுவதற்காக இந்த மரத்தில் மணிகளைக் கொண்டு வந்து கட்டிவிட்டுப் போய்விடுவார்கள். யார் யாருடைய நேர்ச்சைகள் நிறைவேறுதோ அவர்கள் கட்டிய மணியை மரம் விழுங்கத் தொடங்கும். மணியை முழுமையாக விழுங்கிய பின்னால் அவர்களின் நேர்ச்சைகள் நிறைவேறியிருக்கும். இந்த மரம் வேறு எந்த மரத்தின் வம்சமும் கெடையாது. இது மாதிரியான மரங்கள் வேறு எங்கும் கிடையாது. ஆகவே ஜனங ்களாக வைத்த பேர்தான் மணி விழுங்கி மரம்.'

அடுத்த தடவை வரும் போது கட்டாயம் ஒரு மணி வாங்கி வந்து மணி விழுங்கி மரத்தில் கட்ட வேண்டும் என்றும், தன்னுடைய நேர்ச்சையை சொரிமுத்தய்யன் நிச்சயம் நிறை வேற்றிக் கொடுப்பார் என்றும் நினைத்துக்கொண்டார். பெரிய அளவில் நிறைவேற்ற முடியாத நேர்ச்சையெல்லாம் கிடையாது. பெரிய துரையின் தஸ்தாவேஜுக்கள் பத்திரமாக அவர் கைகளில் கிடைக்க வேண்டும். தன்னுடைய வேலை ராஜினாமா கடிதத்தை ஏற்றுக்கொண்டு தன்னை நல்லபடியாக விடுவிக்க வேண்டும்.

தாமிரவருணி கரையைவிட்டு ஊருக்குள் விலக நினைத்தவர் அப்படியே மருதனை ஒரு பார்வை பார்த்துவிட்டுப் போய் விடலாமென நினைத்து மருதனின் சலவைத் துறைக்கு எட்டு

வைத்தார். தாமிரவருணித்தாயின் சீதனமாக கண்ணெட்டும் வரை பச்சைப்பசேல் வயல்களையும் வாழைகளையும் நெற்பயிர் களையும், இடையிடையே நிறைபிடித்து வேலை செய்யும் பெண்களையும் நீர்வாழ் பறவைகளையும் பார்த்தபடியே நடந்தார் கிட்டுப்பிள்ளை.

கண்ணுக்கெட்டாத தூரத்தில் எங்கோ மலையில் புறப்பட்டு வழிநெடுக வசிக்கும் ஜீவராசிகளின் தாகம் தீர்த்து பசியாற்றி வாழ்க்கையைக் குளிர்வித்துத் தலைமுறை தலைமுறையாக ஓடிக் கொண்டிருக்கும் மூதாயான தாமிரவருணியை வாஞ்சையுடன் பார்த்து ரசித்தார். தூரத்தில் இரண்டு கழுதைகள் மேய்ந்து கொண்டிருப்பதைப் பார்த்தவுடன், மருதன் வெளுப்புத் துறைக்கு வந்திருப்பதை உறுதிசெய்துகொண்டார். ராணுவச் சீருடைகள் வெய்யிலில் காய்வதை ஒருவித வெறுப்புடன் பார்த்தார். கிட்டுப்பிள்ளையைப் பார்த்தவுடன் மருதன் முழங்கால் அளவு தண்ணீருக்குள்ளிருந்து கரைக்கு ஓடிவந்தான்.

'கும்புடுறேன் சாமியோவ்'

'நல்லாயிருக்கியாடா மருதா'

'இருக்கேன் சாமி, தாமிரவருணித் தாய் புண்ணியத்துல, எங்க போய்ட்டு இப்பிடி வேர்த்துப் பூத்துப் போயி வர்ரீக.'

'இப்ப கொஞ்ச நாளா, சித்தன் போக்கு சிவன் போக்குனு அலையிறேன்டா மருதா, சொரிமுத்தய்யன் கோயில்லருந்து வர்ரேன்டா'

'அடேயப்பா அவ்வளவு தூரம் போயிட்டீகளா, சிங்கம்பட்டி ஜமீனப் பாத்திகளா, தங்கமான மகாராசா சாமி.'

'நீ அங்க போயிருக்கியாடா மருதா?'

'அதென்ன சாமி அப்பிடிச் சொல்லிப்புட்டீக, ஒவ்வொரு வருஷமும் ஆடி அமாவாசைக்கு, தாமிரவருணில பார்த்தா கோடிச் ஜனம் நீராடுமே, அத்தோட பட்டவராயன் கோயில், மணி விழுங்கி மரம், வருஷம் தவறாம போவேன் சாமி.'

'நான் இன்னைக்குத்தான்டா, மொதல்ல போயிருக்கேன்.'

'சாமி... ஆண்டிக்குடும்பனோட வேலைக்காரவுக வந்திட்டுப் போனாக, ஒங்ககிட்ட ஒரு சமாச்சாரம் சொல்லச் சொன்னாக, நாளைக்கு தூத்துக்குடிக்கு வாழைக்காய் ஏத்திட்டு வண்டி

போகுதாம், நீங்க வெள்ளணத்துலயே அங்க வந்திருவீகளாம்.'

கிட்டுப்பிள்ளைக்குச் சந்தோஷம் பிடிபடவில்லை. பெரிய துரைக்குப் பார்சல் அனுப்பிவிட்டால், முழுச்சுமையையும் இறக்கி வைத்தது மாதிரிதான். சிட்டுக்குருவி வனத்துக்குள் பறந்துபோய் மறைந்துகொள்ள துடித்தது. நாளைக் காலை யிலேயே ஆண்டிக்குடும்பனின் வயக்காட்டுக்கு எப்படியும் போய்விட வேண்டும் என தீர்மானித்துக்கொண்டார். மருதனிடம் சொல்லிவிட்டு புறப்படும்போது வெய்யில் தார்ந்துகொண்டிருந்தது.

ஏற்கனவே அரசாங்க முத்திரை வாங்கி வைத்திருந்த தபாலை தேடி எடுத்துப் பத்திரப்படுத்தினார். கதவு சுண்டப்பட்டதை அறிந்து கதவைத் திறந்தார். அங்கே சவரிமுத்து நின்றுகொண்டிருந்தான்.

'அய்யா துரைக ரெண்டு மூனாட்ட உங்களக் கேட்டாகய்யா'

வேகவேகமாக துரைகளின் அறை முன்னால் போய் நின்றார். கதவை இலேசாகச் சுண்டினார்.

'ஹாய்... கிட்பிள்ளாய், எங்கே போச்சு, ஆளைக் காணோம்?'

'கோயிலுக்குப் போயிருந்தேன் துரைகளே.'

'நாளை காலை நீ எங்களுடன் வரவேண்டும், நம்ம எல்லோரும் ஒரு இடத்துக்குப் போக வேண்டும்.'

'எந்த இடத்துக்கு துரை போகணும்?'

'அதை அப்புறம் சொல்வோம். காலையில் நீ எங்களுடன் வர வேண்டும், இது உத்தரவு பிள்ளாய்.'

இப்படி ஒரு பேரிடி வந்து விழும் என்று கிட்டுப்பிள்ளை நினைத்திருக்க மாட்டார். விடிய விடிய கண் மூடவில்லை. நாளைக்காலை எப்படியும் ஆண்டிக்குடும்பனுடன் வண்டியில் தூத்துக்குடி போனால்தான் பெரிய துரைக்குப் பார்சல் அனுப்ப முடியும். காலையில் துரைகளுடன் போகாமல் இருக்க முடியாது. ஒரு நிலையான முடிவை எடுக்க முடியாமல் புரண்டு கொண்டிருந்தார். கடைசியில் பெரிய துரைதான் வெற்றிபெற்றார் காலையிலேயே துரைகளின் முன்னால் போய் நின்று வணக்கம் வைத்தார். அவர் முகம் குராவிப் போயிருந்தது.

'துரைகளே... எனக்கு இரவு முழுவதும் கடும் வயிற்றுவலி இரவு முழுக்க உறக்கமில்லை. இன்று வைத்தியரைப் பார்க்கப்

போகிறேன், உங்களுடன் என்னால் வர இயலாது, இன்றைக்கு ஒருநாள் விடுப்பு வேண்டும்.'

வாழ்க்கையில் கிட்டுப்பிள்ளை சொல்லும் முதல் பொய் மாதிரியே முதல் விடுப்பு கேட்பதும் இப்போதுதான். சில நிர்பந்தங்கள், லட்சியங்கள், கடமைகள் இவைகளுக்காக பொய்கள் தானாகவே வந்து கலந்துகொள்கின்றன. பொய் சொல்லி விடுப்பு வாங்கிக்கொண்டு வந்த பின்னர் சுறுசுறுப்பாக தன் வேலையில் இறங்கினார். தனக்கான சில உடமைகளை மூட்டையாக கட்டினார். சில அத்தியாவசியத் தேவைகள் தவிர்த்து அனைத்தையும் கட்டி வைத்தார். துரைகள் வெளியே கிளம்பிப் போகும் நேரத்திற்காக காத்திருந்தார். பெரும் குழப்பத்தில் இருந்த கிட்டுப்பிள்ளை, இப்போது மிகத் தெளிவான ஒரு பாதையைத் தேர்ந்தெடுத்து அதில் நடைபோட பழகிக்கொண்டிருந்தார். முதன் முறையாக தன் அறைச் சுவரில் எந்தச் சாமியின் படமும் இல்லாததை நினைத்து வருத்தப்பட்டார். புயலில் சிக்கிக் கப்பல் உடைந்து மூழ்கும் போது கடலில் தத்தளிக்கும் ஒருவனுக்கு ஒரு சிறு மரக்கட்டை மிதந்து வந்தாலும் அதைப் பாய்ந்து பிடித்துக் கொள்கிறவனைப் போல், சுவரில் தொங்கும் ஒரு பிம்பம் நம்பிக்கையைக் கொடுக்கிறதென்றால் அதைக் கும்பிடுவது தப்பில்லை என்று நினைத்துக்கொண்டார். குதிரைகள் புறப்பட்டுப் போவதையும் முதன்முறையாக சவரிமுத்துவை வெளியே அழைத்துச் செல்வதையும் பார்த்தார்.

சந்தோஷத்தில் நடையின் வேகம் கூடும் போல் இருக்கிறது. சின்னக் குழந்தையின் துள்ளலாய் எட்டுவைத்தார். யுத்தத்திற்குக் கிளம்பும் சுத்த வீரனைப் போல புளகாங்கிதமடைந்தார். பெரிய துரையை நேரில் பார்க்கப் போவது போல் மனசில் ஒரு மகிழ்ச்சி. வண்டியில் வாழைக்காய்த் தார்களை வேலைக்காரர்கள் ஏற்றிக் கொண்டிருந்தார்கள். அவர்களுடைய உடைகளில் அரக்கு நிறத்தில் திட்டுத் திட்டாகப் படிந்திருந்த கறைகளையே உற்றுப்பார்த்தார்.

'வாங்க சாமி வாங்க, செத்த இப்பிடி நெழல்ல உட்காருங்க, ஒரு வீச்சுல புறப்பட்ருவோம், இது என்ன சுமை சாமி, இதுவும் தேசத்துக்கு அனுப்பத்தானா?'

'இல்லடா ஆண்டி, இது இங்கயே இருக்கட்டும்டா, என்னோட சாமான்க கொஞ்சம் இருக்குடா.'

'அதுகள எதுக்கு இங்க கொண்டாந்தீரு.'

'அடேய்... பெறகு வெவரமா சொல்றேன்டா, எனக்கு வேற யார்டா இங்க இருக்கா, நான் வேற எங்கடா போயி வைக்க முடியும், சொந்தம் பந்தம்னு வேற யாருமில்லையே.'

வாழைத்தார்களின் மேல் உட்கார்வதற்கு தோதாக பழுத்துக் காய்ந்த வாழை இலைகளையும், வைக்கோல்களையும் பரப்பி வைத்து தோது படுத்திக் கொடுத்தார்கள். பெரிய துரைக்கு அனுப்ப வேண்டிய தஸ்தாவேஜுக்கள் அடங்கிய பொதியைத் தூக்கி வந்து ஏற்றினார்கள்.

'சாமி... அது மேல போயி ஜம்முனு உட்காந்துக்கோங்க, கொஞ்சம் விலகினாலும், வேஷ்டியில் கறைபட்டும் வாழைக்கறை சாமானியமா போகாது. வைத்தியரைப் பாக்கப் போறேன்னு பொய் சொல்லிட்டு வந்திருக்கேன்னு சொல்றீரு, வேஷ்ட்டியில கறையைப் பாத்தாம்னா, வைத்தியர் வாழைத் தோட்டத்துக்குள்ளயா இருக்கார்னு வெள்ளக்காரன் கேக்கப் போறான் ஜாக்கிரதை.'

ஆண்டி சொன்னவுடன் கிட்டுப்பிள்ளை வேஷ்டியை நன்றாக மன்னி வைத்துக்கொண்டார். கால்களை மடக்கி குத்துக்கால் வைத்து உட்கார்ந்துகொண்டார். குதிரைகள் தட்டுப்படுகிறதா என்று வழி நெடுக நோட்டமிட்டுக் கொண்டே உட்கார்ந்திருந்தார்.

எப்போதும் வண்டியை வேலைக்காரனிடம் கொடுத்துவிடும் ஆண்டிக்குடும்பன் இன்று கிட்டுப்பிள்ளை உடன் வருவதால் தானே வண்டியோட்டியாக வந்தார். இருவருக்கும் பேசிக் கொள்ள ஏராளமான விஷயங்கள் இருந்தன. என்ன பேசுகிறோம் ஏது பேசுகிறோம் என்ற பயமில்லை. மாடுகள் கேட்கும், ஆனால் பேசாதே. வண்டியின் குலுங்கலுக்கு அசைந்தாடியபடி சிம்மா சனத்தில் உட்கார்ந்திருப்பவர்போல் அமர்ந்திருந்தார் கிட்டுப் பிள்ளை.

'சாமியோவ்... வயிறு பசிச்சா, தார்ல ஊடு பழம் இருக்கும் பிச்சுத் தின்னும், வாழையிலேயே பழுத்தது, தித்திப்பா இருக்கும்.'

'பசி இல்லடா ஆண்டி, பயம்தான் இருக்கு.'

'என்ன பயம்னு சொல்லும், பயத்தை சொமந்துக்கிட்டே அலஞ்சா பயம் அதிகமாகுமே ஒழிய தீராது, ஏதாவது வழி பண்ணுறத விட்டுட்டு பயந்தா எப்பிடி.'

‘யேல... பயம்னா நான் மனுசனுக்கு பயப்படல, வெள்ளைக் காரனுக்கும் பயப்படல, என்னோட வாழ்க்கையை நினைச்சு பயப்படுறேன்டா, அதுதான்டா பயம்.’

‘இப்ப நல்லாத்தானே இருக்கிறீரு, என்ன கொறச்சல்.’

‘வெள்ளக்காரன்கிட்டருந்து விலகியிறலாம்னு நெனைக்கேன்டா.’

‘எதுக்கு வெலகப் போறீரு, சாகப் போற காலத்துல வெலகி என்னத்த சாதிக்கப் போறீரு, பேசாம அங்கயே இருந்து மதிப்பு மரியாதையோட மண்டையப் போடும்.’

‘அந்த மதிப்பு மரியாதை இல்லடா ஆண்டி, எல்லாமே பெரிய துரையோட மலையேறிப் போச்சுடா.’

‘மரியாதை இல்லாத எடத்துல வேலை பாக்க முடியாது, இனி மேப்பட கல்யாணம் காய்ச்சியும் பண்ண முடியாது, வேற என்ன திட்டம் வச்சிருக்கீரு, என்னால எத்தனை வருஷத்துக்குன்னாலும் சோறு போட முடியும், சோத்துக்கு பஞ்சமில்லை.’

‘உழைக்காம இன்னொரு கையை எதிர்பார்த்து சாப்பிட்டு உயிர் வாழ்றதைவிட செத்துப் போயிறலாம்டா ஆண்டி.’

‘இன்னொராட்ட வேற ஒரு ஆள்னு சொன்னீரு, அடிச்சுக் கொன்னு ஆத்துல தூக்கிப் போட்ருவேன், அதென்ன வேற ஆள்.’

‘அடேய்... கோட்டிக்காரா ஒன்னயச் சொல்லலடா, பொதுவா சொன்னேன், உன்கிட்ட வந்தா வருஷம் பூரா காலாட்டி சாப்பிடலாம்.’

வண்டி சீரான வேகத்தில் சென்றுகொண்டிருந்தது. இருவரும் ஒன்றும் பேசிக் கொள்ளாமல் சிறிது நேரம் மௌனமாக இருந்தார்கள். இப்படி ஒரு முட்டாள்தன வாழ்க்கையை வாழ்ந்திருக்கிறோமே என்று வருத்தப்பட்டார் கிட்டுப்பிள்ளை. வருங்காலத்தைப் பற்றிய சிந்தனை இம்மிகூட இல்லாமல் வாழ்ந்துவிட்ட தன் வாழ்க்கையை நினைத்து பெருமூச்சுவிட்டார். தன்னைவிட்டுக் கடந்துபோய்விட்ட வாழ்க்கையை இனிமேல் எட்டிப் பிடிக்கவா முடியும். தான் வெள்ளைக்காரனைவிட்டு விலகி சன்னியாசியாக கோவில் கோவிலாகப் போகலாம் என்றிருக்கிறேன் என்கிற தன்னுடைய திட்டத்தை ஆண்டிக் குடும்பனிடம் சொல்லலாமா வேண்டாமா என்று யோசித்தார். எப்படியும் இன்னும் ஒரு வாரத்தில் சொல்லத்தான் போகிறோம். அவனிடம் சொல்லாமல் வேறு யார் இருக்கிறார்கள் சொல்வதற்கு.

வௌவால் தேசம் ❋ 213

ஒரு வேளை தன்னுடைய திட்டத்திற்கு மறுப்புத் தெரிவித்து முட்டுக்கட்டை போட்டாலும் போடுவான், ஆகவே சமயம் வரும் போது சொல்லிக்கொள்ளலாம் என்று தனக்குத்தானே சமாதானம் செய்துகொண்டு மௌனமானார்.

அரசாங்க முத்திரைக்கு கிடைக்கும் மரியாதையை நன்கு உணர்ந்தவர் கிட்டுப்பிள்ளை. அதுவும் வேல்ஸ்துரையின் பெயரைப் பார்த்ததும் இன்னும் மரியாதை கூடியது. கச்சாத்தைப் பெற்றுக் கொண்ட கிட்டுப்பிள்ளை வண்டியில் ஏறினார்.

'சாமி ஒரு நாலு மூடை பருத்திவிதை வாங்கிட்டு அப்படியே மில் பாதை வழியே போயிருவம், மாடுகளுக்கு பருத்திக் கொட்டை வல்லிசா இல்ல சாமி.'

'ஏம்ல்ல தின்னவேலில ஜின்னிங் பாக்டரி இல்லையா?'

'இருக்கு சாமி, வண்டி வெறும் வண்டியாத்தானே போகுது.'

'அதானே பார்த்தேன், வெள்ளைக்காரன் ஊர் ஊருக்கு ஜின்னிங் பாக்டரிகள நெறய்யா கட்டி வச்சிருக்கானே.'

'ஆமா சாமி ஏகப்பட்ட ஊருகள்ள ஜின்னிங் பாக்டரிகளை கட்டியிருக்கானே எதுக்கு சாமி.'

'ஏலேய்... அவனுக்கு பஞ்சு தேவைப்படுது. சீமையில இல்லாத பருத்தி இங்க வெளையுது. பருத்திவிதை அவனுக்குத் தேவை யில்லை, பஞ்சு மட்டும்தான் வேணும், அதனால ஊர் ஊருக்கு பஞ்சு அரவை மில் ஆரம்பிச்சு, பருத்தி விதைகளை இங்க போட்டுட்டு பஞ்சு எல்லாத்தையும் அங்கே கொண்டுட்டுப் போறான், நம்ம நாட்டுப் பருத்தி மேல அம்புட்டுப் பிரியம்'

கிட்டுப்பிள்ளை சொன்ன பிறகுதான் ஆண்டிக்குடும்பன் நினைத்துப் பார்த்தார். கீழ ஈரால், கழுகுமலை, மணியாச்சி, கோவில்பட்டி, கடம்பூர் என்று பருத்தி விளைகிற கரிசல் காடு உள்ள அத்தனை ஊர்களிலும் ஜின்னிங் பாக்டரிகளைக் கட்டி யிருந்தான். இங்கே விளைகிற குப்பான் பருத்தியும், கருங் கண்ணிப் பருத்தியும் கரிசல் காடுகள் தவிர்த்து வேறு எங்கேயும் விளையாதவை. அப்படியே பருத்தி மூட்டைகளை ஏற்றிக்கொண்டு போனவன் கொஞ்ச நாட்களிலேயே பருத்தியிலிருந்து பருத்திக் கொட்டைகளைப் பிரித்தெடுக்கும் அரவை மிஷின்களைக் கண்டுபிடித்து ஏகப்பட்ட இடங்களில் பருத்தியைப் பஞ்சாக்கினான்.

அப்புறம் சில வருடங்களில் பஞ்சுப் பொதிகளைக் கப்பலில் ஏற்றிச் செல்ல அதிகளவு இடம் தேவையாதலால் பஞ்சை இறுக்கி பாறையைப் போல் ஆக்கும் 'பேல்'களை உருவாக்கும் எந்திரங்களைக் கொண்டுவந்தான்.

பத்துப் பஞ்சுப் பொதிகளை இறுக்கி இலேசாக இருவர் தூக்கிச் செல்லும் நீள்சதுர கட்டாக மாற்றி கப்பல்களில் ஏற்றினான். பொதியேற்றவும் எளிது, எட்டுக்கப்பல்களில் ஏற்றும் சரக்கை ஒரே கப்பலில் ஏற்றிக்கொண்டு போகலாம். குப்பான் பருத்திச் செடியும், கருங்கண்ணிப் பருத்திச் செடியும் ஓராள் உயரம் வளரும். காட்டுக்குள் ஆள் நின்றால் தெரியாது. எவ்வளவு உயரம் வளர்ந்திருக்கிறதோ. அவ்வளவு ஆழம் நிலத்திற்குள் வேர் போட்டிருக்கும். கரிசல் மண்ணுக்கே உரிய வறட்சியைத் தாங்கி வளரும். சில ஊர்களில் இரவும் பகலும்கூட வேலை செய்து பஞ்சைப் பிரித்தெடுக்கும் வேலைகள் நடைபெற்றன.

நாலைந்து பருத்திவிதை மூடைகளை வண்டியில் ஏற்றிய வுடன், தாவி ஏறி மாடுகளை அதட்டினார் ஆண்டிக்குடும்பன். ஒரு பெரிய சுமையை இறக்கிவைத்த நிம்மதியுடன் வண்டியில் உட்கார்ந்திருந்தார் கிட்டுப்பிள்ளை. வைத்தியரைப் பார்க்கப் போய் வயிற்றுவலி சுகமான கிட்டுப்பிள்ளை சந்தோஷமாக உட்கார்ந்திருந்தார்.

சவரிமுத்துவைக் கூட்டிக்கொண்டு துரைகள் எங்கே போனார்களோ, சவரிமுத்து தன் வேலையைத் திறமையாகச் செய்தானோ என்னவோ என்று யோசித்தபடியே வண்டிக்குள் உட்கார்ந் திருந்தார் கிட்டுப்பிள்ளை. சாயங்கால நேர மேகக் கூட்டங்கள் வல்லநாடு மலையைச் சுற்றி புகைமூட்டத்தைப் போல் மூடி தழுவிச் செல்கின்ற காட்சிகளை ரசித்தார். குதியாளமிட்டுப் பாய்ந்தோடும் தாமிரவருணியையும், பச்சைப் பசேல் வயல்களையும் ரசித்தபடி உட்கார்ந்திருந்தார் கிட்டுப்பிள்ளை. தன் உதட்டில் வந்து தங்கியிருக்கின்ற யாசகனாகப் போகும் முடிவை ஆண்டிக்குடும்பனிடம் சொல்லவா வேண்டாமா இல்லை இன்னும் கொஞ்ச நாள் கழித்துச் சொல்லலாமா என்ற குழப்பம் இன்னும் நீங்கியபாடில்லை. கண்ணில் விழுந்து சதா உறுத்திக் கொண்டிருக்கும் தூசியைப் போல் மனசை அரித்தது.

'டேய்... ஆண்டி, தாமிரவருணியில என்னைக்குமே தண்ணி

வத்துனதே இல்லையாடா.'

'அதெப்படி சாமி வத்தும், வத்துனா மக்களோட கெதி என்னாகும், குடிக்கத் தண்ணியில்லாமலும், சோத்துக்கு வழியில்லாமலும் ஜனங்க செத்தில்ல போகும், பெத்த தாயி தன்னோட பிள்ளைகளச் சாக விடுவாளா சாமி, தாமிரவருணி தாயில்லா சாமி.'

'அது உற்பத்தியாகி வர்ற எடத்தை என்னைக்காவது ஒரு நாள் போய் பாக்கணும்டா ஆண்டி.'

'அது நடக்காது சாமி, வெள்ளக்காரன் எகசாலு வச்சுப் பாத்தான் கண்டுபிடிக்க முடியல, ஒரு குறிப்பிட்ட எடத்து வரைக்கு காணிக் காரங்க கூட்டிட்டுப் போவாங்க அதுக்கு அங்கிட்டு யாரும் ஒரெட்டு வைக்க முடியாதாம் சாமி.'

'காணிக்காரங்கனா யார்டா ஆண்டி?'

'மலை உச்சியில வசிக்கிற ஆதிவாசிங்க, அவங்களுக்குத்தான் வழிமுறைக தெரியும், அவங்களே பாத்ததில்லையாம் சாமி, தாமிரவருணி உற்பத்தியாகிற எடத்தை.'

'ஏன்டா... பாதையில்லையா?'

'பாதையிருக்கு சாமி, அந்தக் குறிப்பிட்ட எடத்துக்கு அங்கிட்டு இருக்கிற மரங்கள் எல்லாத்துலயும் ராட்சச வண்டுகள் நிறைய்ய இருக்காம், ஒவ்வொரு வண்டும் காக்கா பொரந்து தண்டியில இருக்குமாம், ஒன்னு கொட்டுனாலும் அங்ஙனயே சாவுதானாம்.'

தாமிரவருணியில் இரண்டு தடவை ஏற்பட்ட வெள்ளப் பெருக்கு பற்றியும், திருநெல்வேலி, பாளையங்கோட்டை, ஸ்ரீவைகுண்டம், வல்லநாடு ஆகிய ஊர்களில் ஏற்பட்ட சேதாரங்கள், இறப்புக்கள், இறந்துபோன கால்நடைகள் வயல்களில் ஏற்பட்ட சேதாரங்கள் பற்றியெல்லாம் தன்னுடைய தாத்தா வெள்ளைச் சாமிக் குடும்பன் சொன்ன கதைகளையெல்லாம் ஒன்றுவிடாமல் சொல்லிக்கொண்டே வண்டி ஓட்டினான்.

'அந்த வெள்ளத்துக்குப் பிறகுதான் சாமி, வருடம் ஒரு தரம் காணிக்காரங்களைக் கூட்டியாந்து, ஊர்ல தங்க வச்சு, அவங்கள மரியாதை பண்ணி, இந்த வருஷம் வெள்ளம் வருமா வராதானு கேட்டு தெரிஞ்சுக்கிட்டு அதுப்படி நடந்துக்கிறது.'

'யேல... ஆண்டி காணிக்காரங்களுக்கு என்னல தெரியும், அவங்களும் நம்மளப் போல மனுஷங்கதானல.'

‘மனுஷங்கதான், தலமொற தலமொறையா அவன் வசிக்கிற இடம் மலையுச்சியில, அத தெரிஞ்சுக்கோரும் நமக்கு என்ன தெரியும் மலையைப் பத்தி, அந்தா தெரியுதே நீளமா கோடு மாதிரி கன்னங்கரேர்னு, அதத்தான பாத்திருக்கோம் அதுக்குள்ள என்ன இருக்குனு அவங்களுக்குத்தான் தெரியும்.’

‘அடேய்... கோட்டிக்காரப் பயல, மலைக்குள்ள என்ன இருக்குனு அவங்களுக்கு தெரியும் அது சரிடா ஆண்டி, வெள்ளம் வருமா வராதானு எத வச்சு சொல்றான்.’

‘நீரு வெள்ளக்காரன் கூடவே இருந்தவரு, எதையும் சாமானியமா நம்ப மாட்டீரு, எங்க தாத்தா என்ன சொன்னார்னா, உச்சி மலையில கருடா அப்பிடினு ஒரு பூ இருக்காம், அந்தப் பூக்கள் நடு ராத்திரியில பூத்து விடியக்கருக்கல்ல மறைஞ்சு போயிருமாம், ராத்திரியில சாமம் போல போய்ப் பார்த்தா மலை உச்சி முழுவதும் நட்சத்திரங்கள் மாதிரி பூத்துக் கெடக்குமாம், அப்படியே தகதகனு மினுங்குமாம், மலை முழுவதுமே பட்டப் பகல் மாதிரி வெளிச்சம் தெரியுமாம். அந்தப் பூ கொறைய்யா பூத்திருந்தா மழையளவு கம்மி வெள்ளம் வராது, நிறைய்யா பூத்திருந்தா மழை ஜாஸ்தி தாமிரவருணி வற்றாது, கணக்கில்லாம ஏகமா பூத்துச் சொரிஞ்சா நிச்சயம் வெள்ளம் வரும், சேதாரமுமாகும் இதுதான் கணக்கு. இதைக் காணிக்காரங்கதான் சொல்ல முடியும்.’

ஆண்டிக்குடும்பன் சொல்கின்ற அத்தனை விஷயங்களும் தனக்கு அதிசயமாகத் தெரிவதை உணர்ந்தார் கிட்டுப்பிள்ளை. தான் எவ்வளவு தூரம் லௌகீக வாழ்க்கையிலிருந்து விலகி குகைக்குள் வாழும் வௌவாலைப் போல் வாழ்ந்திருக்கிறோம் என்பதை எண்ணிப் பார்த்தார். தன்னைத்தானே நொந்துகொண்டு பெருமூச்சுவிட்டார்.

‘சரி... சாமி, வர்ர வெள்ளிக்கிழம பூங்குளம் போறேன் வர்ரியளா, கிடாக் கறி விருந்து சாமி.’

‘கறி சாப்பிட்டு பழக்கமில்லையடா ஆண்டி.’

‘வெள்ளக்காரன் ஆடு, மாடு, கோழி, பன்னி எல்லாத்தையும் சகட்டு மேனிக்கு திம்பானாமில்ல, அவங்க கூடத்தான இம்புட்டு நாளும் இருக்கீரு பழகலையா?’

‘டேய்... ஆண்டி நீ சொல்றதெல்லாம் வாஸ்தவம்தான்டா

தினம் கறி திம்பான், குடிப்பான், கூத்தடிப்பான் இல்லைனு சொல்லல, நம்ம இரத்தத்துல ஊர்ன பழக்கத்தைவிட முடியலையே அதப் பாத்தாலே வாந்தி வருதுடா ஆண்டி.'

'சரி, சவத்த விட்டுத்தள்ளும்.'

'யேல, பூங்குளம் எங்கடா இருக்கு, என்ன சாமிடா கும்புடப் போறீக, அது ஊர்ப் பேராடா ஆண்டி.'

'பூங்குளம்ங்கிறது ஊரு இல்ல சாமி, மலை உச்சியில இருக்கிற ஒரு இடம், அங்கேயிருந்துதான் தாமிரவருணி உற்பத்தியாகி வருதுனு ஒரு ஐதீகம்.'

'சரிடா அங்க போய் எதுக்கு கெடாவெட்டப் போறீக.'

'தாமிரவருணித்தாயி ஏகப்பட்ட ஊர்கள செழிப்பாக்கி, லட்சக் கணக்கான மக்களை வாழ வச்சாலும்கூட, அது ஓடி வர்ர பாதையில ஒரு அஞ்சாறு ஊருக்கு எந்தப் பிரயோஜனுமும் இல்ல, ஏம்னா அந்த ஊர்களோட அமைப்பு அப்பிடி அமைஞ்சு போச்சு, பாவம் அந்த ஊரு ஜனங்க, மழை பேஞ்சாத்தான் இல்லைனா பஞ்சம்தான், அதனால மழை எந்த வருஷம் இல்லையோ அந்த வருஷம் அந்த ஊர்மக்கள் எல்லாம் சேர்ந்து ரெண்டு கிடாய் கொண்டு போயி, குறிப்பிட்ட ஒரு இடத்தில் பொங்கல் வச்சு, கறி சோறு சாப்பிட்டு அந்த இடத்தை அசிங்கப்படுத்திட்டு வந்திருவாங்க, அந்த இடம் ஒரு முக்கியமான இடம், அந்த அசிங்கத்தைச் சுத்தப்படுத்த மழை பெய்யும்.'

'அப்ப சாமி இல்லையாடா ஆண்டி ?'

தாமிரவருணி ஆடையும் கோடையும் வற்றாத ஜீவ நதியாய் ஓடிவருவதற்கு காரணமாகவும், மழை இல்லை என்றால் மழையை வரவழைக்கும் அந்தப் பரம்பரைச் சடங்கு பற்றி தன் தாத்தா வெள்ளைச்சாமிக் குடும்பனும், தன் அய்யா திருக்கோடிக் குடும்பனும் சொன்ன கதையை ஆண்டிக்குடும்பன் சொல்லத் தொடங்கினார்.

ஸப்த கன்னிகைகள் என்று சொல்லக்கூடிய ஏழு கன்னிமார் களும் தினம் விளையாடி மகிழும் பூங்குளம் பாறைக்கு வந்தபோது திடுக்கிட்டார்கள். ஆண்டாண்டு காலமாக ஆனந்தமாக விளையாடி மகிழ்ந்த பூங்குளம் பாறை அசிங்கப்படுத்தப்பட்டிருந்தது. தினமும் மாலை மயங்கிவிட்டால் ஏழு கன்னிமார்களும் ஒன்று

கூடி பாறையில் பலப்பல விளையாட்டுக்கள் விளையாடுவார்கள். தாங்கள் இங்கே தினமும் இப்படி விளையாடி மகிழத்தான் மலையுச்சியில் மைதானத்தைப் போல் இறைவன் படைத்தானோ என்று எண்ணிக்கொண்டார்கள். விளையாடிக் களித்து களைத்து நீராட கீழே ஓரிடம். அந்த நீரோடையின் அருகில் இருக்கும் பாறையில் அமர்ந்துதான் ஸப்த கன்னிகள் அமர்ந்து உடைமாற்றிக் கூந்தல் உலர்த்திச் செல்வது வழக்கம்.

'சாமி... அப்பவெல்லாம் தாமிரவருணியில ஆடையும் கோடையும் தண்ணிவராதாம். மழைக்காலத்துல மட்டும்தான் தண்ணி வருமாம். வருஷத்துல பாதி நாள் வறண்டு போய்க் கெடக்குமாம். அப்பிடியாப்பட்ட ஒரு நாள்லதான் இந்த ஏழு கன்னிமாரும் பூங்குளம் பாறைக்கு விளையாடி மகிழ வாராங்க, வந்து பாத்தா பாறை முழுக்க ஒரே இரத்தம் திட்டுத்திட்டா உறைஞ்சு கெடக்கு.'

'ரத்தமா அங்க மலையுச்சியில எப்படிடே இரத்தம் வந்தது.'

'என்னைக்கும் போல ஆடு மேய்க்கிறவங்க அந்தப் பாறைப் பக்கத்துல ஆடு மேய்ச்சிருக்காங்க, அப்ப பாருங்க ஒரு கிடாய் பொட்டையை விரட்டி எக்குப் போட்ருக்கு, மண் சரிஞ்சு அங்கேயிருந்து உருண்டு சரிவுக்குள்ள விழுந்து கால் ஒடிஞ்சு போச்சு, ஆட்டுக்காரங்களால மலையுச்சியிலிருந்து நொண்டி ஆடுகள சொமக்க முடியுமா, என்னடா செய்யனு பார்த்தாங்க, விட்டுட்டும் போக முடியாது ராத்திரியோட ராத்திரியா மிருகங்க காலி பண்ணியிரும், வேற வழி இல்லாம அந்தக் கால் ஒடிஞ்ச ரெண்டு ஆடுகளையும் பூங்குளம் பாறையில வச்சு அறுத்து கறியைக் கூறுபோட்டு ஆளுக்கு கொஞ்சமாகி கொண்டு போய்ட்டாங்க, அந்த ஆடுகளோட இரத்தம்தான் பாறை முழுக்க அப்பிடியே திட்டுத்திட்டா படிஞ்சு கிடக்குது.

ஏழு கன்னிகளுக்கும் என்ன செய்யனு தெரியல, கையப் பிசைஞ்சுக்கிட்டு நிக்காக, தண்ணீர் கொண்டாந்து கழுவணும்னா கீழ கெடக்கு தண்ணி, என்னடா செய்ய, விளையாட முடியாமப் போச்சேனு கவலையோட இருக்கும்போது மூத்த கன்னி சொல்லியிருக்கு, வாங்கடிகளா வருணபகவான்கிட்ட தவம் இருப்போம், நம்ம முன்னாடி வருண பகவான் வர்றவரைக்கும் பச்சத்தண்ணிகூட குடிக்கக்கூடாதுனு சபதம்போட்டு ஏழு

கன்னிமாரும் இப்பிடி வட்டமா உட்கார்ந்து மலையுச்சியில வருணபகவான நோக்கி விரதம் இருக்காக, மக்கா நாளே வருணபகவான் மனசு இறங்கி, அவங்க முன்னால வந்திட்டாரு, ஏம்னா பச்சைத் தண்ணிகூட குடிக்காம தவம் இருக்கிறதால ஒரு லாப நட்டம் வந்திட்டாப் போச்சு ஏம்னா கன்னி தோஷம்ங்கிறது, தோஷத்திலேயே பெரிய தோஷம், மகா பாவம், ஏழு ஜென்மத்துக்கும் கன்னிதோஷம் கழியாது, அதனால பாவதோஷத்துக்கு ஆளாயிறக்கூடாதுனுதான், மக்காநாளே வருணபகவான் மனசு இறங்கி ஏழு கன்னிமார் முன்னால தரிசனம் கொடுத்திட்டாரு, என்ன வேணும்னு கேட்டவுடனேயே, ஏழு கன்னிமாரும் ஒன்னுபோல கேட்டாங்க, 'வருணபகவானே, எங்களுக்குச் சொத்தோ சுகமோ வேண்டாம், ஏம்னா நாங்க ஏழு பேருமே நித்திய கன்னிகள், ஆசாபாசம் எங்களுக்குக் கிடையாது.

ஆயுள் முழுக்க கன்னியாவேதான் இருப்போம். நாங்க தினமும் விளையாடுற அந்தப் பாறையை அசிங்கப்படுத்திட்டாங்க, அதை சுத்தப்படுத்திக் கொடுக்கனும்னு கேட்டாங்க, வருணபகவானும் உடனே சரி கன்னிகளேன்னு சொல்லிட்டாரு, உடனே அந்த மூத்த கன்னிக்கு ஒரு யோசனை தோணுச்சு, மறுபடியும் இப்பிடி யாராச்சும் அசிங்கப்படுத்தி வச்சிட்டா என்ன செய்ய, ஓயாம வருண பகவானக் கூப்பிட முடியுமா, அவர் என்ன வேல மெனக்கெட்டவரா, உலகம் பூராவுக்கும் மழை குடுக்கிறவராச்சே, நம்ம கூப்பிடும் போது அவரு ஒலகத்துல எந்த மூலையில இருக்கிறாரோ யாரு கண்டா, அதனால தினமும் சாயங்காலம், அசிங்கம் இருக்கோ இல்லையோ அந்தப் பாறையை சுத்தப் படுத்திக் குடுக்கணும் அப்பிடினு வரம் கேட்டாங்க, வருண பகவானும் சரினு சொல்லிட்டாரு, ஒரு குமரிப்புள்ள வந்து வரம் கேக்கும் போது யாராவது இல்லனு சொல்வானா, அதுவும் ஏழு குமரிக வந்து கேட்டா வருணபகவான் முடியாதுனா சொல்வாரு, உருகிப் போயிர மாட்டாரு, அதனாலதான் தினமும் அந்த வாக்க காப்பாத்த மழையைப் பொழியவச்சு, அந்தப் பாறையைச் சுத்தப்படுத்திக்கிட்டே இருக்கிறார், தினம் மழை பேஞ்சா தண்ணி போக வழி வேணுமே, அந்த தண்ணிதான் தாமிரவருணியில வந்து கலக்குது, அன்னையிலருந்துதான் தாமிரவருணி வற்றாத ஜீவநதியா பெருக்கெடுத்து ஓடுது. ஏழு கன்னிமாரும் தினம் வந்து

பூங்குளம் பாறையில விளையாடி களைச்சு நீராடிப் போறாங்க.'

'அது சரிடா... ஆண்டி, இப்ப எதுக்கு ரெண்டு கிடாய்களக் கொண்டு போயி பொங்கல் வைக்கப் போறாங்க, தாமிர வருணியிலதான் தண்ணி நெறய்யா போகுதில்லடா.'

'இது வந்து சாமி ஒரு நாலஞ்சு ஊரு இருக்கு தாமிரவருணித் தண்ணீர் போக முடியாத ஊர். மலைச்சரிவுல உச்சி மேட்டுல இருக்கு, மழையை நம்பித்தான் பிழைப்பு, எந்த வருஷம் மழை இல்லையோ அந்த வருஷம் இந்தச் சடங்கை செய்வாங்க, மழை பேஞ்சிரும், இந்த வருஷம் செய்யப் போறாங்க சாமி.'

'தினம் மழை பெய்ய வரம் கேட்ட கன்னிமாருக, அந்த ஊர்களுக்கும் சேர்த்து வரம் கேட்கலையா?'

'சாமி... இப்ப தினம் பெய்ற மழைத் தண்ணீர் தாமிரவருணியில கலந்து நதியா ஓடுது, தண்ணி போக வழிஇல்லனா என்னவாகும், ஊரு அழிஞ்சு போகாதா, அதனாலதான் எந்த வருஷம் மழை யில்லையோ அந்த வருஷம் மட்டும் ஏழு கன்னிமாருக குளிச்சு நீராடி உடைமாற்றி கூந்தல் உலர்த்துற பாறையில கெடா வெட்டி இரத்தமாக்கி அசிங்கப்படுத்திட்டு வருவாங்க, மக்கா நாளே மழை பேஞ்சிரும், விளையாடுற பாறைக்குத்தான் நித்தம் மழை, இந்தப் பாறைக்கு அசிங்கமானா மட்டும் மழை, தண்ணி போக வழி வேணுமே.'

ஆண்டிக்குடும்பன் சொன்ன பலவித கதைகளைச் சுமந்த படியே தன் அறைக்குள் நுழைந்தார் கிட்டுப்பிள்ளை. தன்னை எதிர்பார்த்துக் காத்திருந்தவனைப் போல் உடனடியாகத் தன் அறைக்குள் நுழைந்த சவரிமுத்துவை உற்றுப்பார்த்தார் கிட்டுப் பிள்ளை. சவரிமுத்துவின் முகம் குராவிப் போயிருந்ததைக் கவனித்தார். அவனுடைய கையில் கத்தையாக ஒரு பேப்பர் கட்டு வைத்திருந்ததையும் பார்த்தார்.

'என்னடா சவரி ஒரு மாதிரியா இருக்கே. என்ன விஷயம்?'

'... ... ...'

'என்னடா ஒன்னும் பேசமாட்டேங்கிற, தொரைக எதுவும் சொன்னாங்களா? இன்னக்கி எங்கடா கூட்டிட்டுப் போனாங்க.'

'ரொம்பத் தூரம் தள்ளியிருக்கிற உருளைகுடிங்கிற கிராமத்துக்குப் போனோம்.'

'அங்க என்னடா வேல, தொரைகளுக்கு?'

துரைகளுடன் தான் உருளைகுடி கிராமத்திற்குப் போன கதையை வரிசையாக விவரிக்கத் தொடங்கினான் சவரிமுத்து. சில இடங்களில் பயந்துபோனவனாய் மெதுவாகப் பேசினான். சில இடங்களில் நடித்துக்காட்டிப் பேசினான். கிட்டுப்பிள்ளை அமைதியாக உட்கார்ந்து கவனமாகக் கேட்டுக்கொண்டிருந்தார்.

தாங்கள் வருகிற தகவல்களை முன்கூட்டியே தெரியப்படுத்தி யிருந்ததால் உருளைகுடி ஊர்மக்கள் அனைவருமே கண்மாய்க் கரை ஆலமரத்தடியில் கூடியிருந்தார்கள். ஊர் வழக்கப் படியான சம்பிரதாய வரவேற்புக்குப் பிறகு துரைகள் நால்வரும் உட்கார்ந்தார்கள். மொழிபெயர்த்துச் சொல்வதற்காக அவர்களின் அருகிலேயே சவரிமுத்து உட்கார வைக்கப்பட்டான். வயதில் மூத்த நாலைந்து பேரைத் தங்கள் முன்னால் வரும்படி சைகை செய்து அழைத்தார்கள் துரைமார்கள். என்ன ஏதென்று தெரியாததால் பயந்த முகத்துடனும் பீதியுடனும் வந்து பவ்யமாக நின்றார்கள் பெரியவர்கள். சவரிமுத்துவிடம் சொல்லி கேள்விகள் கேட்டு அவர்கள் சொல்லும் பதிலை துரைகளிடம் சொன்னவுடன் துரைகள் கவனமாக அவர்கள் சொல்லும் பதில்களைக் குறித்துக் கொண்டார்கள். முதலில் அவர்களுடைய பெயர்களைக் கேட்ட துரைமார்கள் ஒவ்வொரு கேள்வியாகக் கேட்டு சவரிமுத்து மூலமாகப் பதில் பெற்றுக்கொண்டிருந்தார்கள்.

'இப்ப என்ன வேலை நடக்கிறது?'

'துரைகளே... இது சித்திரை மாசம், இது கோடை காலம், வெய்யில் மண்டையைப் பிளக்கும். சித்திரை மாசத்து உழவு பத்தரை மாசத்து தங்கம்னு சொலவடை. இந்தக் கோடையிலதான் எல்லாக் காடுகளையும் உழவு செய்வோம், இந்த கோடை வெய்யிலுக்கு நிலத்தில் உள்ள களைகள், அருகுகள் எல்லாம் செத்துப் போகும். கல்லு, முள்ளு, மொடலு ஒன்னுவிடாமப் பெறக்கி எடுத்து நிலத்தை சுத்தமாக்கிருவோம், நிலம் அப்பிடியே வெய்யில்ல காஞ்சு ஆறிப் போகும், கையில அள்ளுனா ஒரு கட்டி கூட இல்லாம பொலுபொலுனு சந்தனம் கெணக்கா இருக்கும்.'

'சரி, உழவு முடிஞ்சப் பெறவு என்ன செய்வீக.'

'உழவு முடிஞ்சா வைகாசி ஆனியில குப்பை அடிப்பு, கரம்பை

மண்ணடிப்பு வேலை ஆரம்பிப்போம்'

'வாட் மீன் குப்பை, கரம்பா மான்'

'தொரைகளே, எங்களோட வீட்ல ஒவ்வொருத்தருக்கும் காளை மாடுக ஒரு ஜோடி இருக்கு, இது போக எருமை மாடு, பசு மாடு, ஆடுகள், கோழிகள் நிறைய்ய இருக்கு. இவைகளோட எச்சத்த வருஷம் முழுக்க குறிப்பிட்ட ஒரு இடத்துல சேர்த்துவைப்போம். அந்த இடத்துக்குப் பேரு குப்பைக் கிடங்கு. வருஷம் முழுக்க, சேர்த்து வச்ச அந்தக் கழிவுகள் எல்லாம், நல்லா மக்கிப்போயி உரமா மாறியிருக்கும். அதை எல்லாத்தையும் கொண்டாந்து உழுது போட்டுருக்கிற நெலத்துல செதறிடுவோம். அதுக்கு மேல கண்மாய்லருந்து கரம்பை மண்ணைக் கொண்டாந்து செதறிடுவோம். இந்த வேலைகள் எல்லாம் ஆனி மாசத்தோட முடிஞ்சிரும், பெறகென்ன விதைவித்து தயார் பண்ணி வச்சிட்டு எப்படா மழை வரும்னு எதிர்பார்த்துக்கிட்டு இருப்போம். ஆடி பெறந்த உடனே கோயில் குளங்களுக்குப் போயி சாமிகளக் கும்பிடுவோம். இந்த ஆடி மாசம்தான் ஒவ்வொரு வெள்ளிக்கிழமையும் விசேஷமானது துரைகளே. ஒவ்வொரு கோயிலா மாட்டுவண்டி கட்டிப் போவோம். ஆடித் தபசு சங்கரன் கோவில் விசேஷம், சம்சாரி வேலைகள் செய்யும்போது பாம்பு, பல்லி, பூரான், சேடா, தேள் இவை கண்ணுல படக்கூடாதுனு நேமிக்கம் போட்டுட்டு வருவோம், ஆடி அமாவாசை சொரிமுத்து அய்யனார் கோயில் விசேஷம். சொரிமுத்துனாலே மழையைக் கொண்டுவந்து சொரிய வைப்பவர்னு அர்த்தம். நிச்சயம் மழையைக் கொண்டுவருவார் சொரிமுத்து அய்யனார். அப்புறம் ஒவ்வொரு ஆடி மாசத்து வெள்ளிக்கும் இருக்கங்குடி மாரியாத்தா கோயிலுக்குப் போவோம். ஆயிரம் கண் பானை, அக்னிச் சட்டி எடுத்து நேமிக்கம் செலுத்துவோம். மாரியாத்தா அம்மை நோயைக் குணப்படுத்துற சாமி, அதேபோல் கண்களைக் காப்பாத்துறவளும் அவதான், சாமிகளப் பூராத்தையும் கும்பிட்டு முடிச்சா, சரியா ஆடி கடேசியல மழைவந்திரும், ஆடிப்பட்டம் தேடி விதைனு சொலவடை. ஆடியில விதைப்பு ஆரம்பிச்சா, ஆவனியில முடிச்சிருவோம். சரியா காட்டு வேலைகள் எல்லாத்தையும் முடிச்சு, உஸ்னு உட்கார்ந்தா, கண்மாய் நெறபெருக்கு பெருகி மறுகால் பாயும். அப்புறமென்ன வயக்காட்டு வேலையை ஆரம்பிச்சிருவோம்.

நெல்லு நாத்து பாவுறது, வயக்காட்ல தண்ணியைத் தேக்கி தொழி உழவு போடுறது.

'தொழி உளவுனா என்னா சவ்ரிமுத்?'

'துரைகளே தொழி உழவுன்னா, வயக்காட்ல வரப்பு உசரம் தண்ணியைத் தேக்கி வச்சு, முழங்கால் சகதிக்குள்ள உழவு போடுறது, மேலெல்லாம் சகதியாப் போயிரும், பாக்கிறதுக்கு ஆளு அடையாளமே தெரியாது, சதக் பொதக்னு மாடுக ரெண்டும் சகதிக்குள்ள உழப்பும் போது சேறு சகதியெல்லாம் மூஞ்சியில பட்டு, கோட்டிக்காரன் கெணக்கா ஆயிருவம், தொழி உழவு முடிஞ்சா, தொழி மிதினு ஒன்னு இருக்கு, கொழிஞ்ச்செடி, ஆவரஞ்சேடி, மஞ்சணத்திக் குழை இது மாதிரி குழைகளைக் கெட்டுக்கெட்டா கொண்டாந்து படப்புப் போட்டு வச்சிருப்போம், எல்லாத்தையும் வயல்ல தண்ணிக்குள்ள பரப்பி வச்சு ஆம்பளை களும் பொம்பளைகளும் அப்பிடியே அந்தச் செடிகளை மிதிச்சு மிதிச்சு வெளிய தெரியாம சகதிக்குள்ள புதைக்கனும், சரியா பத்து நாள் கழிச்சுப் பார்த்தா, அந்தச் செடிக எல்லாம் மக்கிப் போய் அழண்டு உழண்டு உரமா மாறிப் போகும். வயக்காட்ல நிக்கிற தண்ணி துவர்ப்பா மாறி நிறமே மாறிப்போகும். ஏற்கனவே நாத்துப் பாவி தயாரா வச்சிருப்போம். வளர்ந்த நாத்தப் புடுங்கி முடிமுடியா கட்டி வயல் பூராவும் போட்டுட்டா நடவு வேலை ஆரம்பிச் சிருவோம்.'

ஐப்பசி கார்த்திகை அடைமழைக் காலம். எல்லா வேலை களையும் முடிச்சாச்சா. இந்த ரெண்டு மாசமும் சும்மாதான் இருப்போம். தூண்டில் போட்டு மீன் பிடிப்போம், இல்லனா காட்ல முயல் வேட்டைக்குப் போவோம், மார்கழி முழுவதும் பனிக்காலம். பழையபடியும் வேலைக ஆரம்பிச்சிரும், தை பிறந்திட்டா அறுவடைக் காலம், வெள்ளாமை எல்லாமே வீட்டுக்கு வந்திரும். நெல் விளைஞ்சு அறுப்பு வேலை நடக்கும். எங்க வீடுகள்ள குலுக்கைகள் நெறஞ்சிரும், மூடைமூடையா தானியங்கள் குமிஞ்சிரும் தொரைகளே. அப்புறம் மாசி, பங்குனி சித்திரையில பழைய படியும் உழவுதான்.'

மிகவும் கவனமாகக் கேட்டுக்கொண்டிருந்த துரைமார்கள் தன் முன்னால் கூடியிருக்கும் சம்சாரிகளையே உற்றுப்பார்த்தார்கள்.

'மழை இல்லாட்டா என்ன செய்வீக?'

‘மழை இல்லாமல் போகாது துரைகளே, இதுவரை மழை பெய்யாமல் போனதே இல்லை, எப்படியும் நாங்கள் கும்பிடும் தெய்வங்கள் மழையைக் கொண்டுவந்துவிடுவார்கள்’

‘வாட்... தெய்வங்கள், மழையைக் கொண்டு வருமா? எப்படி?’

‘மாடசாமி, அய்யனார், சுடலைமாடன், இருளப்பசாமி, வயிரவன், காளியாத்தா, மாரியாத்தா, இசக்கியாத்தா, சோலையப்பன், ஒண்டிவீரன், உச்சிமாகாளி, வண்டிமலைப்பேச்சி, வனப்பேச்சி, செல்லிவீரம்மன், இதுகதான் நாங்க கும்புடுற தெய்வங்கள். நாங்களா நாங்க மட்டுமில்ல, எங்க பூட்டன், தாத்தன், அப்பன்னு பரம்பரையா கும்புடுறோம். இதுககிட்ட நாங்க மழை வேணும்னு கேட்போம், அம்புட்டுத்தான், கரெக்டா ஆனி ஆடியில எல்லாம் ஒன்னாக் கூடி வருண பகவான்கிட்டப் போயி கேப்பாக. இதுக எல்லாமே ஆயுதத்தோட இருக்கிற சாமிக, வேல்கம்பு, சூலாயுதம், வல்லயக் கம்பு, வீச்சரிவாள், சல்லடம், கருங்கச்சை, ஊசிக்குல்லாய் இதையெல்லாம் பார்த்த மாத்திரத்திலேயே வருணபகவான் நடுங்கிப் போயிருவாரு. என்ன வரம் வேணும்னு கேட்பாரு, எங்களுக்கு ஒரு வரமும் வேணாம், எங்களக் கும்புடுற பிள்ளைகளப் பட்டினியாப் போடலாமா, அதனால மழை வேணும்னு கேட்பாக, உடனே மேகங்களக் கூப்பிட்டு வருண பகவான் உத்தரவு போட்ருவாக, நாங்களா போதும்னு வழியனுப்புறவரைக்கு மழை பெய்யும்.’

துரைகள் கூப்பிடுவதாக தகவல் வந்தவுடன் இருவரும் வேகமாக துரைகளின் அறைக்கு ஓடினார்கள். இப்போதெல்லாம் துபாஷி கிட்டுப்பிள்ளை ஓடிப் பழகிக்கொண்டார். மரியாதையின் நிமித்தமாகக்கூட உட்காரச் சொல்லவில்லை.

‘வணக்கம் துரையவர்களே!’

‘... ... ...’

‘கிட்பிள்ளாய், சவ்ரி ரெண்டு பேரும் கவனமாக் கேட்டுக் கோங்க, ஏம்னா இப்ப நாங்கள் சொல்லப் போறது பிரிட்டிஷ் சாம்ராஜ்ஜியத்தின் மகாராணியோட உத்தரவு, அதனால ரொம்பவும் கவனமா இருக்கணும், இப்ப நம்ம ஆட்சி செய்துக்கிட்டு இருக்கிற இந்த நாடு நம்ம நாடு கெடையாது. என்னைக்கிருந்தாலும், நம்ம இந்த நாட்டை விட்டுட்டுப் போக

வேண்டிய தானிருக்கும், அப்படிப் போகும்போது நாம இப்பிடியே வெளியேறிப் போயிறக் கூடாது. பல சீர்திருத்தங்கள் செய்து நம்முடைய நாடு மாதிரியே மாத்திக் குடுத்திட்டுப் போகணும். அப்பிடி மாத்துறதுக்கு எதுவெல்லாம் தடையா இருக்குதோ அவைகளை முற்றாக அழித்து ஒழிக்கணும். எப்பவுமே அழித்து ஒழிக்கிறது ரொம்ப இலேசு, புதுசா ஒன்ன உருவாக்குறது ரொம்பக் கஷ்டம். அப்பிடி புதுசா உருவாக்கிற ஒன்றைப் பின்பற்ற வைக்கிறது அதைவிடக் கஷ்டம்.'

'உதாரணமா வெட்ட வெளியில வச்சு ஒரு குத்துக்கல்லை சாமின்னு தலைமுறை தலைமுறையா கும்புடுறான். இது சாமி இல்ல, வெறுமனே ஒரு குத்துக்கல்லுனு சொல்லி பிடுங்கிப் போடுறதோ, அல்லது சுக்குநூறா உடைச்சுப் போடுறதோ ரொம்ப இலேசு, ஆனா பல தலமொறையா அத தெய்வம்னு கும்பிட்ட தோட இல்லாம அது மேல வச்சிருந்தான் பாரு பல நம்பிக்கைகள் அது முக்கியம். அந்த நம்பிக்கைகளுக்கு வடிகாலாக வேறு ஒரு மாற்றை நாம் உருவாக்கித் தரணும். அதுக்குத்தான் எங்கள் நால்வரையும் மகாராணி இங்க அனுப்பியிருக்கிறார். இது ரொம்ப ரகசியமான வேலை. ஒரு வார்த்தைகூட வெளியில் கசிந்து விடக் கூடாது. ஏம்னா இன்னும் நூறு வருஷம் கழிச்சுக்கூட இப்ப நம்ம உருவாக்குகிற விஷயங்கள் செயல் வடிவம் பெறலாம். வெளியில் நம் ஆறு பேரைத் தவிர ஒரு வார்த்தை கசிந்தாலும் அது ராஜத் துரோகக் குற்றம்.'

நான்கு துரைகளும் சிம்மாசனமிட்டு உட்கார்ந்து பேசிக் கொண்டிருந்தார்கள். கிட்டுபிள்ளையும் சவரிமுத்தும் விசாரணைக் கைதிகளைப் போல் நின்று தலையாட்டிக்கொண்டிருந்தார்கள். மீண்டும் துரைகளே பேசினார்கள்.

'நாங்கள் நால்வரும் நாடெங்கிலும் பிரயாணப்பட்டு பல ஆய்வுகள் செய்து, நாங்கள் கண்டுபிடித்த அத்தனை விஷயங் களையும் குறிப்பெடுத்து எழுதிக்கொண்டு வருவோம். நீங்கள் இருவரும் ஒரு எழுத்துகூட தவறவிடாமல் தமிழில் மொழி பெயர்த்து எழுத வேண்டும், அப்படி தமிழில் மொழிபெயர்த்த விஷயங்களை வரிசைக் கிரமமாக அடுக்கி வைத்திருக்க வேண்டும். எக்காரணம் கொண்டும் இந்தச் செயல்கள் வெளியில் கசிந்து விடாமல் பார்த்துக்கொள்ள வேண்டும். இது மகாராணியாரின்

உத்தரவு, நீங்கள் ரெண்டு பேரும் எங்கே போவதாக இருந்தாலும் எங்கள் அனுமதி இல்லாமல் போகக் கூடாது, இப்போது நீங்கள் போகலாம்.'

துபாஷி கிட்டுப்பிள்ளையும் சவரிமுத்தும் பொம்மைகளைப் போல் நடந்து சென்று உட்கார்ந்தார்கள். கிட்டுப்பிள்ளை உலர்ந்து போன தன் உதடுகளை ஈரப்படுத்திக்கொள்ள தண்ணீர் குடித்து நாக்கால் நீவி விட்டுக்கொண்டார். நேற்றைய தினம் துரைகளும் சவரிமுத்தும் போய்வந்த, சந்தித்த, தெரிந்துகொண்ட விஷயங் களைக் கத்தையாக கையில் வைத்திருந்தான் சவரிமுத்து. அதை தமிழில் மொழிபெயர்க்க வேண்டும். கிட்டுப்பிள்ளை பிரமை பிடித்தவரைப் போல் உட்கார்ந்திருந்தார். இருவரும் எதுவுமே பேசிக்கொள்ளவில்லை. ஒருவரையொருவர் பார்த்துக் கொண்டார்கள். கிட்டுப்பிள்ளையின் உதடுகள் இலேசாக முணுமுணுத்தன. 'இது மகாராணியின் உத்தரவு.'

அனிச்சையாக சவரிமுத்துவை நோக்கி கை நீட்டினார். ஒரு கத்தை பேப்பரையும் கிட்டுப்பிள்ளையின் கைகளில் கொடுத்தான் சவரி. ஒவ்வொன்றாகப் புரட்டினார். துரைகளின் பல்வேறு குறிப்புக்கள் தொடர்ச்சியாக எழுதப்பட்டிருந்தன. ஏற்கனவே இவற்றைப் படித்திருந்த சவரிமுத்து மௌனமாக நின்று கொண்டிருந்தான். சில இடங்களில் பெருமூச்சுவிட்டு கண்களை அகல விரித்தார் பிள்ளை.

30

ஒவ்வொரு வருஷமும் குறிப்பிட்ட ஒரு மாதத்தில் மிகவும் சரியாக சொல்லி வைத்ததைப் போலவும் ஒரு விருந்தினரைப் போலவும் வந்து வேண்டிய மட்டும் பெய்து கண்மாய் குளங்களை யெல்லாம் நிரப்பிவிட்டு, விதைப்பு முடிந்ததும் விடைபெற்றுச் செல்லும் இந்த மழையின் ரகசியம் என்ன. அந்த மழையின் வருகையை அறிவிக்க இயற்கை ஏராளமான சமிக்ஞைகளை அவனுக்குக் காட்டுகிறது. இவையனைத்தும் தான் வணங்குகிற தெய்வங்களே சாத்தியமாக்குகின்றன என்று நம்புகிறவனை, அந்த நம்பிக்கை களை எவ்வாறு சிதைப்பது.

வெய்யில் தேவை என்கிற போது வெய்யிலையும், மழை தேவை என்கிற போது மழையையும் பனியின் தேவைக்கேற்ப பனியையும் கொடுக்கும் தெய்வங்கள் வேறு எங்கேனும் உண்டா? இந்தப் பருவத்தையும் நேர் ஒழுங்கையும் சீரழித்துச் சிதறடித்தால் மட்டுமே நாம் இவர்களை முழுமையாக வெற்றி கொள்ள முடியும். அவர்கள் பின்பற்றும் பண்பாட்டு கலாச்சார விழுமியங்களை எப்படி திரிப்பது, பகடிப்பது, அதன்பின் அவர்களையே வெறுக்க வைப்பது என்பதுதான் முக்கியம். கேட்டவுடன் வேண்டிய நீரைத் தரும் தெய்வங்கள், களஞ்சியத்தில் தானியங்களைப் பாதுகாப்பது போல் கண்மாய்களில், ஊருணிகளில், குளங்களில் தண்ணீரை சேமித்துவைத்துக் கொள்ளும் தொழில்நுட்பம், தேவைக்கு மட்டுமே பயன்படுத்தும் அற உணர்வு, தண்ணீருடன் அவர்களுக்கு இருக்கிற உணர்வு, தான் அடிமைப்படுத்தி வைத்திருக்கிற கால்நடைகளைத் தெய்வங்களைப் போல் மதித்து வழிபடும் பக்தி, பறவைகளையும் மரம், செடி, கொடிகளையும் தான் வணங்கும் தெய்வங்களுடன் ஒப்பிட்டு அவற்றையும் வணங்கும் பண்பு இவற்றை முற்றாக அழிக்காமல் இவர்களை வெல்ல இயலாது.

புறத்தை வெல்ல ஆயுதங்கள் போதும், ஆனால் அகத்தை வெல்ல ஆயுதங்களால் முடியாது. புறப்போரில் பயன்படுத்தப் படும் ஆயுதங்கள் வேறு. அகப்போருக்கு ஆயுதங்கள் பயனற்றவை. கண்ணுக்குத் தெரியாத அந்த வெற்றியை உருவாக்கும் சித்தாந்தங் களையும், சித்தாந்திகளையும் நாம் கண்டுபிடித்து உருவாக்க வேண்டும். அவர்களுக்குள்ளிருந்தே அவர்களைக் கண்டெடுக்க வேண்டும். தெய்வம் என்றும் கடவுள் என்றும் நினைத்துக் கொண்டு இயற்கையை வழிபடும் அவர்களைத் தெய்வங்களை நிந்திப்பதன் மூலம் இயற்கையிடமிருந்து அந்நியப்படுத்த வேண்டும். தெய்வத்திற்கும் அற உணர்வுகளுக்கும் பயந்து பொய்யே சொல்லாமல் தன் வாழ்நாள் முழுவதும் அற உணர்வுடன் வாழும் இவர்களை தெய்வ பயமற்றவர்களாக மாற்றி பொய்யும் புரட்டுமாக வாழப் பழக்கவேண்டும். நுகர்வுகள், காமக் களியாட்டங்கள், லாகிரி வஸ்துகள், இவைகளில் நாட்டம் உள்ளவர்களாக மாற்ற வேண்டும். உறவுமுறைகளைச் சிதைத்து எண்பது வயது கிழவனும் இருபது வயது யுவதியும் திருமணம்

செய்வதை நியாயப்படுத்த வேண்டும். குறைந்த அளவு தண்ணீரில் விளைந்து நிறைந்த சத்துக்கள் தரும் தானியங்களுக்குப் பதில் மரத்துப்போன நாக்குகளில் சுண்டியிழுக்கும் வித்தியாசமான ருசிகளை உணரச் செய்து இந்தச் சிறு தானியங்களை வெறுத் தொதுக்கி வேற்றுப் பண்டங்களுக்கு நாக்குகளை சப்புக் கொட்டிக் கொண்டலையும் நாய்களைப் போல் மாற்றிவிட்டால், பரம்பரை பரம்பரையான சம்சாரித் தொழிலை விரும்பாத விருதாப் பயலாக மாற்றிவிடலாம்.

பயனற்ற நிலங்கள் மலடுதட்டி, விளைவிக்க இயலாத வெற்று மண்ணாக மாறிப் போகும். வெள்ளாமைகள் விளையாது; மாறாக களைகளும் முள்மரங்களும் ஆக்ரமித்து விருதா தரிசாக மாறிப் போகும். கயிற்றால் இயக்கப்படும் பாவை எப்படி கயிற்றின் இழுப்புக்கேற்றவாறு ஆடுகிறதோ அதேபோல் எப்போதும் போதையில் மிதக்கும் பொம்மைகளைப் போல் இவர்களை மாற்றிவிட்டால், குழந்தைகள், மனைவிகள், அக்கா, தங்கைகள் அனைத்தையும் மறந்துவிட்டு தெருநாய்களைப் போல் தெருக்களில் சுற்றி யலைவான். ஒரு நாயைப் புணர பல நாய்கள் சண்டையிடுவதைப் போல் எப்போதும் புணர்ச்சி தேடியலைந்தே சீரழிவான். அப்போது அவனையறியாமலே அவன் காப்பாற்றி வந்த சாத்திர தர்மங்களும், அற உணர்வுகளும் காணாமல் போகும். சிறுமியின் கைகளில் இழுபடும் மரப்பான் பூச்சியைப் போல் இழுபட்டுச் சீரழிவான்.'

படித்து முடித்த துபாஷி கிட்டுப்பிள்ளை எதுவும் பேசிக் கொள்ளாமல், பேப்பர் கத்தைகளை சவரிமுத்துவிடம் கொடுத்து விட்டு தன் அறைக்குள் போய் உட்கார்ந்து கதவைப் பூட்டிக் கொண்டார். தாங்கள் வெளியேறிப் போன பின்பும், இந்த நாடு சீரழிந்து சுடுகாடாக மாறவேண்டும் என்று திட்டமிட்டுச் செயல்படும் இந்தத் துரைகளுக்குத் தான் உதவினால் இனிமேல் அது ஒரு பெரிய பாவம் என்றும், பெரிய துரைக்குச் செய்யும் துரோகம் என்றும் எண்ணினார். என்னை நம்பி இங்கே வந்திருக்கிற துபாஷி சவரிமுத்துவை நினைத்துப் பெருமூச்சுவிட்டார்.

தூக்கம் வரவே இல்லை. திரும்பிய பக்கமெல்லாம் கடந்தைக் குளவிகள் பறந்து வந்து முகத்திலும், உடம்பிலும் கொட்டுவதைப் போல் உணர்ந்தார். புரண்டு புரண்டு படுத்தார். இரவுப் பறவை

களின் விகார ஒலிகளும், லாயத்தில் குதிரைகளின் சிறுசிறு கனைப்புக்களும் கேட்டுக்கொண்டேயிருந்தன. எழுந்து உட்கார்ந்து அணைத்த தீபத்தை ஏற்றினார். மங்கிய வெளிச்சத்தில் தன் அறையை முழுமையாக நோட்டம் விட்டார். கசங்கிய தாளில் எழுதத் தொடங்கினார்.

'அடேய்... சவரி என்னை மன்னித்துவிடு. இப்படியான வேலையெல்லாம் செய்ய வேண்டியதிருக்கும் என்று எனக்கு முதலிலேயே தெரிந்திருந்தால் நான் சத்தியமாக உன்னை அழைத்து வந்திருக்க மாட்டேன். என்னால் இனிமேல் இங்கே ஒருச்சனம்கூட இருக்க முடியாது. காலையில் துரைகள் என்னை எங்கே என்று கேட்டால், தெரியாது என்று சொல், துருவித் துருவிக் கேட்பான், அப்போது இந்தக் கடுதாசியைக் காட்டு. நான் எங்கே போகிறேன் என்று எனக்கே தெரியாது. ஆனால் ஒன்று மட்டும் நிச்சயம், செத்தாலும் சாவேனே ஒழிய இனிமேல் இங்கே வரமாட்டேன். அவர்கள் கொடுக்கும் வேலையை வேலையாகவே மட்டும் நினைத்துச் செய். உங்கள் கடவுள் உன்னை மன்னிப்பார். அவர்களின் சதித்திட்டத்திற்கு உடந்தையாக நீ இருக்கவில்லை என்பதை நீ வணங்கும் ஏசுவிடம் சொல்லிவிடு. நான் விரும்பினால் மட்டுமே உன்னைச் சந்திப்பேன்.'

என்றைக்கும் போல்தான் இன்றைக்கும் கண் முழித்தான் சவரிமுத்து. தனக்கு முன்பே எழுந்துவிடும் தன் குருநாதர் கிட்டுப்பிள்ளையின் அறை இன்னும் மூடிக்கிடப்பதையும், கதவின் சொருகு தாழ்ப்பாளோரம் ஒரு காகிதம் சுருட்டிவைக்கப் பட்டிருப்பதையும் பார்த்தான். எடுத்து மெதுவாகப் படித்தவன் பதறிப் போனான். வேகவேகமாக துரைகளின் அறைக்கு ஓடினான். உணவு மேசையின் முன்னால் வட்டமாக உட்கார்ந் திருந்த துரைகளிடம் காகிதத்தை நீட்டினான். தமிழ் படிக்கத் தெரியாத துரைகள் நிதானமாக என்னவென்று கேட்டார்கள். கிட்டுப்பிள்ளை வெளியேறிப் போய்விட்டதையும், இனிமேல் வரமாட்டேன் என்று எழுதியிருப்பதையும் மொழிபெயர்த்துச் சொன்னான்.

உடனடியாக லாயத்தில் குதிரைகளைக் கணக்கெடுக்கும்படி உத்தரவு பறந்தது. இரவுக் காவலர் அழைத்து வரப்பட்டார். துரைகள் பரபரப்பாகக் காணப்பட்டார்கள். எந்தப் பொருளும்

களவாடப்பட வில்லை. எல்லாக் குதிரைகளும் பத்திரமாக இருந்தன. துபாஷி எப்படி வெளியேறிப் போனார் என்று தெரியாது என்றும், இரவில் பூட்டிய பூட்டு இன்னும் திறக்கப்படவில்லை என்றும் இரவுக் காவலர் சொன்னார். பாளையங்கோட்டையைச் சுற்றியுள்ள எல்லாப் படையரண்களுக்கும் தகவல்கள் பறந்தன. ஆனால் கிட்டுப்பிள்ளை சிட்டாய் மாறி பறந்து விட்டார் போலும்.

சைவத்துக்கே உரிய செக்கச் சிவந்த மேனி, அகன்ற நெற்றியில் வரித்துக்கொண்ட திருநீறு குங்குமம் சட்டையில்லாத வெற்று உடம்பில் காவித்துண்டு புரள தாமிரவருணிக் கரையில் நடந்து கொண்டிருந்தார் பிள்ளை. நிலவொளி மின்ன சலசலத்தோடும் தண்ணீரே கிட்டுப்பிள்ளைக்கு வழிகாட்டியது. பொழுது விடிந்த போது கூட்டத்தோடு கூட்டமாக தானும் தாமிரவருணியில் குளித்துக் கொண்டிருந்தார். சொரிமுத்தய்யனை வழிபடச் சென்ற கூட்டத் தோடு தானும் கலந்துகொண்டார். இரண்டு மூன்று நாட்கள் கழித்தே நிரந்தரமாக அங்கே உட்கார்ந்திருந்த சாமியார்கள் இவரைக் கவனித்தார்கள். அவர்களுடன் கலந்து தனக்கு ஒரு இடம் தேடுவது சிரமமாக இல்லை.

சொரிமுத்து அய்யனாரைத் தொட்டுக்கொண்டு ஓடும் தாமிரவருணி, அடர்ந்த மரங்கள், தினமும் வந்து தரிசனம் செய்யும் பக்தர்கள், சிங்கம்பட்டி ஜமீன்தாரின் கரிசனையான உபசரிப்பு, அருமையான சீதோஷ்ணம் எல்லாமே கிட்டுப்பிள்ளைக்கு ரொம்பவும் பிடித்துப் போக, முற்றாக வேறு ஆளாக மாறிப் போனார். அங்கே இருக்கிற சாமியார்களிலேயே அழகான பொருத்தமான ஒரிஜினல் சாமியாராக மாற்றியிருந்தது அவருடைய உருவம். ஆனால் நாடெங்கிலும் வலைவிரித்துத் தன்னைத் தேடும் பிரிட்டிஷ் சாம்ராஜ்ஜியத்தை ஏமாற்றிக்கொண்டிருக் கிறோம் என்ற பயம் உறுத்திக்கொண்டிருந்தது.

தினமும் பாபநாசம் போவதும் பாண தீர்த்தத்தில் நீராடி சொரிமுத்து அய்யனாரை வழிபடுவதும், வருகிற பக்தர்களுடன் உரையாடுவதும் கிட்டுப்பிள்ளைக்கு மிகவும் பிடித்த விஷயங்களாக மாறிப்போயிருந்தன. நானே ராஜா, நானே மந்திரி வாழ்க்கை. எந்த நிமிஷம் துரையிடமிருந்து அழைப்பு வருமோ என்று செவியைத் தீட்டி வைத்து காத்துக்கொண்டிருந்த காலங்கள் மாறி

இன்று காலையிலிருந்து சாயங்காலம்வரை விதவிதமான பறவைகளின் ஒலிகளைக் கேட்டுக்கொண்டிருப்பதை நினைத்துக் கொண்டார்.

ஒற்றைப் பாறையின் மேல் அனாசியமாக வீற்றிருக்கும் சொரிமுத்தய்யன் கோவிலும், ஒரு சிறுமணல்கூட இல்லாமல் பாறைகளுக்கிடையில் கண்ணாடியாய் ஓடிவரும் தாமிரவருணி யையும் ரொம்பவும் பிடித்துப்போயிற்று கிட்டுப்பிள்ளைக்கு. மாசக் கணக்காக இயல்பாகப் போய்க்கொண்டிருந்த வாழ்க்கையில் தனக்கு இப்படியொரு ஆபத்து வரும் என்று கிட்டுப்பிள்ளை நினைத்திருக்கவில்லை. எத்தனையோ தடவை ஜமீன்தார் வெள்ளைக் காரர்களுடன் ஆங்கிலத்தில் உரையாடுவதைப் பார்த்திருக்கிறார் கிட்டுப்பிள்ளை. தன்னுடைய ஆங்கிலப் புலமையை எண்ணி சந்தோஷப்பட்டுக்கொண்டாலும் அடக்கமாக இருந்துகொண்டார். ஆனால் இன்று கொஞ்சம் அகங்காரம் தலைக்கேறிக்கொண்டது. இரண்டு வெள்ளைக்காரர்கள் ஜமீன்தாரைப் பார்க்க வந்தார்கள். பூசாரிக்கோ அங்கே இருந்த சாமியார்களுக்கோ சுத்தமாக ஒரு வார்த்தைகூட ஆங்கிலம் தெரியவில்லை.

கற்ற வித்தையை மறைத்துக்கொண்டு ஆபத்து நேரத்தில் உதவி செய்யாமல் இருப்பது பாவம் என்பது பிள்ளை மனசை உறுத்தியது. அந்த இரண்டு வெள்ளைக்காரர்களிடமும் கிட்டுப் பிள்ளை சகஜமாக ஆங்கிலத்தில் உரையாடுவதை வைத்தகண் வாங்காமல் பார்த்துக்கொண்டிருந்தனர் அங்கே இருந்த சாமியார்கள். கோயிலின் வரலாறு, தாமிரவருணியின் மகிமை, ஜமீன்தார்களின் கட்டுப்பாட்டில் இருக்கும் விபரம் என்று உரையாடல் நீண்டுகொண்டே போனது.

கிட்டுப்பிள்ளை மற்ற சாமியார்களிடமிருந்து தன்னை வேறுபடுத்திக் காட்டியது இது இரண்டாவது முறை. சில நாடகளுக்கு முன்னா் சொரிமுத்தய்யன் கோவிலுக்கு எதிரே உள்ள பட்டவராயன் கோவிலில் கிடாய் வெட்டி கறி விருந்து நடந்த போது எல்லாப் பண்டாரங்களும் போய் கிடாக்கறி சாப்பிட்டு விட்டு வந்தபோது கிட்டுப்பிள்ளைதான் சுத்த சைவம் என்பதை நிரூபித்தார். அப்போதே அரசல் புரசலாக இவரைப் பற்றிப் பலவாறாகப் பேசிக்கொண்டார்கள். இப்போதோ ஏதோ காட்டு வனவிலங்கைப் பார்ப்பதைப் போல் பார்த்தார்கள். கிட்டுப்

பிள்ளைக்கு பயம் பற்றிக்கொண்டது. கழுகுமலைக்குப் போயிருக்கும் ஜமீன்தார் திரும்பி வரும்முன் இடத்தைக் காலி செய்துவிட வேண்டும் என்று முடிவு செய்துகொண்டார். ஜமீன்தாரிடம் பொய் சொல்லி மாட்டிக்கொண்டாலும் போச்சு. இங்கிலீஷ் பேசுகிற பண்டாரம் சொரிமுத்து அய்யனார் கோவிலில் இருக்கிறார் என்ற தகவல் வெள்ளைக்காரனுக்குத் தெரிந்தாலும் போச்சு, கடைசியில் தன் தலையில் தானே மண்ணள்ளிப் போட்டது போல் ஆகிவிடுமே என்று பயந்தார்.

இரவோடு இரவாகப் புறப்பட்டு பாபநாசம் கோவிலில் வந்து உட்கார்ந்துகொண்டார்.

'கடவுளே... என்னிடம் இருக்கும் இந்த ஆங்கிலப் புலமை அடியோடு மறந்துபோக வேண்டும். ஒரு வார்த்தைகூட என் நெஞ்சில் இருக்கக்கூடாது. தினமும் இந்த பாபநாசரைப் பூஜித்து மூப்பெய்தி இந்தத் தாமிரவருணித்தாயின் மடியில் என் உயிர் பிரிய வேண்டும். வெள்ளைக்காரன் கண்ணில் படாமல் என்னைக் காப்பாற்ற வேண்டும். களவு குற்றம்கூட என்மேல் சுமத்தி என்னை தண்டிக்கத் தயங்கமாட்டான்.'

பாபநாசம் கிட்டுப்பிள்ளைக்கு மிகவும் பிடித்த இடமாக மாறிப் போனதில் ஆச்சரியம் ஒன்றுமில்லை. சுளித்தோடும் தாமிர வருணியும் படித்துறையும் ஆர்ப்பரிக்கும் அருவிகளும் கோயில் களும் அன்றாடம் தங்கள் பாவங்களை நாசமாக்கி போக்கிவிட்டு பழைய ஆடைகளைத் தாமிரவருணித் தாயிடம் தந்துவிட்டு புத்தாடை உடுத்தி புதிதாய் பிறந்த ஜென்மமாக குதூகலித்துச் செல்லும் பக்தர்களின் கூட்டம். கிட்டுப்பிள்ளை தான் வழிபடும் தலங்களிலெல்லாம் கேட்கின்ற ஒரே வரம்.

'கடவுளே நான் சாகும்வரை வெள்ளைக்காரன் கண்ணில் பட்டுவிடக் கூடாது. என்னை எந்த நிமிஷத்திலும் அடையாளம் காட்டிக் கொடுத்துவிடும் ஆங்கிலம் முற்றாக மறந்து போய்விட வேண்டும்.' நான் தாமிரவருணித்தாயின் மடியிலே உயிரைவிட வேண்டும். கண்காணாத இடத்துக்குப் போய் வாய்பேச முடியாத ஊமையாக மாறிவிடலாமா என்றுகூட எண்ணினார். இவ்வளவு நாளும் வெள்ளைக்காரனே தஞ்சம் என்று ஒரு கிணற்றுத் தவளையாகவே வாழ்ந்துவிட்டு இனிமேலும் ஊமையாக மாறி விட்டால், தாமிரவருணிக் கரை நெடுக நிறைந்து கிடக்கும்

தீர்த்தங்கள், கோவில்கள், கல்மண்டபங்கள், படித்துறைகள், கால்வாய்கள், மடைகள், கண்மாய்கள் இவைகளின் வரலாற்றை யெல்லாம் ஊமையனாக இருந்துகொண்டு கைஜாடையின் மூலம் எப்படித் தெரிந்துகொள்வது. ஆங்கிலம் பேசிப்பேசியே பழக்கப்பட்ட நாக்கு தமிழுக்கு இன்னும் பழக்கப்பட மறுக்கிறது. உருவத்தை ஒரே நொடியில் மாற்றிவிட முடிகிறது, ஆனால் உள்ளத்தை மாற்றுவது அவ்வளவு எளிதானதாக இல்லையே என்று வருத்தமுற்றார். சில நேரங்களில் சவரிமுத்துவை நினைத்துக்கொண்ட போது பெருமூச்சுவிட்டார். பாவம், என்னை நம்பி வந்த பையன், நான் நட்டாற்றில் விட்டுவிட்டு இங்கே வந்து கோவில் கோவிலாய் பண்டாரமாக பரதேசியாக அலைந்து கொண்டிருக்கிறேன், பாவம் எப்படிச் சமாளிக்கிறானோ, என்னென்ன கஷ்டப்படுகிறானோ என்று வருத்தப்பட்டார். தன் தலையில் விழுந்த பறவை எச்சத்தைக் கழுவுவதற்காக படித் துறையில் கால்வைத்தார். ஜில்லென்ற தாமிரவருணியின் குளிர்ச்சியை அனுபவித்தவாறே தண்ணீரை அள்ளி தலையில் தேய்த்துவிட்டு கண்களில் ஒற்றினார்.

கோவில்களுக்கு முன்னாலும் படித்துறைகளிலும் மண்டபங் களிலும் திருவிழாக் கூட்டத்தில் இருந்தாலும் வெள்ளைக் காரனைப் பற்றிய பயம் தன்னைப் பாடாய்படுத்துவதை நினைத்துக்கொண்டார். எவர் கண்ணிலும் படாமல் குகைக்குள் மறைந்து கொள்வதைப் போலன்றி அனைவர் கண்களுக்கும் தெரிய வேண்டும், ஆனால் யாரென்று தெரிந்துவிடக் கூடாது. வெளியில் வேறு நபராக உள்ளுக்குள் வேறு நபராக வாழ்வது எவ்வளவு கஷ்டம் என்பதை உணர்ந்தார்.

நேற்று ஒரு நொடியில் பெரிய ஆபத்திலிருந்து தப்பித்தார் கிட்டுப்பிள்ளை. கோயில் மண்டபத்தில் ஏழெட்டுப் பேர் உட்கார்ந்து பேசிக்கொண்டிருந்தார்கள். மண்டபத்தை ஒட்டிய படியில் கிட்டுப்பிள்ளை உட்கார்ந்திருந்தார். அவர்கள் பேசுகின்ற பேச்சு தெளிவாகக் கேட்டது.

‘வெள்ளைக்காரப் பயக நம்ம பொம்பள புள்ளைகள ரொம்ப சீரழிக்கானாம், தெனமும் புது புதுசா குமரிப் புள்ளைகளத் தூக்கிட்டுப் போறானாம், இதுக்குப் பயந்து நிறைய்ய ஊர்கள்ள பொம்பளைக ஊரைவிட்டே ஓடிப் போயி ஒழிஞ்சு வாழ்றாகலாம்,

கர்னல் வேல்ஸ்னு ஒரு பய இருக்கானாம். அவனுக்கு இதேதான் ஜோலியாம், குடிக்க, கூத்தாட, விரும்பிய பொம்பளையோட சரஸம் பண்ண.'

'நம்ம என்ன செய்ய முடியும், எதுத்து ஒரு வார்த்தை பேசுனாலும் உசுரோட இருக்க முடியுமா, இல்லாத பொல்லாத பழியப் போட்டு ஜெயில்ல அடைப்பான், கேட்டா கட்ட பொம்மன் ஆளு, ஊமைத்துரையோட ஆளும்பான்.'

பெரிய துரையைப் பற்றிய பேச்சு காதில் விழுந்ததும் கிட்டுப்பிள்ளை துடித்துப் போனார். கோபம் நுனி மூக்குக்கு வந்து விட்டது. வெள்ளைக்காரனுக்கு ஆதரவாகப் பேசினால் தான் தாக்கப்படலாம் இங்கிருந்து விரட்டப்படலாம். பண்டாரத்தை தாக்கினால் தட்டிக்கேட்க யார் வருவார். சற்று நேரம் தன்னை ஆசுவாசப்படுத்திக்கொண்டார்.

'அங்கங்க வெள்ளைக்காரனுக்கு எதிரா போராட்டம் நடக்கு எப்பிடியும் நம்ம நாட்டவிட்டு ஓடிருவான், எல்லாரும் தெரண்டா என்ன செய்வான், எத்தனை பேர்த்த அடக்குவான்.'

கிட்டுப்பிள்ளையால் அந்த இடத்தில் இருக்க முடியவில்லை. வேறிடம் தேடி தனியாக உட்கார்ந்துகொண்டார். கொஞ்சம் மறைவான இடம்தான் என்றாலும் ஆளரவம் உண்டு. பெரிய துரையை பெண் பித்தன் என்று பேசியவனை என்ன செய்யலாம் என்று யோசித்தார். அதிகாரம் இல்லாத தன் நிலையை எண்ணிக் கொண்டார். யாரோ ஒரு அடையாளம் தெரியாத ஒருவன் சொல்லிவிட்டால், பெரிய துரை அப்படி மாறிவிடுவாரா என்ன? தன்னையே சமாதானம் செய்துகொண்டார். இலேசான சாரல் தூவவும் படர்ந்து வளர்ந்து குடைபிடித்தாற் போல் நிழல் பரப்பியிருந்த மரத்தடியில் போய் உட்கார்ந்தார். மழையாக வலுத்தால் மரம் தாங்குமா என்ன?

அன்றைக்கும் இதே போல்தான் சாரல் தூறிக்கொண்டிருந்தது. சாயங்கால நேரம். பெரும்பாலும் அலுவல்கள் சம்பந்தமான வேலைகளுக்கு மட்டுமே ஆளனுப்பி வரச் சொல்வார். தன் சொந்த விஷயங்களுக்குப் பெரும்பாலும் அவராகவே கிட்டுப் பிள்ளையின் அறையில் வந்து பேசிவிட்டுப் போவதையே தன் வழக்கமாக கொண்டிருந்தார். கிட்டுப்பிள்ளை எழுந்து நின்று முறைப்படி வரவேற்றார்.

'வணக்கம் துரையவர்களே!'

'வணக்கம் கிட்பிள்ளாய்.'

'கிட்பிள்ளாய் உன்கிட்ட ஒரு முக்கியமான விஷயம் பேசணும்.'

'தாராளமா பேசலாம் துரைகளே.'

'எதுக்கு பிள்ளாய் நீ கல்யாணம் பண்ணிக்கலே?'

'என்னனு தெரியல துரை, அப்பிடியே விட்டுட்டேன், பார்த்தா வயசு ஓடிப் போச்சு, சரி, நம்ம தலைவிதி அவ்வளவுதான்ட்டு அப்படியே இருந்துட்டேன்.'

'பிள்ளாய் நீ பொய் சொல்லுதே.'

'... ... ...'

'வெள்ளைக்காரனிடம் அடிமைச் சேவகமாக வேலை பார்க்கிறவங்களுக்கு பெண் கொடுக்க மாட்டாங்கனு ஒரு தகவல் கேள்விப்பட்டேன் பிள்ளாய் உண்மையா?'

'உண்மைதான் துரை.'

'இதை ஏன் என்கிட்டச் சொல்லல?'

'உங்ககிட்ட சொன்னாப்ல பெண் குடுத்திருவாங்களா, அவங்க மனசுல நானும் ஒரு எதிரி, ஆனால் நம்மைக் கண்டவுடன் அவர்கள் நமக்கு தரும் மரியாதை ஆத்மார்த்தமாக கொடுப்பதல்ல, சம்பிரதாயம், பயம்.'

'எனக்கு இந்த விஷயம் தெரிந்திருந்தால் உனக்கு எங்கள் நாட்டுப் பெண்ணை மணம் முடித்து வைத்திருப்பேன்.'

'நன்றி துரையவர்களே.'

'தாய், தந்தை, அண்ணன், தம்பி, அக்காள், தங்கச்சி என்று யாருமே இல்லையா பிள்ளாய், இதுவரை உன்னைப் பார்க்க இங்கு யாருமே வரலையே.'

'யாருமற்ற அநாதை துரையவர்களே.'

'அப்பிடிச் சொல்லாதே பிள்ளாய், நான் இருக்கிறேன், எனக்குப் பின்னால் மாபெரும் சாம்ராஜ்ஜியம் இருக்கிறது. உன்னை அனாதையாக விடமாட்டோம்.'

இலேசாக கண் கலங்கிய கிட்டுப்பிள்ளையைத் தோளில் தட்டி சாந்தப்படுத்தினார் மேஜர் வேல்ஸ். தான் கொண்டு வந்திருந்த

தஸ்தாவேஜ்களிலிருந்து தேடி எடுத்த சில ஆவணங்களைக் கிட்டுப் பிள்ளையிடம் கொடுத்துப் படிக்கச் சொன்னார். பவ்யமாக கைகளில் வாங்கிய கிட்டுப்பிள்ளை சாவகாசமாகப் படிக்க ஆரம்பித்தார். படிக்கப் படிக்க அவருக்கு ஆச்சரியம் தாங்க வில்லை. சில இடங்களில் உணர்ச்சி வசப்பட்டு அழுதார்.

'நெல்லைச் சீமையின் தாமிரவருணிப் பாசனத்திற்கு உட்பட்ட ஆழ்வார் திருநகரி கிராமத்தில் உள்ள பெருமாள் கோவிலுக்குச் சொந்தமான அரசு சொத்துக்களான வயல்களில் ஐந்து ஏக்கர் வயல் கிட்டுப்பிள்ளையின் பேரில் பதிவு செய்யப்பட்ட ஆவணங்களே கிட்டுப்பிள்ளையின் கையிலிருக்கும் பேப்பர்கள். முறைப்படி மாவட்ட ஆட்சியரால் ஒதுக்கீடு செய்யப்பட்டு ஸ்ரீவைகுண்டம் பத்திரப் பதிவு அலுவலகத்தில் கிட்டுப்பிள்ளையின் பெயருக்கு பதியப்பட்டிருந்தது. முப்போகம் விளையும் பூமி. வற்றாத தாமிரவருணிப் பாசனம். படித்து முடித்ததும் வேல்ஸ்துரையின் முகத்தை ஏறிட்டுப் பார்த்த பிள்ளையின் கண்களில் கண்ணீர் பிதுங்கிக் கொண்டிருக்க இரு கை கூப்பி வணங்கினார்.'

மழைத் தூறலுக்காகத் தன்னைச் சுற்றிலும் மரத்தடியில் ஏழெட்டுப் பரதேசிகள் வந்து உட்கார்ந்திருப்பதை அப்போதுதான் கவனித்தார். அவர்கள் தன் போக்கில் எதைஎதையோ பேசிக் கொண்டிருந்தார்கள். அவர்களின் பேச்சு கிட்டுப்பிள்ளையின் காதிலும் விழுந்தது. பாம்பு சுருண்டு படுத்திருப்பதைப் போல சடைமுடி வைத்திருந்த ஒரு சாமி இன்னொரு சாமியிடம் கேட்டது.

'கன்னடியன் கால்வாய்னு ஒரு கால்வாயைச் சொல்றாங்களே சாமி, கன்னட நாட்டுக்காரன் இங்க வந்தா கால்வாய் வெட்டினான், நானும் நிறையப் பேர்கிட்ட கேட்டேன், யாருக்குமே தெரியல.'

கிட்டுப்பிள்ளை காதைத் தீட்டிக்கொண்டார். இது மாதிரியான விஷயங்கள் அவருக்குப் புதிது. தெரிந்துகொள்ள வேண்டிய இடங்கள் ஏராளம் உண்டு. காவிச்சாமி சொல்வதை உற்றுக் கேட்டார் கிட்டுப்பிள்ளை. இப்போது தூறல் நின்று குளிர்ந்த காற்று வீசத் தொடங்கியது.

'இந்த பாபநாசம், அம்பாசமுத்திரம் ஊர்களை ஐந்நூறு அறுநூறு வருஷங்களுக்கு முன்னால கேரள நாட்டு மன்னர்

ஒருத்தர் ஆண்டு வந்திருக்காரு, அவருக்குத் தீராத வயிற்று வலி. வைத்தியம் பாக்காத இடமில்ல, ராஜ வைத்தியம்கூடப் பாத்தாச்சு, வயித்து வலி குறையல, வலி தாங்காம உசுரை மாச்சுக்கிறலாம்னு ராத்திரியோட ராத்திரியா தாமிரவருணி படித்துறையில வந்து வயித்தப் புடிச்சுக்கிட்டு நிக்காரு, தாமிரவருணி குதியாளம் போட்டு வெள்ளமா பாயுது. இப்பிடி கும்பிட்ட மானக்கி குதிக்கப் போகும் போது ஒரு குரல்.'

'மன்னரே சற்றே பொறும், அவசரப்பட்டு உயிரை மாய்க்க வேண்டாம், சொல்வதைக் கவனமாகக் கேளும். உமது வயிற்று வலிக்கு காரணம் நோயல்ல, நோயென்றால் தானே வைத்தியத்தால் குணமாக்க முடியும். உன்னுடைய முன்னோர்கள் செய்த ஜென்ம பாவம் உன்னைப் பாடாய்ப் படுத்துகிறது. பாவங்களையும் தோஷங்களையும் வைத்தியத்தால் குணப்படுத்த முடியாது, ஆனால் பரிகாரங்களால் நிவர்த்தி பண்ண முடியும் அல்லது நீதான் அனுபவித்துத் தீர வேண்டும். அதனால் ஒரு பரிகாரம் சொல்கிறேன் கவனமாகக் கேளும். யோகமிருந்தால் பயன் உண்டு. யாராவது சகல வேதங்களையும் கற்று திருமணம் ஆகாத பிரம்மச்சாரி அந்தணன் நினைத்தால் உன் ரண வேதனையைத் தீர்த்துவைக்க முடியும். எப்படியென்றால் உன் பாவங்களை அந்த அந்தணன் ஏற்றுக்கொள்ள வேண்டும்.'

மறுநாளே அரசன் முதல் வேலையாக நாடெங்கிலும் தண்டோரா போட்டு ஒரு அறிவிப்பை வெளியிட்டான். தனது பாவத்தினை ஏற்றுக்கொள்ளும் அந்தணப் பிரமச்சாரிக்கு ஆயிரம் பொற்காசுகள் வெகுமதி தருவதாக ஊர் சாற்றினான். இதைக் கேள்விப்பட்ட கன்னட நாட்டைச் சேர்ந்த பிரமச்சாரி மன்னனின் பாவம் அனைத்தையும் ஏற்றுக்கொள்ள முன்வந்தான். மன்னனின் பாவமூட்டைகளையும் பொற்காசுகள் அடங்கிய மூட்டை களையும் பெற்றுக்கொண்டான் பிரம்மச்சாரி அந்தணன். மன்னர் பாவம் தீர்ந்து சுகமாக, பிரம்மச்சாரியோ தான் தவமிருந்து பெற்ற புண்ணியம் அனைத்தையும் இழந்தார். ஆனாலும் கிடைத்திருக்கிற பொற்காசுகளை விற்று பணமாக்கி மக்களுக்கு ஏதாவது நன்மைகள் செய்யலாம் என்று நம்பிக்கையோடு இருந்தார்.

'அப்ப மன்னர் அனுபவிச்ச வேதனையை இந்த அந்தணன் அனுபவிச்சுத்தான் ஆகணுமா சாமி.'

'சும்மாவா ஆயிரம் பொற்காசில்ல.'

'லட்சம் தங்கக்காசு கொடுத்தாலும் ஜென்ம பாவத்த வாங்கலாமா, எப்பிடிக் கூடி நிவர்த்திக்க, ஆயுள் முழுக்க ரண வேதனையோட, தங்கக்காசு வேதனையைப் போக்குமா.'

'அதனாலதான் பிராமணன் ஒரு யோசனை செஞ்சாரு.'

'என்ன செஞ்சார் சாமி, அதையும் சொல்லியிருங்க.'

'நேரா பொதிகை மலைக்கு கிளம்பிட்டாரு, அகத்திய முனிவரைப் பார்த்து ஒரு யோசனை கேட்கலாமேனு. போகுறதுக்கு முன்னாடி அம்பாசமுத்திரம் போயி ஒரு கோயில் குருக்கள் கிட்ட இந்தத் தங்கக்காசு மூட்டைய பத்திரமா வச்சிருங்க சாமி, நான் வந்து வாங்கிக்கிறேன்னு சொல்லி குடுத்திட்டு மலையேறிட்டார். பாவம் அங்கே இங்கேனு அலஞ்சு கரடுமுரடான பாதை யெல்லாம் சுத்தி எப்படியோ ஒரு வழியா அகத்திய முனிவரைக் கண்டுபிடிச்சு சாஷ்ட்டாங்கமா கால்ல விழுந்து வணங்கி, தன்னோட கதையைச் சொல்லிட்டாரு.'

அப்போ அகத்திய முனி சொல்றாரு, வாலிபனே நாம் பேசி முடித்தவுடன், இந்த இடத்தில் ஒரு பசு ஒன்று தோன்றும், நீ அதன் வாலை கெட்டியாகப் பிடித்துக்கொள், நேராக அது தாமிர வருணிக்கரையில் போய் நிற்கும், அந்த இடத்தில் ஒரு அணையைக் கட்டு, அதிலிருந்து ஒரு கால்வாயை வெட்டு, அந்தப் பசு போகிற பாதைகளில் அடையாளம் வை. அதுதான் கால்வாய் வெட்டுகிற பாதை, பசு எங்கெல்லாம் சாணம் போடு கிறதோ அந்த இடங்களில் மடைகளைக் கட்டு, பசு எங்கெல்லாம் சிறுநீர் கழிக்கிறதோ அங்கே ஒரு வடிகால் கட்டி வை, பசு எங்கெல்லாம் படுத்துவிடுகிறதோ அந்த இடங்களில் கண்மாய் களை உருவாக்கு, பசு மறைந்து போனவுடன் உன் வேலைகளை நீ துவக்கு' என்று மாமுனி கூறினார்.

'என்னருமை அந்தண இளைஞனே கவனமாகக் கேள். நீ இந்தக் கால்வாய் வெட்டும் போது, மனிதர்களும், மிருகங்களும், பறவைகளும், பல்லாயிரம் உயிரினங்களும் தங்கள் தாகத்தைத் தீர்த்துக்கொள்வார்கள். அவர்கள் தினமும் தங்கள் புற அழுக்குத் தீரக் குளித்து மகிழ்வார்கள், பயிர்கள் விளைந்து நாடு செழிக்கும், மக்களின் பசி தீரும், இதனால் நீ பெரிய உபகாரம் செய்கிறாய்,

கோடானு கோடி உயிரினங்களும் மக்களும் உன்னை கையெடுத்துக் கும்பிட்டு மகிழ்வார்கள், இதன் மூலம் உன்னை வருத்தும் பாவ தோஷம் நீங்கி நீ புண்ணிய லோகம் அடைவாய், உனக்கு கீர்த்தியும் நற்சுகமும் கிடைக்கும்.'

'அந்தப்படியே பசு வந்திருச்சு, அந்தண இளைஞனும் பசுவோட வாலைப் புடிச்சுக்கிட்டான், அகத்தியர் சொன்னபடியே அடையாளம் வச்சுக்கிட்டே போனா, அது பாரு கடைசியில சீனியாபுரம்னு ஒரு ஊரு, அந்த ஊருக்குள்ள ஒரு சிறியதா ஒரு வீடு, அந்த வீட்டுக்குள்ள போயி படுத்துக்கிருச்சு. இவரும் அந்த இடத்துல அடையாளம் குறிக்கிறாரு, நம்ம வீட்டுக்குள்ள திடுதிப்புனு மாடு வந்தா சும்மா இருப்பமா, இல்ல நடு வீட்ல வந்து என்ன ஏதுனு ஒன்னும் சொல்லாம அடையாளம் குறிச்சா பேசாம இருப்பமா. அந்த வீடு ஒரு வேசையோட வீடு, வேசைனா தாசின்னு அர்த்தம், அவளோட பேரு கலாசி.'

'யோவ்... யாருய்யா நீ, மாட்டக் கொண்டாந்து நடு வீட்டுக் குள்ள படுக்க வச்சிட்டு, என்னமோ அளவு எடுக்கிறே.'

'எம்மா இந்த எடத்துல மடை கட்டப் போறேன்.'

'உமக்கென்ன பைத்தியமாய்யா, நடு வீட்டுக்குள்ள வந்திட்டு மடை கட்டப் போறேன்கிறியே, கண்மாய் எங்கேய்யா இருக்கு, மரியாதைய்யா மாட்டை பத்திட்டு வீட்டைவிட்டு வெளியே போயிரு, நான் யார் தெரியும்ல்ல கலாசி?'

அந்தக் கன்னடியன் தன்னுடைய எல்லாக் கதையையும் ஒன்னுவிடாம சொல்லச் சொல்ல அந்தப் பொம்பள கலாசி ஆச்சரியமா கேட்டுக்கிட்டே இருக்கா, கதையைப் பூராத்தையும் கேட்ட பின்னாடி அவ சொல்றா,

'யோவ்... நீரு செய்யப் போறது பெரிய நல்ல காரியம். ஜனங்களுக்கும், கால்நடைகளுக்கும், பறவைகளுக்கும் தாகத்துக்கு தண்ணீர் கிடைக்கும், விவசாயம் செழிக்கும், எனக்கும் கொஞ்சம் காடு கரைக உண்டு, அம்புட்டும் வயலா மாறிப்போகும், என் வீட்டை தாராளமா எடுத்துக்கோய்யா நஷ்ட ஈடாக ஒரு சல்லிக் காசு எனக்கு கொடுக்க வேண்டாம்.'

'ரொம்ப நல்ல மனசுக்காரி, தாசியா இருந்தாலும் தாராள மனசு வேணுமே.'

‘தாசினாலே தாராளம்னுதான் அர்த்தம்.’

‘இது சாமியார்க பேசுற பேச்சாய்யா.’

கிட்டுப்பிள்ளையின் இந்தப் பேச்சைக் கேட்டதும் எல்லா சாமியார்களும் அவரை உற்றுப் பார்த்தார்கள். தான் வாய் திறந்தது தப்போ என்று நினைத்துக்கொண்டார்.

‘சாமி பாவநாசத்துக்குப் புதுசோ’

‘ஆமா சாமி’

‘இதுக்கு முன்னாடி எங்கே இருந்தது’

‘சொரிமுத்தய்யனார் கோவில்’

‘அப்புறம் எதுக்கு இங்கே வந்தது’

‘இப்படியான கதையெல்லாம் சொல்ல அங்க ஆட்கள் இல்ல.’

‘ஓ... அப்பிடியா, இந்தத் தாமிரவருணிக் கரை முழுக்க ஆயிரம் கதைகள் இருக்கு, மேலே ஏறுனா பொதிகை மலை முழுக்க கதைகள்தான், நம்மளால மேல ஏற ஏலல, இங்னயே கெடந்து காலம் தள்ளுறேன்’

‘அப்புறம் சொல்லுங்க சாமி, கால்வாய் வெட்டினானா?’

‘எல்லாம் அளந்து அடையாளம் குறிச்சிட்டு, வேலையை ஆரம்பிக்கலாம்னு குருக்கள்கிட்ட குடுத்து வச்சுட்டுப்போன பொற்காசு மூட்டையைக் கேட்டா குருக்கள் சொல்றாரு’

‘நீ கொடுத்தது பொற்காசு மூட்டையில்ல, வெறும் தவிட்டு மூட்டைதான், என்னை ஏமாத்தப் பாக்கிறேங்கிறாரு குருக்கள்.’

பிறகென்ன செய்ய, அந்தணன் நேரா ராஜாகிட்டப் போயி பிராது பண்ணிட்டாரு, அந்த ராஜாவோட பாவதோஷங்களையும், வலியையும் வேதனையையும் தான் ஏற்றுக்கொண்டு தங்கக்காசு வாங்கியது ராஜாவுக்கு நல்லா தெரிஞ்சுபோச்சு, குருக்கள்கிட்டக் கேட்டா, தவிட்டு மூட்டைதான் குடுத்தாரு, தங்கக்காசு மூடை கொடுக்கவே இல்லைனு சத்தியம் பன்றாரு, ஒடனே ராஜா சொல்லிட்டாரு, என் முன்னால சத்தியம் பண்ணி பிரயோஜனம் இல்ல. நீர் பூஜை செய்துவரும் கோவிலில் உள்ள சிவன் சிலையைக் கட்டிப்பிடித்து சத்தியம் செய்துவிடும் என்று உத்தரவு போட்டுட்டார்.

கோயில் குருக்கள் பதறிப் போனாரு, மன்னர் உத்தரவு மீற

முடியாது, மீறினா திருட்டுப்பட்டம், பாத்தாரு, உடனே ராவோடராவா கோயிலுக்குள்ள போயி சிவலிங்கத்தில் இருந்த இறைவனை பாலாலயம் செஞ்சு இடம் மாற்றி பக்கத்தில் இருந்த புளியமரத்தில் வைச்சிட்டார். சிவன் சும்மா இருப்பாரா, பொய் சத்தியம் பண்ணவிடுவாரா, பிரம்மச்சாரியின் கனவில் தோன்றி, 'குருக்கள் உன்னை ஏமாற்றப் போகிறார், ஆகவே, காலையில் புளியமரத்தை கட்டிப்பிடித்து சத்தியம் பண்ணச் சொல்' என்று கூறிவிட்டு மாயமாய் மறைந்துவிட்டார்.

மக்கா நாள் விடியக் கருக்ல்ல ராஜா உட்பட ஏகப்பட்ட கூட்டம் கூடி நிக்குது கோயில் முன்னாடி. குருக்கள் சத்தியம் பண்ண தயாரா நிக்கிறாரு. நம்ம பிரம்மச்சாரி ராஜாகிட்டச் சொல்றாரு.

'ராஜாவே இது சாதாரணமான விவகாரம், அழிந்து போகக் கூடிய பொன், பொருள் சம்பந்தப்பட்டதுதான். இதுக்குப் போய் பரமேஸ்வரனை இழுப்பது தேவையில்ல, அவரோட சத்தியத்தை நான் ஏற்றுக்கொள்கிறேன் மன்னா, அதனால இந்தா இருக்கிற புளிய மரத்தக் கட்டிப்பிடிச்சு சத்தியம் செய்தாலே போதும். பச்சைமரத்தைக் கட்டிப்பிடித்து சத்தியம் செய்ய யாருமே பயப் படுவார்கள். ஏம்னா, பச்சையா இருக்கிற செடி, கொடி, மரங்கள் எல்லாமே அன்றாடம் சூரிய பகவானால் வளர்க்கப்படுபவை, அதே மாதிரி நீர்நிலைகள் எல்லாமே வருணபகவானின் பிள்ளைகள் ஒரு செம்பு தண்ணீரில் சத்தியம் பண்ணவே பயப்படுவாங்க, அப்பிடி பொய் சத்தியம் பண்ணிட்டு கடைசியில் தண்ணீர் விக்கி செத்தவங்களும் உண்டு, அதனால இந்தப் பச்சைப் புளிய மரத்திலே சத்தியம் பண்ணட்டும் போதும்.'

இதைக் கேட்டதும் கோயில் குருக்கள் ஆடிப் போய்விட்டார். ஆனாலும் என்ன செய்ய முடியும் மன்னன் முன்னாலும் மக்களின் முன்னாலும் சத்தியம் பண்ணித்தானே ஆகணும், மறுக்க முடியுமா. வேற வழி இல்லாம குருக்கள் அப்படியே புளிய மரத்தைக் கட்டிப்பிடித்து சத்திய வார்த்தைகள் சொன்னாரோ இல்லியோ, அப்படியே பச்சை மரம் தீ ஜ்வாலையாகி கோயில் குருக்கள் கருகிப் போனார். அதுவரைக்கு காசிப நாதர் ஆலயமாக இருந்த கோயில் அன்னையிலருந்துதான், குருக்களை எரித்து சாம்பலாக்கிய காரணத்தால் சாமிக்குப் பேரு எரிக்கட்டிச்சாமி, எரிச்சமுடையார், எரிச்சாவுடையார்னு மாறிப்போச்சு.'

'சாமி... அப்புறம் அந்தத் தங்கக் காசுகள்'

'கோயில் கருவறைக்குள்ளேயே மறைச்சு வச்சிருந்தார். ராஜா முன்னாடியே தேடி எடுத்து அந்த பிரம்மச்சாரிகிட்ட ஒப்படைச்சாச்சு, அகத்திய முனிவர் சொன்னபடியே அணையும் கட்டி, கால்வாய் வெட்டி, குளம் வெட்டி எல்லாவற்றையும் முடித்தார். சீனியா புரத்தில் கலாசிங்கிற தாசியின் வீட்டை இடித்து மடை வைத்தார். பொன் பொருள் எதுவுமே வாங்காத அந்த தாசியின் பெயரையே அந்த மடைக்கு வைத்தார், இன்னைக்கும் அது கலாசி மடைன்னு தான் பேர் வெலங்குது. மடைவைக்க இடம் கொடுத்த தாசியின் பெயரை வைத்தவர் தன்னை யாரென்று உலகிற்கு சொல்லாமலே போய்விட்டார். அதனால்தான் அவர் கட்டிய அணை 'கன்னடியன் அணை' வெட்டிய கால்வாய் 'கன்னடியன் கால்வாய்னு' பேரு, தாமிரவருணித்தாயின் கரையெங்கும் இது மாதிரி ஆயிரக் கணக்கான கதைகள் இருக்கு, அத்தனை கதைகளையும் சுமந்து கொண்டுதான் தாமிரவருணித்தாய் ஓடிக்கொண்டிருக்கிறாள்.

'வெரிகுட், எ, ஹானஸ்ட் மேன் கன்னடியன்.'

கிட்டுப்பிள்ளையிடமிருந்து வந்த இந்த ஆங்கில வார்த்தை களைக் கேட்டதும் எல்லாப் பண்டாரங்களும் அவரை உற்றுப் பார்த்தனர். கிட்டுப்பிள்ளை பதறிப் போனார். தன்னையறியாமல் வெளிவந்துவிட்ட அந்த ஆங்கில வார்த்தைகள் தன்னையறிய வைத்துவிடுமோ என்று பதறினார். மௌனம் கலைத்தார் ஒரு சாமி.

'இந்த புதுச்சாமி வெள்ளக்கார மகாராணிகிட்ட இருந்துட்டு இங்கே வந்திருக்குமோ.'

'அதானே இங்கிலீசா வருது, பெரிய துரைன்னு நெனப்பு.'

கிட்டுப்பிள்ளை பயந்துபோனார். என்ன சொல்வதென்று தெரியவில்லை. எப்படியும் தன்னை இந்த இங்கிலீஷ் காட்டிக் கொடுத்துவிடும் என்று பயந்தார். நீச்சல் தெரிந்தவன் சாவதற்கு தண்ணீரில் குதிக்க முடியுமா என்ன? அதைப் போல் நாக்கை அறுத்துக்கொள்ளலாம். ஊமையாக நடிக்கலாம். ஊமையாக நடித்து மாட்டிக்கொண்டால், உள்ளூர் ஆட்களிடமே உதை வாங்க வேண்டும். விடிந்தது முதல் அடைகிற வரையில் வெள்ளைக் காரன்களிடம் மட்டுமே பரிச்சயம் வைத்திருந்ததின் பாதிப்பை உணர்ந்தார். ஆங்கிலமே தன்னுடைய தாய்பாஷையாக மாறிப்

போனதை கொஞ்சங் கொஞ்சமாகத்தான் மாற்ற வேண்டும் என்று யோசித்தவாறே இடத்தை விட்டுப் போனார்.

நாய் வேஷம் போட்டால் குரைக்கத்தானே வேண்டும். இங்கிலீஷ் பேசும் பண்டாரம் உண்டா என்ன? உருவத்தை மாற்றிக்கொள்வது எவ்வளவு எளிதாக இருக்கிறது. உள்ளத்தை மாற்றிக்கொள்ள இயலவில்லையே. இதேபோல் தன்னுடைய சைவப்பழக்கங்களை சாமானியமாக மாற்றிக்கொள்ள முடிய வில்லையே. அப்படியொரு சோதனை வந்து தன்னைக் காட்டிக் கொடுக்கலாம் என்று எண்ணிப் பயந்தார். மாமிசப் படையல் வழிபாடுகள் உள்ள கோவில்களில் ஜாகையை வைத்துக் கொள்ளக்கூடாது என்று முடிவு செய்துகொண்டார்.

31

தன் வீட்டின் முன்னால் வந்து வில்வண்டி நிற்பதையும் அதிலிருந்து ஒரு வயதான கிழவர் தன் வீட்டை நோக்கி வருவதையும் ஆச்சரியமாகப் பார்த்துக்கொண்டிருந்தான் மருதனின் மகன் சிவனான். வண்ணாக்குடிக்கு அடையாளம் வெள்ளாவி, முள் சுமக்கும் கவைக்கம்பு, கழுதைகள், அழுக்குத் துணி மூட்டைகள், உவர்மண் குவியல், வெள்ளாவி வைக்க உவர்மண் கலந்த தண்ணீரில் துணிகளை முக்கிப் பிழிய பெரிய பெரிய தாழிப் பானைகள். தன் முன்னால் வந்து நின்ற கிழவனைக் கும்பிட்டான் சிவனான்.

'கும்புடுறேன் சாமி.'

'யெப்பா இங்க மருதன்னு ஒரு தொள்ளாழி இருந்தானே, அவனைப் பாக்கணும்ப்பா.'

'சாமி... இப்பிடி பொதியில உக்காருங்க, நான் மருதனோட மகன், என் பேரு சிவனான் சாமி, அய்யா எறந்து எட்டு வருஷமாச்சு, அஞ்ஞையும் போய் சேர்ந்திட்டா சாமி, நீங்க ஆரு, அய்யாவ தேடி வந்திருக்கீக, என்ன விஷயம்.'

'யேல, எம் பேரு ஆண்டிக்குடும்பன், ஊரு ஸ்ரீவைகுண்டம் பக்கம் பொன்னன்குறிச்சி, ஒங்கப்பன் எனக்கு நல்ல பழக்கம்டே,

நெறய்யாத் தடவ வந்திருக்கேன்டே, நீ சின்னப் பயலா இருந்தே, இப்ப எளவட்டமாயிட்டே கொஞ்சம் தண்ணி கொண்டாடே குடிக்க, சவத்துப் பய வெய்யிலு மண்டையைப் பிளக்கு.'

வீட்டுக்குள்ளிருந்து கையில் தண்ணீர் செம்புடன் வெளிப்பட்ட பொம்பளை ஆண்டிக்குடும்பனிடம் செம்பை நீட்டிவிட்டு மரியாதையாக ஒதுங்கி நின்று கும்பிட்டாள்.

'சாமி... இது எம் பொண்டாட்டி மருதாயி.'

'சரி... சரி. நல்லாயிரு புள்ள.'

இவர்கள் பேசுவதை உற்றுப் பார்த்துக்கொண்டிருந்த வண்டிக் காரனிடம் சைகை காட்டினார் ஆண்டிக்குடும்பன். வண்டிக் குள்ளிருந்து ஒவ்வொன்றாய் இறக்கி கீழே வைத்தான். நெல் மூட்டை, வாழைத்தார், உளுந்து, கருப்பட்டி, பாசிப்பயறு, தட்டப் பயறு, சீனிக்கிழங்கு, இன்னும் சிறு சிறு பொட்டலங்கள்.

'எதுக்கு சாமி இம்புட்டு சாமான்க, நாங்க ரெண்டே பேருதான்.'

'யேல... இருக்கட்டும்டா, என்னைக்காவது ஒரு நாளைக்கு வர்ரோம், ஒங்கப்பன் இருக்கும் போது ரெண்டு மூனாட்ட வந்திருக்கேன்டா, அப்ப கிட்டுப்பிள்ளைனு நமக்கு வேண்டிய ஆள் ஒருத்தர் இருந்தாரு, அவரும் என்கிட்ட வந்து ஏழெட்டு வருஷம் ஆச்சு, இப்ப அவரப் பாக்கத்தான்டா வந்தேன், அப்பிடியே மருதனையும் பாத்தது மாதிரி இருக்கட்டுமேனுதான், யேல... நீ இந்த சவத்துப் பயகளுக்கு துணி வெளுக்கியாடே.'

'ஆமா சாமி... எங்கப்பன் பாத்த தொழிலு, இப்ப நான்தான் பாக்கிறேன் சாமி.'

'அப்ப ஒனக்கு தெரிஞ்சிருக்கும்மில்லடே, கிட்டுப்பிள்ளை அந்த சவத்துப்பயககிட்டத்தானடே வேலைபார்த்தார்.'

ஆண்டிக்குடும்பனுக்கு வெள்ளைக்காரர்களின் மேல் தீராத கோபம் உண்டு. கொலை வழக்கில் தன்னுடைய தாத்தா வெள்ளைச் சாமிக் குடும்பனை அந்தமான் தீவுக்கு நாடு கடத்தியவன். தன் தாத்தா ஆயுள் முழுக்க அங்கேயே தண்டனை அனுபவித்து அங்கேயே மடிந்து போனவர். அதே போல் கிட்டுப்பிள்ளையின் மேல் உள்ள பிரியத்துக்குக் காரணம் கிட்டுப்பிள்ளையின் தாத்தாதான் அப்போது கர்ணமாகப் பதவிவகித்தவர். வெள்ளைச் சாமிக் குடும்பனை தீவுக்குக் கடத்தவிடாமலிருக்க எவ்வளவோ

பாடுபட்டார். அந்த நன்றியை மறக்காமல்தான் ஆண்டிக்குடும்பன் கிட்டுப்பிள்ளை பாசம்.

'சாமி... நீங்க சொல்ற கிட்டுப்பிள்ளை இப்போ வெள்ளைக் காரன் கிட்ட இல்ல சாமி.'

'என்னடா, இப்பிடிச் சொல்றே, ஆளு இருக்காரா இல்லையா?'

'அவரு வெள்ளைக்காரங்ககிட்ட சொல்லாமக் கொள்ளாம தப்பிச்சு வெளியேறி தலைமறைவாயிட்டாராம். வருஷக் கணக்கா தேடியலையிறான் ஒரு துப்பும் கெடைக்கல.'

'வெள்ளக்காரனுக்கு நம்ம மொழி இப்ப யார்டா சொல்றாங்க'

'காமநாயக்கன்பட்டியிலருந்து சவரிமுத்துனு ஒரு சாமி வந்திருக்காரு அவர்தான் நம்ம பாஷையை சொல்றவரு.'

'யேல... கிட்டுப்பிள்ளை இங்க இல்லைங்கிறது நல்லாத் தெரியுமாம்.'

'நல்லாத் தெரியும், அவர் வெளியேறிப் போயி ரொம்ப நாளாச்சு, இப்ப நீங்க தேடிப்போனா, வெள்ளைக்காரன் ஒங்களவிட மாட்டான்.'

மருதன் சொன்னதை ஆண்டிக்குடும்பன் நினைத்துப் பார்த்தான். கிட்டுப்பிள்ளையைத் தேடிப் போனால் நிச்சயம் வெள்ளைக்காரன் கேட்பான். நீங்க யாருங்கிற கேள்விக்கும் கிட்டுப்பிள்ளையை ஏன் தேடி வந்தீர்கள், எப்படி பழக்கம் என்பன போன்ற கேள்விகளைக் கேட்பான். இரண்டு வெள்ளைக் காரர்களை வெட்டிக் கொன்றவனின் வாரிசு என்று விசாரித்துத் கண்டுபிடித்துவிட்டால் குடி முழுகிப் போச்சு.

'சரிடே ... அப்போ நாங்க கௌம்புறோம், நாங்க கிட்டுப் பிள்ளையைத் தேடிவந்த விஷயத்தை யார்ட்டயும் சொல்லாதடே.'

'சரி, சாமி போங்க, வேறு ஏதேனும் தாக்கல் கெடச்சா அல்லது அவரைக் கண்டா நானே ஒங்க வயலுக்கு வர்ரேன் சாமி, ஊரு, பேரு, வயலு எல்லாத்தையும் சொல்லிட்டீகள்ள.'

வண்டிக்குள் உட்கார்ந்திருந்த ஆண்டிக்குடும்பனின் மனசு தாமிரவருணியின் வெள்ளத்தைப் போல் குதியாளம் போட்டது. மனுஷன் நம்மகிட்டக் கூட ஒரு வார்த்தை சொல்லாமல் போய்ட்டாரே, எங்கே போயிருப்பார், கண் காணாத எடத்துக்கா

போயிருப்பார், இல்ல வேற எதுவும் தப்புத்தண்டா பண்ணி வெள்ளைக்காரன்கிட்ட பிடிபட்டு இந்த சவத்துப் பயக கொன்னு கொதைச்சிட்டானோ இல்ல நாடு கடத்திட்டானோ.

முகம் குராவி நடக்கவே திராணியற்றுப் போய் வீடு சேர்ந்தார் ஆண்டிக்குடும்பன். பெரிய துரைக்கு அனுப்புவதற்காகக் கொடுத்த குட்டிச் சாக்குடன் ஒரு பை ஒன்று கொடுத்ததையும், அது உன்னிடமே இருக்கட்டும் என்று சொன்னதையும் நினைத்துப் பார்த்தார். சடாரென்று சுதாரித்து பழைய தஸ்தாவேஜுக்கள் இருந்த பெட்டியைத் தேடி ஒவ்வொரு பொட்டலமாக அடையாளம் பார்த்தார். பெட்டியின் அடியில் கிடந்த சுருட்டி மடக்கி கோளாறாக வைக்கப்பட்டிருந்த பொட்டலத்தை அடையாளம் கண்டு தேடி எடுத்தார். சாவாசமாக உட்கார்ந்து பிரித்துப் பார்த்தார். உள்ளே அரசாங்க முத்திரையுடன் கூடிய பத்திரமும், கையினால் எழுதப் பட்ட ஒரு கடுதாசியும் இருந்தது. ஒரு எழுத்துகூடப் படிக்கத் தெரியாத ஆண்டிக்குடும்பன் திருப்பித் திருப்பிப் பார்த்தார்.

'என்ன எலவுனு தெரியலை' தானாகப் பேசிக்கொண்டார்.

பத்திரத்தையும் கடுதாசியையும் கண்ட ஆண்டிக்குடும்பன் பதறிப்போனார். என்னமோ ஏதோ என்று நினைத்துக் குழம்பினார். ஏற்கனவே வெள்ளைக்காரனிடமிருந்து சொல்லாமல் கொள்ளாமல் தப்பிப்போய் தலைமறைவாக இருக்கிறவர் கொடுத்து வைத்தது என்பதை நினைத்தால் யாருக்குத்தான் பயமிருக்காது. எதையாவது திருடிக் கொண்டுவந்து கொடுத்துவைத்திருக்கிறேன் என்று சொன்னால் வெள்ளைக்காரன் சும்மாவிடுவானா, கருவறுத் திருவானே. அதிலும் நம்ம பூர்வீகம் வேற வெள்ளைக்காரனைக் கொன்ற பூர்வீகம், வேற வெனையே வேண்டாம். இந்த சவத்துப் பயக பள்ளக்குடியில ஒரு பய நாலெழுத்து படிக்கானா, கண்ணு இருந்தும் குருட்டுப்பய மாதிரி கையில வச்சிட்டு அலையிறேன். என்ன வெஷயம்னு தெரியாம வேற யாருகிட்டயாவது போயி படிக்கச் சொல்லி, அது வில்லங்கம் புடிச்ச வெவகாரமா இருந்தா, குடி கெட்டுப்போகும், இந்தக் கிட்டுப்பிள்ளை என்னத்தைக் கொண்டாந்து நம்ம தலையில கட்டியிருக்கார்னு தெரியலையே, நானும் இத்தனை வருஷமா அதப்பத்தி கொஞ்சம்கூட கெம்பாம இருந்திருக்கனே, இப்பக்கூட அவரு ஓடிப்போய்ட்டார்னு சொன்னப் பிறகுதான புத்திவந்து தேடிப் பார்த்தது, இப்படி

பலவாறாக யோசித்தபடியே வண்டி போய் நின்ற இடம் சிவகளை அக்ரஹாரம் தெரு, அனந்தராமன் ஐயர் வீடு. தன் அய்யா திருக்கோடிக் குடும்பனுடன் ரெண்டொரு தடவை வந்திருக்கிறான். திருக்கோடிக் குடும்பன் சிலநேரம் சில விஷயங்களுக்கு ஆலோசனை கேட்க வருவதுண்டு. வாசலில் வண்டி வந்து நிற்கவும் வெளியே வந்து எட்டிப்பார்த்தார். ஐயரின் கண்படும் முன்னரே வண்டியிலிருந்து இறங்கி நின்று துண்டை முழங்கையில் தொங்கவிட்டபடியே கும்பிட்டான்.

‘சாமியோவ்... கும்புடுறேன் சாமி.’

‘அடடே... ஆண்டியா, வாடே... வா, எங்க ஐயர மறந்திட்டியோ என்னமோனு நெனச்சேன்.’

‘எப்பிடி சாமி மறக்க முடியும்.’

‘வந்து எம்புட்டு நாளாச்சு, எல்லாம் ஒங்கப்பனோட போச்சுடா.’

‘அப்பிடி சொல்லாதிக சாமி, பாடு சோலி வர முடியல.’

பேச்சு சத்தம் கேட்டு வீட்டுக்குள்ளிருந்து வந்து எட்டிப் பார்த்த ஐரம்மாவைக் கும்பிட்டான். சட்டென்று அடையாளம் கண்டு கொண்டது.

‘அடடே... ஆண்டிக்குடும்பனா, வாப்பா, வா, நல்லாயிருக்கியா, அக்ரஹாரத்தையே மறந்திட்டியேப்பா.’

‘நல்லா இருக்கேன் சாமி, கடவுள் புண்ணியத்துல.’

தான் கொண்டுவந்த விவசாய விளைபொருட்கள் ஒவ்வொன்றாக கொண்டுவந்து வராந்தாவில் வைத்தான் வண்டிக்காரன்.

‘வந்த விஷயத்தை சொல்லுடா ஆண்டி, ரொம்ப நாளைக்குப் பிறகு வந்திருக்கே, முக்கியமான விஷயம் இல்லாம வரமாட்டே, என்னனு சொல்லு.’

தும்பைப் பூ வேஷ்டியுடன், துண்டு மட்டும் மேலில் புரள, தங்கமேனியில் பூணூல் தொங்க திர்ணையில் உட்கார்ந்தார் அனந்தராமன் ஐயர். திர்ணைக்கு கீழ் சம்மணமிட்டு உட்கார்ந்த ஆண்டிக்குடும்பன், கிட்டுப்பிள்ளையின் கதை எல்லாவற்றையும் சொல்லி முடித்து, அவர் தன்னிடம் கொடுத்து வைத்துவிட்டுப் போன பொட்டலத்தை எடுத்து ஐயரிடம் நீட்டினார். உள்ளிருந்து முதலில் பத்திரத்தை எடுத்து வாசிக்க ஆரம்பித்தார். ஐயரின்

வாயையே பார்த்துக்கொண்டு உட்கார்ந்திருந்தார் ஆண்டிக் குடும்பன். ஐயரின் வாக்கு அருள்வாக்காக இருக்கட்டும். பத்திரத்தைப் படித்து முடித்த ஐயர் தலை நிமிர்ந்தார். ஐயரின் வாயசைவுக்காக காத்திருந்த ஆண்டி உன்னிப்பாய் கவனித்தார்.

'டேய்... ஆண்டி, ஆழ்வார் திருநகரியில உள்ள பெருமாள் கோவிலுக்குப் பாத்தியப்பட்ட தாமிரவருணிப் பாசனம் உள்ள முப்போகம் வெளையிற வயலு அஞ்சு ஏக்கர் கிட்டுப்பிள்ளை பேர்ல பதிவாகியிருக்கு, வெள்ளைக்கார கவர்மெண்டே அவருக்கு கொடுத்திருக்கு, கலெக்டரோட ஆர்டரும் அதுல இருக்கு.'

'அந்தச் சவத்த எதுக்கு நம்மகிட்ட குடுத்து வைக்கிறாரு. குடுத்ததோடு சரி சாமி, அவரு எட்டிக் கூடப் பாக்கல, எனக்கும் என்னனு தெரியாது, இப்பத்தான் என்னனே தெரியுது சாமி.'

படித்து முடித்த பத்திரத்தைத் தனியே வைத்துவிட்டு, அடுத்த தஸ்தாவேஜுவை தேடி எடுத்துப் படிக்க ஆரம்பித்தவரின் முகம் மலர்ந்தது. உதட்டில் புன்சிரிப்பு பொத்துக்கொண்டு போனது. ஆண்டியை ஏறிட்டுப் பார்த்தார். கொக்கைப் போல் உற்று நோக்கிக் கொண்டிருக்கும் ஆண்டிக்குடும்பன் ஆவலாய் கேட்டார்.

'டேய்... ஆண்டி ஒனக்கு யோகம் அடிச்சிருச்சுடா.'

'என்ன சாமி சொல்றீக.'

'வாசிக்கிறேன்டா, கவனமா கேட்டுக்கோடா.'

'பிரிட்டிஷ் சாம்ராஜ்ஜியத்தின் ராணுவத்தில் கர்னலாகப் பணிபுரியும் வேல்ஸ்துரையிடம் துபாஷியாகப் பணியாற்றும் கிட்டுப்பிள்ளை எழுதி ஜாரி பண்ணி கொடுப்பது யாதெனில், மேதகு பிரிட்டிஷ் ராஜ்ஜியத்தால் எனக்கு ஒப்படை செய்யப்பட்ட கீழ்க்காணும் அளவில் உள்ள வயல் நிலத்தை, ஸ்ரீவைகுண்டம் வட்டம் பொன்னன்குறிச்சி கிராமத்தில் வசிக்கும் விவசாயி திருக்கோடிக் குடும்பன் மகன் ஆண்டிக்குடும்பனுக்கு முழு மனசுடனும், சுயபுத்தியுடனும் தானமாக வழங்குகிறேன். என் கண்ணுக்குப் பின்னால் மேற்படி வயலை சுயாதிகமாக பரம்பரை பரம்பரைக்கும் அனுபவித்துக்கொள்ள வேண்டியது. வருடம் ஒருமுறை அருகிலிருக்கும் பெருமாள் கோவிலில் பக்தர்களுக்கு அன்னதானம் வழங்க வேண்டியது, அப்படியும் இல்லையெனில் அஞ்சாறு பறவைகளுக்கோ அணில்களுக்கோ காக்கை குருவி

களுக்கோ சோறிட்டால் போதுமானது. மேற்படி கோவில் தர்மகர்த்தா முன்னிலையில் எழுதிக்கொடுக்கிறேன்.'

'டேய்... ஆண்டி, கிட்டுப்பிள்ளையும் கையெழுத்து வச்சிருக்காரு, வேல்ஸ்துரையும் கையெழுத்துப் போட்டதோட கோவில் தர்மகர்த்தா என்னோட சகலை பட்டாபிராமன் ஐயரும் கையெழுத்துப் போட்டுக்காங்கடே.'

ஆண்டிக்குடும்பனின் கண்களில் கண்ணீர். அவரின் அப்பாவை தலைமறைவாக ஒளிந்து வைத்ததோடு, அவருடைய குடும்பத் திற்குச் சாப்பாடு கொடுத்ததையும், கொலைவெறியோடு அலைந்தவர்களிடமிருந்து தன் அப்பாவைக் காப்பாற்றியதையும் கிட்டுப்பிள்ளை மறக்கவில்லை என்று நினைத்துக்கொண்டான்.

32

தனக்கு இப்படி ஒரு சோதனை வரும் என்று சவரிமுத்து கனவிலும் நினைத்திருக்க மாட்டான். தன்னுடைய தாத்தா அப்பா எல்லோருமே வெள்ளைக்காரச் சாமியார்களிடம் ஊழியம் செய்தவர்கள்தான். தானும் அவர்களுக்கு ஊழியம் செய்துதானே ஆங்கிலம் கற்றுக்கொண்டேன். நல்ல பண்புகள் கற்றுக் கொண்டேன். அதனால்தானே இங்கே கூப்பிட்டவுடன் வரச் சம்மதித்தேன். ஒவ்வொரு நாளும் மொழிபெயர்ப்பதற்காக வருகின்ற விஷயங்களை எண்ணி வருத்தமுற்றான். அத்தனையும் மனித அறத்துக்கு எதிரானவை. மனித இனத்தையே மிருகமாக மாற்றும் மருந்துகள். கொஞ்சங்கொஞ்சமாக ஒவ்வொரு உடலிலும் ஏற்றப்படும் விஷம். ஒவ்வொரு மனிதனையும் நடமாடும் பொம்மையாக மாற்றும் தந்திரம். அசலுக்கு மாற்றாக போலிகளை உருவாக்கி அசலுக்கும் போலிக்கும் எவ்வித வித்தியாசமும் தெரியாமல் உருமாற்றி மக்களை ஏமாற்றும் செயல். தான் இப்பொழுது இடிக்கியில் சிக்கிக்கொண்ட எலியைப் போல் ஆகிவிட்டோமே என்று பெருமூச்சுவிட்டான். ஆனாலும் அந்த காமநாயக்கன்பட்டி புனித பரலோக மாதா தன்னை கைவிடாமல் காப்பாற்றுவாள் என்று நெஞ்சில் சிலுவையிட்டுக் கொண்டு விரல்களை முத்திட்டு நேற்று இரவு தான் மொழி

பெயர்த்த தாள்களைத் தேடினான். புத்தக அடுக்குகளுக்குள்ளிருந்து ஒரு சிறு கையேடு தரையில் விழுந்தது. என்னவென்று கையில் எடுத்துப் பார்த்தான். புதுமை புனித பரலோக மாதாவின் மகிமைகள் அற்புதங்கள் அப்படியே சில பக்கங்களைப் புரட்டி வாசித்தான்.

'அமெரிக்க நாட்டில் செல்லமாக வளர்ந்த தன் ஒரே மகன் விமான விபத்தில் பலத்த காயமுற்று உயிருக்குப் போராடிய போது, அவனுடைய அன்புத் தாய் மாதாவிடம் மன்றாடினாள். அவளுடைய மன்றாட்டுக்கும் ஜெபத்துக்கும் மாதா செவி சாய்த்து, அந்த மகனை உயிர் பிழைக்க வைத்தாள். அதற்குக் காணிக்கையாக அந்தத் தாய் ஒன்னரை குவிண்டால் எடையுள்ள வெண்கல மணியைப் பரலோக மாதாவுக்குக் காணிக்கையாக வழங்கினார். அந்த நேர்ச்சைப் பொருள் மறைப்பணியாளர்களால் காமநாயக்கன் பட்டிக்கு கொண்டு வரப்பட்டு பொருத்தப்பட்டது.'

இந்த வெண்கல மணியின் ஓசை சுற்றிலும் உள்ள ஊர்களுக் கெல்லாம் கேட்டது. எட்டயபுரம் மன்னருக்கும் கேட்டது. அவருக்கு ஒரு ஆசை, நம்முடைய அரண்மனை ஆராய்ச்சி மணியை மாதா கோவிலுக்கு கொடுத்துவிட்டு அந்த மணியை அரண்மனையில் பொருத்தினால் என்ன. தன் அதிகாரத்தின் எல்லைக்கு உட்பட்டதுதானே என்ற ஆணவம் தலைக்கேற மகாராசா உத்திரவிட்டார். பாதிரிகளிடம் மன்னரின் ஆசையை சொல்லும்படி இரண்டு குதிரைவீரர்களை அனுப்பினார். மன்னரின் உத்தரவுக்கு மறு உத்தரவு உண்டா என்ன?

அந்த இரண்டு மந்திரி பிரதானிகளும் குதிரைகளுடன் காமநாயக்கன் பட்டியை நெருங்கியவுடன் முதலில் இரண்டு குதிரைகளும் கண் தெரியாமல் ஒரு எட்டுக்கூட வைக்க முடியாமல் நின்றுவிட இரண்டு வீரர்களும் குதிரையைவிட்டு இறங்கியவுடனே அவர்கள் இருவருடைய பார்வையும் பறிபோய் விட அப்படியே நடுக்காட்டுக்குள் நிர்க்கதியாக நிற்கிறார்கள். அப்போது அந்த வெண்கலமணி தானாக அடிக்கத் தொடங்க, இது மணியடிக்கக் கூடிய பொழுதில்லையே என்று ஊர் ஜனங்களும் பாதிரிகளும் அண்ணாந்து ஜெபித்தபடி நிற்க மணியோசை நிற்கவில்லை. மாதாவுக்கு ஏதோ ஆபத்து வரப்போகிறது என்பதை உணர்ந்து ஊரைச் சுற்றி அரண்போல் காவல் காத்து

நிற்க, தூரத்தில் குதிரைவீரர்கள் நிற்பதைக் கண்டு, விபரம் கேட்க உடனடியாக தகவல் எட்டயபுரம் அரண்மனைக்குப் பறந்தது. மன்னர் பதறிப் போனார். தன்னுடைய மந்திரி பிரதானிகள் சகிதம் விரைந்து வந்து மாதாவிடம் மன்றாடினார். பங்குத் தந்தை மாதாவின் தீர்த்தத்தைக் கொண்டுவந்து தெளித்த பின்னரே குதிரைகளுக்கும் அந்த வீரர்களுக்கும் பார்வை வந்தது. அதற்கு நன்றிக் கடனாக மன்னர் நேர்ச்சை செலுத்தினார். நூற்றியொரு ஏக்கர் நிலம் கோவிலுக்கு தானமாக எழுதிக் கொடுத்ததோடு, சப்பரத்தில் ஊர்வலமாக வரும் மாதாவுக்கு நூற்றி ஐம்பத்துயொரு பவுண் தங்க நாணயமும் கொடுத்திருக்கிறார். இது மாதிரியான பல அற்புத அதிசயங்களை நிகழ்த்தியவள் காமநாயக்கன்பட்டி புனித பரலோக மாதா.

இந்த அதிசயத்தைப் படித்து முடித்தவுடன் அவன் உதடுகள் இலேசாக முணுமுணுத்தன.

‘பரலோக மாதாவே, ஏதாவது அதிசயம் பண்ணி என்னை எப்படியாவது இங்கிருந்து விடுவித்து மீண்டும் உன் காலடியில் வந்து ஜெபிக்க அருள்புரிவாயாக.’

தான் நேற்று இரவு மொழிபெயர்த்தவற்றை மீண்டும் ஒருமுறை சாவாகமாக வாசித்தான்.

‘கறுப்பு என்பது இருளின் குறியீடு. இருட்டுக்குள் நடப்பதை மறைத்து நிற்பதே கறுப்பின் மகிமை. இதோ மரக்கிளைகளில் தொங்கும் ஆயிரக்கணக்கான வௌவால்களின் ஒரே நிறம் கறுப்பு. ஆண் எது பெண் எது என்று அடையாளப்படுத்த எவ்வித வித்தியாச அறிகுறிகளும் இல்லாத விசித்திரமான படைப்பு. குட்டி போட்டு பாலூட்டி அதே சமயம் பறவையைப் போல் பறக்கும் அற்புத உயிர். பகலென்றால் என்னவென்றே தெரியாமல் வாழும். இரவுதான் இருள்தான் தன் வாழ்வியக்கங்களுக்கு தோதென்று இரவைப் பகலாக்கி வாழும் கலை கற்ற வௌவால். யாரும் யாருடனும் புணரலாம். ஜோடிகளற்றுப் புணரும் கூட்டம். வயோதிக கிழவர்கள் கன்னிகளுடன் புணரும் மனிதர்களை வௌவால்கள் நமக்குக் கற்றுத் தருகின்றன.’

வௌவால்கள் தங்கள் கறுப்பு நிறத்தால் இந்த வனம் முழுமையையும் ஆக்ரமித்துக் கொண்டுவிட்டன. வௌவால்கள் தொங்கும் மரங்களில் வேறு எந்தப் பறவைகளும் வந்து கூடு

கட்டுவதில்லை. ஏனெனில் அதன் கறுப்பு நிறம் தரும் அச்சம், அடுத்து தலைகீழாகத் தொங்கும் ஒவ்வாமை. கூடுகளே இல்லாது தொங்கியபடியே, பறந்த படியே காமக்களியாட்டத்தில் ஈடுபடும் விந்தை. உரோமங்களற்ற இறக்கைகள், கூர்மையான பற்கள். பிற உயிர்களுக்கு இம்மிகூடக் கேட்காமல் அவர்களுக்குள்ளேயே பேசிக்கொள்ளும் விசித்திர சமிக்ஞைகள். வனங்களை ஆக்ரமித்துக்கொண்டும் வனங்களை விஸ்தரித்துக்கொண்டும் இருக்கிற இரட்டை வேடதாரிகளான வெளவால்களைப் போல் இந்த மனிதர்களை மாற்ற வேண்டும். சுயநலம் தவிர்த்து வேறு சிந்தனை இருக்கவே கூடாது.

சில விஷயங்கள் சவரிமுத்துக்கே புரியவில்லை. ஆனாலும் தமிழ்ப்படுத்தி வைத்தான்.

பல்லுணவுண்ணும் பழக்கத்தை அடியோடு ஒழித்துவிட்டு ஒரே உணவுண்ணும் வழக்கத்தை வெளவால்களைப் போல் பின்பற்றி வாழ பழக்கப்படுத்த வேண்டும். நாளடைவில் கறுப்புடன் வேறு நிறங்கள் கலந்தாலும் அனைத்திற்கும் அடிநாதமாக கறுப்பே இருக்க வேண்டும். வனங்களுக்குள் நடக்கும் விசித்திரங்களையும், காமக்களியாட்டங்களையும் மெல் திரையாடைகளால் கருமேகக் கூட்டங்களைப் போல் புகைபடிந்து வனங்கள் மறைக்கப்பட வேண்டும். ஊனுண்ணும் மிருகங்கள் அனைத்தும் கறுப்புக்குப் பயந்து தன் வால்களை கவுட்டுக்குள் சுருட்டிக்கொண்டு கண்டும் காணாமல் இருக்க வேண்டும்.

வேற்று வனத்திற்குள்ளிருந்து வந்து குடியேறிய சிவப்பு நிற செந்நாய்கள் தங்கள் ஆக்ரோஷமான குணங்களை முற்றாக இழந்துவிட்டு கறுப்பே தஞ்சம் என்று வெளவால்களிடம் சரணாகதியாகிப் போகவேண்டும். பல்லாயிரம் யோனிகள் பறப்பதைப் போல் பறந்தலையும் வெளவால்களின் நிழல்கள் பார்த்து கடவாயில் எச்சில் ஒழுக யோனிகளை அண்ணாந்து உற்றுப் பார்த்து குறிகள் விடைக்க அன்றாடங்களை தொலைத்த ஒரு சமூகம் உருவாக வேண்டும். கோவில் கோபுரங்களிலும், கருவறைகளிலும் புகுந்த வெளவால்கள் தன் கறுநிறங்காட்டி கோரப்பற்கள் தெரியச் சிரித்து பூஜை புனஸ்காரங்கள் செய்யும் வைதீப் பிராமணர்களை கேலியும் கிண்டலும் நக்கலும் பகடியும் செய்து பீதிக்குள்ளாக்க வேண்டும். கருமயிர்கள் மறைந்து

வெள்ளையாய் மாறி நரையாகிய நீள் தாடியால் யோனியை நீவி சுக்கிலம் வெளியேற்றும் செயலுக்காக வெண்தாடி வளர்த்த குடுகுடு கிழவர்கள் குமரிப்பெண்களை மணக்க வேண்டும். சாஸ்திர சம்பிரதாயச் சடங்குகளை நொறுக்கிவிட்டு, வார்த்தையாய் மகுடி ஊதி மயக்கும் வார்த்தையலங்கார வித்தகர்கள் பெருகி நாக்கில் தேன் ஊற வசனங்கள் பேசி மக்களை மயக்க வேண்டும். காவியும் பச்சையும் காணாமல் போய், பூச்சிகள் புழுக்கள் பழங்கள் அற்றுப் போய் மரங்களின் பச்சையங்களை உணவாக்கிய வௌவால்கள் பட்டுப்போன மரங்களில் வசிக்க வேண்டும்.

அகம் கெட்ட மனிதக் கூட்டம் கேளிக்கைகளில் திளைத்து உழைப்பை மறந்து மொள்ளமாறிகளாக முடிச்சுமாறிகளாக கயிற்றில் இழுபடும் பாவையைப் போன்று கறுப்பு வௌவால் களைத் தஞ்சமடைய வேண்டும். பழங்களையும் பூச்சிகளையும் உண்ட வௌவால்கள் பரிணாம வளர்ச்சியடைந்து இரத்தம் உறிஞ்சும் காட்டேறிகளாகவும், மாமிசப்பட்சிகளாகவும் மாறி படைபடையாக நீர்நிலைகளை முற்றுகையிட்டு நீர்வாழ் உயிரினங்களை வேட்டையாடி அழிக்க வேண்டும். வனத்துக்குள் வாழும். கொடிய மிருகங்கள் உட்பட அனைத்து விலங்குகளின் இரத்தங்களையும் குடித்து தீர்த்த பின்னால் மனிதர்களின் இரத்தம் குடிக்க படைபடையாக பறந்துவந்து கருமேகங்களைப் போல் ஊரைச் சுற்றி வட்டமிடும் வௌவால் கூட்டங்களுக்கு அஞ்சி மனிதர்கள் குகைகளில் வாழும் ஆதிவாசிகளைப் போல் அவரவர் வசிப்பிடங்களில் பதுங்க வேண்டும். குகையில் வாழ்ந்து பரிணாமம் அடைந்த வௌவால்கள் வீட்டுக்குள் நுழையும் வித்தையை யாரிடம் கற்க வேண்டும்.

விடாய் ஒழுகும் முடை நாற்றம் தேடியலையும் வௌவால் களால் சிதைக்கப்பட்ட, மேனியெங்கும் நகக்கீறல்களினால் இரத்தம் ஒழுகும் பெண்கள் பச்சிலைகளை அரைத்து மேலெல்லாம் பூசிக்கொண்டு நடமாடும் மரங்களைப் போல் அலைய வேண்டும். ஊரெங்கும் நாடெங்கும் கறுமை நிறம் தவிர்த்து வேறு நிறங்கள் எல்லாம் மறைந்துபோகவேண்டும். கறுமை நிறம் தவிர்த்து வேறு நிறம் அனைத்தையும் அழித்தொழித்து மரங்கள், செடிகள், கட்டிடங்கள் அனைத்திலும் யோனியைப் போல்

வௌவால்கள் தொங்க வேண்டும். தலைகீழாய்த் தொங்கி இறக்கைகள் விரித்தால் யோனியாகவும், இறக்கைகளை மடக்கி வைத்துக்கொண்டால், ஆண்குறியாகவும் தெரிய வேண்டும். ஆண்களோ, பெண்களோ யார் பார்த்தாலும் அனைவர் கண்களுக்கும் யோனிகளும் ஆண்குறிகளும் ஞாபகம் வரவேண்டும். சிந்தையில் வேறு எந்த எண்ணங்களும் இன்றி காமத்தில் திளைக்க வேண்டும். காமமே வாழ்க்கை, காமமே உயிர், காமமே மூச்சு, காமமே பேச்சு, வௌவால்களின் வேலையே உண்பதும் காமத்தைத் துய்ப்பதும் தான் என்று இருக்க வேண்டும்.

33

காமநாயக்கன்பட்டி புனித பரலோக மாதா திருவிழாவைக் காரணம் காட்டி விடுமுறை வாங்கிக்கொண்டு ஊருக்குப் போய் பங்குத் தந்தையிடம் எல்லா விபரத்தையும் சொல்லிவிட்டு வேலையிலிருந்து விலகிக்கொள்வது என்று முடிவு செய்து கொண்ட சவரிமுத்து தயங்கித் தயங்கிப் போய்த்தான் விடுமுறை கேட்டான்.

'வணக்கம் துரையவர்களே.'

'வணக்கம் சவரி.'

'எங்க ஊர் மாதா திருவிழா வருது, போய்ட்டு ரெண்டு நாளில் வந்துறேன் துரைகளே, விடுமுறை வேணும்.'

'காமநாயக்கன் பட்டிதானே உன்னுடைய ஊர்.'

'ஆமாம் துரையவர்களே.'

'பாதர் பெஸ்கி வேலை பார்த்த ஊர், அவரைப் பற்றியும் அவர் பணியாற்றிய சர்ச் பற்றியும் நிறைய்ய கேள்விப்பட்டிருக் கிறோம். மாதாவை நாங்களும் வழிபட நினைக்கிறோம் சவ்ரி. நாளை நாம் எல்லோரும் போகலாம். நீ எங்களை உங்கள் ஊருக்கு அழைத்துப் போ சவ்ரி.'

மௌனமாக துரைகளிடமிருந்து விடைபெற்றுக்கொண்ட சவரிமுத்துக்கு என்ன செய்வதென்று தெரியவில்லை. முன்னால் சென்றால் கடிக்கிற பின்னால் சென்றால் உதைக்கிற கழுதையை

என்ன செய்ய முடியும். உதையையும், கடியையும் வாங்கித்தான் ஆக வேண்டும். இரவோடு இரவாக தாங்கள் நால்வரும் அங்கே வருவதைப் பற்றியும், அங்கே நடக்கின்ற திருவிழாவில் பங்கேற்பது பற்றியுமான தகவலை காமநாயக்கன்பட்டி பங்குத் தந்தைக்கு அனுப்பி வைத்தார்கள். கிட்டுப்பிள்ளை அனுபவித்த அதே வேதனையை சவரிமுத்து அனுபவித்தான். மெல்லவும் முடியவில்லை விழுங்கவும் முடியவில்லை. தினமும் செய்வதைப் போல் கண்களை மூடிக்கொண்டு பைபிளின் ஒரு பக்கத்தைத் திறந்து வசனத்தின் எண்ணை மனசில் சொல்லியபடியே வாசிக்க ஆரம்பித்தான்.

'இரதங்கள் தெருக்களில் கடகடவென்றோடி, வீதிகளில் இடசாரி வலசாரி வரும். அவை தீவட்டிகளைப் போல விளங்கி, மின்னல்களைப் போல வேகமாய்ப் பறக்கும்.'

குதிரைகள் பூட்டிய வண்டியில் துரைமார்களுடன் ஒன்றாக உட்கார்ந்து பயணப்பட்டான் சவரிமுத்து. ஆடிமாசமாகையால் எல்லா நிலங்களும் உழுது விதைப்பதற்குத் தயாராக வைக்கப் பட்டிருந்தன. கண்ணெட்டும் வரை கன்னங்கரேர் என்று கடல் போல் கிடக்கும் கரிசல் பூமியையும், இடையிடையே குமுக்காய் தளிர்த்து குடைபிடித்தாற்போல் நிற்கும் வேப்ப மரங்களையும் நாட்டுக் கருவேல மரங்களில் மஞ்சள் நிறத்தில் பூத்துச் சொரிந் திருக்கும் பூக்களையும், சில இடங்களில் வரிசை வரிசையாய் நிற்கும் பனைமரக் கூட்டங்களையும் ஆச்சரியமாகப் பார்த்துக் கொண்டுவந்தார்கள் துரைமார்கள்.

'சவ்ரிமுத்... இந்தக் காடுகளில் என்ன விளையும்?'

'துரைகளே... இந்தக் காடுகளுக்குப் பெயர் கரிசல்காடுகள். இந்த மண் கரிசல் மண். ஈரப் பதத்தை வெகு நாட்களுக்கு தக்க வைத்துக்கொள்ளும் தன்மைகொண்டது. இந்தக் கரிசல் பூமியில் விளையும் பருத்திதான் பிரிட்டிஷ் மகாராணியாரின் தேசத்திற்கு கப்பல் கப்பலாகக் கொண்டுசெல்லப்படுகிறது. இங்கே விளையும் பருத்திகள் மிகவும் தரமானவை. விதை நீக்கப்பட்டு பஞ்சுப் பொதிகளாக கொண்டுபோகப்படுகின்றன.'

வேணாப்பரிந்த வெய்யிலிலும் நிழல் உருவங்களைப் போல் ஆங்காங்கே ஆட்கள் வேலை செய்துகொண்டிருந்தார்கள். கூட்டங் கூட்டமாய் மேயும் ஆடுகளையும் மாடுகளையும்

ஆச்சரியமாகப் பார்த்துக்கொண்டே வந்தார்கள் துரைமார்கள்.

'சவ்ரிமுத்... இது எட்டயபுரம் மன்னருக்குச் சொந்தமான பூமிகள்தானே?'

'ஆமாம் துரையவர்களே, காமநாயக்கன்பட்டிக்கும் எட்டயபுரம் அரண்மனைக்கும் கூப்பிடு தூரம்தான், எட்டப்ப மகாராஜா மாதா கோயிலுக்கு நிறைய்ய உதவியிருக்கிறார்.'

'எட்டப்பர் நமது நண்பர், முடிந்தால் அவரையும் சந்திக்க வேண்டும் சவ்ரிமுத்.'

'தாராளமாக சந்திக்கலாம் துரையவர்களே, திருவிழாவிற்கு மன்னர் வருவார். மாதாமீது ரொம்பவும் பக்தி கொண்டவர், இரண்டுமுறை கோவில் தாக்கப்பட்டு சேதப்படுத்தப்பட்ட போது, ராஜாதான் சரிபண்ணிக் கொடுத்திருக்கிறார்.'

அவர்களுடைய வண்டி காமநாயக்கன்பட்டிக்குள் நுழைந்த வுடனே பாதர்கள் ஸ்டீபன்டாலன், சாமிநாதன் இருவரும் வரவேற்றார்கள். சவரிமுத்து பாதர்களின் முன்னால் போய் ஒற்றைக்கால் மண்டியிட்டான். இரண்டு பாதர்களும் அவனுடைய தலையில் கை வைத்து ஆசிர்வதித்து கட்டைவிரலால் நெற்றியில் அழுத்தி சிலுவை பதித்தார்கள். ஆறு பேரும் வட்டமாக அமர்ந்த வுடனேயே சவரிமுத்துக்கு அங்கே வேலையில்லை. யாரிடமும் சொல்லிக்கொள்ளாமலே தன் வீட்டுக்குப் போய்விட்டான். போகிற வழியிலே தான் தேர்கள் நிறுத்திவைக்கப்பட்டிருக்கும் தேர்க்கால் உண்டு. நாளை காலை தேர் இழுக்கப்படுமாகையால் அலங்கரிப்பதற்காக கொண்டுபோயிருப்பார்கள், இரண்டு தேர்களையும் காணவில்லை.

பாதர்கள் இருவரும் பரலோக மாதாவின் அருமை பெருமை களை துரைமார்களிடம் சொல்லிக்கொண்டிருந்தார்கள். துரை களுக்கு எல்லாமே புதுமையாய் இருந்தன.

'இந்தக் கோவில் இவ்வளவு பிரபலமானதற்கு முக்கியக் காரணமே பெஸ்க்கி பாதர்தான்.'

'அவரைப் பற்றி நிறைய்ய கேள்விப்பட்டிருக்கோம் பாதர்.'

'அவருடைய புகழ்பெற்ற வாசகம் 'மதத்திற்காக மக்கள் இருக்கக் கூடாது, மக்களுக்காகத்தான் மதம் இருக்க வேண்டும்' சொன்னதோடு இருக்கல அவர், முதன்முதல்ல இந்தப் பகுதி

மக்கள் பேசுற மொழியைக் கற்றார், தன்னோட பேரைக்கூட அதே மொழியில் வீரமாமுனிவர்னு மாத்திக்கிட்டாரு, அந்த மக்கள்கிட்ட இருக்கிற அத்தனை பண்பாட்டு கலாச்சார விஷயங்களையும் கிறித்துவ மக்கள் கிட்டயும்கொண்டு வந்திட்டாரு. கோவிலைச் சுற்றி தேர் இழுக்கிறது, தேருக்கு முன்னால் கும்பிடு சோறு போடுறது, காது குத்துறது, மொட்டை போட்டுக்கிறது, தீர்த்தம் தெளிக்கிறது, கிடாய் வெட்டி அசன விருந்து கொடுக்கிறது, புனிதர்கள் வணக்கம், சப்பரம் சுமத்தல், முளைப் பாறி எடுத்தல், தூம்பா, வாசகாப்பா அன்னதானம், பொங்கலிடுதல், தீப விளக்கேற்றி வழிபடுதல், இது எல்லாமே இந்து மக்களோட வழிபாட்டு முறைகள், இவை எல்லாத்தையும் அப்பிடியே கிறித்துவ மதவழிபாட்டுக்கு மாத்தினவர் பெஸ்க்கி பாதர் என்கிற வீரமாமுனிவர்.'

காலையில் சப்பரத்திற்கு முன்னால் கும்பிடு சோறு போடும் காட்சியை துரைகளுக்குக் காட்ட வேண்டும் என்பதற்காக துரைகளைக் குளிக்க வைப்பதற்காக கிணற்றுக்கு கூட்டிக்கொண்டு போனான். வழிநெடுகிலும் களம் களமாக செக்கச் செவேர் என்று காய்ந்துகொண்டிருந்த மிளகாய் வற்றல்களையும், ஆமணக்கு காய்களையும் துரைகள் ஆச்சரியமாகப் பார்த்தலோடு அவற்றைப் பற்றிய விவரங்களை சவரிமுத்துவிடம் கேட்டபடியே நடந்தார்கள்.

கிணற்றடிக்கு வந்தவுடன் கமலை இறைத்துக்கொண்டிருந்த சம்சாரி இவர்களைக் கண்டதும் தண்ணீர் இறைப்பதை நிறுத்தி விட்டு குனிந்து வணக்கம் தெரிவித்தான். அவனுடைய உடம்பில் உள்ள ஆடைகளையே துரைமார்கள் வைத்த கண் வாங்காமல் பார்த்துக்கொண்டு நின்றார்கள். நான்கே நான்கு விரல்கடை அகலமுள்ள ஒரு முழம் நீளமுள்ள துணியை கோவணமாகக் கட்டியிருந்தான், தலையில் தலைப்பாகை. கிட்டத்தட்ட முழு நிர்வாணம் என்று சொல்லலாம். துரைகள் அவர்களின் பாஷையில் ஏதேதோ பேசி சிரித்துக்கொண்டார்கள். அந்தச் சிரிப்பில் சவரியும் கலந்துகொண்டான். கமலைக் குழி நெடுகிலும் பூவரசுமரங்கள் நிழல் பரப்பியிருந்தன. கைகளில் மஞ்சள்நிறப் பூவரசுமரப் பூக்களையும், பம்பரம் போன்ற அதன் காய்களையும் வைத்துக் கொண்டு, பூவரசுமரத்தின் இலையைச் சுருட்டி குழலாக்கி பீப்பி

ஊதி விளையாடிக்கொண்டிருந்த முழு நிர்வாணச் சிறுவனைப் பார்த்து துரைகள் சிரித்தார்கள். குழல் ஊதி ஒலி எழுப்புவதிலும், காயை பம்பரம் விடுவதிலும் கவனமாக இருந்த சிறுவன் இவர்களை சட்டை செய்யவே இல்லை. தோட்டத்திற்குள் தண்ணீர் பாய்ச்சிக்கொண்டிருக்கும் அவனுடைய அம்மாவை சுட்டிக்காட்டி சவரிமுத்து துரைகளிடம் ஏதோ சொல்லிக் கொண்டிருந்தான். தண்ணீர் இறைப்பவன், அவனுடைய மனைவி, மகன், மாடுகள், கூனை, தண்ணீரை வாய்ககாலில் கொட்டும் தோல்பை, வாய்காலில் சுளித்தோடும் தண்ணீர், வடம், உருளை, கமலை இறவை எல்லாவற்றையும் ஆச்சரியமாகப் பார்த்த துரைகள் கிணற்றை எட்டிப் பார்த்தார்கள். கெத் கெத்தென்று கண்ணாடியாய் தத்தளிக்கும் தண்ணீர்.

ஐந்து பேரும் குளித்துவிட்டு வேக வேகமாக கோவிலுக்குப் போனார்கள். ஆயிரக்கணக்கான ஆண்களும் பெண்களும் சொட்டச் சொட்ட ஈர உடையுடன் தேருக்கு முன்னால் நெடுஞ்சாண் கிடையாக தரையில் விழுந்து கும்பிட்டு எழுவதும், பின்னர் சற்றே பின்னகர்ந்து தேரை நகர இடம் விடுவதும் பின்னர் தரையில் விழுந்து கும்பிடுவதும் ஆச்சரியமாக இருந்தது. இன்னும் பல பேர் தேருக்கு முன்னால் முழங்கால்களை மட்டுமே ஊன்றி நடந்து சென்றதும் அவர்களின் கால்மூட்டுகளிலிருந்து இரத்தம் வழிவதையும் பொறுத்துக்கொண்டு முட்டால் நடப்பதையும் துரைகள் ஆச்சரியமாகப் பார்த்தார்கள். இந்த மாதிரியான சடங்குகள் கிறித்துவக் கோவில்கள் எங்குமே கிடையாது.

'இது மாதிரி பல இந்து மதச் சடங்குகளை பெஸ்க்கி பாதர் தான், நம்மிடம் கொண்டு வந்தார் துரைகளே.'

'ஆச்சரியமாக இருக்கிறது சவ்ரி.'

'இந்தக் கும்பிடு சேவை செய்கிற மக்களில் பாதிப்பேர், இந்துக்கள் துரையவர்களே.'

'வாட, இந்துக்களா?'

'ஆமாம் துரையவர்களே, இந்தக் கோயிலின் விசேஷமே இதுதான், கிறித்தவ மக்களுக்கு சமமாக இந்துக்களும் வழிபடுகின்ற கோயில் இது துரைகளே.'

கும்பிடு சேவையை பார்த்துவிட்டுக் கோவிலின் பிரதான

வாசலுக்கு வந்தார்கள். ஆயிரக்கணக்கான எண்ணெய் தீபங்கள் சுடர்விட மாதா சொரூபம் தகதகவென ஜொலித்துக்கொண்டிருந்தது. எட்டப்ப மன்னர் கோவிலுக்கு வழங்கிய தான விபரங்கள் ஆங்கிலத்தில் பொறித்து வைக்கப்பட்டுள்ளதைப் படித்து வியந்தார்கள். அதன் அருகிலேயே 1664ஆம் வருடம் முதல் இங்கே இறைப் பணியாற்றிய அருட்பணியாளர்களின் பெயர் களும், அவர்கள் பணியாற்றிய வருடங்களும் பொறிக்கப்பட்ட கல்வெட்டுக்களைக் கவனித்துப் பார்த்தார்கள். 1922 மார்ட்டின் பாதர்வரை செதுக்கப்பட்டிருந்தது. பெஸ்க்கியின் பெயரைத் தேடினார்கள்.

'*1714-1716*, ஜோசப் காண்ஸ்டன்டைன் என்ற பெஸ்க்கி.'

'ஓ மூன்றே ஆண்டுகள்தான்.'

தூண்டில்காரனுக்கு மிதப்பு மேல்தான் கண் என்பது போல் இந்த நால்வரும் எப்போது தன்னைவிட்டுப் பிரிவார்கள், பங்குத் தந்தையைப் பார்த்து தன்னுடைய பிரச்சினைகள் அனைத்தையும் சொல்லித் தனக்கு அங்கே வேலை பார்க்க இஷ்டமில்லை என்ற விபரத்தைச் சொல்ல துடித்துக்கொண்டிருந்தான் சவரிமுத்து. எப்போதும் பங்குத் தந்தையினுடனேயே இருக்கிற துரைகள், மற்ற நேரம் தன்னுடன் இருப்பதை நினைத்து என்ன செய்வ தென்று குழம்பினான். எதிர்பார்த்திருக்கவே மாட்டான் சவரிமுத்து, தன்னுடைய மாமா அந்தோனியைச் சந்திப்போம் என்று.

'ஏல... சவரி, எப்பல வந்தே?'

'நேத்து வந்தேன் மாமா.'

'ஓங்கத்த மிக்கேலம்மா சொல்லியாச்சாம் எனக்குத் தெரிஞ்சது, நான் திருவிழாவுக்கு வந்தேன்டே.'

'அத்தையெல்லாம் நல்லாயிருக்காகளா மாமா?'

'அத்தைக்கென்னடே கொறை, ஒரு கலயம் கள்ளு ஒத்தையில குடிக்கா விட்டா கலயத்தையும் விழுங்கிருவாடே.'

'மாமாவ விழுங்காம இருந்தாச் சரி.'

'சரிடே சவரி, வெள்ளைக்காரப் பொம்பளைய கல்யாணம் பண்ணப் போறதா ஒரு பேச்சு அடிபடுதே நெசந்தானாடே.'

'ஏன் மாமா வெள்ளக்காரிச்சிய கல்யாணம் பண்ணக்கூடாதா?'

‘யாருடே சொன்னது பண்ணக்கூடாதுனு, தாராளமா பண்ணலாம்டே, ஆனா மேலெல்லாம் வெள்ளைவெளேருனு இருக்கிற மாதிரி ‘அதுவும்’ வெள்ளைவெளேர்னு இருக்கும்னு நெனச்சா அது கன்னங்கரேர்னுதான் இருக்கும்டே பாத்துக்கோ’

கூடி நின்றவர்கள் சிரித்துக் குனுகினார்கள். திசையன் விளையில் கல்யாணம் ஆகிறவரை இங்கே இருந்தவர்தான் அந்தோணி மாமா. நல்ல ஊழியக்காரர், கடுமையான உழைப்பாளி, அவரைப் போல் பனையேற யாராலும் முடியாது. அணில் தொத்துப் போட்டு காலில் தடை நார் இல்லாமல்கூட பனையேறிகள் இறக்குவார், பதனீர் இறக்கி கருப்பட்டி காய்ச்சுவார். திசையன் விளையில் பெண்டாட்டி வீட்டில் ஆம்பள வாரிசு கிடையாது. சொந்தமாக ஏராளமான பனைகள் உண்டு, அங்கேயே தங்கி விட்டார்.

அந்தோணி அணிலைப் போல் பனையேறுகிறார் என்றால் காரணம் அவருடைய உடல்வாகு அப்பிடி. குட்டையான உருவம், சில்லாளியான உடம்பு. பனையை இறுக்கியணைத்துப் பிடித்தால் பனையோடு ஒன்றிப் போய் விடுவார், ஆள் இருப்பதே தெரியாது. பனையடிகளில் நடக்கும் கதைகளையெல்லாம் சொல்லிச் சொல்லி சிரிப்பார்.

சித்திரை மாசம் சரியான கோடை, கண்மாய்கரை வரிசைப் பனை எல்லாமே அந்தோணி மாமாவின் குத்தகைதான். வடக்கோரம் இருக்கும் வெள்ளக்காச்சிப் பனையின் கள் பிரசித்தம். அந்தப் பனைக் கள்ளுக்காகவே ஒரு கூட்டம் காத்துக் கிடந்து அந்தோணியைச் சுத்தும். அன்றைக்கும் அதெ மாதிரிதான் இறக்கு கலயத்தை இடுப்பில் தொங்கப் போட்டுக் கொண்டு பனையேறி கலயங்களைப் பார்த்தால் ஒரு கலயத்திலும் சொட்டுக் கள் இல்லை. கலயங்கள் நிறைந்து நுரை தழும்பி நிற்கும் ஆறு கலயங்களும் வெற்றுக் கலயங்களாக இருந்ததைப் பார்த்ததும் திடுக்கிட்டார். கள் தருகிறேன் கொண்டுவருகிறேன் என்று சொன்னவர்களிடம் என்ன சொல்வது. ஈக்கள் குடித்துவிட்டது என்றால் துப்பரவாக வல்லிசாக ஒரு சொட்டு இல்லாமலா ஈ குடிச்சிருச்சு என்று கேட்பார்களே என்று மருகினார்.

மறுநாளும் அந்தப் பனையில் அதே மாதிரி ஒரு சொட்டுக் கள் இல்லாமல் வெற்றுக் கலயங்களைப் பார்த்ததும் விறுமுத்தி

அடிச்சவரைப் போலானார். யாரோ களவாங்குகிறார்கள் என்பதை உறுதிபடுத்திக்கொண்டு மறுநாள் சாமம் போல் எழுந்துவந்து பக்கத்துப் பனையின் மேலேறி ஓலைக்குள் பதுங்கிக்கொண்டார். கண்மாயின் தெற்கு மடைப் பக்கமிருந்து இரண்டு உருவங்கள் கரையேறி வருவது அரிச்சலாய் தெரிந்தது. ஓலைகளுக்குள் அணிலைப் போல் பதுங்கிக்கொண்டு யாரென்று இனம் காண உற்றுப் பார்த்தார். தன்னுடைய அண்ணன் மகன் சுப்பையனும், வடக்குத் தெரு மாமன் மாயாண்டி மகன் காளிமுத்து என்பதையும் பேச்சை வைத்தே அடையாளம் கண்டுபிடித்துவிட்டார். இருள் விலகாத மம்மிருட்டில் வேகவேகமாக கரையைவிட்டு இறங்கி கண்மாய்க்குள் மறைந்தார்கள்.

இந்த இரண்டு நாட்களும் வெள்ளக் காய்ச்சிப் பனையிலிருந்து ஒரு சொட்டு கள்கூட கிடைக்காத வருத்தம் அந்தோணியை வாட்டியது. மூன்றாம் நாளும் தொடரவிடக் கூடாது என்று முடிவு செய்துகொண்டார். பனையடியிலேயே வைத்து கையும் களவுமுமாகப் பிடித்து ஊரில் சொல்லி அபராதம் வாங்கி விடலாமா என்றும் யோசித்தார். ஒரு பட்டை கள்ளுக்காக ஊரைக்கூட்டி கேவலப்படுத்திவிட்டாரே என்று வருத்தப் படுவார்களே என்றும் யோசித்தார். தான் இளவட்டமாக சுற்றித் திரிந்தபோது கள்ளத்தனமாக எத்தனை பனைகளில் நுங்கு திருடியிருக்கிறோம், திருட்டுக் கள் இறக்கி குடித்திருக்கிறோம் என்பதையெல்லாம் நினைத்து மனசுக்குள்ளேயே சிரித்துக் கொண்டார். அவருக்கு சரியான யோசனை பிடிபட்டது.

சாயங்காலம் பாளை சீவுகிற வேலையை எல்லாம் முடித்து விட்டு கடலையூருக்கு நடையைக் கட்டினார். திரும்பவும் இங்கே வர வேண்டுமென்பதால், பாளை அரிவாளையும், தடை நாரையும் மஞ்சணத்தி மூட்டுக்குள் ஒளித்து வைத்தார். தார்ப்பாச்சலை தளர்த்திவிட்டு வேகமாக நடையைக் கட்டினார். பொழுது இறங்கிக்கொண்டிருந்தது. கண்மாய்க்குள்ளிருந்து கௌதாரிகள், மயில்கள் எழுப்பும் சத்தங்கள். எதிரெதிர் ஆள் முகம் தெரியாத மம்மிருட்டு. அந்தோணி போய் நின்ற இடம். நாட்டுவைத்தியர் வேதாசலம் செட்டியாரின் வீட்டு முன்னால். அந்தோணியை இந்த நேரத்தில் செட்டியார் எதிர்பார்திருக்க மாட்டார். சாமமும் ஏமமும் தேள்க்கடி, பாம்புக்கடி என்று வரும் மக்களின்

அழுகையும் பரபரப்பும் அந்தோணியிடம் இல்லாததால் செட்டியார் நிதானமாகவே வரவேற்றார்.

'அடடே... அந்தோணியா, என்ன அந்தோணி நேரங்கெட்ட நேரத்துல.'

'ஒரு முக்கியமான விஷயமா செட்டியாரப் பாக்க வேண்டிய திருந்தது, வந்திட்டேன் அவ்வளவுதான்.'

'நான் கொஞ்சம் பயந்திட்டேன் அந்தோணி, வேற எதுவும் பூச்சி பொட்ட தீண்டிருச்சோனு பாத்தேன், ஏம்னா ஆடையும் கோடையும் பனையடியில அலையிறவன் நீ.'

வீட்டைவிட்டு வெளியே வந்து முற்றத்தில், வாசற்படியை ஒட்டியிருந்த திர்ணையில் உட்கார்ந்தார்கள். தூரத்தில் கல்தூணில் ஏற்றியிருந்த காடாவிளக்கு மங்கலாக எரிந்துகொண்டிருந்தது.

'சரி, அந்தோணி சொல்லு முக்கியமான விஷயத்தை.'

எல்லா விஷயத்தையும் ஒன்றுவிடாமல் சொன்னவன், அந்த ரெண்டு பேரையும் கெறங்க வைக்கும் படியா பேதிக்குப் போற மருந்து கொடுத்து அலைய வைக்கணும், செத்துப் போயிரக் கூடாது செட்டியாரே என்றார்.

செட்டியாருக்குச் சிரிப்பை அடக்க முடியவில்லை. இப்படி விஷயங்களில் பெரிய கில்லாடி செட்டியார். விருட்டென்று வீட்டுக்குள் போனவர் ஒரு டப்பா நிறைய்ய பொடியையும், வெள்ளை வேஷ்டித் துணியையும் கொண்டுவந்தார்.

'அந்தோணி அந்தப் பனையில எத்தனை பாளை.'

'அஞ்சு கலயம் செட்டியாரே.'

'இந்தா இதுல அஞ்சு பொட்டலம் இருக்கு, இதுகள கலயத்துக் குள்ள போட்றப்படாது, பாளையில இப்பிடி இறுக்கி கட்டி யிறணும், பாளையிலருந்து சொட்டுப் போடுற கள்ளு இந்தப் பொடியில பட்டு கலயத்துல விழணும், பொட்டியாருங்க ரெண்டு பேர்த்துக்கும் நாளைக்கு படுக்கையே ஓடை தான், தண்ணி தண்ணியா பீச்சி எடுத்திரும், நிக்கவே நிக்காது. நிறுத்தணுமினா இந்தா இந்தப் பொடியை மோர்ல கலந்து குடிக்கச் சொல்லு கப்புனு நின்னுபோகும்.'

பொட்டலங்களை வாங்கிக்கொண்ட அந்தோணி சந்தோஷமாகப்

வௌவால் தேசம் ❋ 263

புறப்பட்டார். குறுக்குப் பாதை வழியில் போய் கண்மாயின் கரைப்பனையை எட்டினார். வெள்ளைக்காய்ச்சிப் பனையில் ஏறி செட்டியார் சொன்னபடியே பாளையில் கட்டிவைத்தார். காலையில் நடக்கப் போகும் கூத்தை நினைத்தபடியே கீழிறங்கினார். இருட்டோடு இருட்டாக வீடு வந்துசேர்ந்தார். அந்தோணியின் முகம் பிரகாசமாயிருந்தது. எப்படியும் காலையில் ஊர் சிரிக்கப் போகிறது. இரண்டு பொட்டியார்களும் ஓடைக்குள் குடியிருக்கப் போகிறார்கள் என்பதை நினைத்த போது செட்டியாருக்குச் சிரிப்பை அடக்க முடியவில்லை.

பொழுது விடிந்த போது வெள்ளைக் காய்ச்சிப் பனை தவிர மற்ற எல்லாப் பனைகளிலும் கள் இறக்கி முடித்துவிட்டு, கடைசியாக வெள்ளைக் காய்ச்சிப் பனையில் ஏறி கலயங் களைச் சுத்தப்படுத்திவிட்டு ஒவ்வொரு பாளையிலிருந்தும் பேதிமருந்துப் பொட்டலங்களை அகற்றிவிட்டுக் கீழிறங்கினார். நடக்கப் போகும் வேடிக்கையை நினைத்து மனசு குதூகலித்தது. நேராக மாமன் மாயாண்டி வீட்டுக்குப்போனார். மாமாவைக் காணவில்லை அத்தை மட்டும்தான் வீட்டில் இருந்தது.

'யாரு... அந்தோணி மருமகனா, வாங்க, என்ன மருமகன இன்னைக்கு வழி தப்புனாப்ல இருக்கு, அதுக்குள்ள பனைக்குப் போய்ட்டு வந்திட்டீகளா.'

'ஒரு விஷயமா காளிமுத்து மாமாவைப் பாக்கணும், பனையடிப் பக்கம் இப்ப ஆள் வர்ரதே இல்லை.'

'இன்னைக்கு விடிஞ்சதுலருந்து அஞ்சாறாட்ட வீட்டுக்கு வர ஒடனே கெளம்பிப் போக எங்கடா போறனு கேட்டா நின்னு பதில் சொல்லாம வேகவேகமா ஓடுறான் என்னனு தெரியல.'

அந்தோணிக்கு சிரிப்பை அடக்க முடியவில்லை. செட்டியார் கொடுத்த மருந்து வேலை செய்கிறது என்பதை நினைத்துக் கொண்டான். பொட்டியாருக ரெண்டு பேரும் புங்க மரத்து ஓடையில்தான் இருப்பார்கள் என்று அப்படியே ஓடைப் பக்கம் நடையைக் கட்டினான். புங்க மரத்துக்கு அடியில் இருவரும் படுத்துக் கிடந்தார்கள். அந்தோணியின் அண்ணன் மகன் சுப்பையன் எழுந்து ஓடைக்குள் ஓடினான். காளிமுத்துவின் கண்கள் குழிவிழுந்து உதடுகள் உணர்ந்து கிறங்கிப்போய் உட்கார்ந்திருந்தான். சுப்பையன் வந்தவுடன் காளிமுத்து இறங்கி

ஓடைக்குள் ஓடினான்.

‘என்னடே ரெண்டு பேரும் மாறிமாறி ஓட்டப் பந்தயம் நடத்துறீங்க, என்ன விஷயம்.’

‘மாமா மன்னிச்சுக்கோங்க மாமா, ஊருக்குள்ள தெரிஞ்சா கேவலமாப் போயிரும், இனிமேப்பட ஒங்க பனைப் பக்கம் தல வச்சுக்கூட படுக்க மாட்டோம், இது சத்தியம் மாமா.’

‘சின்னய்யா ஒங் கால்ல வேணுமானாலும் விழுறோம் ஆனா ஊருக்குள்ள சொல்லிறாத, களவாணிப் பயகனு கேலி பண்ணுவாங்க.’

வயிற்றுப்போக்கை நிறுத்த செட்டியார் கொடுத்துவிட்ட பொடியை எடுத்தான்.

‘இந்தாங்கடா... இதக் கொண்டு போயி மோர்ல கலந்து குடிங்க, அப்பத்தான் வயித்தால போறது நிக்கும், இனிமேப்பட களவு செய்யணும்னு நெனச்சீக, ஒன்னு வெஷம் வச்சு கொல்வேன், இல்லனா காலக் கையை மொடக்கும்படியா செய்வினை வச்சு சீரழிய விட்டுருவேன்.’

இருவரும் கும்பிட்டு பொடியை வாங்கிக்கொண்டு ஓடினார்கள். சவரிமுத்து அந்தோணி மாமாவை நினைத்து நினைத்துச் சிரித்தான்.

ராசையா நாடாரும் பனையேறிதான், எந்த வகையிலோ அந்தோணி மாமாவுக்கும் ராசையா நாடாருக்கும் பகையாகிப் போயிற்று. அடிக்கடி இருவரும் சண்டை போட்டுக்கொள்வதும் தெருக்காரர்கள் விலக்கிவிடுவதும் வாடிக்கையாகிப்போயிற்று. அன்றைக்கும் அதே மாதிரிதான் ஊரெல்லாம் கூடிநிற்க இருவருக்கும் வாய்த்தகராறு, மாறி மாறி வசவுகள். யாரும் எதிர் பார்த்திருக்க மாட்டார்கள். அந்தோணி விருட்டென்று வீட்டுக்குள் போனவர் பாளை அரிவாளைக் கையில் ஓங்கியபடியே ராசையா நாடாரை நோக்கி ஓடினார். கூட்டம் குய்யோ முறையோ என்று கூச்சல் போட்டது. ராசையா நாடாரின் கையில் எதுவுமில்லை. அவருக்கும் என்ன செய்வதென்று தெரியவில்லை. அப்போதுதான் யாரும் எதிர்பார்க்காத அந்த சம்பவம் நடந்தது. அந்தோணியின் மனைவி ரோசம்மாள் கூட்டத்துக்குள்ளிருந்து பாய்ந்து வந்தாள். அப்படியே அலாக்காக அந்தோணியைத் தூக்கித் தோளில்

போட்டுக் கொண்டு வீட்டுக்குள் போட்டுக் கதவைப் பூட்டி விட்டு வந்தாள் கூட்டம் கெக்கெலி போட்டுச் சிரித்தது.

'ராசையா நீ போ ராசையா, சும்மா வெத்துவேட்டு.'

மறுநாள் காலையில் மாமன் மச்சினன்களின் கேலியைத் தாங்க முடியவில்லை அந்தோணிக்கு. நாத்தனார் மதினி கொழுந்தியார்களும் கேலி பண்ணத் தவறவில்லை.

'நல்ல வேளைக்கு ரோஸி வந்து குறுக்க விழுந்து புடிச்சிட்டா, இல்லனா நான் போன வெறிச்சிக்கு ராசையா நாடான் தலைய துண்டா எடுத்திருப்பேன், ஏசய்யாதான் என்னய காப்பாத்துனாரு!

34

ஒரு பெரிய யுத்தம் நடந்து முடிந்த இடத்தைப் போல் காட்சியளித்தது காமநாயக்கன்பட்டி ஊர். துண்டிக்கப்பட்ட தலைகளைப் போல் கண்ணெட்டும் தூரம்வரை சிதறிக் கிடந்தன அடுப்புக் கூட்டிய கற்கள். தீயினால் கருப்பேறி இருந்ததால் மனிதத் தலைகள் மாதிரியே தெரிந்தன. மீதமான, தேவையற்ற பொருட்கள், வண்டி மாடுகள் விட்டுச்சென்ற தீவனங்கள், மாட்டுச் சாணங்கள் அனைத்தையும் சுத்தப்படுத்த எப்படியும் அஞ்சாறு நாட்கள்கூட ஆகலாம். துரைகள் புறப்பட்டுப் போன பிறகு, தான் மறுநாள் வருகிறேன் என்று சொல்லி பாதரைப் பார்ப்பதற்காக சவரிமுத்து இங்கேயே தங்கிக் கொண்டான். மறுநாள் எப்படியும் பாதரைப் பார்த்து, விரிவாகப் பேசிவிட வேண்டும் என நினைத்துக்கொண்டிருக்கும் அத்தனை விஷயங்களையும் பாதரிடம் சொல்லிப் புரியவைத்து எப்படியாவது அங்கிருந்து விலகி வந்துவிட வேண்டும் என நினைத்தபடியே நன்றாக தூங்கிப் போனான்.

நடு ராத்திரி சவரிமுத்து பதறி எழுந்து உட்கார்ந்தான். தான் கண்ட பயங்கரக் கனவை மெல்ல மெல்ல அசைபோட்டான். முழுமையாக நினைவில் வரவில்லை என்றாலும் பயத்துடனும் மிரட்சியுடனும் நினைத்துப் பார்த்தான். இவையெல்லாம்தான் வருங்காலங்களில் நடக்க வேண்டும் என்று துரைகள் திட்டம் தீட்டுகிறார்கள். அதற்கு நானும் உடந்தையாக இருந்துவிட்டால்

கர்த்தர் நம்மை மன்னிக்கவே மாட்டார், நரகத்தில்தான் தள்ளுவார் என்றும் பெஸ்கி பாதர் கற்றுக் கொடுத்த ஆங்கிலம் நல்ல காரியங்களுக்குப் பயன்படாமல் தேசத்தை சுடுகாடாக்கும் திட்டத்திற்குப் பயன்படக் கூடாது என்று கவலையுற்றான். கனவின் ஒவ்வொரு வாசகத்தையும் நினைவுகூர்ந்தான்.

‘இந்த நாட்டை அழித்து வெற்றுக் கற்குவியலாக்குவேன். அவற்றில் குள்ள நரிகளை வளர விடுவேன், நாடெங்கிலும் குள்ள நரிகளின் வளைகளை உண்டு பண்ணுவேன். அங்கு வசிக்கும் மக்களை வாழாப் பாழ்வெளியாக்குவேன். நாடு அழிந்து பாலைவனம் போல் தீய்ந்து போகச் செய்வேன். இம்மக்களை வலுக்கட்டாயமாக எட்டிக்காய் உண்ணச் செய்வேன். நஞ்சு கலந்த நீரை தினமும் சிறுகச் சிறுக அருந்தச் செய்வேன். உறவுகளைச் சிதறடித்து ஒருவர் முகம் ஒருவர் பாராத விதமாய் வாழ்ந்து முடிக்க ஆணை இடுவேன். ஒப்பாரிச் சத்தங்கள் அன்றாடம் கேட்ட வண்ணம் இருக்கும், காதுகொடுத்துக் கேட்கவோ, கண்களில் நீர் சொரிந்து அனுதாபம் காட்டவோ கணநேரம்கூட யாருமே நின்று செவிமடுக்க மாட்டாமல் பண்ணுவேன். நடமாடும் பிணங்களைப் போல் மனிதர்கள் மௌனித்த படியே திரிவார்கள். புன்னகையோ, சிரிப்போ அற்ற ஜடங்களாக மாற்றுவேன். வயதை ஒத்த புணர்ச்சி தருமத்தை மாற்றி, சிறுமிகளை மணம் முடிக்கும் கிழவர்களை உண்டு பண்ணுவேன். உறவுகளைச் சிதைத்து தான் வளர்த்த மகளையே மணம் புரியும் விந்தைக் கிழவனை மக்கள் போற்றிப் புகழுரைக்க வசனங்கள் சொல்வேன். கள்ளிச் செடிகளை உண்டு பண்ணி, மக்களின் மனங்களில் பதியமிடுவேன். உள்ளே ஒருவனாகவும், வெளியே வேறு ஒருவனாகவும் வாழும் கலை கற்ற மனிதக் கூட்டங்களை உருவாக்கி, கவர்ச்சியான பொய்யுரைகளை விதைப்பேன், அப் பொய்யுரைகளை நம்பி மக்கள் தேனீக்களைப் போல் என்னை மொய்க்கச் செய்வேன்.

வேற்றினங்களின் வழியைப் புகுத்தி சுயசார்பைச் சிதைத்து, பாரம்பரியத்தைச் சிதறடிப்பேன். மனித மந்தைகள் ஆயுள் முழுக்க ஒலித்துக்கொண்டும் நினைத்துக்கொண்டும் இருக்கக் கூடிய ஒரு புதிய உருவத்தைக் கட்டமைத்து மனிதர்களின் மனங்களில் புகுத்துவேன். அவ்வுருவம் கறுப்புநிறத்துடன்

பேயைப் போலிருக்கும். இரவு வெளவால் உருக்கொண்டு இரை தேடும். பழங்களையே உணவாகக்கொண்டு வாழ்ந்த அந்த உருவம் பழச்சுவையை சலிக்க வைத்து மாமிச பட்சியாக மாறி இரத்தம் குடிக்கும் விசித்திரப் பறவையாக மாறிப்போகப் பண்ணுவேன். பெண்களின் யோனிகள் பறந்து திரிவது போல் அந்த வெளவால் போன்ற பறவை வானமெங்கும் பறந்து திரியும். அதன்மேல் பட்ட சூரிய நிழல்கள் தரையில் கண்ணாம்பூச்சி காட்டும்.'

சவரிமுத்து பதறிப்போய் படுக்கையில் எழுந்து உட்கார்ந்தான். தான் கண்டது கனவுதான் எனபதை உணரவே சிறிது நேரமாயிற்று. வெளியில் கரிச்சான் குருவிகளின் கீச்கீச் சத்தங்கள் கேட்டன. விடிகாலை என்பதை உணர்ந்துகொண்டவன் காலையில் காணும் கனவுகள் பலிக்கும் என்று தாத்தா சொல்வதை நினைத்துப் பார்த்தான். கரிச்சான் குருவிகளுக்குப் பின் கௌதாரிகளும், அதன் பின்னர் மயில்களும், கடைசியாக சேவல்களும் கிராமங்களை அன்றாடம் துயில் எழுப்பும். இன்னும் சற்று நேரத்தில் திருப் பலிக்கான மாதா கோயில் மணி ஒலிக்கத் தொடங்கும். பூஜையில் கலந்துவிட்டு எப்படியும் இன்று பாதரை சந்தித்துவிட வேண்டும் என்று நினைத்தபடியே எழுந்து ஊரணிக்கரைக்கு விரைந்தான்.

கோயிலை நெருங்க நெருங்க பாதரின் சத்தம் அண்மித்துக் கொண்டே வந்தது. சுவர்களில் பட்டு எதிரொலித்த பாதரின் கரகரத்த குரலின் பிரசங்கம் சுவர்களைத் தாண்டியும் இலேசாகக் கேட்டது. தலைவாசலை ஒட்டி ஏழெட்டுப் பெண்கள் முக்காடிட்டு முழந்தாளிட்டு ஜெபித்துக்கொண்டிருந்தார்கள். பாதரின் அருகில் தீபாராதனையின் ஜ்வாலைகள் பிரகாசமாகத் தெரிந்தன.

'உன் நண்பர்களாக நீ வளர்த்துவிட்டவர்களே, உன் தலைவர் களாக ஏற்படுத்தப்படும் போது நீ என்ன செய்வாய், பேறுகாலப் பெண்ணின் வேதனை உன்னைப் பற்றிக்கொள்ளாமல் போகுமா? சிறுத்தைகள் தம் புள்ளிகளை மாற்றிக்கொள்ள அல்லது அகற்றிக் கொள்ள இயலுமா?'

'பாலை நிலக் காற்றில் பறந்து போகும் பதர்களைப் போல் நான் உங்களைச் சிதறடிப்பேன்.'

'உன் ஆடைகளை உன் முகத்துக்கு மேல் தூக்கி கழற்றி எறிவேன், உன் அவமானம் பகிரங்கப்படுத்தப்படும்.'

'உன் அருவருக்கத்தக்க செயல்களாகிய விபச்சாரங்களையும் காமக் களைப்புகளையும் பரந்த வெளியில் குன்றுகளின்மேல் நீ செய்த கீழ்த்தரமான வேசித் தனங்களையும், மக்கள் விரைவில் உணரத் தொடங்குவார்கள்.'

சவரிமுத்து தேவாலயத்திற்குள் நுழைந்து மண்டியிட்டு, தன் நெஞ்சில் சிலுவையிட்டு கைகளை முத்தினான். பாதரோ தன் இரு கைகளையும் அகலவிரித்து பறப்பதைப் போல் நின்று கொண்டு கம்பீரமான குரலில் பிரசங்கத்தைத் தொடர்ந்தார். பாதர் சொல்கின்ற ஒவ்வொரு வசனமும் இன்று தன் நெஞ்சில் அரித்துக் கொண்டிருப்பவை என்பதை சவரிமுத்து உணர்ந்துகொண்டான்.

'கன்று ஈன்ற வயல்வெளியில் பெண்மான் புல் இல்லாமையால் தான் ஈன்ற கன்றையே விட்டுவிட்டு ஓடிப்போகும்.'

'நான்கு வகையான அழிவின் சக்திகளை நான் உருவாக்கப் போகிறேன். காலம் பல கடந்தாலும் இந்த நான்கு சக்திகளால் மக்கள் அழிவதை யாராலும் தடுத்து நிறுத்த முடியவே முடியாது'

'கொல்வதற்கு வாளையும், இழுத்துச் செல்வதற்கு ஓநாய் களையும், விழுங்கி அழிப்பதற்கு ராட்சச வௌவால் கூட்டங் களையும் அனுப்பப் போகிறேன். சூரியக் கதகதப்பில் கறுப்பின் பாதுகாப்பில் மரங்களில் தொங்கும் வௌவால்கள் பிணங்களைத் தின்னும் கழுகுகளைப் போல் உருமாறி மனிதர்களைத் தூக்கிச் செல்லும் வல்லமையைப் பெறும்.'

'கடற்கரையின் மணலைவிட கைம்பெண்களின் எண்ணிக்கையை அதிகமாக்குவேன்.'

'ஒருவனே பல பெண்களைப் புணர்ந்து சந்ததிகளைப் பெருக்கி, அந்தச் சந்ததிகளுக்கு இத்தேசத்தையே கூறுபோட வைப்பேன்.'

'களியாட்டக் கூட்டங்களில் மக்கள் தங்களை மறந்து மயங்கி நினைக்கும்படி பண்ணுவேன். மது, மாது தவிர்த்து வேற்று சிந்தனையே இல்லாத நடமாடும் பொம்மைகளை உருவாக்கி, என்னைத் துதிபாட வைத்து, எப்போதும் சூரியனாய் நான் ஜொலிப்பேன். தேர் சுமந்து திரியும் அடிமைகளுக்கு மாராப்பை மட்டும் திறந்து காட்டும் பதுமைகளைப் பரிசளிப்பேன்.'

திருப்பலி முடிந்து ஜனங்கள் ஒவ்வொருவராக கோவிலைவிட்டு

வௌவால் தேசம் ❋ 269

வெளியேறிக்கொண்டிருந்தார்கள். சவரிமுத்து பாதர் இருக்கும் திருப்பலி பீடத்தின் முன்னால் நின்று ஸ்தோத்திரம் சொன்னான். நேற்றே துரைகளுடன் போயிருப்பான் என நினைத்த பாதர் ஆச்சரியத்துடன் சவரிமுத்துவைப் பார்த்தார்.

‘என்னடே நேத்து துரைகளோட நீ போகலியா?’

‘போகல பாதர்.’

‘ஏன்டே போகல?’

‘உங்கள்கிட்ட சில விஷயங்கள் தனியா பேசணும் பாதர், அதான் போகல பாதர்.’

இதைச் சொல்லும் போதே சவரிமுத்துவின் முகம் சோர்வதையும், அவனுக்குள் ஏற்படும் ஒரு படபடப்பையும் கவனித்துவிட்ட பாதர், தன் பின்னால் வரும்படி சைகை காட்டிவிட்டு வேகமாக தன்னுடைய அறைக்கு நடந்தார். அன்றாடம் சவரிமுத்துபோன அறைதான், உட்கார்ந்த இடம்தான், வழக்கப்படியே சவரிமுத்து ஓடிப்போய் அனைத்து ஜன்னல் கதவுகளையும் திறந்து வைத்து விட்டு கதவைச் சாத்தி உள் தாழ்ப்பாளைச் சொருகினான். பாதர் அண்ணாந்து தண்ணீர் குடித்து தன்னை ஆசுவாசப்படுத்திக் கொண்டு சவரிமுத்துவை உற்றுப்பார்த்தார். அப்பார்வை என்ன சொல்ல வேண்டுமோ அதைச் சொல் என்பது போலிருந்தது. கொஞ்சம் தயக்கத்துடனேயே சவரிமுத்து ஆரம்பித்தான்.

‘பாதர் எனக்குத் துரைகளோட இருக்கப் பிடிக்கல பாதர்.’

‘ஏன்... என்னாச்சு சவரி?’

‘... ... ...’

‘சொல்லு சவரி, என்ன காரணம்?’

‘பாதர் அவங்களோட செயல்கள் எனக்குப் புடிக்கல பாதர்’

‘என்னது புடிக்கலனு சொல்லு சவரி?’

‘தினமும் அவங்க எழுதிக் குடுக்கிறத நான்தான் நம்ம பாஷையில மொழிபெயர்க்கிறேன் பாதர்.’

‘அதுதான ஒன்னோட வேலை, அதுக்காகத்தான அவங்க ஒன்னைய கூட்டிட்டுப் போனாங்க, சொல்லு சவரி.’

சவரிமுத்துவின் தயக்கம் பாதரைக் குழப்பமடையச் செய்தது. தன்னிடம் கூறத்தயங்கும் விஷயம் என்னவாக இருக்கும் என்பதை

யூகித்தபடியே சவரிமுத்துவின் முகத்தை உற்றுப்பார்த்தபடியே உட்கார்ந்திருந்தார். எப்படி ஆரம்பித்து சொல்வது என்று யோசித்துக்கொண்டிருந்தான் சவரிமுத்து.

'பாதர் இன்னும் ஐம்பது அறுபது ஆண்டுகள் கழித்து இங்கே வாழும் மக்கள் எப்படி இருக்க வேண்டும் என்பதைத் தீர்மானிக்க துரைகள் என்னென்னமோ செய்கிறார்கள். அந்த வேலைகள் எனக்குப் பிடிக்கவில்லை பாதர்.'

'என்னமும் செஞ்சிட்டுப் போறாங்க சவரி, உனக்கென்ன உன்னோட வேலையை மட்டும் நீ பார்.'

'அப்படியில்ல பாதர், இப்போ நீங்க மக்களை நல்வழிப் படுத்தத்தானே தினமும் பிரார்த்திக்கிறீர்கள், துறவறம் ஏற்றிருக் கிறீர்கள்.'

'ஆமாம் சவரி, அதிலென்ன சந்தேகம்.'

'நன்றாக வளர்ந்து பூத்து, காய்த்துப் பழுத்து நிற்கும் மரங்களை, இன்னும் நாற்பது ஐம்பது ஆண்டுகளுக்குப் பிறகு பூக்காத காய்க்காத பழுக்காத மரங்களாக மாற்றிவிடுவேன் என்று ஒருவன் பாடுபட்டால், அது தவறுதானே பாதர், தவறு மட்டுமில்ல பாவமும் இல்லையா பாதர்.'

'சவரி, நீ சொல்வது எனக்கொன்றும் விளங்கவில்லை விபரமாகச் சொல் சவரி.'

'பாதர் அவர்கள் இங்கு வாழும் மக்களை இன்னும் சில வருடங்கள் கழித்து உண்மைகளைப் பேசாத பொய்களை மட்டுமே பேசும் மனிதர்களாகவும், காமம் ஒன்றைத் தவிர்த்து வேறு சிந்தனையே இல்லாத காமக்களியாட்ட வெறியர்களாகவும், எந்நேரமும் போதை வஸ்துகளின் லாகிரியில் மயங்கி சுய சிந்தனையற்ற நடமாடும் பொம்மைகளாகவும், அற உணர்வோ, தெய்வநம்பிக்கையோ இல்லாத விட்டேத்திகளாகவும், வௌவால் களைப் போல் முரண் பிறவி, முரண் வாழ்க்கை, செயல்முரண், இருட்டில் வாழ்ந்து பகலில் தொங்கும் விசித்திரத்தை மனிதர் களிடம் புகுத்த எத்தனிக்கிறார்கள் பாதர்.'

'அது எப்படி முடியும் சவரி, ஆண்டவரின் சித்தத்தின்படி உருவாக்கப்பட்ட மனிதனை ஆண்டவரைத் தவிர வேறு யாராலும் மாற்றவே முடியாது சவரி'

‘அப்படியல்ல பாதர், இதுவரை உள்ள அத்தனை கற்பித்தல் முறையையும் மாற்றிவிட்டு, புதிய கல்வி, புதிய கற்றல் முறையைக் கொண்டுவரப் போகிறார்களாம். அதற்கான பாடத் திட்டங்களை உருவாக்கிவிட்டார்கள். அந்த பாடத்திட்டத்தின் சாரத்தை ஒரே வரியில் சொல்கிறேன் பாதர்.’

‘நீ உள்ளுக்குள் ஒருவனாகவும் வெளியில் வேறொருவனாகவும் இருக்க வேண்டும். அதாவது ஒரே நேரத்தில் பறவையாகவும், பாலூட்டியாகவும் இருக்கிற வௌவால்களைப் போல, பகலில் ஒருவனாகவும், இரவில் வேறொருவனாகவும், அறமற்ற மனிதர்களாக.’

சவரிமுத்து சொல்கின்ற விஷயங்கள் பாதருக்கு புரியப்புரிய அவர் முகம் மாறியது. இரண்டொரு இடங்களில் தன் நெஞ்சில் சிலுவையிட்டுக்கொண்டார்.

‘அறமற்ற மனிதன்’ என்று இலேசாக முணுமுணுத்துக் கொண்டார். இது சாத்தியமா என்று யோசிக்கத் தொடங்கினார்.

‘பாதர் அவர்களுடைய திட்டங்கள்படி மக்கள் மாறிவிட்டார்கள் என்றால் இங்கே என்ன நடக்கும் தெரியுமா பாதர்.’

‘என்ன நடக்கும் சவரி?’

‘அறம் செயல் இழக்கும் போதும் செத்து அழியும் போதும் மனிதர்கள் மிருகங்களாக மாறிவிடுவர், அதாவது மனித உருவம், மிருக எண்ணங்கள், மிருக வாழ்க்கை. ஒவ்வொருவரும் வரைமுறை, வயது முறை இன்றி புணர்ச்சி செய்வார்கள், மூன்று மனைவிகளையும் நான்கு வைப்பாட்டிகளையும் வைத்திருப்பார்கள், தன் பிள்ளைகளுக்கும், வைப்பாட்டிகளின் பிள்ளைகளுக்கும் ஏழு தலைமுறைக்கான செல்வத்தைப் பதுக்கிவைப்பார்கள், துறவியென்று தன்னை அடையாளப்படுத்தும் பெண், துறவியாக இருக்கமாட்டாள், ஆடம்பரம் விரும்பும் மகாராணியாக வாழ்வாள். தங்கள் ஆசைகளுக்கு வடிகாலாக ஆண் ஆணையும், பெண் பெண்ணையும் சுகிப்பார்கள். கறுப்புநிற வௌவால் கூட்டத்தில் ஆண் எது, பெண் எது, அறம் எது?’

சவரிமுத்து சொல்லச் சொல்ல அமைதியாக கேட்டுக் கொண்டிருந்த பாதர் எழுந்து போய் புத்தகக் குவியல்களுக்கு இடையில் இருந்த ஒரு சிறு டைரி போன்ற புத்தகத்தை எடுத்துக்

கொண்டுவந்து, சில பக்கங்களைப் புரட்டினார். அப்புறம் குறிப்பிட்ட பக்கத்தையே உற்றுப்பார்த்தார். உதடுகள் முணு முணுக்க மெதுவாக வாசிக்கத் தொடங்கினார்.

'உன் அறிவினாலா வானத்தில் பறக்கும் வல்லூறு பாய்ந்து தரையிறங்குகிறது? இலக்கை நோக்கி இறக்கை விரிக்கின்றது? உயர்ந்த இடத்தில் தன் உறைவிடத்தைக் கட்டுகின்றது? செங்குத்துப் பாறைகளை அரணாக அமைத்துக்கொண்டு, பாறை உச்சியில் கூடுகட்டி தங்குகின்றது? அங்கிருந்தே எவ்வளவு தொலைவானாலும் தன் இரையைப் பார்க்கும், உற்று நோக்கும். குருதி வாசம் விரும்பும் அதன் குஞ்சுகள், எங்கே பிணமுண்டோ அங்கே பறந்து செல்லும்.'

பாதர் முணுமுணுத்ததைக் கவனமாகக் கேட்டுக்கொண்டு இருந்தான் சவரிமுத்து.

'இங்கே கேள் சவரி, எல்லாம் அதனதன் விதிப்படிதான் நடக்கும், கர்த்தரின் நியதியை யாராலும் மாற்றிவிட முடியவே முடியாது, அதனால் நான் சொல்வதைக் கேள், துரைமார்கள் சொல்கின்றபடி கேள், உன்னுடைய வேலை என்பது அவர்கள் கொடுப்பதை மொழிமாற்றம் செய்வதோடு அந்நிய பாஷை தெரியாதவர்களுடன் துரைகள் உரையாட வழிசெய்து கொடுப்பது, ஒரு நல்ல துபாஷியானவன், மொழியோடு மட்டுமே பயணிக்க வேண்டுமேயொழிய, மொழியைத் தனதாக்கிக்கொண்டு கர்வம் காட்டக் கூடாது, துபாஷியின் உறவு என்பது மொழி பேசும் நாக்கிற்கும், உணரும் செவிக்கானது மட்டுமேயொழிய அவர்களின் ஆத்மாவின் திட்டங்களை மறுதலிப்பதில்லை.'

பாதரிடமிருந்து இப்படியான பதில் வரும் என்று சவரிமுத்து எதிர்பார்த்திருக்க மாட்டான். அவனுடைய முகம் இறுகிப் போயிற்று.

'கன்றுக்குட்டியின் துள்ளல் தாயன்புக்கு எதிரானதல்ல, சவரி நீ ஒரு கன்னுக்குட்டி. துள்ளல் இருக்கத்தான் செய்யும்.'

எதுவுமே பேசாமல் மௌனமாக உட்கார்ந்திருந்த சவரிமுத்து பாதரின் முகத்தையே உற்றுப்பார்த்துக்கொண்டிருந்தான்.

'பாவிகள் ஒன்றுகூடி ஒரு பாவத்தைச் செய்ய துணிந்துவிட்டால், அந்தப் பாவச் செயல் முழுமையாக நிறைவேறாத போது

அதிலிருந்து எந்தப் பாவியும் வெளியேற அனுமதிக்கமாட்டார்கள் சவரி, விரும்பியோ விரும்பாமலோ அந்தப் பாவக் காரியத்திற்கு நீயும் துணை புரிந்துதான் ஆகவேண்டும். ஏனெனில் பாவிகளில் நல்ல பாவிகள், கெட்ட பாவிகள் என்ற பேதம் கிடையாது.'

'பாதர் அப்படியென்றால் துரைகள் செய்யும் அந்தப் பாவச் செயலுக்கு நான் உடன்பட்டுத்தான் ஆகணுமா பாதர்?'

'உடன்படாவிட்டால் கொல்லப்படுவாய்.'

பாதரின் இந்தப் பதிலைக் கேட்டதும் நிலைகுலைந்து போனான் சவரி. மௌனம் நீண்டது.

'இன்றைக்கே நான் புறப்பட வேண்டும் பாதர், ஒருநாள் தான் நான் விடுப்பு கேட்டிருந்தேன்.'

எழுந்து வந்து பாதரின் முன்னால் மண்டியிட்டான். பாதர் அவனுடைய நெற்றியில் கட்டைவிரலை வைத்து ஆசிர்வாதம் பண்ணினார்.

'துரைகளைப் பகைத்துக்கொண்டு, துரைகளின் அனுமதி யில்லாமல் வெளியேறினால், நீ நிம்மதியாக வாழ முடியாது சவரி, கோளாறாக நடந்துகொள், அவசரப்பட்டுவிடாதே.'

'யாக்கோபு மாமா வண்டி பருத்தி மருகைகள் ஏத்தி தூத்துக் குடிக்குப் போகுது பாதர், அவர்கூட இன்னைக்கு சாயங்காலம் போறேன், அங்கிருந்து கேம்புக்குப் போயிருவேன்.'

'போய்ட்டு வா, சவரி, கர்த்தர் உன்னை ஆசிர்வதிப்பார்.'

பாதரிடமிருந்து விடைபெற்றுக்கொண்ட சவரி மேலத்தெரு வழியே நடந்தான். எடை போட்ட பருத்தி மருகைகள் தெருவெங்கும் வரிசையாய்க் கிடந்தன யாக்கோபு மாமாவின் வீட்டை எட்டிப் பார்த்தான். ரோஸம்மா அத்தை மட்டுமே இருந்தது.

'மாமாவ எங்கத்தே காணோம்.'

'வண்டிக்கு மசகு போடப் போயிருக்காக மருமகனே, வீட்டுக்குள்ள வாங்க, வெளியிலயே நிக்கீக, மாமா இருந்தாத்தான் வருவீகளா, அத்தை இருந்தா வரமாட்டீகளா?'

ரோசம்மா அத்தையின் மகள் கிரேஸி எட்டிப் பார்த்துவிட்டு, விருட்டென்று மச்சு வீட்டுக்குள் போனது.

'பாத்தீகளா மருமகனே, மாமாவப் பாத்த ஒடனே மருமகளுக்கு

வந்த வெக்கத்த, வீட்டுக்குள்ள போயி கதவப் பூட்டிக்கிட்டா...'

'... ... ...'

'மருமகனே நீங்க வெள்ளக்காரத் தொரமாருககூட இருக்கிறதா மாமா சொன்னார், பாத்து இருந்துக்கோங்க. பலரும் பல மாதிரி பேசுறாங்க மருமகனே.'

'அப்படியெல்லாம் ஒன்னும் இல்ல அத்தை, சும்மா பயம் காட்றாங்க, கொஞ்சம் ப்ரியா இருக்க ஆசைப்படுவாங்க.'

'சரி... அதுக்கு மேல மருமகன்கிட்ட அத்தை பேசக் கூடாது, மாமாவோட வண்டியில போறீகளா மருமகனே.'

'ஆமாம் அத்தை.'

ரோசம்மா அத்தையிடமிருந்து விடைபெற்றுக்கொண்டு கொட்டாரத்திற்கு நடந்தான். அங்கேதான் யாக்கோபு மாமா வண்டியை நிறுத்தியிருப்பார். சவரிமுத்து வந்ததை கவனிக்காமல் வண்டிக்கு மசகு தயாரிப்பதிலேயே குறியாக இருந்தார். வைக்கோல் கட்டை தீ வச்சுக் கொளுத்தி, அந்தச் சாம்பலைக் கூட்டி அள்ளி ஒரு பாத்திரத்தில் போட்டு, விளக்கெண்ணெய் ஊற்றி நன்றாக பிசைந்து கொண்டிருந்தார். கன்னங்கரேரென்று லேகியம் மாதிரி மசகை உருட்டிக்கொண்டே திரும்பிப் பார்த்தார்.

'அடடே... வா...சவரி... வா, இங்கிட்டுக் கூடிவர்ரே?'

'பாதரைப் பாத்திட்டு, ஒங்க வீட்டுக்குப் போனேன், நீங்க இங்க இருக்கிறதாக அத்தை சொல்லுச்சு, இப்படியே கொட்டாரத்துப் பாதை வழி வாரன்.'

'சரி... சவரி, பாதரு என்ன சொன்னாரு, இந்தப் பாதரு மேலத் தெருக்காரங்களுக்கு கொஞ்சம் சப்போர்ட் பண்றதாக ஒரு பேச்சு அடிபடுது.'

நீண்ட வாரிக் கம்பு வைத்துக் கட்டப்பட்டிருந்ததால் வண்டியில் கீழ்பக்கம் ஆறு மருகைகளும் மேல்புறம் ஆறு மருகைகளும் ஏற்றியிருந்தார் யாக்கோபு மாமா. வண்டி ஓட்டுகிற மாமாவின் பின்னால் சவரிமுத்து உட்கார்ந்திருந்தான். கண்ணுக்கு எட்டும் மட்டும் பனைகளும், புதிதாக முளைத்து வளர்கிற விடலிப் பனைகளும், பனைக் கூட்டங்களுக்கு மத்தியில் ஓலைக் குடிசை களும் தட்டுப்பட்டன. வண்டிப் பாதையின் நெடுகிலும் அடர்ந்து வளர்ந்திருந்தன மஞ்சணத்தி மரங்கள். ஆங்காங்கே வெய்யிலில்

நடமாடும் பொம்மைகளைப் போல் காடுகளில் வேலை செய்யும் மனிதர்கள்.

வண்டிக்கு எதிரே தலையில் காய்ந்த பனை மட்டைகளைச் சுமந்துகொண்டு வருகிற பொம்பிளையை சவரிமுத்து அடையாளம் கண்டுகொண்டான். தன்னுடைய அம்மாவுடன் பிறந்த புஷ்பம் பெரியம்மா. வண்டியை கொஞ்ச நேரம் நிறுத்தச் சொன்னான் தன் மாமாவிடம். இரும்புச் சட்டத்திலிருந்து கீழிறங்கி தன் முன்னால் நிற்கும் சவரிமுத்துவைப் பார்த்தவுடன் புஷ்பத்திற்கு ஆச்சரியம் தாங்கவில்லை.

'அடேய்... சவரி எப்படா வந்தே?'

வார்த்தைகள் வெளிவரும் முன்னயே கண்களிலிருந்து கண்ணீர் எப்படித்தான் வருகிறதோ.

'வந்து ரெண்டு நாளாச்சு பெரியம்மா, எங்கூட துரைமார்க வந்திருந்தாங்க, அதனால எங்கேயும் போக முடியல பெரியம்மா. நல்லாயிருக்கியா, அக்கா தங்கச்சிமார் எல்லாம் நல்லா இருக்காகளா?'

'எல்லாரும் ஆண்டவர் புண்ணியத்துல, நம்ம மாதா கருணை யினால நல்லா இருக்கோம், ஒரு கவலையும் கெடையாது, ஆமாடா சவரி, நீ வெள்ளக்காரிச்சியை கல்யாணம் முடிக்கப் போறயாமே, பொம்பளைக பேசிக்கிறாக, நெசந்தானா?'

'அதெல்லாம் இல்ல பெரியம்மா.'

'டேய்... சவரி தல ஒசரம் குமிச்சாலும் வெள்ளக்காரிச்சி வேண்டாம்டா, நம்ம எனத்துல ஒன்னப் பாத்து முடிடா.'

'எக்கா புஷ்பக்கா பெறகு சாவாகாசமாப் பேசுங்க தாயும் மகனும், வண்டி மெனக்கெட்டு நிக்குதே.'

'யாரு... யாக்கோப்பா... ஏல, செத்த நேரம் நின்னா என்னடா முகூர்த்தமா தவறிப் போகுது, செத்த பொறுடா யாக்கோபு.'

தலையில் காய்ந்த பனைமட்டைகளைச் சுமந்து செல்லும் புஷ்பம் பெரியம்மாவையே நினைத்தபடி வண்டியில் உட்கார்ந் திருந்தான். சிறுவயதில் பெரியம்மாவின் மகள்களுடன்தான் பொழுதுகள் கழியும். எத்தனை அடிபிடி, சண்டை சச்சரவுகள், புகார்கள் எதற்குமே பெரியம்மா தன்னை ஒருநாள்கூட கண்டித்ததில்லை. எல்லாமே பெரியப்பா உயிரோடு இருந்த வரைதான். மத்தியான நேரம். ஊரோடு கண்மாய்க்கரைப்

பனையை நோக்கி ஓட்டம் எடுத்தபோது, என்னமோ ஏதோ என்று தானும் ஓடியதையும் அங்கே பெரியப்பா பனையிலிருந்து விழுந்து கிடந்ததையும், தூக்கி நிறுத்திய போது சுழண்டு சுழண்டு கீழே விழுந்ததையும் நினைத்தபோது பெருமூச்சுவிட்டான்.

'என்னடே... சவரி, ஒரு மாதிரி உம்மூனு இருக்கே?'

'புஷ்பம் பெரியம்மாவ நெனச்சன் மாமா.'

'அவ சமர்த்தியில்ல, இடுப்பொடிஞ்ச புருஷனையும் மூனு பொம்பளப் புள்ளைங்களவும் கண் கலங்காமப் பார்த்த புண்ணிய வாட்டியில்லா ஒங்க பெரியம்மா, பெரிய சமர்த்திடே.'

'கடுமையான உழைப்பாளி என்ன மாமா.'

'அடே சவரி பொம்பளப் புள்ளப் பெத்தா புஷ்பம்னு பேர் வைய்யிடே, மூனு பொம்பளப் புள்ளைகளையும் கல்யாணம் முடிச்சு கரையேத்தி அவுகளுக்கு நல்லது பெல்லது பார்த்து, நொண்டியாகிப் போன ஒங்க பெரியப்பனையும் சாகும்வரைக்கு காப்பாத்தி நெனச்சால பயமாயிருக்குடா சவரி.'

தன்னுடைய பெரியம்மாவின் ஓலை வீட்டையும் அந்தக் குடிசைக்குள் ஐந்து பேருடன் ஆறாவது நபராக பல நாட்கள் தானும் அக்காள்களுடன் படுத்து உறங்கியதையும் நினைத்துப் பார்த்தான். பெரியப்பா கொண்டுவரும் பனங்கிழங்கு, நுங்கு போன்றவற்றில் முதல் பங்கு எனக்குத்தான் கொடுப்பாள். ஆம்பளப் பிள்ளை இல்லாததால் தன்மீது பெரியம்மா பாசத்தைக் காட்டியிருக்க வேண்டும் என்று நினைத்துக்கொண்டான். பெரியப்பா இறந்த போது சவரிதான் கொள்ளிவைக்க வேண்டும் என்று, உறுதியாக நின்றவள் பெரியம்மா. தன்னுடைய மௌனத்தைக் கலைத்தான் எதிரே வரும் குதிரைவீரன்.

வண்டிக்கு எதிரே வேகமாக வந்துகொண்டிருந்த குதிரையைக் கண்டதும் சவரிமுத்து மிரட்சியுடன் காணப்பட்டான். இங்கே குதிரை வீரர்களுக்கு வேலையே இல்லையே என்று யோசித்துக் கொண்டிருக்கும் போதே குதிரை இவர்களின் வண்டியை சமீபத்து விட்டது. தன்னைப் பார்க்காமல் கடந்து போய்விடக்கூடாது, என்ன விஷயம் என்று விசாரித்துத் தெரிந்துகொள்ள வேண்டும் என்ற ஆவலில் வண்டியை நிறுத்தச் சொல்லி இறங்கி பாதையில் நின்றான் சவரி. கிட்டத்தில் வந்தவுடன் அடையாளம் பார்த்தான்.

இந்த வெள்ளைக்காரன் துரைகளிடம் வேலை பார்ப்பவன்தான். சவரியைக் கண்டதும் குதிரையைவிட்டுக் கீழிறங்கி சல்யூட் செய்தான். இருவரும் ஆங்கிலத்தில் பேசிக்கொள்வதை யாக்கோபு வண்டியில் உட்கார்ந்தவாறே பார்த்துக்கொண்டிருந்தார், கேட்டுக்கொண்டும் இருந்தார்.

'மாமா தூத்துக்குடியில ஏதோ கலவரமாம், துரைக எல்லாரும் அங்க போய்ட்டாங்களாம், என்னைய ஒடனே கூட்டியாறச் சொல்லி உத்தரவு.'

சொல்லிக்கொண்டே குதிரையில் ஏறி உட்கார்ந்தான் சவரி. சிட்டாய் பறந்துவிட்ட குதிரையைக் கண்மறையும்வரை பார்த்துக் கொண்டே வண்டியை பத்தினார் யாக்கோபு.

'தாயோளி... வெள்ளக்காரப் பயலோட பாஷையைப் படிக்கப் போயி சவரிக்கு இவ்வளவு மதிப்பு. பெரிய பெரிய துரைமார்களே குதிரையை அனுப்பி கூப்பிட விடுறாம்னா சும்மா இலேசாவா, அந்தப் பயக பேசுறத நம்ம மக்கள்கிட்டச் சொல்லணுமே, இல்லனா ஊமக் கொழல் ஊதுனது மாதிரி அவங்க மட்டும்தான் பேசிட்டுக் கெடக்கணும்.'

தூத்துக்குடியை நெருங்கிய போதுதான் என்ன கலவரம் என்று யாக்கோபுக்குத் தெரிந்தது. பரபரப்புடன் ஓடிக்கொண்டிருந்த ஒருவனை மறித்து விவரம் கேட்டார். கலவரம் ஊர் முழுக்க நடப்பதாகவும், ஆங்காங்கே மக்களை வெள்ளைக்காரர்கள் அடித்து விரட்டுவதாகவும் சொன்னார். குழப்பத்துடன் வண்டியை நிறுத்திவிட்டு நடுரோட்டில் நின்றார் யாக்கோபு. போவதா இல்லை திரும்பி விடுவதா என்று குழம்பினார். ஜனங்கள் பரபரப்புடன் ஆங்காங்கே ஓடிக்கொண்டிருந்தார்கள்.

பருத்தி மருகைகளை ஏற்றிக்கொண்டு போன நிறைய வண்டிகள் திரும்பி வந்துகொண்டிருப்பதைக் கண்டார் யாக்கோபு. வரிசையாக ஏராளமான மாட்டு வண்டிகள், தானும் வண்டியைத் திருப்பி அவர்களுடன் சேர்ந்துகொள்ள வேண்டும் என நினைத்தவாறே குழம்பிக்கொண்டிருந்தார். அருகில் நெருங்கிய வண்டிக்காரரிடம் விபரம் கேட்டார்.

'மில்லு, ஜின்னிங் பாக்டரி எல்லாத்தையும் இழுத்து மூடிட்டான், எல்லா எடத்துலயும் கலவரம் நடக்குது, ஊரே

சுடுகாடு மாதிரி கெடக்குது, வண்டியைத் திருப்பும், தாக்கல் வந்தப் பெறவுதான் கொண்டுபோகணும்.'

'திடுதிப்புனு அப்படி என்ன கலவரம்?'

'வேல பாக்கிறவங்க சம்பளம் கட்டுப்படியாகலனு கூட்டித் தரச் சொல்லி கேட்டாங்களாம், வெள்ளக்காரன் முடியாதுனு சொல்லிட்டானாம், அதனால ஒரு சுடுகுஞ்சிகூட வேலைக்குப் போகல, கடை கன்னிகூட கெடையாது, அங்கங்க அடிபிடி நடக்குனு சொல்றாங்க.'

வண்டிகளோடு வண்டியாக யாக்கோபு வண்டியும் திரும்பி சேர்ந்துகொண்டது. வண்டிக்காரர்கள் அவரவர் ஊர்களின் பாதைகளில் பிரிந்து விலகிக்கொண்டார்கள். வழிநெடுகப் போவோர் வருவோருக்கெல்லாம், வண்டி திரும்பிவருகிற காரணத்தைச் சொல்லிக்கொண்டே வந்தார் யாக்கோபு. அதற்குள்ளாக விஷயம் கேள்விப்பட்டு பருத்தி வியாபாரிகள் யாக்கோபு நாடாரை எதிர்பார்த்து காமநாயக்கன்பட்டியில் வந்து காத்திருந்தார்கள்.

'நல்லவேளை பத்திரமா நல்லபடியா திரும்பி வந்தீரு, ஊரெல்லாம் பெரிய கலவரமாம், நிறைய்ய இடங்கல்ல தீய்ய வச்சு கொளுத்திட்டானாம், வெள்ளக்காரனே பதறிப் போயி ஓடி ஒழியிறானாம்.'

கலவரம் முடியும் வரை பருத்தி மருகைகள் இங்கேயே இருக்கட்டும் என்றும், நல்ல தாக்கல் வந்தப் பிறகு கொண்டு போகலாம் என்றும் சொல்லிவிட்டு வியாபாரிகள் போய்விட்டார்கள்.

காடுகளில் இன்டஞ் செடி என்று ஒரு வகை செடியுண்டு. அதன் முட்கள் இலந்தைச் செடியின் முட்கள் மாதிரி கொக்கி கொக்கியாக இருக்கும். இன்டஞ் செடிக்குள்ள தலையைக் கொடுத்தாச்சுனா எடுக்கவா முடியும் என்பது சொலவடை. சேலை துணிமணிகள் அந்தச் செடியில் மாட்டிக்கொண்டால், கிழிக்காமல் எடுக்கவே முடியாது. அதுபோலத்தான் சவரிமுத்து துரைமார்கள் என்னும் இன்டஞ் செடிக்குள் மாட்டிக்கொண்டான். என்ன செய்வதென்று தெரியவில்லை. சில நேரம் கிட்டுப்பிள்ளையை நினைத்து வருத்தப்பட்டான். இப்படி ஆகும் என்று நினைத்துக்கூடப் பார்த்திருக்கமாட்டார் கிட்டுப்பிள்ளை என்று தனக்குத்தானே ஆறுதல்பட்டுக்கொண்டான்.

ஏழே நாட்களில் அடங்கிப்போன தூத்துக்குடி கலவரம் தொழிலாளர்களுக்குப் புதியதாக சில உரிமைகளையும் வெள்ளைக் காரனுக்கு ஒரு பெரிய அபாய எச்சரிக்கையையும் கொடுத்துவிட்டு அடங்கிப்போனது. தூத்துக்குடியிலிருந்து திரும்பிய துரைகள் தன்னிடம் கொடுத்த ஒரு கத்தை பேப்பரையும் கையில் வாங்கிய சவரி வாடிய முகத்துடன் தன் அறைக்கு வந்தான். ஏற்கனவேதான் மொழிபெயர்த்து வைத்திருக்கும் ஆவணங்களுடன் சேர்த்து வைத்தான். முகவாட்டத்துடன் சுவரில் தொங்கும் மாதா படத்தின் முன் மண்டியிட்டான். பைபிளின் வசனங்கள் மனசிலாடியன.

‘வலியவரோடு வழக்காடாதே. அவர்கள் கையில் சிக்கிக் கொள்ள நேரிடும்.’

செல்வருடன் சண்டையிடாதே. உன்னைவிட அவர்கள் வசதிமிக்கவர்கள்.

வாயாடிகளோடு வாதிடாதே. எரியும் நெருப்பில் எண்ணெய் வார்க்காதே.

பண்பற்றோரிடம் நகையாடாதே. உன் முன்னோரை அவர்கள் பழித்துரைக்கலாம்.

முதியோர் எவரையும் இகழாதே. நாமும் முதுமையடைந்து வருகிறோம். இறந்தோரைக் கண்டு மகிழாதே. நாம் எல்லோருமே சாகப் போகிறவர்கள் என்பதை நினைவில் வை.

இறுமாப்புகொண்டோருடன் மோதாதே, மோதினால் உன் சொற்களைக்கொண்டே உன்மீது குற்றம்சாட்டுவர்.

கடைசி வசனத்தை மீண்டும் மீண்டும் அசைபோட்டான். இறுமாப்பு பிடித்த துரைமார்களிடம் நாம் என்ன சொன்னாலும் பயனளிக்காது, நமகு விடுதலை கிடைக்காது என்பதைத் தெளிவாக உணர்ந்துகொண்டான்.

‘அத்தனை கல்லெறிகளையும் தாங்கிக் கொண்டு நகர்ந்து செல், உனக்கான பொந்து வழியில் தட்டுப்படும். அதற்குள் சென்று முடங்கிக்கொண்டு உன்னை ஆசுவாசப்படுத்து. அந்தப் பொந்தின் தலைவாசல் திறந்தே இருக்கட்டும். விஷமிகள் தலைநீட்டி உள் நுழைய எத்தனித்தால் தப்பிச் செல்ல பல வழிகளை உண்டுபண்ணி வைத்துக்கொள். தப்பித்தது தெரியாமல் உள் நுழைந்த விஷமிகள் வெற்றுப் பொந்தென்று நினைத்து

ஏமாந்து திரும்பட்டும்.'

தான் எந்த வழியில் எப்படி தப்பித்துச்செல்வதென்று நினைத்து நினைத்துக் குழம்பினான் சவரிமுத்து. கூடவே காமநாயக்கன் பட்டியின் பாதர் தன்னிடம் சொன்னதை நினைத்துக்கொண்டான். முதன் முறையாக பாதர் சொன்ன அறிவுரையை மீறி மறுதலித்து எப்படியும் தப்பித்துவிடுவதென்று முடிவெடுத்து நெஞ்சில் சிலுவையிட்டுக் கையை முத்திக்கொண்டு மாதாவின் படத்தின் முன்னாலிருந்து எழுந்தான்.

திருவிழாவுக்குப் போனது, அப்புறம் தூத்துக்குடிக்குப் போனது என்று சில நாட்கள் கழிந்துவிட்டபடியால் மொழிபெயர்க்க வேண்டிய ஏராளமான விஷயங்கள் சேர்ந்துவிட்டன. துரைமார்கள் வேலை ஏவும்வரை காத்திருக்கக்கூடாது என்று நினைத்தவன் இரவு பகலாய் வேலை செய்தாவது விரைவில் எல்லாவற்றையும் மொழிபெயர்த்துவிடவேண்டும் என்று முடிவு செய்ததாள்களை நாள் வாரியாக வரிசைப்படுத்தினான். கூடிய விரைவில் மருதனின் மகனைச் சந்தித்து சில விஷயங்கள் பேசவேண்டும் என நினைத்துக்கொண்டான். வெளுப்புத்துறைக்கு எப்போது எப்படி போகலாம் என்று யோசித்தபடியே உட்கார்ந்திருந்தான் சவரிமுத்து.

துரைமார்கள் உருவாக்கி தன் கையில் கொடுத்திருந்த வெளவால் தேசத்தின் எழுத்துக்களை வாசிக்க ஆரம்பித்தபோது, தன் மனசுக்குள் உருவாகிவரும் காட்சிகளை நினைவுகூர்ந்த சவரி அப்படியே பதற்றத்தில் நடுங்கினான். மனசு அலைபோல் துள்ளியது. பெருமூச்சு அனல் போல் வெளியேறியது. துரைமார்களின் வஞ்சக எண்ணங்களுக்கு தான் துணை போய்விடக் கூடாது, கர்த்தர் தன்னை மன்னிக்கவே மாட்டார் என நினைத்தவன், இந்தப் பாவச் செயல்களுக்குதான் மாட்டிக்கொண்டது விதியே என்றும் எப்படியும் கர்த்தர் என்னை இதனின்று விடுவிப்பார் என்றும் ஆறுதல் பட்டுக்கொண்டு மீண்டும் சிலுவையிட்டுக் கொண்டான். சவரியின் மனசுக்குள் விரிந்த வெளவால் தேசத்தை எண்ணி பீதியுற்றான். கைகள் நடுங்க ஒவ்வொரு வார்த்தையாக மொழிபெயர்த்து எழுதினான்.

வனத்தின் சில பகுதிகளில் மட்டுமே வாழ்ந்துவந்த வெளவால் கூட்டங்கள் படிப்படியாக வனமெங்கும் ஆக்ரமித்து எல்லா மரங்களிலும் பனங்காய்களைப் போல் தொங்கின. வெளவால்கள்

வசிக்குமிடங்களில் பறவைகள் வாசம் அற்றுப் போகும். பறவைகளற்ற புழு, பூச்சிகளற்ற வனங்களில் மகரந்தங்கள் அற்றுப்போய் எல்லா மரங்களும் மலடு தட்டி பூத்தல், காய்த்தல், பழுத்தலற்ற வெற்று மரங்களாகிப் போயின. பழங்கள் தின்று உயிர் வாழ்ந்த வெளவால்கள் மரங்களின் பச்சையங்களைத் தின்னத் தொடங்கின. பச்சையங்களற்ற மரங்கள் இலைகளற்ற பட்டுப் போன கட்டைகளாக மாறிப் போயின. மழையைக் கொண்டுவரும் வனங்க்ள் மழையின்றி பொசுங்கிப் போயின. வறட்சியில் நிலங்கள் விருவோடி புல் பூண்டுகளற்ற தரிசாக மாறிப் போயின. பச்சையங்கள் தீர்ந்தபின் உண்ண ஏதுமின்றி சைவம் விட்டு அசைவமாக மாறிப் போயின வெளவால் கூட்டங்கள். ஊருக்குள் புகுந்து கால்நடைகளின் இரத்தம் குடிக்கத் தொடங்கின. அரவமின்றி வீடுகளுக்குள் புகுந்து பாலூட்டும் பெண்களின் மார்புகளில் பாலருந்திவிட்டுப் பறந்தோடின. பாலில்லாததால் குழந்தைகளின் அழுகைச் சத்தம் வீடுகள் தோறும் பரிதாபக் குரல்களாக ஒலித்தன. இரத்தங்கள் உறிஞ்சப்பட்ட கால்நடைகள் நடக்கத் திராணியற்று எலும்பும் தோலுமாய் நடமாடித்திரிய, குடிக்கப் பால் இல்லாத குழந்தைகள் சவலை தட்டி விலா எலும்புகள் தெரிய குழந்தைகளும் வெளவால்களைப் போல் மாறிப் போயின.

திரும்பிய பக்கமெல்லாம் பனைமரங்களில் தொங்கும் பனங்காய்களைப்போல் மரங்களில் தொங்கிய வெளவால் கூட்டங்கள், இப்போது ஒவ்வொரு வீட்டின் உத்திரங்களிலும் கூரை முகடுகளிலும் தொங்கின. கறுப்புநிற வழுவழுப்பில் சூரிய ஒளிபட்டு மின்னியது. தலைகீழாய்த் தொங்கியபடி தன் இறக்கைகளைத் திறந்து திறந்து மூடிய போது சூரிய ஒளிக் கதிர்கள் மின்னி மின்னி நிழலாடின. மனிதர்களுடன் வாழும் வெளவால்கள், வெளாவல்களுடன் வாழும் மனிதர்கள் என வீடெங்கும் ஊரெங்கும் நாடெங்கும் வெளவால் கூட்டங்களின் கறுப்பின் அடர்த்தி.

காலம் செல்லச் செல்ல வெளவால்களிடமிருந்து மனிதர்கள் ஏராளமான விஷயங்களைக் கற்றுக்கொண்டார்கள். ஏட்டிக்குப் போட்டியாகவும் எடக்கு மடக்காகவும் வாழும் வெளவால்களின் வாழ்வியல் முறைகள் மனிதர்களையும் தொற்றிக்கொண்டபடியால்

அந்தப் பகுதியே வௌவால் தேசமாக உருக்கொண்டது. வௌவால்களிடமிருந்து மனிதர்கள் கற்றுக்கொண்டது. பகலில் தூங்கு இரவில் வேட்டையாடு, இரை தேடு. நேராக நடப்பதற்குப் பதில் தலைகீழாக நடந்து பழகு. நிறபேதமின்றி ஒரே நிறம் கறுப்பு, கறுப்பு கறுப்பு. பறக்க கற்றுக்கொள், ஆனால் பறவையல்ல. பாலூட்டக் கற்றுக்கொள், ஆனால் பாலூட்டியல்ல. அந்தரத்தில் புணர்ச்சி செய்யும் அபூர்வக் கலையைக் கற்றுக்கொள். யாரும் யாருடனும் புணரலாம். புணர்ச்சிக்கு ஏற்ற நிறம் கறுப்பு என்பதால், வௌவால்களைப் போலவே ஒவ்வொரு மனிதனும் ஒன்றுக்கு மேற்பட்ட பல பெண்களைப் புணரப் பழகிக் கொண்டார்கள். மூன்று மனைவிகளையும் ஏழு பெண்டாட்டி களையும் வைத்துக் கொண்டார்கள். உண்மைகள் பேசுவதை மறந்து பொய்கள் பேசுவதையே பழக்கமாக்கிக்கொண்டார்கள். வெளியில் ஒரு மனிதனாகவும் உள்ளுக்குள் இன்னொரு மனித னாகவும் மாறிப்போனார்கள். யாருக்கும் புரியாத வௌவால்களின் சமிக்ஞையைப் போல் இரகசியக் குறியீட்டு மொழியை உருவாக்கிக்கொண்டார்கள். இந்த இரகசியக் குறியீட்டு மொழியில் மயங்கிய மக்கள் சவடால் பேர்வழிகளிடம் மயங்கிப்போனார்கள்.

விளைச்சல் அற்றுப் போனதால் தானியங்களின்றி பசியோடும் பட்டினியோடும் வாழ்ந்த மக்கள் புணரச் சக்தியின்றி பொம்மை களைப் போல் மாறிப் போனார்கள். குறி விறைப்பிழந்த நரைத்த தாடி வளர்த்த கிழவர்கள், பெண்குறியில் தாடியை நீவி சுக்கிலம் வெளியேற்றும் கலையைக் கற்றுக்கொண்டார்கள். அப்படி குமரிப் பெண்களின் குறிகளில் தாடியை நீவி சுக்கிலம் வெளியேற்றும் கிழவர்களை வெண்தாடி வேந்தர்கள் என்று அழைத்தார்கள்.

குறியில் தாடி உரசிப் புணரும் காமக் களியாட்டத்தில் மக்கள் லயித்து அவர்கள் பின் சென்றார்கள். சாஸ்திரங்கள் அனைத்தையும் சம்பிரதாயங்களாக மாற்றினார்கள். ஊருக்கு மட்டுமே உபதேசம் உனக்கல்ல என்பது தாரக மந்திரமாயிற்று. வெளியில் மகாராணியாக அதிகாரம் செலுத்துகிற பெண் வீட்டுக்குள் நுழைந்தவுடன் வேலைக்காரியாக தன்னை உருமாற்றிக்கொண்டாள். வௌவால் களின் கருமை நிறத்தில் லயித்த மக்கள் தன்னை மறந்து போதை வஸ்துகளில் திளைத்தனர். பெண்களின் காதுகளில் பாம்படங் களைப் போல் வௌவால்கள் தொங்கின. பொய்களாலும்,

போலிகளாலும், ஏமாற்றுக்காரர்களாலும் நிரம்பி வழிந்த வௌவால் தேசத்தில் வேசிகள் பெருகி காமக் களியாட்டங்கள் மூலை முடுக்கெல்லாம் நடந்தேறின. வேசைகளுடன் சதா உறவாடும் ஒருவன் கற்புக்கரசிக்குக் கோயில் கட்டினான். வௌவால்கள் அடையும் அக்கோவிலில் பெண்கள் வௌவால்களை வழிபட்டனர். காலச்சுழற்சியில் வௌவால்களே ஆட்சிப்பீட மேறின. தன் கோரப்பற்களைக் காட்டி மனிதர்களைப் பயமுறுத்தின.

இப்படியே நீண்டுகொண்டே போன வௌவால் தேசம் கடைசியில் பின்வருமாறு முடிவு பெற்றிருந்தது.

இரத்தம் உறிஞ்சும் வௌவால்களின் பேச்சுக்கும் செயலுக்கும் மக்கள் கீழ்ப்படிந்தார்கள். போதை வஸ்துகளுக்கு அடிமையாகிப் போன மக்கள் சல்லிக்காசுக்குகூட விலை போனார்கள். ஒரு மிடக்கு போதைக்குத் தங்களின் விரல் ரேகை பதித்து அடிமை யானார்கள். தாங்கள் இன்னாருக்கு அடிமை என்பதைப் பறைசாற்ற கூச்ச நாச்சமோ வெட்கமோ மானமோ சூடோ சுரணையோ அற்று கறுப்புநிற அங்கவஸ்திரங்களை அடையாளமாக தங்களின் தோள்களில் அணிந்து உலாவந்தார்கள். அறமற்ற மனிதர்களை உருவாக்குவதில் வௌவால் தேசத்தின், தாடியைத் தடவி பெண்களைப் புணரும் தலைவர்கள் வெற்றி பெற்றார்கள்.

காலங்கள் செல்லச் செல்ல பஞ்சங்களும் பட்டினியும் கலவரங்களும் நடைபெறும் நாடாக மாறிக்கொண்டிருந்தது வௌவால் தேசம். பச்சிளங் குழந்தைகளைப் புணரும் காமக் கொடூரர்கள் பெருகி பேரபாயமாக உருக்கொண்டார்கள். பச்சையமிழந்த பட்டுப்போன மரங்களில் தொங்கிய வௌவால்கள் குடித்த இரத்தமிழந்த மனிதர்களும் விலங்குகளும் செத்து விழுந்து பூமியே சுடுகாடாக மாறிக் கொண்டிருந்தது. தாடியினால் புணர்ந்து சுக்கிலம் வெளியேற்றிய ஆண்களுக்கு வாரிசுகள் உருவாகவில்லை. வௌவால் தேசம் நாளடைவில் முதியோர் களால் நிரம்பி வழிந்தது. ஊரைச் சுற்றிலும் கறுப்புத்துணியால் திரை யிட்டதுபோல் சூரிய ஒளி மின்ன வௌவால்கள் தொங்கின. தாடி வைத்த கிழவர்களைக் கண்டால் பெண்கள் சண்டையிட்டுத் தூக்கிக்கொண்டு போனார்கள். தாடியால் உரசி சுக்கிலம் வெளியேற்றும் கிழவர்களின் பேச்சே வேதவாக்காக மாறிப் போயிற்று. வீரியமிக்க வெண்தாடி வேந்தர்கள் உருவாக்கிய தலைவர்கள்

வௌவால் தேசத்தை ஆள, தேசம் காமத்தால் சீரழிந்தது.

எல்லாவற்றையும் மொழிபெயர்த்து முடித்த சவரிமுத்து ஒழுங்குபடுத்தி, பொட்டலமாய் கட்டி வைத்தான். துரைகள் எழுதிக் கொடுத்த ஆங்கிலப் பிரதிகளையும் சேர்த்து சுமந்து கொண்டு போகும்படியாக இறுக்கமாகக் கட்டி ஒளித்துவைத்தான். இரவு வெகுநேரம் தூங்காமல் உலர்த்திக்கொண்டிருந்தான். எப்போது தூங்கினான் என்று தெரியவில்லை. பயங்கரமான கனவில் முழித்துக்கொண்டான்.

துரைகள் நான்கு பேரும் குதிரைகளில் வேகமாக வந்து கொண்டிருக்கிறார்கள். பாதையை ஒட்டிய அய்யனார் கோவிலில் பூசாரி பூசை வைத்துக்கொண்டிருந்தார். மேலாடை இல்லாத வெற்றுடம்பு, காவி வேஷ்டி துண்டு, சிரைக்கப்படாத தாடி, மீசை. குதிரைகளைக் கண்டதும் பயபக்தியுடன் நின்று கும்பிட்டார் பூசாரி. நால்வரும் குதிரையைவிட்டு கீழிறங்கினார்கள்.

'இது என்ன சாமி மேன்?'

'தொரைகளே இது ஐயனாரப்பன் சாமி.'

'இவையெல்லாம் என்னது மேன்?'

'தொரைகளே சாமி வேட்டைக்கும், காவலுக்கும் போறதுக்கு சாமியோட வாகனங்கள் குதிரைகள்.'

'ஓ... சாமி குதிரையில் போகுமோ?'

'ஆமா தொரைகளே, ஐயனாரப்பன் குதிரையில் ஏறி காவலுக்கும் வேட்டைக்கும் போகும்.'

'அப்படியானால் குதிரை புல் திங்குமா மேன்?'

'புல் திங்கும் துரைகளே.'

'புல் திங்காவிட்டால் உன்னை சுட்டுப் பொசுக்கிருவன்.'

'சரி துரைகளே.'

துரைகள் நால்வரும் புல்கட்டு கொண்டு வரும்படி உத்தரவு போட்டார்கள். அந்தப் புல்லை குதிரைச் சிலையின் முன்னால் பரத்திப் போட்டார்கள்; காவல்காரன் ஒருவனை நியமித்து காவல் போட்டார்கள்.

'காலையில் வருவோம், புல் இருந்தால் பூசாரி குளோஸ்' சொன்னபடியே விடிகாலையில் நான்கு துரைகளும் ஐயனார்

கோவிலுக்குவந்துவிட்டார்கள். காவல்காத்த வீரன் கம்பீரமாக சல்யூட் செய்து துரைகளை வரவேற்றான். குதிரையின் முன்னால் பரத்திப் போட்டிருந்த புற்களைக் காணவில்லை. குதிரை தின்றதற்கான அடையாளங்களாக மிச்சம் சொச்சம் உலப்பிய புல் கிடந்தது. குதிரைச் சிலையின் பின்னால் கிடந்த குதிரைச் சாணத்தைக் கண்டதும் பதறிப் போனார்கள். அப்போது தான் போட்ட பச்சை சாணம், துரைகளின் கண்களில் பீதி. காவல்காரன் பயத்தில் நடுங்கிக்கொண்டிருந்தான். தூரத்தில் பூசாரி வேக வேகமாக வந்துகொண்டிருந்தான். கடுமையான கோபத்திலும் பயத்திலும் இருந்த துரை, தன் கைத்துப்பாக்கியை எடுத்து குதிரைச் சிலையை டமார் என்று சுட்டான். குதிரையின் கனைப்புச் சத்தம் கேட்க துரைகள் பதறிப் போய் ஒருவர் முகத்தை ஒருவர் ஆச்சரியமாகப் பார்த்தபடி நின்றார்கள். கோவிலுக்கு வெளியே மரத்தடியில் நிறுத்தப்பட்டிருந்த தாங்கள் வந்த குதிரைகளில் ஒன்று கால்களை உதறிக்கொண்டு தரையில் துள்ளிக்கொண்டிருந்தது. அதன் தலையில் துப்பாக்கிக் குண்டு பாய்ந்திருந்தது. வழிந்துகொண்டிருந்த இரத்தம் தரையில் பெருகியது. இரத்த வாடைக்கு வௌவால்கள் ஏராளம் பறந்து வந்தன. டமால் என்ற துப்பாக்கியின் வெடிச்சத்தத்தில் சவரிமுத்து பதறி எழுந்து உட்கார்ந்தான். தான் கண்ட பயங்கரக் கனவை நினைத்தபடியே அசையாமல் உட்கார்ந்திருந்தான்.

விடிவதற்கு அடையாளமாகப் பறவைகளின் ஒலிகள் கேட்கத் தொடங்கின. தூரத்தில் கௌதாரியின் காலைக் கூவலும், கரிச்சான் குருவியின் சத்தமும் தெளிவாகக் கேட்டன. திட்டமிட்டபடியே சவரிமுத்து வெளியே வந்து எட்டிப் பார்த்தான். வெள்ளைக்கார துரைமார்கள் உருவாக்கி வைத்திருந்த வௌவால் தேசத்தைத் தூக்கி தலையில் வைத்தான். மாதாவைத் தொட்டு முத்திக் கொண்டான். காவல் காக்கும் வீரனின் கண்களில் மண்ணைத் தூவிவிட்டு, தான் உருவாக்கி வைத்திருந்த இரகசிய வழியாக நுழைந்து வெளியேறினான்.

பல்வேறு குழப்பத்திற்கிடையே சவரிமுத்து வந்து சேர்ந்த இடம் திருநெல்வேலி ரெயில் நிலையம். ஏதாவது ஒரு வேதக் கோவிலில் போய் அடைக்கலம் கேட்கலாம் என்று தான் நினைத்தான். பெயர் மாற்றியோ பொய் சொல்லியோ தங்க மனசு

இடம் தரவில்லை. உண்மையைச் சொன்னால் அடுத்த நிமிஷமே மீண்டும் துரைகளுடன் தான் வாசம் செய்ய வேண்டும் அல்லது ஜெயில் தண்டனை அனுபவிக்க வேண்டும். வௌவால் தேசத்தைத் தலைமாட்டில் வைத்துவிட்டு தூங்கியவன்தான். இரவில் அவன் இறங்கிய இடம் ஈரோடு ரெயில் நிலையம். தலைச்சுமை வியாபாரியைப் போல் வெளியில் வந்து சுற்றும் முற்றும் பார்த்தான். கண்ணைக்கட்டி காட்டில்விட்ட மாதிரி இருந்தது. எங்கே போவது என்று தெரியவில்லை. இரவில் எங்கே தங்குவது என்று புரியவில்லை.

இரண்டு சாலைகள் சந்திக்கின்ற இடத்தில் பெரிய அடர்ந்து படர்ந்த புளிய மரம், அதனடியில் பிள்ளையார் கோவில். மரத்தின் தூரைச் சுற்றி கட்டப்பட்டிருந்த கல் திண்டில் ஏழெட்டுப் பேர் படுத்து உறங்கிக்கொண்டிருந்தார்கள். பொட்டணத்தை இறக்கி தலைமாட்டில் வைத்துவிட்டு இலேசாக கண்ணயர்ந்தான். பசிக்கிறக்கத்தில் கண் இருண்டது. காலையில் குருக்கள் தண்ணீர் தெளிப்பதற்காக எல்லோரையும் எழுப்பிவிட்டார். இப்போது அவ்விடத்தில் தானும் குருக்கள் மட்டும் இருப்பதை உணர்ந்து கொண்டான். சாலைகளில் ஆட்களின் நடமாட்டம் தெரிந்தது. சிலர் பிள்ளையாரைக் கும்பிட்டு, தோப்புக் கரணம் போட்டு விட்டுப் போவதை விசித்திரமாகப் பார்த்தான்.

வெய்யில் ஏற குருக்கள் கோவிலை சாத்திவிட்டு இவனை உற்றுப் பார்த்தார். கழுத்தில் தொங்கும் சிலுவையை ஒளித்து வைக்கவா முடியும்.

'எங்கே போகணும், கருக்கல்ல இருந்து இங்கேயே இருக்கிறேள், எந்த ஊரு, யாரைப் பாக்கணும்?'

தன் வாழ்க்கையில் முதன்முறையாக சவரிமுத்து பொய் சொல்ல நிர்ப்பந்திக்கப்பட்டான். வாயிலிருந்து வார்த்தைகள் வெளிவரவில்லை. எச்சிலை விழுங்கினான்.

'சேலம்வரை போக வேண்டும் சாமிகளே, பணப்பையை தொலைத்துவிட்டேன், என்ன செய்வது என்று தெரியவில்லை.'

'அடக்கடவுளே... சாப்பிட்டேளா?'

'... ... ...'

கோயிலுக்குப் பக்கத்தில் அரளிச் செடிகளுக்குத் தண்ணீர்

ஊற்றிக்கொண்டிருந்த ஒருவனைக் கூப்பிட்டு சாப்பிடுவதற்கு ஏதாவது வாங்கிக் கொடுக்கும்படி கூறிவிட்டு புறப்பட்டார்.

'சேலத்துக்கு இப்ப ரெயில் கெடையாது. சாயங்காலம்தான் வண்டி வரும். நான் வரும்வரை இங்கேயே இரும், வேறெங்கேயும் போக வேண்டாம். நான் வந்து உம்மை வண்டியேத்தி அனுப்பு கிறேன்.' தான் சொன்ன பொய்யை உண்மை என நம்பிவிட்ட குருக்களை நினைத்து வருத்தப்பட்டான். பிள்ளையார் சாமியையே உற்றுப் பார்த்தான். புளியமர நிழல் சுகமாயிருந்தது. பலப்பல ஆட்கள் வருவதும் போவதும் மரத்தடியில் கொஞ்ச நேரம் உட்கார்ந்து பேசிவிட்டுப் போவதும் எப்போதும் ஆட்களின் நடமாட்டம் இருந்தது. சாயங்காலம் குருக்கள் வந்து கோயிலைக் கூட்டி தண்ணீர் தெளித்துக்கொண்டிருந்தார்.

மேற்கேயிருந்து காங்கிரஸ் கட்சியின் ஊர்வலம் ஒன்று வந்தது. பிள்ளையார் கோயிலை ஒட்டி சாலைகள் சந்திக்கும் இடத்தில் போலீசார் ஊர்வலத்தைத் தடுத்து நிறுத்தினார்கள். பொழுதடைகிற நேரம். ஊர்வலத்தில் வந்தவர்களுக்கும் போலீசாருக்கும் தள்ளு முள்ளு ஏற்பட்டுக் கலவரமாக மாறியது. கற்கள் நாலா திசைகளிலிருந்தும் பறந்துவந்தன. போலீசார் தடியடி நடத்தி கூட்டத்தை விரட்டினார்கள். குருக்களுடன் சவரிமுத்து கோவிலுக்குள் ஒளிந்துகொண்டான். கூட்டம் கலைந்து அமைதியானவுடன் கோயிலைவிட்டு வெளியே வந்து பார்த்த போது வௌவால் தேசத்தைக் காணவில்லை. சவரிமுத்து பதறிப்போனான். பரபரப்பாக நாலா திசைகளிலும் ஓடியாடி தேடினான். எங்கேயும் காணவில்லை. அழுதபடியே குருக்களிடம் வந்தான். அப்போது திடீரென்று ஏழெட்டுப் போலீஸ்காரர்கள் திமுதிமு வென்று கோயிலுக்குள் ஓடிவந்தார்கள். குருக்கள் பதற்றத்துடன் வெளியில் வந்தார்.

'யோவ்... ஐயரே ராமசாமி இங்க வந்தானா?'

'எந்த ராமசாமி ஐயா?'

'காங்கிரஸ் கட்சியில தலைவரா இருக்கான்ல்ல ஐயரே அந்த ராமசாமி.'

'இங்க அப்படி யாரும் வரலையே.'

'ஐயரே பொய் சொல்லாதீரும், கோயிலுக்குள்ளதான்

ஓடியாந்ததாக பார்த்தவங்க சொல்றாங்க.'

'நல்லா தேடிக்கோங்கோ, பிள்ளையார்கிட்ட கேளுங்கோ.'

தன்னுடைய பொட்டணத்தில் என்ன இருந்தது என்று குருக்கள் கேட்க, சவரிமுத்து அழுதபடியும் பதறியபடியும் வெளவால் தேசத்தின் கதையைச் சொல்லத் தொடங்கினான். வெளவால் தேசத்தைத் தலையில் வைத்துக்கொண்டு தலைச்சுமை வியாபாரியைப் போல் நடித்தபடி போலீசின் கண்களில் மண்ணைத் தூவிவிட்டு கம்பீரமாக போய்க்கொண்டிருந்தார் காங்கிரஸ் கட்சியின் தலைவர் ராமசாமி. சவரிமுத்து சொல்லச் சொல்ல வெளவால் தேசம் உருவாகிவிடுமோ என்று பயந்தபடியே கேட்டுக்கொண்டிருந்தார் பிள்ளையார் கோயில் குருக்கள். பக்கத்தில் ஒலித்த ரெயிலின் ஹாரன் சத்தம் தெளிவாகக் கேட்டது. ஒருவேளை அந்த ரெயில் சேலம் போகக்கூடிய ரெயிலாகக்கூட இருக்கலாம்.

☙☙

படித்துவிட்டீர்களா?
சோ. தர்மனின்
முதல் நாவல்
∞

தூர்வை

பக்கம்: *256*, விலை: ₹ *230*
ISBN: 978 81 7720 268 7
∞

படித்துவிட்டீர்களா?
சோ. தர்மனின்
இரண்டாவது நாவல்
૭ு

கூகை
பக்கம்: *336*, விலை: ₹ *300*
ISBN: 978 81 7720 269 4
૭ு

படித்துவிட்டீர்களா?
சோ. தர்மனின்
சாகித்ய அகாடமி விருது பெற்ற நாவல்

சூல்

பக்கம்: 512, விலை: ₹ 380
ISBN: 978 81 7720 264 9

படித்துவிட்டீர்களா?
சோ. தர்மனின்
நான்காவது நாவல்
☙

பதிமூனாவது மையவாடி
பக்கம்: *368,* விலை: ₹ *320*
ISBN: 978 81 7720 310 3
☙

படித்துவிட்டீர்களா?
சோ. தர்மனின்
தேர்ந்தெடுக்கப்பட்ட சிறுகதைகள்

அன்பின் சிப்பி
பக்கம்: 160, விலை: ₹ 130
ISBN: 978 81 7720 302 92

படித்துவிட்டீர்களா?
சோ. தர்மனின்
சிறுகதைகள் - முழுத் தொகுப்பு
∽

நீர்ப்பழி
பக்கம்: 600, விலை: ₹ 500
ISBN: 978 81 7720 311 0
∽

படித்துவிட்டீர்களா?
சோ. தர்மன் எழுதிய
வாழ்க்கை வரலாறு

வில்லிசை வேந்தர்
பிச்சைக்குட்டி

பக்கம்: *144,* விலை: ₹ *140*
ISBN: 978 81 7720 336 3